ರಾಷ್ಟ್ರದ ಹೆಮ್ಮೆ

# ರತನ್ ಟಾಟಾ

ಪ್ರತೀಕ್ಷಾ ಎಂ. ತಿವಾರಿ

ಡೈಮಂಡ್ ಬುಕ್ಸ್

www.diamondbook.in

ಪ್ರಕಾಶಕರು

**ಪ್ರಕಾಶಕರು: ಡೈಮಂಡ್ ಪಾಕೆಟ್ ಬುಕ್ಸ್ (ಪ್ರೈ) ಲಿಮಿಟೆಡ್.**

X-30, ಓಖ್ಲಾ ಇಂಡಸ್ಟ್ರಿಯಲ್ ಏರಿಯಾ, ಹಂತ -2

ನವದೆಹಲಿ -110020

ದೂರವಾಣಿ: 011-40712100

ಇ-ಮೇಲ್: sales@dbp.in

ವೆಬ್ ಸೈಟ್: www.dpb.in

ಮುದ್ರಿಸಿದವರು: ರೆಪ್ರೊ (ಇಂಡಿಯಲ್)

---

**ರತನ್ ಟಾಟಾ** (*ರಾಷ್ಟ್ರದ ಹೆಮ್ಮೆ*)

ಲೇಖಕ - ಪ್ರತೀಕ್ಷಾ ಎಂ. ತಿವಾರಿ

# ಪರಿಚಯ

1991ರಲ್ಲಿ ಜೆಆರ್ ಡಿ ಟಾಟಾ ನಿವೃತ್ತಿಯಾದಾಗಿನಿಂದ ಟಾಟಾ ಸಮೂಹದ ಉತ್ತುಂಗದಲ್ಲಿ, ನೌಕಾಪಡೆ ಎಚ್. ಟಾಟಾ ಅವರ ಪುತ್ರ ಶ್ರೀ ರತನ್ ನೇವಲ್ ಟಾಟಾ ಅವರು ಟಾಟಾ ಸಮೂಹವನ್ನು ಜಾಗತಿಕ ಆಟಗಾರರನ್ನಾಗಿ ಹೊರಹೊಮ್ಮಿಸಿದ್ದಾರೆ. ಫೋರ್ಬ್ಸ್ ಏಷ್ಯಾದ ಜನವರಿ 10, 2005 ರ ಸಂಚಿಕೆಯಲ್ಲಿ, ರತನ್ ಟಾಟಾ ಅವರನ್ನು *ಏಷ್ಯಾದ ವರ್ಷದ ಉದ್ಯಮಿ ಎಂದು ಹೆಸರಿಸಲಾಯಿತು.* ಶ್ರೀ ರತನ್ ಟಾಟಾ ಅವರ ಮಾರ್ಗದರ್ಶನದಲ್ಲಿ, ಟಾಟಾ ಗ್ರೂಪ್ ವೇಗವಾಗಿ ಬೆಳೆದಿದೆ ಮತ್ತು ಹೊಸ ಕೈಗಾರಿಕೆಗಳು ಮತ್ತು ವ್ಯವಹಾರದ ಕ್ಷೇತ್ರಗಳಿಗೆ ಕಾಲಿಟ್ಟಿದೆ. ಶ್ರೀ ರತನ್ ಎನ್. ಟಾಟಾ ಅವರು ಟಾಟಾ ಸಮೂಹದ ಹಿಡುವಳಿ ಕಂಪನಿಯಾದ ಟಾಟಾ ಸನ್ಸ್ ಲಿಮಿಟೆಡ್ ನ ಅಧ್ಯಕ್ಷರಾಗಿದ್ದಾರೆ ಮತ್ತು ಪ್ರಮುಖ ಟಾಟಾ ಆಪರೇಟಿಂಗ್ ಕಂಪನಿಗಳ ಅಧ್ಯಕ್ಷರಾಗಿದ್ದಾರೆ. ಇದರ ಜೊತೆಗೆ, ರತನ್ ಟಾಟಾ ಅವರು ರಿಸರ್ವ್ ಬ್ಯಾಂಕ್ ಆಫ್ ಇಂಡಿಯಾದ ಕೇಂದ್ರ ಮಂಡಳಿಯಲ್ಲಿ ಸೇವೆ ಸಲ್ಲಿಸುತ್ತಿದ್ದಾರೆ ಮತ್ತು ಪ್ರಧಾನ ಮಂತ್ರಿಗಳ ವ್ಯಾಪಾರ ಮತ್ತು ಕೈಗಾರಿಕಾ ಮಂಡಳಿಯಲ್ಲಿದ್ದಾರೆ. ಅವರು ಇತ್ತೀಚೆಗೆ ಭಾರತ ಸರ್ಕಾರದೊಂದಿಗೆ ಸ್ಥಾಪಿಸಿದ ಹೂಡಿಕೆ ಆಯೋಗದ ಮುಖ್ಯಸ್ಥರೂ ಆಗಿದ್ದಾರೆ.

ವಿಶ್ವಾದ್ಯಂತ ವ್ಯಾಪಾರ ಸಮುದಾಯದ ನಾಯಕರಾಗಿರುವ ರತನ್ ಟಾಟಾ ಅವರು ಮಿತ್ಸುಬಿಷಿ ಕಾರ್ಪೊರೇಷನ್, ಅಮೇರಿಕನ್ ಇಂಟರ್ನ್ಯಾಷನಲ್ ಗ್ರೂಪ್, ಜೆಪಿ ಮೋರ್ಗನ್ ಚೇಸ್ ಮತ್ತು ಬೂಜ್-ಆಲೆನ್ ಹ್ಯಾಮಿಲ್ಟನ್ ಇಂಕ್ ನ ಅಂತರರಾಷ್ಟ್ರೀಯ ಸಲಹಾ ಮಂಡಳಿಗಳಲ್ಲಿ ಸೇವೆ ಸಲ್ಲಿಸುತ್ತಿದ್ದಾರೆ. ಅವರು ದಕ್ಷಿಣ ಆಫ್ರಿಕಾದ ಅಧ್ಯಕ್ಷರ ಅಂತರರಾಷ್ಟ್ರೀಯ ಹೂಡಿಕೆ ಮಂಡಳಿಯ ಸದಸ್ಯರಾಗಿದ್ದಾರೆ, ನ್ಯೂಯಾರ್ಕ್ ಸ್ಟಾಕ್ ಎಕ್ಸ್ ಚೇಂಜ್ ನ ನಿರ್ದೇಶಕರ ಮಂಡಳಿಯ ಏಷ್ಯಾ ಪೆಸಿಫಿಕ್ ಸಲಹಾ ಸಮಿತಿಯ ಸದಸ್ಯರಾಗಿದ್ದಾರೆ ಮತ್ತು ರಾಂಡ್ ನ ಸೆಂಟರ್ ಫಾರ್ ಏಷ್ಯಾ ಪೆಸಿಫಿಕ್ ಪಾಲಿಸಿಯ ಸಲಹಾ ಮಂಡಳಿಯ ಅಧ್ಯಕ್ಷರಾಗಿದ್ದಾರೆ.

ರತನ್ ಟಾಟಾ ಅವರ ವೈಯಕ್ತಿಕ ಜೀವನ ಮತ್ತು ವೃತ್ತಿಪರ ವೃತ್ತಿಜೀವನದಲ್ಲಿ ಅವರು ಆದರ್ಶಪ್ರಾಯರಾಗಿದ್ದಾರೆ. ಅವರು ಭಾರತದ ಎರಡು ದೊಡ್ಡ ಖಾಸಗಿ ವಲಯದ ಲೋಕೋಪಕಾರಿ ಸಂಸ್ಥೆಗಳಾದ ಸರ್ ದೊರಬ್ಜಿ ಟಾಟಾ ಟ್ರಸ್ಟ್ ಮತ್ತು ಸರ್ ರತನ್ ಟಾಟಾ ಟ್ರಸ್ಟ್ ನ ಅಧ್ಯಕ್ಷರಾಗಿ ಸೇವೆ ಸಲ್ಲಿಸುತ್ತಿದ್ದಾರೆ. ಅವರು ಫೋರ್ಡ್ ಪ್ರತಿಷ್ಠಾನದ ಟ್ರಸ್ಟಿಗಳ ಮಂಡಳಿ ಮತ್ತು ಬಿಲ್ ಮತ್ತು ಮೆಲಿಂಡಾ ಗೇಟ್ಸ್ ಪ್ರತಿಷ್ಠಾನದ ಇಂಡಿಯಾ ಏಡ್ಸ್ ಇನಿಶಿಯೇಟಿವ್ ನ ಕಾರ್ಯಕ್ರಮ ಮಂಡಳಿಯ ಸದಸ್ಯರಾಗಿದ್ದಾರೆ.

ರತನ್ ಟಾಟಾ (ಡಿಸೆಂಬರ್ 28, 1937 ಗುಜರಾತ್ ನ ಸೂರತ್ ನಲ್ಲಿ) ಮುಂಬೈನ ಶ್ರೀಮಂತ ಮತ್ತು ಪ್ರಸಿದ್ಧ ಟಾಟಾ ಕುಟುಂಬದಲ್ಲಿ ಜನಿಸಿದರು. ಅವರು ಸೂನೂ ಮತ್ತು ನೇವಲ್ ಹಾರ್ಮುಸ್ಜಿ ಟಾಟಾ ಅವರಿಗೆ ಜನಿಸಿದರು. ರತನ್ ಟಾಟಾ ಸಮೂಹದ ಸಂಸ್ಥಾಪಕ ಜಮ್ಸೆಡ್ಜಿ ಟಾಟಾ ಅವರ ಮೊಮ್ಮಗ. ರತನ್ ಅವರ ಬಾಲ್ಯವು ತೊಂದರೆಗೊಳಗಾಯಿತು, 1940 ರ ದಶಕದ ಮಧ್ಯಭಾಗದಲ್ಲಿ ಅವರ ಹೆತ್ತವರು ಬೇರ್ಪಟ್ಟರು, ಅವರು ಸುಮಾರು ಏಳು ವರ್ಷದವರಾಗಿದ್ದಾಗ ಮತ್ತು ಅವರ ಕಿರಿಯ ಸಹೋದರ ಜಿಮ್ಮಿ ಐದು ವರ್ಷದವರಾಗಿದ್ದಾಗ. ಅವರ ತಾಯಿ ಹೊರಟುಹೋದರು ಮತ್ತು ರತನ್ ಮತ್ತು ಅವರ ಸಹೋದರ ಇಬ್ಬರೂ ಅವರ ಅಜ್ಜಿ ಲೇಡಿ ನವಜ್ ಬಾಯಿ ಆರೈಕೆಯಲ್ಲಿ ಬೆಳೆದರು. ಅವರು ಮುಂಬೈನ ಕ್ಯಾಂಪಿಯನ್ ಶಾಲೆಯಲ್ಲಿ ಶಿಕ್ಷಣ ಪಡೆದರು ಮತ್ತು 1962 ರಲ್ಲಿ ಕಾರ್ನೆಲ್ ವಿಶ್ವವಿದ್ಯಾಲಯದಿಂದ ಆರ್ಕಿಟೆಕ್ಚರ್ ಮತ್ತು ಸ್ಟ್ರಕ್ಚರಲ್ ಎಂಜಿನಿಯರಿಂಗ್ ಪದವಿ ಪಡೆದರು.

ರತನ್ ಟಾಟಾ ಅಮೆರಿಕದ ಕಾರ್ನೆಲ್ ವಿಶ್ವವಿದ್ಯಾಲಯದಿಂದ ರಚನಾತ್ಮಕ ಎಂಜಿನಿಯರಿಂಗ್ ನಲ್ಲಿ ಬಿಎಸ್ಸಿ (ಆರ್ಕಿಟೆಕ್ಚರ್) ಪದವಿಯನ್ನು ಪಡೆದಿದ್ದಾರೆ ಮತ್ತು ಅಮೆರಿಕದ ಹಾರ್ವರ್ಡ್ ಬಿಸಿನೆಸ್ ಸ್ಕೂಲ್ ನಲ್ಲಿ ಅಡ್ವಾನ್ಸ್ಡ್ ಮ್ಯಾನೇಜ್ ಮೆಂಟ್ ಪ್ರೋಗ್ರಾಂ ಅನ್ನು ಪೂರ್ಣಗೊಳಿಸಿದ್ದಾರೆ. ಜೆಆರ್ ಡಿ ಟಾಟಾ ಅವರ ಸಲಹೆಯ ಮೇರೆಗೆ ಐಬಿಎಂನೊಂದಿಗೆ ಉದ್ಯೋಗವನ್ನು ತಿರಸ್ಕರಿಸಿದ ನಂತರ ಅವರು ಡಿಸೆಂಬರ್ 1962 ರಲ್ಲಿ ಟಾಟಾ ಗ್ರೂಪ್ ಗೆ ಸೇರಿದರು. ಟಾಟಾ ಸ್ಟೀಲ್ ನಲ್ಲಿ ಕೆಲಸ ಮಾಡಲು ಅವರನ್ನು ಮೊದಲು ಜಮ್ಶೆಡ್ ಪುರಕ್ಕೆ ಕಳುಹಿಸಲಾಯಿತು. ಅವರು

ಇತರ ಬ್ಲೂ-ಕಾಲರ್ ಉದ್ಯೋಗಿಗಳೊಂದಿಗೆ ನೆಲದ ಮೇಲೆ ಕೆಲಸ ಮಾಡಿದರು, ಸುಣ್ಣದ ಕಲ್ಲನ್ನು ಒರೆಸುವುದು ಮತ್ತು ಬ್ಲಾಸ್ಟ್ ಫರ್ನೇಸ್ ಗಳನ್ನು ನಿರ್ವಹಿಸುವುದು. ನಾಚಿಕೆ ಸ್ವಭಾವದ ರತನ್ ಟಾಟಾ, ಸಮಾಜದ ಹೊಳಪಿನಡಿಯಲ್ಲಿ ವಿರಳವಾಗಿ ಕಾಣಿಸಿಕೊಳ್ಳುತ್ತಿದ್ದರು. ಮುಂಬೈನ ಕೊಲಾಬಾ ಜಿಲ್ಲೆಯಲ್ಲಿ ಪುಸ್ತಕ ತುಂಬಿದ, ನಾಯಿ ತುಂಬಿದ ಬ್ಯಾಚುಲರ್ ಫ್ಲಾಟ್ ನಲ್ಲಿ ಹಲವು ವರ್ಷಗಳಿಂದ ವಾಸಿಸುತ್ತಿದ್ದಾರೆ.

1971ರಲ್ಲಿ, ರತನ್ ಟಾಟಾ ಅವರನ್ನು ದಿ ನ್ಯಾಷನಲ್ ರೇಡಿಯೋ ಮತ್ತು ಎಲೆಕ್ಟ್ರಾನಿಕ್ಸ್ ಕಂಪನಿ ಲಿಮಿಟೆಡ್ (NELCO) ನ ನಿರ್ದೇಶಕರಾಗಿ ನೇಮಿಸಲಾಯಿತು. ಗ್ರಾಹಕ ಎಲೆಕ್ಟ್ರಾನಿಕ್ಸ್ ಗೆ ಬದಲಾಗಿ ಉನ್ನತ ತಂತ್ರಜ್ಞಾನದ ಉತ್ಪನ್ನಗಳನ್ನು ಅಭಿವೃದ್ಧಿಪಡಿಸಲು ಕಂಪನಿಯು ಹೂಡಿಕೆ ಮಾಡಬೇಕು ಎಂದು ರತನ್ ಸಲಹೆ ನೀಡಿದರು. ನಿಯಮಿತ ಲಾಭಾಂಶವನ್ನು ಸಹ ಪಾವತಿಸದ ನೆಲ್ಕೊದ ಐತಿಹಾಸಿಕ ಆರ್ಥಿಕ ಕಾರ್ಯಕ್ಷಮತೆಯಿಂದಾಗಿ ಜೆಆರ್ ಡಿ ಹಿಂಜರಿಯುತ್ತಿತ್ತು. ಇದಲ್ಲದೆ, ಗ್ರಾಹಕ ಎಲೆಕ್ಟ್ರಾನಿಕ್ಸ್ ಮಾರುಕಟ್ಟೆಯಲ್ಲಿ ನೆಲ್ಕೊ 2% ಮಾರುಕಟ್ಟೆ ಪಾಲನ್ನು ಹೊಂದಿತ್ತು ಮತ್ತು ರತನ್ ವಹಿಸಿಕೊಂಡಾಗ ಮಾರಾಟದ 40% ನಷ್ಟವಿತ್ತು. ಅದೇನೇ ಇದ್ದರೂ, ಜೆ .ಆರ್ .ಡಿ. ರತನ್ ಅವರ ಸಲಹೆಗಳನ್ನು ಅನುಸರಿಸಿತು.

1972 ರಿಂದ 1975 ರವರೆಗೆ, ನೆಲ್ಕೊ ಅಂತಿಮವಾಗಿ 20% ನಷ್ಟು ಮಾರುಕಟ್ಟೆ ಪಾಲನ್ನು ಹೊಂದಿತ್ತು ಮತ್ತು ಅದರ ನಷ್ಟವನ್ನು ಮರುಪಡೆಯಿತು. ಆದಾಗ್ಯೂ, 1975 ರಲ್ಲಿ ಭಾರತದ ಪ್ರಧಾನಿ ಇಂದಿರಾ ಗಾಂಧಿ ತುರ್ತು ಪರಿಸ್ಥಿತಿಯನ್ನು ಘೋಷಿಸಿದರು, ಇದು ಆರ್ಥಿಕ ಹಿಂಜರಿತಕ್ಕೆ ಕಾರಣವಾಯಿತು. ಇದನ್ನು 1977ರಲ್ಲಿ ಒಕ್ಕೂಟದ ಸಮಸ್ಯೆಗಳು ಅನುಸರಿಸಿದವು. ಆದ್ದರಿಂದ ಬೇಡಿಕೆ ಸುಧಾರಿಸಿದರೂ ಉತ್ಪಾದನೆಯು ಮುಂದುವರಿಯಲಿಲ್ಲ. ಅಂತಿಮವಾಗಿ, ಟಾಟಾಗಳು ಒಕ್ಕೂಟಗಳನ್ನು ಎದುರಿಸಿದರು ಮತ್ತು ಮುಷ್ಕರದ ನಂತರ, ಏಳು ತಿಂಗಳ ಕಾಲ ಬೀಗ ಹಾಕಲಾಯಿತು. ರತನ್ ಟಾಟಾ ಅವರು ನೆಲ್ಕೊದ ಮೂಲಭೂತ ಸದೃಢತೆಯನ್ನು ನಂಬುವುದನ್ನು ಮುಂದುವರೆಸಿದರು, ಆದರೆ ಈ ಉದ್ಯಮವು ಉಳಿದುಕೊಂಡಿಲ್ಲ.

1977 ರಲ್ಲಿ, ರತನ್ ಟಾಟಾ ಅವರಿಗೆ ಟಾಟಾ ನಿಯಂತ್ರಿಸುವ ಜವಳಿ ಕಾರ್ಖಾನೆಯಾದ ಎಂಪ್ರೆಸ್ ಮಿಲ್ಸ್ ಅನ್ನು ವಹಿಸಲಾಯಿತು. ಅವರು ಕಂಪನಿಯ ಉಸ್ತುವಾರಿ ವಹಿಸಿಕೊಂಡಾಗ, ಇದು ಟಾಟಾ ಸಮೂಹದ ಕೆಲವೇ ಅನಾರೋಗ್ಯದ ಘಟಕಗಳಲ್ಲಿ ಒಂದಾಗಿತ್ತು. ರತನ್ ಟಾಟಾ ಅದನ್ನು ಸಂದರ್ಭ ಸಹಿತ ತಿರುಗಿಸುವಲ್ಲಿ ಯಶಸ್ವಿಯಾದರು ಮತ್ತು ಲಾಭಾಂಶವನ್ನು ಘೋಷಿಸಿದರು. ಆದಾಗ್ಯೂ, ಕಡಿಮೆ ಕಾರ್ಮಿಕ-ತೀವ್ರ ಉದ್ಯಮಗಳಿಂದ ಸ್ಪರ್ಧೆಯು ದೊಡ್ಡ ಕಾರ್ಮಿಕ ತುಕಡಿಗಳನ್ನು ಹೊಂದಿದ್ದ ಮತ್ತು ಆಧುನೀಕರಣಕ್ಕಾಗಿ ತುಂಬಾ ಕಡಿಮೆ ಖರ್ಚು ಮಾಡಿದ ಸಾಮ್ರಾಜ್ಞಿ ಸೇರಿದಂತೆ ಹಲವಾರು ಕಂಪನಿಗಳನ್ನು ಕಾರ್ಯಸಾಧ್ಯವಾಗುವಂತೆ ಮಾಡಿತು. ರತನ್ ಅವರ ಒತ್ತಾಯದ ಮೇರೆಗೆ, ಕೆಲವು ಹೂಡಿಕೆಗಳನ್ನು ಮಾಡಲಾಯಿತು, ಆದರೆ ಅದು ಸಾಕಾಗಲಿಲ್ಲ. ಒರಟಾದ ಮತ್ತು ಮಧ್ಯಮ ಹತ್ತಿಯ ಮಾರುಕಟ್ಟೆಯಾಗಿ ಬಟ್ಟೆ (ಸಾಮ್ರಾಜ್ಞಿ ಉತ್ಪಾದಿಸಿದ ಎಲ್ಲವೂ) ಪ್ರತಿಕೂಲವಾಯಿತು, ಸಾಮ್ರಾಜ್ಞಿ ಭಾರಿ ನಷ್ಟವನ್ನು ಸಂಗ್ರಹಿಸಲು ಪ್ರಾರಂಭಿಸಿದಳು. ಟಾಟಾ ಪ್ರಧಾನ ಕಚೇರಿಯಾಗಿರುವ ಬಾಂಬೆ ಹೌಸ್, ಇತರ ಸಮೂಹ ಕಂಪನಿಗಳಿಂದ ಹಣವನ್ನು ಬೇರೆಡೆಗೆ ತಿರುಗಿಸಲು ಇಷ್ಟವಿರಲಿಲ್ಲ. ಅದನ್ನು ದೀರ್ಘಕಾಲದವರೆಗೆ ಶುಶ್ರೂಷೆ

ಮಾಡಬೇಕಾಗಿತ್ತು. ಆದ್ದರಿಂದ, ಕೆಲವು ಟಾಟಾ ನಿರ್ದೇಶಕರು, ಮುಖ್ಯವಾಗಿ ನಾನಿ ಪಾಲ್ಖಿವಾಲಾ, ಟಾಟಾಗಳು ಗಿರಣಿಯನ್ನು ದಿವಾಳಿಯಾಗಿಸಬೇಕು ಎಂಬ ಮಾರ್ಗವನ್ನು ತೆಗೆದುಕೊಂಡರು, ಅಂತಿಮವಾಗಿ 1986 ರಲ್ಲಿ ಮುಚ್ಚಲಾಯಿತು. ಈ ನಿರ್ಧಾರದಿಂದ ರತನ್ ಟಾಟಾ ತೀವ್ರ ನಿರಾಶೆಗೊಂಡರು. ನಂತರ *ಹಿಂದೂಸ್ತಾನ್ ಟೈಮ್ಸ್* ಗೆ ನೀಡಿದ ಸಂದರ್ಶನದಲ್ಲಿ ಸಾಮ್ರಾಜ್ಞಿಗೆ ಅದನ್ನು ತಿರುಗಿಸಲು ಕೇವಲ 50 ಲಕ್ಷ ರೂ. ಬೇಕಾಗಿತ್ತು ಎಂದು ಹೇಳಿಕೊಳ್ಳುತ್ತಿದ್ದರು.

1981ರಲ್ಲಿ ರತನ್ ಟಾಟಾ ಅವರನ್ನು ಟಾಟಾ ಇಂಡಸ್ಟ್ರೀಸ್ ನ ನಿರ್ದೇಶಕರಾಗಿ ನೇಮಿಸಲಾಯಿತು. ಗ್ರೂಪ್ ನ ಮತ್ತೊಂದು ಹಿಡುವಳಿ ಕಂಪನಿಯಾದ ಟಾಟಾ ಇಂಡಸ್ಟ್ರೀಸ್ ಅನ್ನು ಗ್ರೂಪ್ ನ ಸ್ಟ್ರಾಟಜಿ ಥಿಂಕ್-ಟ್ಯಾಂಕ್ ಆಗಿ ಪರಿವರ್ತಿಸುವ ಜವಾಬ್ದಾರಿಯನ್ನು ಅವರು ವಹಿಸಿಕೊಂಡರು ಮತ್ತು ಉನ್ನತ ತಂತ್ರಜ್ಞಾನದ ವ್ಯವಹಾರಗಳಲ್ಲಿ ಹೊಸ ಉದ್ಯಮಗಳ ಪ್ರವರ್ತಕರಾದರು.

1991 ರಲ್ಲಿ, ಅವರು ಜೆ .ಆರ್ .ಡಿ. ಟಾಟಾ ಅವರಿಂದ ಗ್ರೂಪ್ ಚೇರ್ಮನ್ ಆಗಿ ಅಧಿಕಾರ ವಹಿಸಿಕೊಂಡರು, ಹಳೆಯ ಕಾವಲುಗಾರರನ್ನು ಹೊರಹಾಕಿದರು ಮತ್ತು ಯುವ ವ್ಯವಸ್ಥಾಪಕರನ್ನು ಕರೆತಂದರು. ಅಂದಿನಿಂದ, ಟಾಟಾ ಗ್ರೂಪ್ ನ ಅದೃಷ್ಟವನ್ನು ಮರುರೂಪಿಸುವಲ್ಲಿ ಅವರು ಪ್ರಮುಖ ಪಾತ್ರ ವಹಿಸಿದ್ದಾರೆ. ಇದು ಇಂದು ಭಾರತೀಯ ಸ್ಟಾಕ್ ಮಾರುಕಟ್ಟೆಯಲ್ಲಿ ಯಾವುದೇ ವ್ಯಾಪಾರ ಸಂಸ್ಥೆಯ ಅತಿದೊಡ್ಡ ಮಾರುಕಟ್ಟೆ ಬಂಡವಾಳೀಕರಣವನ್ನು ಹೊಂದಿದೆ.

ರತನ್ ಅವರ ಮಾರ್ಗದರ್ಶನದಲ್ಲಿ ಟಾಟಾ ಕನ್ಸಲ್ಟೆನ್ಸಿ ಸರ್ವೀಸಸ್ ಸಾರ್ವಜನಿಕವಾಯಿತು ಮತ್ತು ಟಾಟಾ ಮೋಟಾರ್ಸ್ ಅನ್ನು ನ್ಯೂಯಾರ್ಕ್ ಸ್ಟಾಕ್ಎಕ್ಸ್ ಚೇಂಜ್ ನಲ್ಲಿ ಪಟ್ಟಿ ಮಾಡಲಾಗಿದೆ. 1998 ರಲ್ಲಿ, ಟಾಟಾ ಮೋಟಾರ್ಸ್ ತನ್ನ ಮೆದುಳಿನ ಚಿಗುರು ಟಾಟಾ ಇಂಡಿಕಾವನ್ನು ಪರಿಚಯಿಸಿತು.

ಜನವರಿ 31, 2007 ರಂದು, ರತನ್ ಟಾಟಾ ಅವರ ಅಧ್ಯಕ್ಷತೆಯಲ್ಲಿ, ಟಾಟಾ ಸನ್ಸ್ ಆಂಗ್ಲೋ-ಡಚ್ ಉಕ್ಕು ಮತ್ತು ಅಲ್ಯೂಮಿನಿಯಂ ಉತ್ಪಾದಕ ಕೋರಸ್ ಗ್ರೂಪ್ ಅನ್ನು ಯಶಸ್ವಿಯಾಗಿ ಸ್ವಾಧೀನಪಡಿಸಿಕೊಂಡಿತು. ಸ್ವಾಧೀನದೊಂದಿಗೆ, ರತನ್ ಟಾಟಾ ಭಾರತೀಯ ಕಾರ್ಪೊರೇಟ್ ವ್ಯವಹಾರ ಸಂಸ್ಕೃತಿಯಲ್ಲಿ ಪ್ರಸಿದ್ಧ ವ್ಯಕ್ತಿಯಾದರು. ಈ ವಿಲೀನವು ವಿಶ್ವದ ಐದನೇ ಅತಿದೊಡ್ಡ ಉಕ್ಕು ಉತ್ಪಾದನಾ ಘಟಕವನ್ನು ಸೃಷ್ಟಿಸಿತು.

ಮಾರ್ಚ್ 26, 2008 ರಂದು, ರತನ್ ಟಾಟಾ ನೇತೃತ್ವದ ಟಾಟಾ ಮೋಟಾರ್ಸ್, ಜಾಗ್ವಾರ್ ಮತ್ತು ಲ್ಯಾಂಡ್ ರೋವರ್ ಅನ್ನು ಫೋರ್ಡ್ ಮೋಟಾರ್ ಕಂಪನಿಯಿಂದ ಖರೀದಿಸಿತು. ಎರಡು ಸಾಂಪ್ರದಾಯಿಕ ಬ್ರಿಟಿಷ್ ಬ್ರಾಂಡ್ ಗಳಾದ ಜಾಗ್ವಾರ್ ಮತ್ತು ಲ್ಯಾಂಡ್ ರೋವರ್ ಅನ್ನು £ 1.15 ಬಿಲಿಯನ್ ($ 2.3 ಬಿಲಿಯನ್) ಗೆ ಸ್ವಾಧೀನಪಡಿಸಿಕೊಂಡಿತು.

ರೂ. 100,000 (1998: ಅಂದಾಜು US$ 2,200; ಇಂದು US$ 2,528) ವೆಚ್ಚದ ಕಾರನ್ನು ತಯಾರಿಸುವುದು ರತನ್ ಟಾಟಾ ಅವರ ಕನಸಾಗಿತ್ತು. ಜನವರಿ 10, 2008 ರಂದು ನವದೆಹಲಿ ಆಟೋ ಎಕ್ಸ್ ಪೋದಲ್ಲಿ ಕಾರನ್ನು

ಪ್ರಾರಂಭಿಸುವ ಮೂಲಕ ಅವರು ತಮ್ಮ ಕನಸನ್ನು ನನಸು ಮಾಡಿಕೊಂಡರು. ಟಾಟಾ ನ್ಯಾನೊದ ಮೂರು ಮಾದರಿಗಳನ್ನು ಘೋಷಿಸಲಾಯಿತು ಮತ್ತು ಕೇವಲ 1 ಲಕ್ಷ ರೂಪಾಯಿ ವೆಚ್ಚದ ಕಾರನ್ನು ಅಭಿವೃದ್ಧಿಪಡಿಸುವ ಬದ್ಧತೆಯನ್ನು ರತನ್ ಟಾಟಾ ಅವರು ನೀಡಿದರು, ಈ ವೆಚ್ಚದಲ್ಲಿ ಈ ಕಾರನ್ನು ತಲುಪಿಸುವ ಹಿಂದಿನ ಭರವಸೆಯನ್ನು ಉಲ್ಲೇಖಿಸಿ "ಭರವಸೆಯು ಒಂದು ಭರವಸೆಯಾಗಿದೆ" ಎಂದು ಹೇಳಿದರು. ಇತ್ತೀಚೆಗೆ ನ್ಯಾನೋ ಉತ್ಪಾದನೆಗಾಗಿ ಅವರ ಸ್ಥಾವರವನ್ನು ಮಮತಾ ಬ್ಯಾನರ್ಜಿ ತಡೆದಾಗ, ಪಶ್ಚಿಮ ಬಂಗಾಳದಿಂದ ಹೊರಹೋಗುವ ಅವರ ನಿರ್ಧಾರವನ್ನು ಉತ್ಸಾಹದಿಂದ ಸ್ವಾಗತಿಸಲಾಯಿತು.

ಅಕ್ಟೋಬರ್ 7, 2008 ರಂದು, ಪಶ್ಚಿಮ ಬಂಗಾಳದಲ್ಲಿ ವಿವಾದಾತ್ಮಕ ವಾಸ್ತವ್ಯದ ನಂತರ, ರತನ್ ಟಾಟಾ ಮತ್ತು ಅವರ ಪುರುಷರು ತಮ್ಮ ರೂ. 1 ಲಕ್ಷ ಕಾರು ನ್ಯಾನೋ ಯೋಜನೆಯನ್ನು ಅಹಮದಾಬಾದ್ ಬಳಿಯ ಸಾನಂದ್ ಗೆ ರೂ. 2,000 ಕೋಟಿ (ರೂ. 20 ಬಿಲಿಯನ್) ಹೂಡಿಕೆಯೊಂದಿಗೆ ಸ್ಥಳಾಂತರಿಸಿದರು. ಗಡುವನ್ನು ಪೂರೈಸಲು ಮೇಕ್-ಶಿಫ್ಟ್ ಸ್ಥಾವರದಿಂದ ವಿಶ್ವದ ಅಗ್ಗದ ಕಾರನ್ನು ಹೊರತರಲು ಪ್ರಯತ್ನಿಸಲಾಗುವುದು ಎಂದು ಘೋಷಿಸಿದರು. ಕೇಂದ್ರೀಯವಾಗಿ ನೆಲೆಗೊಂಡಿರುವ ಸುಮಾರು 1,100 ಎಕರೆ (4.5 km2) ಭೂಮಿಯನ್ನು ಶೀಘ್ರವಾಗಿ ಹಂಚಿಕೆ ಮಾಡಿದ್ದಕ್ಕಾಗಿ ಮೋದಿಯನ್ನು ಶ್ಲಾಘಿಸಿದ ರತನ್ ಟಾಟಾ, ಕಂಪನಿಯು ಹೊಸ ಸ್ಥಳವನ್ನು ಹೊಂದಲು ಹೆಚ್ಚಿನ ತುರ್ತು ಮತ್ತು ರಾಜ್ಯದ ಖ್ಯಾತಿಯಿಂದ ನಡೆಸಲ್ಪಟ್ಟಿದೆ ಎಂದು ಹೇಳಿದರು.

ಗುಜರಾತ್ ನಲ್ಲಿ ಕಾರನ್ನು ತಯಾರಿಸಲು ಸರಿಸುಮಾರು $ 10 ಬಿಲಿಯನ್ ಗೆ ಮೃದು ಸಾಲ ನೀಡಲು ಒಪ್ಪಿದ ನರೇಂದ್ರ ಮೋದಿಯವರೊಂದಿಗೆ ಅವರು ರಹಸ್ಯ ಒಪ್ಪಂದವನ್ನು ಯಶಸ್ವಿಯಾಗಿ ಮಾಡಿಕೊಂಡರು.

ರತನ್ ಟಾಟಾ ಸಮೂಹದ ಹೋಲ್ಡಿಂಗ್ ಕಂಪನಿಯಾದ ಟಾಟಾ ಸನ್ಸ್ ನಲ್ಲಿ ತನ್ನದೇ ಆದ ಬಂಡವಾಳವನ್ನು ಹೊಂದಿದ್ದಾರೆ. ಅವರ ಪಾಲು ಕೇವಲ 1% ಆಗಿದ್ದರೂ, ಅವರ ವೈಯಕ್ತಿಕ ಹಿಡುವಳಿ US$ 1 ಶತಕೋಟಿ ಮೌಲ್ಯದ್ದಾಗಿದೆ.

ಟಾಟಾ ಸನ್ಸ್ ನ ಈಕ್ವಿಟಿ ಕ್ಯಾಪಿಟಲ್ ನ ಸುಮಾರು 66% ಅನ್ನು ಟಾಟಾ ಕುಟುಂಬದ ಸದಸ್ಯರು ನೀಡುವ ಲೋಕೋಪಕಾರಿ ಟ್ರಸ್ಟ್ ಗಳು ಹೊಂದಿವೆ. ಈ ಎರಡು ದೊಡ್ಡ ಟ್ರಸ್ಟ್ ಗಳೆಂದರೆ ಸರ್ ದೊರಬ್ಜಿ ಟಾಟಾ ಟ್ರಸ್ಟ್ ಮತ್ತು ಸರ್ ರತನ್ ಟಾಟಾ ಟ್ರಸ್ಟ್, ಇವುಗಳನ್ನು ಜಮ್ಶೆಡ್ಜಿ ಟಾಟಾ ಅವರ ಪುತ್ರರ ಕುಟುಂಬಗಳು ರಚಿಸಿವೆ. ಈ ಷೇರುದಾರರು ರತನ್ ಅವರ ಪೂರ್ವಜರಿಗೆ ಸೇರಿದವರಾಗಿರುವುದರಿಂದ ಮತ್ತು ಈ ಟ್ರಸ್ಟ್ ಗಳನ್ನು ಅವರು ರಚಿಸಿದ್ದರಿಂದ, ರತನ್ ಎನ್. ಟಾಟಾ ಅವರ ಮೇಲೆ ಪರಿಣಾಮಕಾರಿ ಹಕ್ಕನ್ನು ಹೊಂದಿದ್ದಾರೆ.

ಇದರ ಎಲ್ಲಾ ಮೌಲ್ಯವನ್ನು ಸೇರಿಸಿದರೆ, ಅವರ ನಿವ್ವಳ ಮೌಲ್ಯವು ಸುಮಾರು US$ 50 ಶತಕೋಟಿ ಎಂದು ಅಂದಾಜಿಸಲಾಗಿದೆ, ಇದು ರತನ್ ಎನ್. ಟಾಟಾ ಅವರನ್ನು ವಿಶ್ವದ ಶ್ರೀಮಂತ ವ್ಯಕ್ತಿಗಳಲ್ಲಿ ಒಬ್ಬರನ್ನಾಗಿ ಮಾಡುತ್ತದೆ.

*-ಪ್ರತೀಕ್ಷ ಎಂ. ತಿವಾರಿ*

# ಪರಿವಿಡಿ

# 1

# ನವ್ಸಾರಿ

ಟಾಟಾಗಳನ್ನು ಚೆನ್ನಾಗಿ ತಿಳಿದುಕೊಳ್ಳಲು ಅವರು ಎಲ್ಲಿಂದ ಬಂದಿದ್ದಾರೆ ಎಂಬುದರ ಬಗ್ಗೆ ನೀವು ಮೊದಲು ತಿಳಿದುಕೊಳ್ಳಬೇಕು.

ಗುಜರಾತಿನ ಅತ್ಯಂತ ಹಳೆಯ ಪಟ್ಟಣಗಳಲ್ಲಿ ಒಂದಾದ ನವಸಾರಿ 2000 ವರ್ಷಗಳ ಸ್ಪೂರ್ತಿದಾಯಕ ಇತಿಹಾಸವನ್ನು ಹೊಂದಿದೆ. ಗ್ರೀಕ್ ಐತಿಹಾಸಿಕ ಬರಹಗಳ ಪ್ರಕಾರ, ಪ್ರಸಿದ್ಧ ಈಜಿಪ್ಟಿನ ಖಗೋಳಶಾಸ್ತ್ರಜ್ಞ ಮತ್ತು ಭೂಗೋಳಶಾಸ್ತ್ರಜ್ಞ ಪ್ಟೋಲೆಮಿ ಸುಮಾರು 1850 ವರ್ಷಗಳ ಹಿಂದೆ ಬರೆದ ತನ್ನ ಪುಸ್ತಕದಲ್ಲಿ ನವಸಾರಿಯ ಬಂದರಿನ ಬಗ್ಗೆ ಉಲ್ಲೇಖಿಸಿದ್ದಾರೆ.

ನವಸಾರಿ, ಇತರ ನಗರಗಳಂತೆ, ರಾಜಕೀಯ ಆಳ್ವಿಕೆಯ ವಿಷಯದಲ್ಲಿ ಅನೇಕ ವಿಕಸನಗಳನ್ನು ಕಂಡಿದೆ. ಸುಮಾರು ಹದಿನಾಲ್ಕು ನೂರು ವರ್ಷಗಳ ಹಿಂದೆ, ಚಾಲುಕ್ಯ ರಾಜವಂಶದ ರಾಜರು ನವಸಾರಿ ಪ್ರದೇಶವನ್ನು ಆಳಿದರು. ನಂತರ, ಇರಾನ್ ನಿಂದ ವಲಸೆ ಬಂದ ಪಾರ್ಸಿಗಳು ಈ ಸಣ್ಣ ಪಟ್ಟಣವನ್ನು ವಾಸ್ತವಿಕವಾಗಿ ಆಳಿದರು. ಪಾರ್ಸಿಗಳ ಒಂದು ಗುಂಪು, ಆಗ ಪರ್ಷಿಯನ್ ಝೊರೊಸ್ಟ್ರಿಯನ್ನರು, ಈಶಾನ್ಯ ಪ್ರದೇಶದ ಸ್ಥಳದಿಂದ ಇರಾನ್ ಅನ್ನು ತೊರೆದರು. ಇರಾನ್ ನ ಸೀರೆಯು ಮುಖ್ಯ ಪಟ್ಟಣವಾಗಿದೆ. ನವ ಸಾರಿಕಾಕ್ಕಾಗಿ ಪಾರ್ಸಿಗಳು (ಹೊಸ ಸರಿ-ನವ್ಸಾರಿ) ಈ ಹೆಸರನ್ನು ಅಳವಡಿಸಿಕೊಂಡಿರಬಹುದು. ಮುಸ್ಲಿಂ ಆಡಳಿತಗಾರರು ಅಧಿಕಾರ ವಹಿಸಿಕೊಂಡಾಗ ಪಾರ್ಸಿಗಳ ಆಳ್ವಿಕೆ ಕೊನೆಗೊಂಡಿತು. ಕಳೆದ ನೂರು ವರ್ಷಗಳಿಂದ, 1947 ರಲ್ಲಿ ಭಾರತದ ಸ್ವಾತಂತ್ರ್ಯದವರೆಗೆ, ನವಸಾರಿ ಬರೋಡಾದ ಗಾಯಕ್ವಾಡ್ ಗಳ ಆಸ್ತಿಯಾಗಿತ್ತು.

ನವಸಾರಿ ದೊಡ್ಡ ಪಾರ್ಸಿ-ಜೊರಾಸ್ಟ್ರಿಯನ್ ಸಮುದಾಯವನ್ನು ಹೊಂದಿದೆ. ಬ್ರಿಟಿಷ್ ಸಂಸತ್ತಿಗೆ ಆಯ್ಕೆಯಾದ ದಕ್ಷಿಣ ಏಷ್ಯಾದ 'ಗ್ರಾಂಡ್ ಓಲ್ಡ್ ಮ್ಯಾನ್ ಆಫ್ ಇಂಡಿಯಾ' ದಾದಾಭಾಯ್ ನೌರೋಜಿ ಮತ್ತು ಟಾಟಾ ಗ್ರೂಪ್ ಆಫ್ ಕಂಪೆನಿಗಳ ಸಂಸ್ಥಾಪಕ ಜಮ್ ಶೆಟ್ಜಿ ಟಾಟಾ ಇಬ್ಬರೂ ನವಸಾರಿಯಲ್ಲಿ ಜನಿಸಿದರು. ಜೆ .ಎನ್. ಟಾಟಾ ಅವರ

ಜನ್ಮಸ್ಥಳವನ್ನು ಇನ್ನೂ ಸ್ಮಾರಕವಾಗಿ ಸಂರಕ್ಷಿಸಲಾಗಿದೆ. ದಿವಂಗತ ಪ್ರಧಾನಿ ಇಂದಿರಾ ಗಾಂಧಿಯವರ ಪತಿ ಫಿರೋಜ್ ಗಾಂಧಿ ನವಸರಿಯಲ್ಲಿ ಜನಿಸಿದರು.

1930 ರಲ್ಲಿ ಮಹಾತ್ಮ ಗಾಂಧಿ ಮತ್ತು ಅವರ ಅನುಯಾಯಿಗಳು ಕೈಗೊಂಡ ಪ್ರಸಿದ್ಧ ಉಪ್ಪಿನ ಮಾರ್ಚ್ ಅಹಮದಾಬಾದ್ ನ ಸಬರಮತಿ ಆಶ್ರಮದಿಂದ ದಂಡಿ ಬೀಚ್ ಗೆ ಹೋಗುವ ದಾರಿಯಲ್ಲಿ ನವಸಾರಿ ಮೂಲಕ ಹಾದುಹೋಯಿತು. ದಂಡಿ ಬೀಚ್ ನಲ್ಲಿ, ಗಾಂಧಿ ಮತ್ತು ಅವರ ಅನುಯಾಯಿಗಳು ಉಪ್ಪು ತಯಾರಿಸುವ ಮೂಲಕ ಬ್ರಿಟಿಷ್ ಅಧಿಕಾರಿಗಳನ್ನು ಧಿಕ್ಕರಿಸಿದರು. ಈ ಕೃತ್ಯವು ಬ್ರಿಟಿಷ್ ಆಳ್ವಿಕೆಗೆ ಅಹಿಂಸಾತ್ಮಕ ಪ್ರತಿರೋಧದ ಆರಂಭವನ್ನು ಸೂಚಿಸಿತು. ಇದು 1947 ರಲ್ಲಿ ಭಾರತದ ಸ್ವಾತಂತ್ರ್ಯಕ್ಕೆ ಕಾರಣವಾಯಿತು.

❏

**2**

# ಟಾಟಾ ಟೈಟಾನ್ಸ್

**ಜಮ್ಸೆಟ್ಜಿ ನುಸ್ಸೆರ್ವಾಂಜಿ ಟಾಟಾ** (1887-1904)

**ಸರ್ ದೋರಬ್ಜಿ ಟಾಟಾ** (1904-1932)

**ಸರ್ ರತನ್ ಟಾಟಾ ಜೆ .ಆರ್ .ಡಿ ಟಾಟಾ** (1938-1991)

**ರತನ್ ಎನ್. ಟಾಟಾ** (1991 ರಿಂದ-)

*(ಉಲ್ಲೇಖಿಸಿದ ವರ್ಷಗಳು ಅಧ್ಯಕ್ಷತೆಯ ಅವಧಿಯನ್ನು ಸೂಚಿಸುತ್ತವೆ)*

**ಜಮ್ಸೆಟ್ಜಿ ಟಾಟಾ:** ಟಾಟಾ ಸಮೂಹದ ಸಂಸ್ಥಾಪಕರು 1870 ರ ದಶಕದಲ್ಲಿ ಮಧ್ಯ ಭಾರತದಲ್ಲಿ ಜವಳಿ ಕಾರ್ಖಾನೆಯೊಂದಿಗೆ ಪ್ರಾರಂಭಿಸಿದರು. ಅವರ ಶಕ್ತಿಯುತ ದೃಷ್ಟಿಕೋನವು ಭಾರತದ ಉಕ್ಕು ಮತ್ತು ವಿದ್ಯುತ್ ಕೈಗಾರಿಕೆಗಳಿಗೆ ಸ್ಫೂರ್ತಿ ನೀಡಿತು.

**ಸರ್ ದೊರಬ್ಜಿ ಟಾಟಾ:** ಟಾಟಾ ಸ್ಟೀಲ್ ಮತ್ತು ಟಾಟಾ ಪವರ್ ಸ್ಥಾಪಿಸುವಲ್ಲಿ ಅವರ ಪ್ರಯತ್ನಗಳ ಮೂಲಕ, ಜಮ್ಸೆಟ್ಜಿ ಟಾಟಾ ಅವರ ಹಿರಿಯ ಪುತ್ರ ತನ್ನ ತಂದೆಯ ಮಹಾನ್ ದೃಷ್ಟಿಕೋನವನ್ನು ವಾಸ್ತವವಾಗಿ ಪರಿವರ್ತಿಸುವಲ್ಲಿ ಪ್ರಮುಖ ಪಾತ್ರ ವಹಿಸಿದ್ದಾರೆ.

**ಸರ್ ರತನ್ ಟಾಟಾ:** ಒಬ್ಬ ಲೋಕೋಪಕಾರಿ ತನ್ನ ಜೀವನದುದ್ದಕ್ಕೂ ಅವರು "ಕಲಿಕೆಯ ಪ್ರಗತಿ ಮತ್ತು ಮಾನವ ಸಂಕಟಗಳ ಪರಿಹಾರ ಮತ್ತು ಸಾರ್ವಜನಿಕ ಉಪಯುಕ್ತತೆಯ ಇತರ ಕೃತಿಗಳಿಗಾಗಿ" ಟ್ರಸ್ಟ್ ನಿಧಿಯನ್ನು ರಚಿಸಿದರು.

**ಜೆ ಆರ್ ಡಿ ಟಾಟಾ:** ಟಾಟಾ ಸಮೂಹದ ದಿವಂಗತ ಅಧ್ಯಕ್ಷರು ಏರ್ ಇಂಡಿಯಾ ಎಂದು ಈಗ ಕರೆಯಲ್ಪಡುವ ವಿಮಾನಯಾನ ಸಂಸ್ಥೆಯನ್ನು ಪ್ರಾರಂಭಿಸುವ ಮೂಲಕ 1932 ರಲ್ಲಿ ಉಪಖಂಡದಲ್ಲಿ ನಾಗರಿಕ ವಿಮಾನಯಾನವನ್ನು ಪ್ರಾರಂಭಿಸಿದರು.

**ರತನ್ ನೇವಲ್ ಟಾಟಾ:** ಟಾಟಾ ಸಮೂಹದ ಪ್ರಸ್ತುತ ಅಧ್ಯಕ್ಷರು, ಜಮ್ಸೆಡ್ಜಿ ಟಾಟಾ ಸ್ಥಾಪಿಸಿದ ಭಾರತದ ಅತಿದೊಡ್ಡ ಸಂಘಟಿತ ಮತ್ತು ಏಕೀಕೃತ ಮತ್ತು ಅವರ ಕುಟುಂಬದ ನಂತರದ ಪೀಳಿಗೆಗಳಿಂದ ಇದು ವಿಸ್ತರಿಸಲ್ಪಟ್ಟಿತು.

# 3

# ಜಮ್ಸೆಟ್ಜಿ ನುಸರ್ವಾಂಜಿ ಟಾಟಾ

ಒಬ್ಬ ಪ್ರವರ್ತಕ, ದಾರ್ಶನಿಕ, ನೋಡುಗ - ಬಹುಶಃ ಈ ಗುಣವಾಚಕಗಳು ವಿಶ್ವದ ಕೈಗಾರಿಕೀಕರಣಗೊಂಡ ರಾಷ್ಟ್ರಗಳ ನಕ್ಷೆಯಲ್ಲಿ ಬಲವಾದ ಹೆಗ್ಗುರುತನ್ನು ಪಡೆದುಕೊಂಡಿರುವ ಅಂತಹ ಅಸಾಧಾರಣ ಸಾಮರ್ಥ್ಯ ಮತ್ತು ನಿಲುವನ್ನು ಹೊಂದಿರುವ ವ್ಯಕ್ತಿಯನ್ನು ವಿವರಿಸಲು ಸಾಕಾಗುವುದಿಲ್ಲ. ಅವರ ಪ್ರತಿಭೆಯ ಸೃಜನಶೀಲ ಶಕ್ತಿಗಳನ್ನು ಪೂರೈಸಲು, ಅವರ ಸ್ವಂತ ಭೂಮಿಯ ಅಭಿವೃದ್ಧಿ ಮತ್ತು ಮಾನವೀಯತೆಯ ತೀವ್ರ ಪ್ರೀತಿಯಿಂದ ಉಂಟಾಗುವ ಅವರ ಕನಸುಗಳನ್ನು ಪೂರೈಸಲು ಬಳಸಿಕೊಳ್ಳಲಾಯಿತು. ಅದೇ ಉತ್ಸಾಹ, ಆದರ್ಶಗಳು ಮತ್ತು ದೃಷ್ಟಿಕೋನವು ಒಂದು ಶತಮಾನಕ್ಕೂ ಹೆಚ್ಚು ಹಿಂದೆಯೇ ಕನಸು ಕಂಡ ಈ ವ್ಯಕ್ತಿಯ ಕಾದಂಬರಿ ಕನಸಿಗೆ ವಿಶ್ವಾಸಾರ್ಹತೆಯನ್ನು ನೀಡಲು ನಿರಂತರವಾಗಿ ಪಾಲನೆ ಮತ್ತು ಪೋಷಿಸಲ್ಪಟ್ಟಿದೆ ಎಂಬ ಅತ್ಯುತ್ತಮ ವ್ಯಾಪಾರ ಸಂಘಟನೆಯನ್ನು ರೂಪಿಸುವಲ್ಲಿ ಬಹಳ ದೂರ ಸಾಗಿತು.

ಆಧುನಿಕ ಉದ್ಯಮದ ಕ್ಷೇತ್ರದಲ್ಲಿ ಜಮ್ಸೆಟ್ಜಿ ನುಸ್ಸೆರ್ವಾಂಜಿ ಟಾಟಾ ಅವರು ಪ್ರವರ್ತಕರಾಗಿದ್ದರು. ಅವರು ಭಾರತದ ಗುಜರಾತ್ ನ ನವಸಾರಿಯಲ್ಲಿ ಜನಿಸಿದರು. ಅವರು ನಂತರ ಟಾಟಾ ಗ್ರೂಪ್ ಆಫ್ ಕಂಪೆನಿಗಳಾಗುವುದನ್ನು ಸ್ಥಾಪಿಸಿದರು. ಜಮ್ಸೆಟ್ಜಿ ಟಾಟಾ ಅವರನ್ನು 'ಭಾರತೀಯ ಉದ್ಯಮದ ಪಿತಾಮಹ' ಎಂದು ಪರಿಗಣಿಸಲಾಗಿದೆ.

ಜಮ್ಸೆಟ್ಜಿ ಟಾಟಾ ಅವರು ಮಾರ್ಚ್ 3, 1839 ರಂದು ದಕ್ಷಿಣ ಗುಜರಾತ್ ನ ನವಸಾರಿ ಎಂಬ ಸಣ್ಣ ಪಟ್ಟಣದಲ್ಲಿ ಜನಿಸಿದರು. ಪಾರ್ಸಿ ಧರ್ಮದ ಸದಸ್ಯ ಮತ್ತು ಪುರೋಹಿತ ಕುಟುಂಬದ ವಂಶಸ್ಥರಾದ ನುಸರ್ ವಂಜಿ ಮತ್ತು ಜಿವರ್ ಬಾಯಿ ಕೊವಾಸ್ಜಿ ಟಾಟಾ ಅವರ ಐದು ಮಕ್ಕಳ ಏಕೈಕ ಪುತ್ರ ಜಮ್ಸೆಟ್ಜಿ.

ಜಮ್ಸೆಟ್ಜಿಗೆ ಹದಿಮೂರು ವರ್ಷವಾಗಿದ್ದಾಗ, ಅವರ ತಂದೆ ಭಾರತದ ಬಾಂಬೆಯಲ್ಲಿ ರಫ್ತು ವ್ಯವಹಾರವನ್ನು ಪ್ರಾರಂಭಿಸಿದರು. 1855 ರಲ್ಲಿ ಅವರು ಹದಿನಾರು ವರ್ಷದವರಾಗಿದ್ದಾಗ ಪಾರ್ಸಿ ಪದ್ಧತಿಗೆ ಅನುಗುಣವಾಗಿ, ಆರಂಭಿಕ ವಿವಾಹವನ್ನು ಪ್ರೋತ್ಸಾಹಿಸಿದರು, ಅವರು ಬೆರಾಬಾಯಿ ಎಂಬ ಹತ್ತು ವರ್ಷದ ಹುಡುಗಿಯನ್ನು ವಿವಾಹವಾದರು. ನಂತರ ಅವರಿಗೆ ಹನ್ನೆರಡು ವಯಸ್ಸಿನಲ್ಲಿ ನಿಧನರಾದ ಮಗಳು ಮತ್ತು ಇಬ್ಬರು ಗಂಡು ಮಕ್ಕಳಾದ ಸರ್ ದೊರಾಬಿಜ್ ಜಮ್ಸೆಟ್ಜಿ ಮತ್ತು ರತನ್ ಜಮ್ಸೆಟ್ಜಿ ಹೊಂದಿದ್ದರು.

ಪಾರ್ಸಿ ಝೊರೊಸ್ಟ್ರಿಯನ್ ಪುರೋಹಿತರ ಕುಟುಂಬದಲ್ಲಿ ನುಸರ್ವಾಂಜಿ ಟಾಟಾ ಮೊದಲ ಉದ್ಯಮಿ. ಅವರು ಬಾಂಬೆಗೆ ತೆರಳಿ ವ್ಯಾಪಾರವನ್ನು ಪ್ರಾರಂಭಿಸಿದರು.

ಅವರು 1858 ರಲ್ಲಿ ತಮ್ಮ ತಂದೆಯ ವ್ಯಾಪಾರ ಸಂಸ್ಥೆಗೆ ಸೇರಿದರು ಮತ್ತು ಅತ್ಯುತ್ತಮವಾದ ಯಶಸ್ವಿ ವ್ಯಾಪಾರ ವೃತ್ತಿಜೀವನವನ್ನು ಹೊಂದಿದ್ದರು. ಈ ಸಮಯದಲ್ಲಿ ಅವರು ಭಾರತದ ಕೈಗಾರಿಕಾ ಅಭಿವೃದ್ಧಿಗೆ ಭಾರಿ ಕೊಡುಗೆ ನೀಡಿದರು. ಅವರು ಬಾಂಬೆ ಮತ್ತು ನಾಗ್ಪುರದಲ್ಲಿ ಹತ್ತಿ ಗಿರಣಿಗಳನ್ನು ಸ್ಥಾಪಿಸಿದರು ಮತ್ತು ಟಾಟಾ ಐರನ್ ಮತ್ತು ಸ್ಟೀಲ್ ಕಂಪನಿಯನ್ನು ಸ್ಥಾಪಿಸಿದರು, ಇದು ವಿಶ್ವದ ಅತಿದೊಡ್ಡ ಸಂಯೋಜಿತ ಉಕ್ಕಿನ ಗಿರಣಿಗಳಲ್ಲಿ ಒಂದಾಗಿದೆ. ಅವರು ಜಲವಿದ್ಯುತ್ ಶಕ್ತಿಯನ್ನು ಬಳಸಿಕೊಳ್ಳಲು ಯೋಜಿಸಿದರು. ಇದರ ಪರಿಣಾಮವಾಗಿ, ಅವರ ಮರಣದ ನಂತರ, ಬಾಂಬೆ ನಗರ ಮತ್ತು ಸುತ್ತಮುತ್ತಲಿನ ಪ್ರದೇಶಗಳಿಗೆ ವಿದ್ಯುತ್ ಸರಬರಾಜು ಮಾಡುವ ಟಾಟಾ ಪವರ್ ಕಂಪನಿಗಳ ರಚನೆಗೆ ಕಾರಣವಾಯಿತು.

ಭಾರತದ ಕೈಗಾರಿಕಾ ಪ್ರಗತಿಗೆ ಜಮ್ಸೆಟ್ಜಿ ಟಾಟಾ ಅವರ ಕೊಡುಗೆ ಸ್ಮಾರಕವಾಗಿದೆ. ದೇಶವು ವಿದೇಶಿ ಆಡಳಿತದಲ್ಲಿದ್ದಾಗಲೂ ಜನರಿಗೆ ಉತ್ತಮ ಜೀವನವನ್ನು ನೀಡಲು ಆಧುನಿಕ ಉದ್ಯಮದ ಮಹತ್ವವನ್ನು ಅರಿತುಕೊಳ್ಳುವ ದೃಷ್ಟಿಕೋನವನ್ನು ಅವರು ಹೊಂದಿದ್ದರು. ಅವರ ಚಟುವಟಿಕೆಗಳು ಬಹುಮುಖವಾಗಿದ್ದವು. ಅವರು ಸೆರಿಕಲ್ಚರ್ ಅನ್ನು ಭಾರತಕ್ಕೆ ಪರಿಚಯಿಸಿದರು, ಬೆಂಗಳೂರಿನಲ್ಲಿ ಇಂಡಿಯನ್ ಇನ್ಸ್ಟಿಟ್ಯೂಟ್ ಆಫ್ ಸೈನ್ಸ್ ಅನ್ನು ಸ್ಥಾಪಿಸಿದರು ಮತ್ತು ಹತ್ತಿ ಮತ್ತು ಇತರ ಬೆಳೆಗಳ ಕೃಷಿಗೆ ವೈಜ್ಞಾನಿಕ ತಂತ್ರಗಳನ್ನು ಅನ್ವಯಿಸಿದರು.

## ಏಷ್ಯಾಕ್ಕೆ ವಿಸ್ತರಿಸಿದ ಟಾಟಾ ಮತ್ತು ಕಂ

ಜಮ್ಸೆಟ್ಜಿ 1855 ರಿಂದ 1858 ರವರೆಗೆ ಬಾಂಬೆಯ ಎಲ್ಫಿನ್ಸ್ಟೋನ್ ಕಾಲೇಜಿನಲ್ಲಿ ವ್ಯಾಸಂಗ ಮಾಡಿದರು. ಶಾಲೆಯು ತನ್ನ ಶುಲ್ಕವನ್ನು ಮರುಪಾವತಿಸುವಷ್ಟು ಅವರು ಅಲ್ಲಿ ಉತ್ತಮವಾಗಿ ಕಾರ್ಯನಿರ್ವಹಿಸಿದರು. ಅವರ ಶಾಲಾ ಶಿಕ್ಷಣದ ನಂತರ, ಅವರ ತಂದೆ ಅವರನ್ನು ಕುಟುಂಬ ವ್ಯವಹಾರದಲ್ಲಿ ತೊಡಗಿಸಿಕೊಂಡರು. 1859 ರ ಡಿಸೆಂಬರ್ ನಲ್ಲಿ, ಜಮ್ಸೆಟ್ಜಿ ಅವರ ತಂದೆ ಅವರನ್ನು ಹಾಂಗ್ ಕಾಂಗ್ ಗೆ ವ್ಯಾಪಾರ ಪ್ರವಾಸಕ್ಕೆ ಕಳುಹಿಸಿದರು. ಅಲ್ಲಿ ಅವರು ತಮ್ಮ ತಂದೆಯ ಸಂಸ್ಥೆಯ ಶಾಖೆಯನ್ನು ತೆರೆಯಲು ಕೆಲಸ ಮಾಡಿದರು ಮತ್ತು 1863 ರವರೆಗೆ ಉಳಿದರು. ಅವರು ವ್ಯವಹಾರಕ್ಕಾಗಿ ಸಂಪರ್ಕಗಳು ಮತ್ತು ಖರೀದಿದಾರರನ್ನು ಸ್ಥಾಪಿಸಿದರು. ಇದು ಟಾಟಾ & ಕಂ ಎಂದು ಕರೆಯಲ್ಪಡುವ ಸಂಸ್ಥೆಯ ವಿಸ್ತರಣೆಯ ಪ್ರಾರಂಭವಾಗಿತ್ತು ಮತ್ತು ನಂತರ ಟಾಟಾ & ಸನ್ಸ್ ಎಂದು ಮರುನಾಮಕರಣ ಮಾಡಲಾಯಿತು. ಜಮ್ಸೆಟ್ಜಿ ಅವರ ಪ್ರಯಾಣ ಮತ್ತು ಕೆಲಸದ ಮೂಲಕ ಸಂಸ್ಥೆಯು ಅಂತಿಮವಾಗಿ ಚೀನಾ, ಜಪಾನ್, ಪ್ಯಾರಿಸ್ ಮತ್ತು ನ್ಯೂಯಾರ್ಕ್ ನಲ್ಲಿ ಮತ್ತು ಲಂಡನ್ ನಲ್ಲಿ ಶಾಖೆಗಳನ್ನು ರಚಿಸಲು ತನ್ನ ವ್ಯಾಪ್ತಿಯನ್ನುವಿಸ್ತರಿಸುವಲ್ಲಿ ಯಶಸ್ಸು ಗಳಿಸಿತು.

1863 ರಲ್ಲಿ ಜಮ್ಸೆಟ್ಜಿ ಇಂಗ್ಲೆಂಡ್ ಗೆ ಪ್ರಯಾಣಿಸಲು ಪ್ರಾರಂಭಿಸಿದರು, ಅಲ್ಲಿ ಅವರು ಇಂಡಿಯನ್ ಬ್ಯಾಂಕ್ ಸ್ಥಾಪಿಸಲು ಕೆಲಸ ಮಾಡಿದರು. ಈ ಸಾಹಸೋದ್ಯಮವು ವಿಫಲವಾಗಿದೆ ಎಂದು ಸಾಬೀತಾಯಿತು, ಹೆಚ್ಚಾಗಿ ಕೆಟ್ಟ ಸಮಯದ ಕಾರಣ, ಆ ಸಮಯದಲ್ಲಿ ಭಾರತದಲ್ಲಿ ಆರ್ಥಿಕ ಬಿಕ್ಕಟ್ಟು ಮರುಕಳಿಸುತ್ತಿತ್ತು ಮತ್ತು ಟಾಟಾ ಸಂಸ್ಥೆಯು ದಿವಾಳಿತನವನ್ನು ಘೋಷಿಸಲು ಒತ್ತಾಯಿಸಲಾಯಿತು. ಈ ಬಿಕ್ಕಟ್ಟಿನ ಒಂದು ಭಾಗವು ಅಮೆರಿಕಾದ ಅಂತರ್ಯುದ್ಧದ ಅಂತ್ಯದ ಫಲಿತಾಂಶವಾಗಿದೆ. ಯುದ್ಧದ ಸಮಯದಲ್ಲಿ ಅಮೆರಿಕಾದ ದಕ್ಷಿಣವು ಹೆಚ್ಚು ಹತ್ತಿಯನ್ನು ಉತ್ಪಾದಿಸಲಿಲ್ಲ, ಆದ್ದರಿಂದ ಭಾರತೀಯ ಹತ್ತಿಗೆ ಬೇಡಿಕೆ ಗಗನಕ್ಕೇರಿತು. ಯುದ್ಧ ಮುಗಿದ ನಂತರ ಮತ್ತು ಅಮೆರಿಕಾದ ಉತ್ಪಾದನೆಯು ಪುನರಾರಂಭವಾದ ನಂತರ, ಭಾರತೀಯ ಉತ್ಪನ್ನದ ಬೇಡಿಕೆಯು ಕಡಿಮೆಯಾಯಿತು. ಆದಾಗ್ಯೂ, ಅಬಿಸ್ಸಿನಿಯನ್ ಯುದ್ಧವು ಶೀಘ್ರದಲ್ಲೇ ಬ್ರಿಟಿಷ್-ಇಂಡಿಯನ್ ಸೈನ್ಯಕ್ಕೆ ಸೇನಾ ಬಟ್ಟೆ ಮತ್ತು ಸರಬರಾಜುಗಾಗಿ ಒಪ್ಪಂದಗಳನ್ನು ತಂದಿತು ಮತ್ತು ಈ ಲಾಭದಾಯಕ ಒಪ್ಪಂದಗಳು ಸಂಸ್ಥೆಯನ್ನು ಪುನರುತ್ಥಾನಗೊಳಿಸಲು ಅವಕಾಶ ಮಾಡಿಕೊಟ್ಟವು. 1871ರಲ್ಲಿ, ಜಮ್ಸೆಟ್ಜಿ ತಮ್ಮ ಸೆಂಟ್ರಲ್ ಇಂಡಿಯಾ ಸ್ಪಿನ್ನಿಂಗ್, ನೇಯ್ಗೆ ಮತ್ತು ಉತ್ಪಾದನಾ ಕಂಪನಿ, ಲಿಮಿಟೆಡ್ ಅನ್ನು ಉತ್ತೇಜಿಸಲು ಪ್ರಾರಂಭಿಸಿದರು.

## ಕಾರ್ಖಾನೆಗಳಲ್ಲಿ ನಾವೀನ್ಯತೆಗಳನ್ನು ಅಳವಡಿಸಿಕೊಳ್ಳಲಾಗಿದೆ

1872ರಲ್ಲಿ ಜಮ್ಸೆಟ್ಜಿ ಅಲ್ಲಿನ ಹತ್ತಿ ಉದ್ಯಮವನ್ನು ವಿಶೇಷವಾಗಿ ಲಂಕಾಶೈರ್‌ನಲ್ಲಿನ ಹತ್ತಿ ಗಿರಣಿಗಳನ್ನು ಅಧ್ಯಯನ ಮಾಡಲು ಇಂಗ್ಲೆಂಡ್ ಗೆ ಮರಳಿದರು. ಭಾರತದಲ್ಲಿ ಇನ್ನೂ ಪುರಾತನವಾದ ಹತ್ತಿ ಉದ್ಯಮವನ್ನು

ಅಭಿವೃದ್ಧಿಪಡಿಸಲು ಅವರು ಆಸಕ್ತಿ ಹೊಂದಿದ್ದರು. ಲಂಕಾಶೈರ್ ಅನ್ನು ಪರೀಕ್ಷಿಸಿದ ನಂತರ, ಅವರು ನಾಗ್ಪುರದಲ್ಲಿ ಭಾರತೀಯ ಹತ್ತಿ ಕಾರ್ಖಾನೆಯನ್ನು ಸ್ಥಾಪಿಸಲು ನಿರ್ಧರಿಸಿದರು ಮತ್ತು ಅವರು ಜನವರಿ 1, 1877 ರಂದು ತಮ್ಮ ಸಾಮ್ರಾಜ್ಞಿ ಹತ್ತಿ ಗಿರಣಿಯನ್ನು ತೆರೆದರು. ಕಾರ್ಖಾನೆಯು ತನ್ನ ಹೆಸರನ್ನು ಪಡೆದುಕೊಂಡಿತು ಏಕೆಂದರೆ ಅದೇ ದಿನ, ಇಂಗ್ಲೆಂಡ್ ನ ರಾಣಿ ವಿಕ್ಟೋರಿಯಾ ಅವರನ್ನು ಬ್ರಿಟಿಷ್ ಸಾಮ್ರಾಜ್ಯದ ಸಾಮ್ರಾಜ್ಞಿ ಎಂದು ಘೋಷಿಸಲಾಯಿತು, ಆ ಸಮಯದಲ್ಲಿ ಭಾರತವನ್ನು ಒಳಗೊಂಡಿತ್ತು. ನಂತರ, ಜಮ್ಸೆಟ್ಜಿ ಬಾಂಬೆ ಬಳಿಯ ಕೂರ್ಲಾದಲ್ಲಿರುವ ಧರ್ಮಸಿ ಕಾಟನ್ ಮಿಲ್ ಎಂಬ ತೊಂದರೆಗೊಳಗಾದ ಗಿರಣಿಯನ್ನು ಖರೀದಿಸಿ, ಅದನ್ನು ಲಾಭದಾಯಕವಾಗಿಸಿ, ಅದನ್ನು ಸ್ವದೇಶಿ (ಸ್ವಂತ ದೇಶ) ಗಿರಣಿ ಎಂದು ಮರುನಾಮಕರಣ ಮಾಡಿದರು. ಬ್ರಿಟನ್ನಿಂದ ಆಮದು ಮಾಡಿಕೊಳ್ಳುವ ಉತ್ಪನ್ನಗಳಿಗೆ ವಿರುದ್ಧವಾಗಿ, ಭಾರತೀಯ-ನಿರ್ಮಿತ ಉತ್ಪನ್ನದ ಬಳಕೆಯನ್ನು ಉತ್ತೇಜಿಸಿದ ರಾಜಕೀಯ ಚಳವಳಿಯ ಹೆಸರಿನಲ್ಲಿ ಈ ಗಿರಣಿಯನ್ನು ಹೆಸರಿಸಲಾಯಿತು ಮತ್ತು ಅದರ ಸ್ಥಾಪನೆಯು ಬ್ರಿಟನ್ನಿಂದ ಸ್ವತಂತ್ರವಾಗಲು ಬಯಸಿದ ಭಾರತೀಯರಲ್ಲಿ ರಾಷ್ಟ್ರೀಯತೆಯ ಭಾವನೆಯ ಉದಯವನ್ನು ಗುರುತಿಸಿತು. ಗಿರಣಿಯನ್ನು ಭಾರತೀಯ ಷೇರುದಾರರು ಬೆಂಬಲಿಸಿದರು ಮತ್ತು ಇದು ಶೀಘ್ರದಲ್ಲೇ ಚೀನಾ, ಕೊರಿಯಾ, ಜಪಾನ್ ಮತ್ತು ಮಧ್ಯಪ್ರಾಚ್ಯಕ್ಕೆ ರಫ್ತು ಮಾಡಿದ ಬಟ್ಟೆಯನ್ನು ಉತ್ಪಾದಿಸಿತು.

*ಡಿಕ್ಷನರಿ ಆಫ್ ನ್ಯಾಷನಲ್ ಬಯೋಗ್ರಫಿ* ಪ್ರಕಾರ, ಜಮ್ಸೆಟ್ಜಿಯ ಜವಳಿ ಗಿರಣಿಗಳು "ಶೀಘ್ರದಲ್ಲೇ ಭಾರತೀಯ ಸ್ವಾಮ್ಯದ ಕಾರ್ಖಾನೆಗಳಲ್ಲಿ ಉತ್ತಮವಾಗಿ ನಿರ್ವಹಿಸಲ್ಪಡುತ್ತವೆ" ಎಂದು ಗುರುತಿಸಲ್ಪಟ್ಟವು. ಜಮ್ಸೆಟ್ಜಿ ಕಾರ್ಖಾನೆಗಳ ಮೇಲೆ ನಿಕಟ ನಿಗಾ ವಹಿಸಿದರು. ಉತ್ಪಾದನೆಯನ್ನು ಹೆಚ್ಚಿಸಲು ಮತ್ತು ತಮ್ಮ ಕಾರ್ಮಿಕರ ಪರಿಸ್ಥಿತಿಗಳನ್ನು ಸುಧಾರಿಸಲು ನಿರಂತರವಾಗಿ ಸುಧಾರಣೆಗಳನ್ನು ಮಾಡಿದರು. ಜಮ್ಸೆಟ್ಜಿ, ತನ್ನ ಕಾಲಕ್ಕಿಂತ ಬಹಳ ಮುಂದಿದ್ದ ಚಳುವಳಿಗಳಲ್ಲಿ, ತನ್ನ ವ್ಯವಸ್ಥಾಪಕರನ್ನು ಎಚ್ಚರಿಕೆಯಿಂದ ನೇಮಿಸಿಕೊಂಡರು ಮತ್ತು ಕಾರ್ಮಿಕರಿಗೆ ತರಬೇತಿ, ಖಾತರಿಪಡಿಸಿದ ಪಿಂಚಣಿ ಮತ್ತು ಸುಳಿವುಗಳು, ವೈದ್ಯಕೀಯ ಆರೈಕೆ, ಅಪಘಾತ ಪರಿಹಾರ ಮತ್ತು ಮಕ್ಕಳನ್ನು ಹೊಂದಿರುವ ಮಹಿಳಾ ಉದ್ಯೋಗಿಗಳಿಗೆ ಡೇಕೇರ್ ನೀಡುವ ನೀತಿಗಳನ್ನು ಸ್ಥಾಪಿಸಿದರು. ಹತ್ತಿಯ ಗುಣಮಟ್ಟವನ್ನು ಸುಧಾರಿಸಲು ಅವರು ತಮ್ಮ ಸಮಯವನ್ನು ಮೀಸಲಿಟ್ಟರು. ಆ ಸಮಯದಲ್ಲಿ, ಭಾರತೀಯ ಹತ್ತಿಯು ಒರಟಾಗಿತ್ತು, ಆದ್ದರಿಂದ ಜಮ್ಷೆಡ್ಜಿ ವಿವಿಧ ರೀತಿಯ ಹತ್ತಿಯನ್ನು ಆಮದು ಮಾಡಿಕೊಂಡರು, ಅದು ಉದ್ದವಾದ, ಉತ್ತಮವಾದ ಮತ್ತು ಮೃದುವಾದ ನಾರುಗಳನ್ನು ನೀಡಿತು. ಈ ರೀತಿಯ ಹತ್ತಿ ಈಜಿಪ್ಟ್ ನಿಂದ ಬಂದಿದ್ದು, ಭಾರತೀಯ ಹವಾಮಾನದಲ್ಲಿ ಸಸ್ಯಗಳನ್ನು ಬೆಳೆಸುವುದು ಕಷ್ಟವಾಗಿದ್ದರೂ, ಯೋಜನೆಯು ವಿಫಲವಾಗಿದೆ ಎಂದು ಸರ್ಕಾರಿ ಕೃಷಿಕರು ಹೇಳಿದ್ದರೂ ಸಹ ಜಮ್ಸೆಟ್ಜಿ ಮುಂದುವರಿಸಿದರು. ಅವರು ಅಂತಿಮವಾಗಿ ಯಶಸ್ವಿಯಾದರು ಮತ್ತು *ಬೆಳವಣಿಗೆಯ* ಶೀರ್ಷಿಕೆಯ ಕರಪತ್ರವನ್ನು ಸಹ ಪ್ರಕಟಿಸಿದರು. ನುರಿತ ಕಾರ್ಮಿಕರ ಪೂರೈಕೆಯನ್ನು ಹೇಗೆ ಹೆಚ್ಚಿಸಬಹುದು ಎಂಬುದನ್ನು

ಇನ್ನೊಂದು ಕರಪತ್ರ ವಿವರಿಸಿದೆ.

ಬಾಂಬೆ ಮತ್ತು ಚೀನಾ ಮತ್ತು ಜಪಾನ್ನಲ್ಲಿರುವ ಕಂಪನಿಯ ಶಾಖೆಗಳ ನಡುವೆ ಸಾಗಣೆಗೆ ಸರಕು ಸಾಗಣೆ ಶುಲ್ಕಗಳು ಕಂಪನಿಯ ಲಾಭವನ್ನು ಕಬಳಿಸುತ್ತಿದೆ ಎಂದು ಜಮ್ಸೆಟ್ಜಿ ಗಮನಿಸಿದರು. ಆ ಸಮಯದಲ್ಲಿ, ಈ ಹಡಗು ಮಾರ್ಗವು ಮೂರು ಕಂಪನಿಗಳಿಂದ ಏಕಸ್ವಾಮ್ಯವನ್ನು ಹೊಂದಿತ್ತು, ಇದು ಬೆಲೆಗಳನ್ನು ಹೆಚ್ಚು ಇರಿಸಿತು, ಆದ್ದರಿಂದ ಜಪಾನೀಸ್ ಸ್ಟೀಮ್ ನ್ಯಾವಿಗೇಷನ್ ಕಂಪನಿ (ನಿಪ್ಪಾನ್ ಯುಸೆನ್ ಕೈಶಾ) ಅಗ್ಗದ ಸಾಗಣೆಗಾಗಿ ಜಮ್ಸೆಟ್ಜಿ ಮೊರೆಹೋದರು. ಇದರ ಪರಿಣಾಮವಾಗಿ, ಮೂರು ಏಕಸ್ವಾಮ್ಯ ಕಂಪನಿಗಳು ಮತ್ತೆ ಹೋರಾಡಿದವು ಮತ್ತು ಜಮ್ಸೆಟ್ಜಿ ತಮ್ಮ ಏಕಸ್ವಾಮ್ಯವು ಭಾರತೀಯ ವ್ಯಾಪಾರವನ್ನು ಹಾನಿಗೊಳಿಸುತ್ತಿದೆ ಎಂದು ಸಾಬೀತುಪಡಿಸಲು ಹೆಚ್ಚಿನ ಹಣವನ್ನು ಖರ್ಚು ಮಾಡಿದರು. ಅವರು ಅಂತಿಮವಾಗಿ ಗೆದ್ದರು ಮತ್ತು ಜೂನ್ 1896 ರಲ್ಲಿ ಸರಕು ಶುಲ್ಕವನ್ನು ಸಮಂಜಸವಾದ ಮತ್ತು ಸ್ಪರ್ಧಾತ್ಮಕ ಮಟ್ಟಕ್ಕೆ ಇಳಿಸಲಾಯಿತು. ನ್ಯಾಯೋಚಿತ ಸರಕು ಸಾಗಣೆ ಶುಲ್ಕಕ್ಕಾಗಿ ಹೋರಾಡುವುದರ ಜೊತೆಗೆ, ಜಮ್ಸೆಟ್ಜಿ ಭಾರತೀಯ ಹತ್ತಿ ಉತ್ಪನ್ನಗಳ ಮೇಲೆ ತೆರಿಗೆಗಳನ್ನು ಸಹ ವಿರೋಧಿಸಿದರು.

ಕೈಗಾರಿಕಾ ಕ್ರಾಂತಿಯು ಕೈಗಾರಿಕಾ ಯಶಸ್ಸಿನಲ್ಲಿ ಪ್ರಮುಖ ಅಂಶವಾಗಿದೆ ಎಂದು ಜಮ್ಸೆಟ್ಜಿ ಅರಿತುಕೊಂಡರು ಮತ್ತು ತಂತ್ರಜ್ಞಾನ ಮತ್ತು ವಿಧಾನಗಳಲ್ಲಿನ ಹೊಸ ಪ್ರಗತಿಯ ಲಾಭವನ್ನು ಪಡೆಯಲು ಅವರು ನಿರ್ಧರಿಸಿದರು. ಆ ಸಮಯದಲ್ಲಿ, ಭಾರತದ ವಿವಿಧ ಪ್ರದೇಶಗಳನ್ನು ಪರಸ್ಪರ ಸಂಪರ್ಕಿಸುವ ಸಲುವಾಗಿ ರೈಲುಮಾರ್ಗಗಳು ಮತ್ತು ಟೆಲಿಗ್ರಾಫ್ ಗಳನ್ನು ನಿರ್ಮಿಸಲು ಪ್ರಾರಂಭಿಸಲಾಯಿತು. ಟಾಟಾ ಈ ಆವಿಷ್ಕಾರಗಳನ್ನು ತಮ್ಮ ಕೈಗಾರಿಕಾ ಸಾಮ್ರಾಜ್ಯಕ್ಕೆ ಸೇರಿಸಿಕೊಂಡರು ಮತ್ತು ಕಬ್ಬಿಣ ಮತ್ತು ಉಕ್ಕಿನ ಉದ್ಯಮ, ವಿದ್ಯುತ್ ಶಕ್ತಿ ಉತ್ಪಾದನೆ ಮತ್ತು ತಾಂತ್ರಿಕ ಶಿಕ್ಷಣವನ್ನು ಸಂಯೋಜಿಸುವ ಮೂಲಕ ತಮ್ಮ ಕೈಗಾರಿಕೆಗಳನ್ನು ಹೆಚ್ಚಿಸುವತ್ತ ಗಮನಹರಿಸಿದರು.

## ಕಬ್ಬಿಣ ಮತ್ತು ಉಕ್ಕಿನ ಉದ್ಯಮವನ್ನು ಪ್ರಾರಂಭಿಸಲಾಯಿತು

1901 ರಲ್ಲಿ ಜಮ್ಸೆಟ್ಜಿ ಅವರು ಭಾರತೀಯ ಕಬ್ಬಿಣದ ಉದ್ಯಮದತ್ತ ಗಮನ ಹರಿಸಿದರ., ಇದು ಹತ್ತಿ ಉದ್ಯಮದಂತೆ ಹೆಚ್ಚಾಗಿ ಅಭಿವೃದ್ಧಿಯಾಗಲಿಲ್ಲ. ಆ ಸಮಯದಲ್ಲಿ, ಕಬ್ಬಿಣವನ್ನು ಬಹಳ ಸಣ್ಣ, ಸ್ಥಳೀಯ ಪ್ರಮಾಣದಲ್ಲಿ ಉತ್ಪಾದಿಸಲಾಯಿತು, ಹೆಚ್ಚಾಗಿ ಕುಶಲಕರ್ಮಿಗಳ ಕುಟುಂಬಗಳಿಂದ ಅವರು ಇಂಗ್ಲಿಷ್ ಮತ್ತು ಅಮೇರಿಕನ್ ಸರ್ವೇಯರ್ ಗಳನ್ನು ನೇಮಿಸಿಕೊಂಡರು, ಮುಖ್ಯವಾಗಿ ಅಮೇರಿಕನ್ ಚಾರ್ಲ್ಸ್ ಪೇಜ್ ಪೆರಿನ್ ಅವರು ಕಬ್ಬಿಣದ ನಿಕ್ಷೇಪಗಳಿಗಾಗಿ ಭಾರತೀಯ ಭೂವಿಜ್ಞಾನವನ್ನು ಪರೀಕ್ಷಿಸಲು ವರ್ಷಗಳ ಕಾಲ ಕಳೆದರು. ಇದಲ್ಲದೆ, ಉಕ್ಕು

ತಯಾರಿಸುವ ಪ್ರಕ್ರಿಯೆಯ ಬಗ್ಗೆ ತಾಂತ್ರಿಕ ಸಲಹೆಯನ್ನು ಪಡೆಯಲು ಅವರು ಯುರೋಪ್ ಮತ್ತು ಯುನೈಟೆಡ್ ಸ್ಟೇಟ್ಸ್ ಗೆ ಪ್ರಯಾಣಿಸಿದರು. ಜಮ್ಸೆಟ್ಜಿ ಕಬ್ಬಿಣದ ಅದಿರನ್ನು ದೊಡ್ಡದಾದ, ಕಾರ್ಖಾನೆ ಆಧಾರಿತ ಪ್ರಮಾಣದಲ್ಲಿ ಸಂಸ್ಕರಿಸಲು ಬಯಸಿದ್ದರು ಮತ್ತು ಅವರು ಯೋಜನೆಯಲ್ಲಿ ದೊಡ್ಡ ಮೊತ್ತವನ್ನು ಹೂಡಿಕೆ ಮಾಡಿದರು. ಈ ಯೋಜನೆಯು ಸಾಕಾರಗೊಳ್ಳುವ ಮೊದಲು ಅವರು ನಿಧನಹೊಂದುತಿದ್ದರೂ, ಆಗಸ್ಟ್ 26 1907 ರಂದು, ಅವರ ಪುತ್ರರು ಕಲ್ಕತ್ತಾದ ಪಶ್ಚಿಮಕ್ಕೆ 150 ಮೈಲಿ ದೂರದಲ್ಲಿರುವ ಸಚ್ಚಿಯಲ್ಲಿರುವ ಟಾಟಾ ಐರನ್ ಮತ್ತು ಸ್ಟೀಲ್ ಕಂಪನಿಯನ್ನು ನೋಂದಾಯಿಸಿದರು. ಉತ್ಪಾದನಾ ಪ್ರಕ್ರಿಯೆಯು ಬಂಗಾಳದಲ್ಲಿ ಕಲ್ಲಿದ್ದಲು ಕ್ಷೇತ್ರಗಳನ್ನು ಸೆಳೆಯಿತು, ಇದು ಸಮೃದ್ಧ ಅದಿರು ಮತ್ತು ಅದನ್ನು ಸಂಸ್ಕರಿಸಲು ಅಗತ್ಯವಾದ ನೀರಿನ ಸಮೃದ್ಧ ಸರಬರಾಜುಗಳನ್ನು ಹೊಂದಿತ್ತು. ಕಂಪನಿಯು ವೇಗವಾಗಿ ಬೆಳೆಯಿತು ಮತ್ತು 1911ರ ಹೊತ್ತಿಗೆ ಕಾರ್ಖಾನೆಯನ್ನು ಕಬ್ಬಿಣ ಮತ್ತು ಕಲ್ಲಿದ್ದಲು ಹಾಸಿಗೆಗಳಿಗೆ ಸಂಪರ್ಕಿಸುವ ರೈಲ್ವೆಗಳನ್ನು ಒಳಗೊಂಡಿತ್ತು ಮತ್ತು ವರ್ಷಕ್ಕೆ ಸುಮಾರು 70,000 ಟನ್ ಕಬ್ಬಿಣವನ್ನು ಉತ್ಪಾದಿಸುತ್ತಿತ್ತು. *ಡಿಕ್ಷನರಿ ಆಫ್ ನ್ಯಾಷನಲ್ ಬಯೋಗ್ರಫಿ* ಪ್ರಕಾರ, ಇಡೀ ಉದ್ಯಮವು 60,000 ಕಾರ್ಮಿಕರು ಮತ್ತು ಅವರ ಅವಲಂಬಿತರನ್ನು ಬೆಂಬಲಿಸುತ್ತದೆ.

ಬಾಂಬೆಯಲ್ಲಿ ಕಾರ್ಖಾನೆಗಳಿಗೆ ಇಂಧನ ನೀಡುವ ಜಲವಿದ್ಯುತ್ ಶಕ್ತಿಯನ್ನು ಸೃಷ್ಟಿಸಲು ದೇಶದ ಕೆಲವು ಭಾಗಗಳಲ್ಲಿ ಪ್ರತಿವರ್ಷ ಸಂಭವಿಸುವ ಅತ್ಯಂತ ಭಾರಿ ಋತುಮಾನದ ಮಳೆಯನ್ನು ಭಾರತವು ಬಳಸಿಕೊಳ್ಳುತ್ತದೆ ಎಂಬ ಅವರ ಸಲಹೆಯು ಜಮ್ಸೆಟ್ಜಿಯ ಮತ್ತೊಂದು ಕಲ್ಪನೆಗೆ ಹೆಸರುವಾಸಿಯಾಗಿದೆ. ಫೆಬ್ರವರಿ 8, 1911 ರಂದು, ಬಾಂಬೆ ರಾಜ್ಯಪಾಲರು ಈ ಯೋಜನೆಗೆ ಅಡಿಪಾಯ ಹಾಕಿದರು, ಇದು ನೀರನ್ನು ಹಿಡಿದಿಡಲು ಹಲವಾರು ಅಣೆಕಟ್ಟುಗಳನ್ನು ರಚಿಸುವುದನ್ನು ಒಳಗೊಂಡಿತ್ತು.

ಜಮ್ಸೆಟ್ಜಿ ಬಾಂಬೆಯಲ್ಲಿ ತಾಜ್ ಮಹಲ್ ಹೋಟೆಲ್ ಅನ್ನು ಸಹ ನಿರ್ಮಿಸಿದರು, ಇದು ಒಂದು ಮಿಲಿಯನ್ ಡಾಲರ್ ಗಳಷ್ಟು ವೆಚ್ಚವಾಯಿತು, ಆ ಸಮಯದಲ್ಲಿ ಒಂದು ದೊಡ್ಡ ಮೊತ್ತವಾಗಿತ್ತು. ಹೋಟೆಲ್ ಅನ್ನು ಭಾರತದಲ್ಲಿ ಅತ್ಯುತ್ತಮವೆಂದು ಪರಿಗಣಿಸಲಾಗಿತ್ತು. ಜಮ್ಸೆಟ್ಜಿ ಹೋಟೆಲ್ ನಡೆಸಲು ಆಸಕ್ತಿ ಹೊಂದಿರಲಿಲ್ಲ. ಅವರು ಭಾರತಕ್ಕೆ ಸಂದರ್ಶಕರನ್ನು ಆಕರ್ಷಿಸಲು ಇದನ್ನು ನಿರ್ಮಿಸಿದರು. ತನ್ನ ದೂರದ ಪ್ರಯಾಣದಲ್ಲಿ, ಇತ್ತೀಚಿನ ಯುರೋಪಿಯನ್ ಸೌಲಭ್ಯಗಳಾದ ಸೋಡಾ ಮತ್ತು ಐಸ್ ಕಾರ್ಖಾನೆ, ತೊಳೆಯುವ ಮತ್ತು ಹೊಳಪು ನೀಡುವ ಯಂತ್ರಗಳು, ಲಾಂಡ್ರಿ, ಎಲಿವೇಟರ್ ಗಳು ಮತ್ತು ಎಲೆಕ್ಟ್ರಿಕ್ ಜನರೇಟರ್ ಸೇರಿದಂತೆ ಹೋಟೆಲ್ ನ ಅನೇಕ ಪೀಠೋಪಕರಣಗಳನ್ನು ಜಮ್ಸೆಟ್ಜಿ ಸ್ವತಃ ಖರೀದಿಸಿದರು. 1903ರಲ್ಲಿ ಪ್ರಾರಂಭವಾದ ಈ ಹೋಟೆಲ್ ಬಾಂಬೆಯಲ್ಲಿ ವಿದ್ಯುತ್ ದೀಪಗಳಿಂದ ಬೆಳಗಿದ ಮೊದಲ ಕಟ್ಟಡವಾಗಿದೆ.

## ಲೋಕೋಪಕಾರಿಯಾದರು

ಜಮ್ಸೆಟ್ಜಿ ಬಾಂಬೆಯ ವಾಸ್ತುಶಿಲ್ಪವನ್ನು ಸುಧಾರಿಸಿದರು ಮತ್ತು ಕಾರ್ಮಿಕರಿಗೆ ಸುಸಜ್ಜಿತ ಉಪನಗರ ಮನೆಗಳನ್ನು ಒದಗಿಸಿದರು. ಅವರು ತಮ್ಮ ಲಾಭದ ಬಗ್ಗೆ ಉದಾರರಾಗಿದ್ದರು ಮತ್ತು ಯುವ ವಿದ್ಯಾರ್ಥಿಗಳಿಗೆ ವಿದ್ಯಾರ್ಥಿವೇತನಗಳನ್ನು ರಚಿಸಲಾಯಿತು. ಮೂಲತಃ ಈ ವಿದ್ಯಾರ್ಥಿವೇತನಗಳು ಪಾರ್ಸಿಗಳಿಗೆ ಮಾತ್ರ ತೆರೆದಿದ್ದರೂ, 1894ರಲ್ಲಿ ಯಾವುದೇ ಹಿನ್ನೆಲೆಯ ಯುವ ಭಾರತೀಯರಿಗೆ ಯುರೋಪ್ ನಲ್ಲಿ ಅಧ್ಯಯನ ಮಾಡಲು ಅನುವು ಮಾಡಿಕೊಡಲು ಅವುಗಳನ್ನು ವಿಸ್ತರಿಸಲಾಯಿತು. 1898 ರ ಸೆಪ್ಟೆಂಬರ್ ನಲ್ಲಿ, ವೈಜ್ಞಾನಿಕ ಸಂಶೋಧನೆಗಾಗಿ ಸ್ನಾತಕೋತ್ತರ ಸಂಸ್ಥೆಯನ್ನು ಸ್ಥಾಪಿಸಲು ಅವರು ಭಾರತ ಸರ್ಕಾರಕ್ಕೆ ದೊಡ್ಡ ಮೊತ್ತವನ್ನು, ಜೊತೆಗೆ ಅವರ ಹದಿನಾಲ್ಕು ಕಟ್ಟಡಗಳು ಮತ್ತು ನಾಲ್ಕು ಭೂ ಆಸ್ತಿಗಳನ್ನು ನೀಡಿದರು. ಈ ಯೋಜನೆ, ಅವರ ಅನೇಕ ವಿಚಾರಗಳಂತೆ, ಅವರ ಜೀವಿತಾವಧಿಯಲ್ಲಿ ಸಾಕಾರಗೊಳ್ಳದಿದ್ದರೂ, ಅವರ ಪುತ್ರರು ಬೆಂಗಳೂರಿನಲ್ಲಿ ಇಂಡಿಯನ್ ಇನ್ಸ್ಟಿಟ್ಯೂಟ್ ಆಫ್ ಸೈನ್ಸ್ ಅನ್ನು ಸ್ಥಾಪಿಸಿದರು, ಇದು ಭಾರತೀಯ ಕಲೆ ಮತ್ತು ಕೈಗಾರಿಕೆಗಳಿಗೆ ವೈಜ್ಞಾನಿಕ ವಿಚಾರಗಳು ಮತ್ತು ವಿಧಾನಗಳನ್ನು ಅನ್ವಯಿಸುವ ಗುರಿಯನ್ನು ಹೊಂದಿದೆ.

ಭಾರತೀಯ ಉದ್ಯಮವನ್ನು ಪರಿವರ್ತಿಸುವಲ್ಲಿ ಜಮ್ಸೆಟ್ಜಿ ಅವರ ಯಶಸ್ಸು ಭಾರತವನ್ನು ಆರ್ಥಿಕವಾಗಿ ಸ್ವಾವಲಂಬಿ ದೇಶವನ್ನಾಗಿ ಮಾಡುವ ಬಯಕೆಯೊಂದಿಗೆ ಕೈಜೋಡಿಸಿತು. ಅದು ಇನ್ನು ಮುಂದೆ ಬ್ರಿಟನ್ನ ಮೇಲೆ ಅವಲಂಬಿತವಾಗಿರಲಿಲ್ಲ. ಇದರ ಪರಿಣಾಮವಾಗಿ, ಭಾರತದ ಬ್ರಿಟಿಷ್ ಸರ್ಕಾರವು ಅವರ ಯಶಸ್ಸನ್ನು ತಮ್ಮ ಅಧಿಕಾರಕ್ಕೆ ಬೆದರಿಕೆ ಎಂದು ಭಾವಿಸಿತು ಮತ್ತು ಅವರು ಭಾರತೀಯ ಉಕ್ಕಿನ ಉದ್ಯಮವನ್ನು ಸ್ಥಾಪಿಸುವುದು ಮತ್ತು ಬಾಂಬೆಯ ಉಪನಗರಗಳಲ್ಲಿ ವಸತಿ ಅಭಿವೃದ್ಧಿ ಸೇರಿದಂತೆ ಅವರ ಅನೇಕ ಯೋಜನೆಗಳನ್ನು ವಿರೋಧಿಸಿದರು. ಈ ವಿರೋಧವು ಅವನ ಯೋಜನೆಗಳೊಂದಿಗೆ ಮುಂದುವರಿಯುವುದನ್ನು ತಡೆಯಲಿಲ್ಲ. 1904ರ ವಸಂತ ಋತುವಿನಲ್ಲಿ, ಜರ್ಮನಿಗೆ ಭೇಟಿ ನೀಡುತ್ತಿರುವಾಗ, ಜಮ್ಸೆಟ್ಜಿ ಗಂಭೀರವಾಗಿ ಅನಾರೋಗ್ಯಕ್ಕೆ ಒಳಗಾದರು ಮತ್ತು ಮೇ 19ರಂದು ಜರ್ಮನಿಯ ನೌಹೈಮ್ ನಲ್ಲಿ ನಿಧನರಾದರು. ಅವರನ್ನು ಇಂಗ್ಲೆಂಡ್ ನ ವೋಕಿಂಗ್ ನಲ್ಲಿರುವ ಪಾರ್ ಸಿ ಸ್ಮಶಾನದಲ್ಲಿ

ಸಮಾಧಿ ಮಾಡಲಾಯಿತು. ಅವರ ಮರಣದ ನಂತರ, ಅವರ ಪುತ್ರರು ಟಾಟಾ & ಸನ್ಸ್ ಅನ್ನು ವಿಶಾಲ ಕೈಗಾರಿಕಾ ಸಂಕೀರ್ಣಕ್ಕೆ ವಿಸ್ತರಿಸಿದರು ಮತ್ತು ಅದರ ಹೆಸರಿನಲ್ಲಿ ಕ್ಯಾನ್ಸರ್ ಸಂಶೋಧನಾ ಆಸ್ಪತ್ರೆಯನ್ನು ತೆರೆದರು. ವ್ಯವಹಾರದಲ್ಲಿ ಭಾಗಿಯಾಗಿದ್ದ ಜಮ್ಸೆಟ್ಜಿ ಅವರ ಸಹೋದರ ಲಂಡನ್ ವಿಶ್ವವಿದ್ಯಾಲಯ ಮತ್ತು ಲಂಡನ್ ಸ್ಕೂಲ್ ಆಫ್ ಎಕನಾಮಿಕ್ಸ್ ನಲ್ಲಿ ಸಾಮಾಜಿಕ ವಿಜ್ಞಾನ ವಿಭಾಗಗಳನ್ನು ದಾನ ಮಾಡಿದರು.

# ದೂರದೃಷ್ಟಿ ಮತ್ತು ಶಕ್ತಿಯುತ ಒಳನೋಟ

ಟಾಟಾ ಅವರು ಆವಿಷ್ಕಾರಗಳನ್ನು ಅಳವಡಿಸಿಕೊಳ್ಳಲು ಮತ್ತು ಅವುಗಳನ್ನು ತಮ್ಮ ವ್ಯವಹಾರವನ್ನು ಮಾತ್ರವಲ್ಲದೆ ಭಾರತೀಯ ಜನರ ಜೀವನವನ್ನು ಸುಧಾರಿಸಲು ಬಳಸಿಕೊಳ್ಳುವ ಇಚ್ಛೆಗೆ ಹೆಸರುವಾಸಿಯಾಗಿದ್ದರು. ಅವರು ನಾವೀನ್ಯತೆಯನ್ನು ತಮ್ಮ ದೈನಂದಿನ ಜೀವನದ ಭಾಗವನ್ನಾಗಿ ಮಾಡಿಕೊಂಡರು. ಭಾರತದಲ್ಲಿ ರಬ್ಬರ್ ಬಳಸಿದ ಮೊದಲ ವ್ಯಕ್ತಿ ಅವರ ಕ್ಯಾರೇಜ್ ನಲ್ಲಿ ಟೈರ್ ಗಳು ಮತ್ತು ಮುಂಬೈ ನಗರದಲ್ಲಿ ಆಟೋಮೊಬೈಲ್ ಚಾಲನೆ ಮಾಡಿದವರಲ್ಲಿ ಮೊದಲಿಗರು. ಅವರ ವೈಯಕ್ತಿಕ ಅಭಿರುಚಿಗಳು ಸರಳವಾದವು ಮತ್ತು ಅವರು ಪ್ರಚಾರ ಅಥವಾ ಸ್ವಯಂ ಜಾಹೀರಾತನ್ನು ತಿರಸ್ಕರಿಸಿದರು.

ಅವರು ತಮ್ಮ ಸಂಪತ್ತನ್ನು ಯೋಗ್ಯ ಕಾರಣಗಳಿಗಾಗಿ ಮುಕ್ತವಾಗಿ ದಾನ ಮಾಡಿದರು ಮತ್ತು ವಿದೇಶದಲ್ಲಿ ಭಾರತೀಯರ ಮುಂದುವರಿದ ವೃತ್ತಿಪರ ಮತ್ತು ತಾಂತ್ರಿಕ ತರಬೇತಿಗಾಗಿ ಅವರು ಸ್ಥಾಪಿಸಿದ ಅಪಾರ ದತ್ತಿಗಾಗಿ ಅತ್ಯುತ್ತಮವಾಗಿ ನೆನಪಿಸಿಕೊಳ್ಳುತ್ತಾರೆ. ಅವರು ಉನ್ನತ ಸಾಮಾಜಿಕ ಆದರ್ಶಗಳ ವ್ಯಕ್ತಿಯಾಗಿದ್ದರು ಮತ್ತು ಅವರ ಪ್ರಬುದ್ಧ ಮನೋಭಾವದಲ್ಲಿ ಪ್ರವರ್ತಕರಾಗಿದ್ದರು. 1904ರ ಮೇ 19ರಂದು ಜಮ್ಸೆಟ್ಜಿ ನಿಧನರಾದರು. ನಮ್ಮ ದಿವಂಗತ ಪ್ರಧಾನ ಮಂತ್ರಿ ಪಂಡಿತ್ ಜವಾಹರಲಾಲ್ ನೆಹರೂ ಮಾತುಗಳಲ್ಲಿ ಅವರು "ಆಧುನಿಕ ಭಾರತದ ಶ್ರೇಷ್ಠ ಸಂಸ್ಥಾಪಕರಲ್ಲಿ ಒಬ್ಬರು" ಎನಿಸಿದರು.

7 ಜನವರಿ 1965 ರಂದು, ದೇಶದ ಕೈಗಾರಿಕೀಕರಣದಲ್ಲಿ ಅವರ ಸೇವೆಗಳನ್ನು ಗುರುತಿಸಿ ಜಮ್ಸೆಟ್ಜಿ ನುಸರ್ ವಂಜಿ ಟಾಟಾ ಅವರನ್ನು ಗೌರವಿಸಲು ಅಂಚೆ ಮತ್ತು ಟೆಲಿಗ್ರಾಫ್ ಇಲಾಖೆ ಸ್ಮರಣಾರ್ಥ ಅಂಚೆಚೀಟಿ ಬಿಡುಗಡೆ ಮಾಡಿತು.

*ಕುಟುಂಬದ ಭಾವಚಿತ್ರ- (ಎಡದಿಂದ ಬಲಕ್ಕೆ): ಕಿರಿಯ ಪುತ್ರ ರತನ್ ಜಮ್ಸೆಟ್ಜಿ ಟಾಟಾ ಮತ್ತು ನವಾಜ್ ಬಾಯಿ (ರತನ್ ಅವರ ಪತ್ನಿ). (ಎಡದಿಂದ ಬಲಕ್ಕೆ ಕುಳಿತಿದ್ದಾರೆ): ಹೀರಾಬಾಯಿ (ಜಮ್ ಸೆಟ್ ಜಿ ಅವರ ಪತ್ನಿ), ಮೆಹರ್ ಬಾಯಿ (ದೊರಾಬ್ ಅವರ ಪತ್ನಿ) ಮತ್ತು ಹಿರಿಯ ಮಗ ದೊರಾಬ್.*

*(ಸೌಜನ್ಯ: ಟಾಟಾ ಸೆಂಟ್ರಲ್ ಆರ್ಕೈವ್ಸ್)*

4

# ಸರ್ ದೊರಬ್ಜಿ ಟಾಟಾ

ತನ್ನ ತಂದೆ ಜಮ್ಷೆಡ್ಜಿ ಟಾಟಾ ಅವರ ಹೆಜ್ಜೆಗುರುತುಗಳನ್ನು ಅನುಸರಿಸಿ, ಸರ್ ದೊರಬ್ಜಿ ಟಾಟಾ ತನ್ನ ತಂದೆಯ ಕನಸಿಗೆ ಆಕಾರವನ್ನು ನೀಡಿದರು ಮತ್ತು ಟಾಟಾ ಎಂಟರ್ ಪ್ರೈಸ್ ಅನ್ನು ಉತ್ತುಂಗಕ್ಕೇರಿಸಿದರು. ಅಲ್ಲಿಂದ ಅದು ಹೊಳೆಯುವ ಆಭರಣದಂತೆ ಪ್ರಕಾಶಮಾನವಾಗಿ ಹೊಳೆಯಿತು. ಅವರ ಆಶಾವಾದ ಮತ್ತು ಉತ್ಸಾಹವು ಅವರನ್ನು ಯಶಸ್ಸಿನ ಪರಾಕಾಷ್ಠೆಗೆ ಕರೆದೊಯ್ದ ಗುಣಗಳಾಗಿವೆ.

ಟಾಟಾಗಳ ಪೌರಾಣಿಕ ಕುಟುಂಬಕ್ಕೆ ಸೇರಿದ ಹೀರಾಬಾಯಿ ಮತ್ತು ಜಮ್ಷೆಡ್ಜಿ ನುಸರ್ ವಂಜಿ ಟಾಟಾ ಅವರ ಹಿರಿಯ ಪುತ್ರರಾದ ದೊರಾಬ್ಜಿ ಕೂಡ ಪ್ರವರ್ತಕ ಶಕ್ತಿ, ನಾಯಕ ಮತ್ತು ಸಾಧಕ ಎಂಬ ಕುಟುಂಬದ ಗುಣಲಕ್ಷಣಗಳನ್ನು ಆನುವಂಶಿಕವಾಗಿ ಪಡೆದರು. ಅವನ ದೂರದೃಷ್ಟಿಯ ವಿಧಾನ ಮತ್ತು ದೂರದರ್ಶಿತ್ವ ಅವನ ತಂದೆ ನೋಡಿದ ಪ್ರತಿಯೊಂದು ಕನಸನ್ನು ಸಾಕಾರಗೊಳಿಸಲು ಸಾಧ್ಯವಾಗಿಸಿತು. ಜಮ್ಷೆಡ್ಜಿ ಅವರ ದೂರದೃಷ್ಟಿಯ ಮೂಲಕ ಅವರಲ್ಲಿ ಬೇರೂರಿರುವ ಈ ಬಹುಮುಖತೆಯು, ಅವರು ಏನೇ ಮಾಡಿದರೂ ಸವಾಲಿನ ವಿಧಾನವನ್ನು ಪ್ರದರ್ಶಿಸಿತು.

1859ರಲ್ಲಿ ಜನಿಸಿದ ಅವರು ಬಾಂಬೆಯ ಪ್ರೊಪ್ರೈಟರಿ ಹೈಸ್ಕೂಲ್ ನಲ್ಲಿ ಪ್ರಾಥಮಿಕ ಶಿಕ್ಷಣವನ್ನು ಪಡೆದರು. ನಂತರ ಅವರನ್ನು ಇಂಗ್ಲೆಂಡ್ ಗೆ ಕಳುಹಿಸಲಾಯಿತು. ಅಲ್ಲಿ ಅವರಿಗೆ ಖಾಸಗಿಯಾಗಿ ಬೋಧಿಸಲಾಯಿತು. 18 ನೇ ವಯಸ್ಸಿನಲ್ಲಿ, ಅವರು ಕೇಂಬ್ರಿಡ್ಜ್ನಲ್ಲಿರುವ ಗೊನ್ವಿಲ್ಲೆ ಮತ್ತು ಕೈಯಸ್ ಕಾಲೇಜಿಗೆ ಸೇರಿದರು. ಅವರು ಕೇಂಬ್ರಿಡ್ಜ್ ನಲ್ಲಿ ಕಳೆದ ಎರಡು ವರ್ಷಗಳಲ್ಲಿ ಕ್ರೀಡೆಗಳಲ್ಲಿ ಅವರ ಆಸಕ್ತಿ ಉತ್ಕೃಷ್ಟವಾಗಿತ್ತು. ಅವರು ಕ್ರಿಕೆಟ್ ಮತ್ತು ಫುಟ್ಬಾಲ್ ನಲ್ಲಿ ಹಲವಾರು ಪ್ರಶಸ್ತಿಗಳನ್ನು ಪಡೆದರು. ತನ್ನ ಅಜ್ಜಿಯ ಇಚ್ಛೆಯಂತೆ 1879ರಲ್ಲಿ ಭಾರತಕ್ಕೆ ಮರಳಿದ ದೊರಾಬ್ಜಿ, ಸೇಂಟ್ ಕ್ಸೇವಿಯರ್ ಕಾಲೇಜ್ ಬಾಂಬೆಯಲ್ಲಿ ಸೇರಿಕೊಂಡರು.

*ಬಾಂಬೆ ಗೆಜೆಟ್* ನೊಂದಿಗೆ ಪತ್ರಕರ್ತರಾಗಿ ಪ್ರಾರಂಭಿಸಿದ ದೊರಾಬ್ಜಿ ಕ್ರಮೇಣ ತಮ್ಮ ಪೂರ್ವಜರ ವ್ಯವಹಾರದ ಬಗ್ಗೆ ಒಲವು ಬೆಳೆಸಿಕೊಂಡರು. 1884ರಲ್ಲಿ ಅವರು ಅಂತಿಮವಾಗಿ ತಮ್ಮ ತಂದೆಯ ವ್ಯವಹಾರಕ್ಕೆ ತಮ್ಮ ಮೊದಲ ಪ್ರವೇಶವನ್ನು ಮಾಡಿದರು ಮತ್ತು ತಮ್ಮ ತಂದೆಯ ಸಂಸ್ಥೆಯ ಹತ್ತಿ ವಿಭಾಗಕ್ಕೆ ಸೇರಿದರು. ಈ ಪ್ರದೇಶದಲ್ಲಿ ವಿಸ್ತರಣೆಯ ಸಾಧ್ಯತೆಯನ್ನು ಅಧ್ಯಯನ ಮಾಡಲು ಮತ್ತು ತನಿಖೆ ಮಾಡಲು ಅವರನ್ನು ಮೈಸೂರಿಗೆ ಕಳುಹಿಸಲಾಯಿತು. ದೊರಾಬ್ಜಿ ತನ್ನ ವರದಿಯನ್ನು ಸಿದ್ಧಪಡಿಸುವಲ್ಲಿ ಮತ್ತು ಅಲ್ಲಿ ಗಿರಣಿಗಳನ್ನು ಸ್ಥಾಪಿಸಲು ಸರ್ಕಾರದ ಅನುಮತಿಯನ್ನು ಪಡೆಯುವಲ್ಲಿ ತ್ವರಿತಗತಿಯಲ್ಲಿದ್ದರು.

ತನ್ನ ಮಗಳು ಮೆಹರ್ ಬಾಯಿಯೊಂದಿಗೆ ಅಲ್ಲಿಯೇ ತಂಗಿದ್ದ ಕಲಿತ ಮತ್ತು ಹೆಚ್ಚು ಗೌರವಾನ್ವಿತ ಡಾ. ಎಚ್ .ಜೆ. ಭಾಭಾ ಅವರನ್ನು ಭೇಟಿಯಾಗಬೇಕೆಂದು ಜಮ್ಷೆಡ್ಜಿ ಬಯಸಿದ್ದರು. ಆಗ ಅವಳನ್ನು ಕರೆಸಿ ಅವನು ಮೆಹರ್ ಅವರನ್ನು ಭೇಟಿಯಾದಾಗ, ಅವನು ಮೊದಲ ನೋಟದಲ್ಲೇ ಪ್ರೀತಿಯಲ್ಲಿ ಬಿದ್ದನೆಂದು ನಂಬಲಾಗಿದೆ. 1897ರಲ್ಲಿ ಅವರು 38 ವರ್ಷದವರಾಗಿದ್ದಾಗ ಮತ್ತು ಮೆಹರ್ ಬಾಯಿ ಕೇವಲ 18 ವರ್ಷದವರಾಗಿದ್ದಾಗ ಅವರ ಮದುವೆಯನ್ನು ಘನೀಕರಿಸಲಾಯಿತು.

ಕುಟುಂಬ ವ್ಯವಹಾರದಲ್ಲಿದ್ದಾಗ, ಸರ್ ದೊರಾಬ್ಜಿ ತಮ್ಮ ತಂದೆಯ ದೂರದೃಷ್ಟಿಯನ್ನು ಸಾಕಾರಗೊಳಿಸಲು ಕೆಲಸ ಮಾಡಿದರು. ಅವರು ಯಾವಾಗಲೂ ತಮ್ಮ ತಂದೆಯ ಕನಸುಗಳಿಗೆ ಜೀವ ನೀಡಲು ಬಯಸಿದ್ದರು. ಅವರ ಸೋದರಸಂಬಂಧಿ ಆರ್ .ಡಿ. ಟಾಟಾ ಅವರ ಸಹಾಯದಿಂದ, ಅವರ ತಂದೆ ಪ್ರಾರಂಭಿಸಿದ ಯೋಜನೆಯನ್ನು ಕಾರ್ಯರೂಪಕ್ಕೆ ತರುವಲ್ಲಿ ಅವರು ನಿಕಟವಾಗಿ ತೊಡಗಿಸಿಕೊಂಡರು. ಹೀಗೆ ಆಧುನಿಕ ಕಬ್ಬಿಣ ಮತ್ತು ಉಕ್ಕಿನ ಉದ್ಯಮವನ್ನು ರಚಿಸುವ ಸಾಹಸ ಪ್ರಾರಂಭವಾಯಿತು ಮತ್ತು ಇದರ ಫಲಿತಾಂಶ, ಟಾಟಾ ಸ್ಟೀಲ್.

ಹೊಸ ಸವಾಲುಗಳು ಮತ್ತು ತೊಂದರೆಗಳು ಯಾವಾಗಲೂ ದೊರಬ್ಜಿಗೆ ಸ್ಫೂರ್ತಿಯ ಮೂಲವಾಗಿರುತಿತ್ತು.

ತನ್ನ ಚೈತನ್ಯವನ್ನು ಹೆಚ್ಚಿಸಿಕೊಂಡು, ಕೈಗಾರಿಕೆಗಳಿಗೆ ಜಲವಿದ್ಯುತ್ ಒದಗಿಸುವ ಜವಾಬ್ದಾರಿಯನ್ನು ಅವರು ತಮ್ಮ ಹೆಗಲ ಮೇಲೆ ಹೊತ್ತುಕೊಂಡರು. ಮತ್ತು ಶೀಘ್ರದಲ್ಲೇ ಅವರು 'ಟಾಟಾ ಪವರ್' ಸ್ಥಾಪನೆಗೆ ಮನ್ನಣೆ ಪಡೆದರು. ಅವರು ಸ್ಥಾಪಿಸಿದ ಎರಡು ಪ್ರಮುಖ ಕಂಪನಿಗಳು 'ಟಾಟಾ ಸ್ಟೀಲ್' ಮತ್ತು 'ಟಾಟಾ ಪವರ್' ಇಂದು ಟಾಟಾ ಗ್ರೂಪ್ ಕೈಗಾರಿಕೆಗಳ ಅವಿಭಾಜ್ಯ ಅಂಗವಾಗಿದೆ.

ದೊರಾಬ್ಜಿ ಯಾವಾಗಲೂ ತಮ್ಮ ತಂಡದ ಪ್ರತಿಯೊಬ್ಬ ಸದಸ್ಯರ ಹಿಂದೆ ಪ್ರೇರೇಪಿಸುವ ಶಕ್ತಿಯಾಗಿದ್ದರು. ಇತರರೊಂದಿಗೆ, ಅವರೂ ಸಹ ಅವರು ನಿರ್ವಹಿಸುವ ಯೋಜನೆಯ ಪ್ರತಿಯೊಂದು ಅಂಶಗಳಲ್ಲಿ ತೀವ್ರವಾಗಿ ತೊಡಗಿಸಿಕೊಳ್ಳುತ್ತಾರೆ. ಕಬ್ಬಿಣದ ಹುಡುಕಾಟದಲ್ಲಿ ಖನಿಜ ಕ್ಷೇತ್ರಗಳಿಗೆ ಪ್ರಯಾಣಿಸಿದ ಸಂಶೋಧಕರು ಮತ್ತು ವಿಜ್ಞಾನಿಗಳೊಂದಿಗೆ ಅವರು ಪ್ರತಿ ವಿವರದಲ್ಲೂ ಅವರ ಉತ್ಸಾಹ ಮತ್ತು ಆಸಕ್ತಿಯು ತುಂಬಾ ತೀವ್ರವಾಗಿತ್ತು. ಕ್ಷೇತ್ರದ ಪ್ರತಿಯೊಂದು ಭಾಗವನ್ನು ಸಮೀಕ್ಷೆ ಮಾಡಲು ಅವರು ಸಂಶೋಧಕರನ್ನು ಪ್ರೋತ್ಸಾಹಿಸಿದರು ಮತ್ತು ಯಾವುದೇ ಭಾಗವನ್ನು ಗಮನಿಸದೆ ಬಿಡದಂತೆ ನೋಡಿಕೊಂಡರು.

ದೊರಬ್ಜಿ ಟಾಟಾ ಅವರ ನಾಯಕತ್ವದಲ್ಲಿ, ಟಾಟಾ ಗ್ರೂಪ್ ಅಪಾರ ವಿಸ್ತರಣೆಯನ್ನು ಅನುಭವಿಸಿತು. ಕೇವಲ ಮೂರು ಹತ್ತಿ ಗಿರಣಿಗಳು ಮತ್ತು ತಾಜ್ ಹೋಟೆಲ್ ಬಾಂಬೆಯಿಂದ, ಸಂಸ್ಥೆಯು ತನ್ನ ರೆಕ್ಕೆಗಳನ್ನು ವೇಗವಾಗಿ ಹರಡಿತು ಮತ್ತು ಶೀಘ್ರದಲ್ಲೇ ಅತಿದೊಡ್ಡ ಖಾಸಗಿ ವಲಯದ ಉಕ್ಕಿನ ಕಂಪನಿಯಾಗಿ ಬೆಳೆಯಿತು. ಅವರ ನಿರ್ವಹಣೆಯಡಿಯಲ್ಲಿ ಮಾಡಿದ ಕೆಲವು ಸೇರ್ಪಡೆಗಳಲ್ಲಿ ಇಂಟಿಗ್ರೇಟೆಡ್ ಸ್ಟೀಲ್ ಪ್ಲಾಂಟ್, ಮೂರು ಜಲವಿದ್ಯುತ್ ಶಕ್ತಿ ಕಂಪನಿಗಳು, ದೊಡ್ಡ ಖಾದ್ಯ ತೈಲ ಮತ್ತು ಸೋಪ್ ಕಂಪನಿ, ಎರಡು ಸಿಮೆಂಟ್ ಕಂಪನಿಗಳು ಮತ್ತು ಜೆ ಆರ್ ಡಿ ಟಾಟಾ ಪ್ರವರ್ತಿಸಿದ ವಾಯುಯಾನ ಘಟಕ ಸೇರಿವೆ. ದೊರಾಬ್ಜಿ ಬೆಂಗಳೂರಿನ ಇಂಡಿಯನ್ ಇನ್ಸ್ಟಿಟ್ಯೂಟ್ ಆಫ್ ಸೈನ್ಸ್ ಸ್ಥಾಪನೆಯನ್ನು ಸಹ ಸಾಕಾರಗೊಳಿಸಿದರು, ಇದು ಭಾರತದಲ್ಲಿ ಪ್ರವರ್ತಕ ವೈಜ್ಞಾನಿಕ ಸಂಶೋಧನಾ ಕೇಂದ್ರವಾಯಿತು.

ದೊರಾಬ್ಜಿ ಕ್ರೀಡೆಗಳ ಬಗ್ಗೆ ನಿರಂತರ ಪ್ರೀತಿಯನ್ನು ಹೊಂದಿದ್ದರು. ಅವರು ಭಾರತದಲ್ಲಿ ಅಥ್ಲೆಟಿಕ್ ಪ್ರತಿಭೆಯನ್ನು ಹೆಚ್ಚಿಸಲು ಕ್ರಮಗಳನ್ನು ಕೈಗೊಂಡರು ಮತ್ತು ರಾಷ್ಟ್ರವನ್ನು 'ಒಲಿಂಪಿಕ್ ಆಂದೋಲನ' ಕ್ಕೆ ಪರಿಚಯಿಸಲು ಪ್ರಾರಂಭಿಸಿದರು. ಭಾರತೀಯ ಒಲಿಂಪಿಕ್ ಅಸೋಸಿಯೇಷನ್ನ ಅಧ್ಯಕ್ಷ ಸ್ಥಾನವನ್ನು ಅಲಂಕರಿಸಿದ

ಅವರು, 1924ರಲ್ಲಿ ಪ್ಯಾರಿಸ್ ಒಲಿಂಪಿಯಾಡ್ ಗೆ ಭಾರತೀಯ ತಂಡಕ್ಕೆ ಹಣಕಾಸು ನೆರವು ನೀಡಿದರು. ಅವರು ಅಂತರರಾಷ್ಟ್ರೀಯ ಒಲಿಂಪಿಕ್ ಸಮಿತಿಯ ಸದಸ್ಯರೂ ಆಗಿದ್ದರು.

1931ರಲ್ಲಿ ಲ್ಯುಕೇಮಿಯಾದಿಂದ ನಿಧನರಾದ ಅವರ ಪತ್ನಿ ಮೆಹರ್ ಬಾಯಿ *ಟಾಟಾ ಅವರ ನೆನಪಿಗಾಗಿ ದೊರಾಬ್ಜಿ ಟಾಟಾ ಅವರು 'ಲೇಡಿ ಟಾಟಾ ಮೆಮೋರಿಯಲ್ ಟ್ರಸ್ಟ್'* ಅನ್ನು ಸ್ಥಾಪಿಸಿದರು. ರಕ್ತಕ್ಕೆ ಸಂಬಂಧಿಸಿದ ವಿವಿಧ ಕಾಯಿಲೆಗಳಿಗೆ ಅಧ್ಯಯನವನ್ನು ಮುನ್ನಡೆಸುವ ಸಲುವಾಗಿ ಟ್ರಸ್ಟ್ ಅನ್ನು ಸ್ಥಾಪಿಸಲಾಯಿತು. 1932 ರಲ್ಲಿ, ಅವರು ಟ್ರಸ್ಟ್ ಫಂಡ್ ಅನ್ನು ಸ್ಥಾಪಿಸಿದರು, ಇದನ್ನು ಸಂಶೋಧನೆಯ ಪ್ರಗತಿಗಾಗಿ, ವಿಪತ್ತು ಪರಿಹಾರ ಮತ್ತು ಇತರ ಮಾನವೀಯ ಉದ್ದೇಶಗಳಿಗಾಗಿ ಬಳಸಬೇಕಾಗಿತ್ತು. ಈ ಟ್ರಸ್ಟ್ ಅನ್ನು *'ಸರ್ ದೊರಬ್ಜಿ ಟಾಟಾ ಟ್ರಸ್ಟ್' ಎಂದು ಕರೆಯಲಾಯಿತು.*

ಸರ್ ದೊರಾಬ್ಜಿ ತನ್ನ ಎಲ್ಲಾ ಆಸ್ತಿ ಮತ್ತು ಸಂಪತ್ತನ್ನು ಈ ಟ್ರಸ್ಟ್ನಲ್ಲಿ ಹೂಡಿಕೆ ಮಾಡಿದ್ದಾರೆ ಎಂದು ನಂಬಲಾಗಿದೆ. ಶಿಕ್ಷಣ ಕ್ಷೇತ್ರದಲ್ಲಿ ಅವರು ನೀಡಿದ ಗಣನೀಯ ಕೊಡುಗೆ ಅವರ ಇತರ ಕಾರ್ಯಗಳಲ್ಲಿ ಗಮನಾರ್ಹವಾಗಿದೆ. ಸ್ಕೂಲ್ ಆಫ್ ಎಂಜಿನಿಯರಿಂಗ್ ನಲ್ಲಿ ಪ್ರಯೋಗಾಲಯ ಸಲಕರಣೆಗಳನ್ನು ಸ್ಥಾಪಿಸಲು ಮತ್ತು ಪುಣೆಯ *'ಭಂಡಾರ್ಕರ್ ಓರಿಯಂಟಲ್ ರಿಸರ್ಚ್ ಇನ್ಸ್ಟಿಟ್ಯೂಟ್'* ನಲ್ಲಿ ಸಂಸ್ಕೃತ ಅಧ್ಯಯನಕ್ಕಾಗಿ ಕುರ್ಚಿ ಸ್ಥಾಪಿಸಲು ಅವರು ಕೇಂಬ್ರಿಡ್ಜ್ ವಿಶ್ವವಿದ್ಯಾಲಯಕ್ಕೆ ಗಣನೀಯ ಪ್ರಮಾಣದ ಹಣವನ್ನು ದೇಣಿಗೆ ನೀಡಿದರು. ದೊರಾಬ್ಜಿ ಅವರು ತಮ್ಮ ಅನೇಕ ವರ್ಣಚಿತ್ರಗಳು ಮತ್ತು ಕಲಾಕೃತಿಗಳನ್ನು ಬಾಂಬೆಯ ಪ್ರಿನ್ಸ್ ಆಫ್ ವೇಲ್ಸ್ ವಸ್ತುಸಂಗ್ರಹಾಲಯಕ್ಕೆ ಪ್ರಸ್ತುತಪಡಿಸಿದ್ದಾರೆ.

ಟಾಟಾ ಸಾಮ್ರಾಜ್ಯದ ಪ್ರಗತಿ ಮತ್ತು ಯೋಗಕ್ಷೇಮಕ್ಕೆ ನೀಡಿದ ಅಪಾರ ಕೊಡುಗೆಗೆ ಹೆಸರುವಾಸಿಯಾದ ದಂತಕಥೆ ಸರ್ ದೊರಬ್ಜಿ ಟಾಟಾ ಅವರು 1932 ರ ಜೂನ್ 3 ರಂದು ಜರ್ಮನಿಯ ಬ್ಯಾಡ್ ಕಿಸ್ಸಿಂಗನ್ ನಲ್ಲಿ ಕೊನೆಯುಸಿರೆಳೆದರು. ಆತನನ್ನು ಇಂಗ್ಲೆಂಡ್ ನ ಬ್ರೂಕ್ ವುಡ್ ಸ್ಮಶಾನದಲ್ಲಿ ತನ್ನ ಹೆಂಡತಿಯೊಂದಿಗೆ ಸಮಾಧಿ ಮಾಡಲಾಗಿದೆ.

❐

5

# ಲೇಡಿ ಮೆಹರ್ ಬಾಯಿ ಟಾಟಾ

ಲೇಡಿ ಮೆಹರ್ ಬಾಯಿ ಟಾಟಾ ಭಾರತದಲ್ಲಿ ಮಹಿಳಾ ಚಳವಳಿಯ ಪ್ರವರ್ತಕರಲ್ಲಿ ಪ್ರಮುಖ ಮತ್ತು ವಿಶಿಷ್ಟ ಸ್ಥಾನವನ್ನು ಹೊಂದಿದ್ದಾರೆ.

ಅವರು ಅಕ್ಟೋಬರ್ 10, 1879 ರಂದು ಬಾಂಬೆಯಲ್ಲಿ ಜನಿಸಿದರು. *ಟೈಮ್ಸ್ ಆಫ್ ಇಂಡಿಯಾದ* ಮಾಜಿ ಸಂಪಾದಕರಾದ ಸ್ಟಾನ್ಲಿ ರೀಡ್ ಅವರ ಮಾತಿನಲ್ಲಿ, "ಮೆಹರ್ ಬಾಯಿ ಮಧ್ಯಮ ಎತ್ತರದವರಾಗಿದ್ದರು. ವರ್ಣಚಿತ್ರಕಾರನು ನಮಗೆ ಹೇಳುವ ಮಸುಕಾದ ಬಣ್ಣದ ಲೈವ್ ಚರ್ಮದ ಮೂಲಕ ಆ ಫ್ಲಶ್ ನೊಂದಿಗೆ ನಿಯಮಿತ ವೈಶಿಷ್ಟ್ಯ, ಸ್ಪಷ್ಟವಾದ ಕತ್ತರಿಸಿದ ಮತ್ತು ಸ್ಪಷ್ಟವಾದ ದೃಷ್ಟಿಯೊಂದಿಗೆ ಪರಿಪೂರ್ಣ ಮೈಬಣ್ಣ, ಬಾಂಬೆ ಸಮಾಜದ ಮಹಾನ್ ಕೂಟದಲ್ಲೂ ಅವರು ಅತ್ಯಂತ ಗಮನಾರ್ಹ ವ್ಯಕ್ತಿಯಾಗಿದ್ದರು. ಅವಳು ಮಿದುಳುಗಳನ್ನು ಹೊಂದಿದ್ದಳು, ಕಲಿತಳು ಮತ್ತು ಸಾಧಿಸಿದಳು. ಅವಳು ಎಲ್ಲಾ ಹೊರಾಂಗಣ ಆಟಗಳಿಗೆ ಮೀಸಲಾಗಿದ್ದಳು. ಒಬ್ಬ ಪ್ರತಿಭಾವಂತ ಟೆನಿಸ್ ಆಟಗಾರ್ತಿ, ಅವರು ಎಲ್ಲಾ ರೀತಿಯ ವ್ಯಾಯಾಮಗಳಲ್ಲಿ ಸಮಾನವಾಗಿ ಮನೆಯಲ್ಲಿಯೇ ಇದ್ದರು."

1890ರಲ್ಲಿ ಸಂಶೋಧನಾ ಸಂಸ್ಥೆಯನ್ನು ಸ್ಥಾಪಿಸುವ ಯೋಜನೆಯಲ್ಲಿ ಸಹಾಯ ಮಾಡಲು ಮೈಸೂರಿನ ದಿವಾನ್ ಸರ್ ಶೇಷಾದ್ರಿ ಅಯ್ಯರ್ ಅವರ ಆಹ್ವಾನದ ಮೇರೆಗೆ ಜಮ್ಷೆಡ್ಜಿ ಟಾಟಾ ಅವರು ಬೆಂಗಳೂರಿಗೆ ತೆರಳಿದರು. ಈ ಭೇಟಿಗಳಲ್ಲಿ ಒಂದರಲ್ಲಿ ಅವರು ಭಾಭಾ ಕುಟುಂಬದೊಂದಿಗೆ ನಿಕಟ ಸಂಪರ್ಕಕ್ಕೆ ಬಂದರು. ಆಗ ಎಚ್ .ಜೆ .ಭಾಭಾ ಅವರು ಮೈಸೂರು ರಾಜ್ಯದ ಶಿಕ್ಷಣ ಮಹಾನಿರ್ದೇಶಕರಾಗಿದ್ದರು. ಮೆಹರ್ ಬಾಯಿ ಭಾಭಾ ಅವರನ್ನು ತಮ್ಮ ಸೊಸೆಯಾಗಿ ಆಯ್ಕೆ ಮಾಡುವಲ್ಲಿ ಜಮ್ಷೆಡ್ಜಿ ಕೈಜೋಡಿಸಿದ್ದಾರೆ ಎಂದು ತೋರುತ್ತದೆ.

ಸುಂದರವಾದ ಮೆಹೆರ್ಬಾಯಿ ಫೆಬ್ರವರಿ 14, 1898 ರಂದು ಸಂಸ್ಥಾಪಕ ಜಮ್ಷೆಡ್ಜಿ ಟಾಟಾ ಅವರ ಹಿರಿಯ ಮಗ ದೊರಬ್ಜಿ ಟಾಟಾ ಅವರನ್ನು ವಿವಾಹವಾದರು.

ಅವರು ಹಲವಾರು ಟೆನಿಸ್ ಪಂದ್ಯಾವಳಿಗಳಲ್ಲಿ ಆಡಿದರು ಮತ್ತು ಅರವತ್ತಕ್ಕೂ ಹೆಚ್ಚು ಬಹುಮಾನಗಳನ್ನು ಗೆದ್ದರು. ಅವರು ಡೋರಾಬ್ಜಿಯವರ ಕ್ರೀಡೆಯ ಪ್ರೀತಿಯನ್ನು ಹಂಚಿಕೊಂಡರು ಮತ್ತು ವೆಸ್ಟರ್ನ್ ಇಂಡಿಯಾ ಟೆನಿಸ್ ಟೂರ್ನಮೆಂಟ್ ನಲ್ಲಿ ಟ್ರಿಪಲ್ ಕ್ರೌನ್ ಗೆದ್ದರು. ಒಟ್ಟಾಗಿ ಅವರು ಅಖಿಲ ಭಾರತ ಚಾಂಪಿಯನ್ ಶಿಪ್ ಗಳಲ್ಲಿ ಅನೇಕ ಯಶಸ್ಸನ್ನು ಗಳಿಸಿದರು. ಲೇಡಿ ಟಾಟಾ ಯಾವಾಗಲೂ ಧರಿಸುತ್ತಾರೆ, ವಿದೇಶಿ ವರದಿಗಳ ಪ್ರಕಾರ,

'ಈಸ್ಟರ್ನ್ ಡ್ರೆಸ್' – 'ಸೀರೆ' - ಕೋರ್ಟ್‌ಗಳಲ್ಲಿ ಗೆಲುವಿನ ಆಟವಾಡುವ ಉಡುಪುಗಳಲ್ಲಿ ಇದು ಸುಲಭವಲ್ಲ! ಅವರು ಉತ್ತಮ ಸವಾರರಾಗಿದ್ದರು ಮತ್ತು ತಮ್ಮದೇ ಆದ ಮೋಟಾರು ಕಾರನ್ನು ಚಲಾಯಿಸುತ್ತಿದ್ದರು.

ಅಂತಹ ಸಂದರ್ಭಗಳಲ್ಲಿ ಅನೇಕ ಮಹಿಳೆಯರು ಶ್ರೇಷ್ಠ ಸಮಾಜದ ಮಹಿಳೆಯಾಗಲು ತೃಪ್ತಿ ಹೊಂದಿದ್ದರು. ಆದರೆ ಲೇಡಿ ಟಾಟಾ ವಿಭಿನ್ನ ಸಂಗತಿಗಳಿಂದ ಕೂಡಿದ್ದರು. ತನ್ನ ಭಾರತೀಯ ಸಹೋದರಿಯರ ಶಿಕ್ಷಣ ಮತ್ತು ಯೋಗಕ್ಷೇಮವನ್ನು ಉತ್ತೇಜಿಸಲು ತನ್ನ ಅವಕಾಶಗಳನ್ನು ಬಳಸಿಕೊಳ್ಳುವಂತೆ ಅವಳು ಯಾವಾಗಲೂ ಒತ್ತಾಯಿಸುತ್ತಿದ್ದಳು. ಅವರು ಸಂಸ್ಥಾಪಕರಲ್ಲಿ ಒಬ್ಬರಾಗಿದ್ದರು, ಮೊದಲು ಬಾಂಬೆ ಪ್ರೆಸಿಡೆನ್ಸಿ ವುಮೆನ್ಸ್ ಕೌನ್ಸಿಲ್ ಮತ್ತು ನಂತರ ನ್ಯಾಷನಲ್ ಕೌನ್ಸಿಲ್ ಆಫ್ ವುಮೆನ್. ಬಾಲ್ಯ ವಿವಾಹವನ್ನು ನಿಷೇಧಿಸಲು ವಿನ್ಯಾಸಗೊಳಿಸಲಾದ ಶಾರದಾ ಕಾಯ್ದೆಯ ಕುರಿತು ಆಕೆಯನ್ನು ಸಮಾಲೋಚಿಸಲಾಯಿತು. *ಪರ್ದಾ ವ್ಯವಸ್ಥೆ ಮತ್ತು ಅಸ್ಪೃಶ್ಯತೆಯ ಅಭ್ಯಾಸದ ವಿರುದ್ಧ* ಮಹಿಳೆಯರಿಗೆ ಉನ್ನತ ಶಿಕ್ಷಣಕ್ಕಾಗಿ ಅವರು ಪ್ರಚಾರ ನಡೆಸಿದರು.

ಮಹಿಳಾ ಶಿಕ್ಷಣಕ್ಕೆ ಸಂಬಂಧಿಸಿದಂತೆ, ಅವರು ತಮ್ಮ ಪತಿ ಸರ್ ದೊರಾಬ್ಜಿ ಟಾಟಾ ಅವರಿಂದ ಸಂಪೂರ್ಣ ಬೆಂಬಲವನ್ನು ಪಡೆದರು. ಅವರು ಸ್ಥಳೀಯ ಶಾಲೆಯನ್ನು ಮಾದರಿ ಶಾಲೆಯಾಗಿ ಅಭಿವೃದ್ಧಿಪಡಿಸುವ ಉದ್ದೇಶದಿಂದ ಅದನ್ನು ಸ್ವಾಧೀನಪಡಿಸಿಕೊಳ್ಳಲು ಪ್ರೋತ್ಸಾಹಿಸಿದರು. ಭಾರತದಲ್ಲಿ ಬಾಲಕಿಯರ ಶಿಕ್ಷಣದ ಸಂಪೂರ್ಣ ಕ್ಷೇತ್ರವನ್ನು ಸಮೀಕ್ಷೆ ಮಾಡಲು ಅವರು ಇಂಗ್ಲೆಂಡ್ ನಿಂದ ತಜ್ಞರನ್ನು ಕರೆತಂದರು. ಈ ಸಮೀಕ್ಷೆಯು ಒಂದು ವರ್ಷ ತೆಗೆದುಕೊಂಡಿತು ಮತ್ತು ಅದು ರೂಪುಗೊಂಡ ಪುಸ್ತಕವು ಅನೇಕ ವರ್ಷಗಳಿಂದ ವೈಟ್ ಹಾಲ್ ನಲ್ಲಿರುವ ಶಿಕ್ಷಣ ಮಂಡಳಿಯು ಬಾಲಕಿಯರ ಉನ್ನತ ಶಿಕ್ಷಣವನ್ನು ಪಡೆಯಲು ಭಾರತಕ್ಕೆ ತೆರಳುವ ಎಲ್ಲಾ ಮಹಿಳಾ ಇನ್ಸ್ ಪೆಕ್ಟರ್ ಗಳು ಅಥವಾ ಶಿಕ್ಷಕರ ಕೈಯಲ್ಲಿ ಇರಿಸಿತು.

ಅಮೇರಿಕಾದ ಬ್ಯಾಟಲ್ ಕ್ರೀಕ್ ಕಾಲೇಜಿನಲ್ಲಿ ಅವರ ಭಾಷಣವು ಒಟ್ಟಾರೆಯಾಗಿ ಭಾರತೀಯ ಪರಿಸ್ಥಿತಿಯ ಬಗ್ಗೆ ಅವರ ಮೊದಲ ಪರಿಗಣನೆಯಾಗಿದೆ. ಅವರು ತಮ್ಮ ಅಮೇರಿಕನ್ ಪ್ರೇಕ್ಷಕರಿಗೆ ಇತಿಹಾಸ, ಕಲೆ, ಧರ್ಮಗಳು

ಮತ್ತು ಭಾರತದ ಜನಾಂಗಗಳು, ಭಾರತೀಯ ರಾಜ್ಯಗಳು ಮತ್ತು ಅವರ ಆಡಳಿತಗಾರರ ಬಗ್ಗೆ ಅತ್ಯುತ್ತಮ ಪಕ್ಷಿ ನೋಟವನ್ನು ನೀಡಿದರು ಮತ್ತು ಮಹಿಳೆಯರ ಸ್ಥಿತಿ, ಅವರ ಅಜ್ಞಾನ ಮತ್ತು ಅವರ ಅಭಿವೃದ್ಧಿಯ ಹಾದಿಯಲ್ಲಿ ನಿಂತಿರುವ ಪದ್ಧತಿಗಳ ಬಗ್ಗೆ ಸ್ಪರ್ಶಿಸಿದರು.

ಯುದ್ಧದ ಸಮಯದಲ್ಲಿ ಕೊಡುಗೆಗಳನ್ನು ಸಂಗ್ರಹಿಸುವಲ್ಲಿ ಮೆಹರ್ ಬಾಯಿ ಬಹಳ ಸಕ್ರಿಯವಾಗಿ ಭಾಗವಹಿಸಿದರು. ಅವರು ಇಂಡಿಯನ್ ರೆಡ್ ಕ್ರಾಸ್ ಸೊಸೈಟಿಯ ಸಕ್ರಿಯ ಸದಸ್ಯರಾಗಿದ್ದರು, ಅವರು ಉದಾರವಾಗಿ ಸಹಾಯ ಮಾಡಿದರು.1919 ರಲ್ಲಿ, ಅವರು ಬ್ರಿಟಿಷ್ ಸಾಮ್ರಾಜ್ಯದ ಕಮಾಂಡರ್ ಆಗಿ ರಚಿಸಲ್ಪಟ್ಟಾಗ ಯುದ್ಧದ ಪ್ರಯತ್ನಗಳು ಮತ್ತು ಮಹಿಳೆಯರಿಗೆ ಅವರ ಸೇವೆಗಳನ್ನು ಗುರುತಿಸಲಾಯಿತು ಮತ್ತು ಅದನ್ನು ಕಿಂಗ್ ಜಾರ್ಜ್ v ರ ಕೈಯಲ್ಲಿ ಸ್ವೀಕರಿಸಿದರು.

ಲೇಡಿ ಟಾಟಾ ಜೂನ್ 18, 1931 ರಂದು ನಿಧನರಾದರು. ಏಪ್ರಿಲ್ 1932 ರಲ್ಲಿ, ಅವರ ಪತ್ನಿಯ ಸ್ಮಾರಕವಾಗಿ, ಲೇಡಿ ಟಾಟಾ ಮೆಮೋರಿಯಲ್ ಟ್ರಸ್ಟ್ ಅನ್ನು ಲ್ಯುಕೇಮಿಯಾ ಕುರಿತು ಸಂಶೋಧನೆಗಾಗಿ ಸ್ಥಾಪಿಸಲಾಯಿತು. ನೈರ್ಮಲ್ಯ, ಆರೋಗ್ಯ ಮತ್ತು ಸಾಮಾಜಿಕ ಕಲ್ಯಾಣದಲ್ಲಿ ಮಹಿಳೆಯರ ತರಬೇತಿಗಾಗಿ ಭಾಗಶಃ ಸಾರ್ವಜನಿಕ ದೇಣಿಗೆಗಳಿಂದ ಲೇಡಿ ಮೆಹರ್ ಬಾಯಿ ಡಿ. ಟಾಟಾ ಎಜುಕೇಶನ್ ಟ್ರಸ್ಟ್ ಎಂಬ ಸಣ್ಣ ಟ್ರಸ್ಟ್ ಅನ್ನು ಸಹ ಸ್ಥಾಪಿಸಲಾಯಿತು.

❏

# 6

# ರತನ್ಜಿ ದಾದಾಭಾಯ್ ಟಾಟಾ

ರತನ್ ಜಿ ದಾದಾಭಾಯ್ ಟಾಟಾ (ಆರ್ .ಡಿ.) ಅವರು 1856 ರಲ್ಲಿ ನವಸರಿಯಲ್ಲಿ ಜನಿಸಿದರು, ಅಲ್ಲಿ ಅವರು ಆರಂಭಿಕ ತರಬೇತಿ ಮತ್ತು ಶಿಕ್ಷಣವನ್ನು ಪಡೆದರು. ಅವರು ಎಲ್ಫಿನ್ಸ್ ಟೋನ್ ಕಾಲೇಜಿನಲ್ಲಿ ಉನ್ನತ ಶಿಕ್ಷಣವನ್ನು ಪಡೆದರು ಮತ್ತು ನಂತರ ಮದ್ರಾಸ್ ನಲ್ಲಿ ಕೃಷಿ ಅಧ್ಯಯನ ಮಾಡಿದರು. ಜಮ್ಶೆಡ್ಜಿ ಅವರ ಎರಡನೇ ಪುತ್ರ ರತನ್ ಟಾಟಾ ಅವರಿಂದ ತನ್ನನ್ನು ಪ್ರತ್ಯೇಕಿಸಿಕೊಳ್ಳುವ ಸಲುವಾಗಿ ಅವರು ಸದಾ ತಮ್ಮ ಸ್ನೇಹಿತರಲ್ಲಿ 'ಆರ್.ಡಿ.' ಎಂದು ಪರಿಚಿತರಾಗಿದ್ದರು.

ತಮ್ಮ ಶಿಕ್ಷಣವನ್ನು ಪೂರ್ಣಗೊಳಿಸಿದ ನಂತರ, ಆರ್.ಡಿ. ತಮ್ಮ ತಂದೆಯ ಸಂಸ್ಥೆಯಾದ ಟಾಟಾ ಅಂಡ್ ಕಂಪನಿಯಲ್ಲಿ ತಮ್ಮ ವ್ಯವಹಾರ ವೃತ್ತಿಜೀವನವನ್ನು ಪ್ರಾರಂಭಿಸಿದರು. ಅವರು ಸಂಸ್ಥೆಗೆ ಸೇರಿದಾಗ ಅದರ ವ್ಯವಹಾರವು ಈಗಾಗಲೇ ಕುಸಿಯುತ್ತಿತ್ತು. ಅವರನ್ನು ಹಾಂಗ್ ಕಾಂಗ್ ಗೆ ಕಳುಹಿಸಲಾಯಿತು ಮತ್ತು ನಂತರ ಅದರ ವ್ಯವಸ್ಥಾಪಕರಾಗಿ ನೇಮಿಸಲಾಯಿತು.

1876 ರಲ್ಲಿ ತನ್ನ ತಂದೆಯ ಮರಣದ ನಂತರ, ಅವರು ಸಂಸ್ಥೆಯಲ್ಲಿ ಕೆಲಸ ಮಾಡುವುದನ್ನು ಮುಂದುವರೆಸಿದರು ಮತ್ತು 1883 ರಲ್ಲಿ ಅತ್ಯಂತ ಕೆಟ್ಟ ಸ್ಥಿತಿಯಲ್ಲಿರುವ ಕಂಪನಿಯ ವ್ಯವಹಾರಗಳ ಸಂಪೂರ್ಣ ಜವಾಬ್ದಾರಿಯನ್ನು ತೆಗೆದುಕೊಳ್ಳಲು ಅವರು ನಿರ್ಬಂಧವನ್ನು ಹೊಂದಿದ್ದರು. ಈ ಅವಧಿಯಲ್ಲಿಯೇ ಅವರು ಮೊದಲು ಸಂಸ್ಥೆಯ ವಿಕಾಸಗಳನ್ನು ಕೊನೆಗೊಳಿಸುವ ಮೂಲಕ ಹಣಕಾಸಿನ ಉತ್ತಮ ಸಾಮರ್ಥ್ಯವನ್ನು ಪ್ರದರ್ಶಿಸಿದರು. ಆರ್.ಡಿ. ಯ ಸಾಮರ್ಥ್ಯಗಳಿಂದ ಜಮ್ಶೆಡ್ಜಿ ಟಾಟಾ ಬಹಳ ಪ್ರಭಾವಿತರಾಗಿದ್ದರು. 1884ರಲ್ಲಿ ಅವರು ತಮ್ಮ ಈ ಯುವ ಸೋದರಸಂಬಂಧಿಯನ್ನು ತಮ್ಮ ಸಂಸ್ಥೆಯಾದ

ಎಂಪ್ರೆಸ್ ಮಿಲ್ಸ್ ಗೆ ಕರೆದೊಯ್ದರು. ನಂತರ 1887ರಲ್ಲಿ, ಹೊಸದಾಗಿ ರೂಪುಗೊಂಡ ಟಾಟಾ & ಸನ್ಸ್ ನಲ್ಲಿ ಅವರನ್ನು ಪಾಲುದಾರರನ್ನಾಗಿ ಮಾಡಿದರು.

ಆರ್.ಡಿ. ಟಾಟಾ ಅವರು ಸರ್ ಬೆಜೊಂಜಿ ದಾದಾಭಾಯ್ ಮೆಹ್ತಾ ಅವರೊಂದಿಗೆ ಎಂಪ್ರೆಸ್ ಮಿಲ್ಸ್ ನಲ್ಲಿ ಸಂಬಂಧ ಹೊಂದಿದ್ದರು. ಅವರು ಅದರ ವ್ಯವಸ್ಥಾಪಕರಾಗಿ ತಾಂತ್ರಿಕ ಭಾಗ ಮತ್ತು ನಿರ್ವಹಣೆಯನ್ನು ನೋಡಿಕೊಳ್ಳುತ್ತಿದ್ದರು. ಆರ್ .ಡಿ. ಆರ್ಥಿಕ ಭಾಗವನ್ನು ನೋಡಿಕೊಳ್ಳುತ್ತಿದ್ದರು. ಈ ಅವಧಿಯಲ್ಲಿ, ಅವರ ಸೋದರಸಂಬಂಧಿ ದೊರಬ್ಜಿ ಟಾಟಾ ಅವರೊಂದಿಗೆ ಯವತ್ಮಾಲ್ ನಲ್ಲಿ ಜಿನ್ನಿಂಗ್ ಕಾರ್ಖಾನೆಯನ್ನು ತೆರೆಯುವ ಕಾರ್ಯವನ್ನು ಅವರಿಗೆ ವಹಿಸಲಾಯಿತು. ನಂತರ ಆರ್.ಡಿ ಅವರಿಗೆ ಕೆಳಮಟ್ಟದಲ್ಲಿ ಕಾರ್ಯನಿರ್ವಹಿಸುತ್ತಿದ್ದ ಸ್ವದೇಶಿ ಮಿಲ್ ನ  ಹಣಕಾಸಿನ ಉಸ್ತುವಾರಿ ನೀಡಲಾಯಿತು. ಅವರು ಜಮ್ಸೆಡ್ಜಿಯ ಮಾರ್ಗದರ್ಶನದಲ್ಲಿ ದೊರಬ್ಜಿಯೊಂದಿಗೆ ಅದನ್ನು ಯಶಸ್ವಿಯಾಗಿ ಮುನ್ನಡೆಸಿದರು.

ನುಸ್ಸೆರ್ವಾಂಜಿ ಸ್ಥಾಪಿಸಿದ ಟಾಟಾ ಅಂಡ್ ಕಂಪನಿಯ ವ್ಯವಹಾರವು ಟಾಟಾ ಅಂಡ್ ಸನ್ಸ್ ನಿಂದ ಭಿನ್ನವಾಗಿತ್ತು ಮತ್ತು ಜಮ್ಸೆಡ್ಜಿ ಸಂಸ್ಥೆಗೆ ಯಾವುದೇ ಸಂಬಂಧವಿರಲಿಲ್ಲ. ಅವರು ಪೂರ್ವ ಶಾಖೆಯ ನಿಯಂತ್ರಣವನ್ನು ತಮ್ಮ ಸೋದರಸಂಬಂಧಿಗೆ ಹಸ್ತಾಂತರಿಸಿದರು. ಆರ್.ಡಿ. ಟಾಟಾ ಕೆಲವು ವರ್ಷಗಳ ಕಾಲ ಹಾಂಗ್ ಕಾಂಗ್ ಗೆ ತೆರಳಿದರು. ಅಲ್ಲಿ ಅವರು ಶಾಂಘೈ ಮತ್ತು ಕೋಬ್ ನಲ್ಲಿ ಅಕ್ಕಿ ಮತ್ತು ರೇಷ್ಮೆಯೊಂದಿಗೆ ಶಾಖೆಗಳನ್ನು ನಿರ್ಮಿಸಿದರು. ಅವರ ಮಾಸ್ಟರ್ಸ್ ನಿಯಂತ್ರಣದಲ್ಲಿ ವ್ಯವಹಾರವು ಎಷ್ಟು ಚೆನ್ನಾಗಿ ಬೆಳೆಯಿತು ಎಂದರೆ, ನ್ಯೂಯಾರ್ಕ್ ನಲ್ಲಿ ಶಾಖೆಯನ್ನು ತೆರೆಯುವಲ್ಲಿ ಮತ್ತು ನಂತರ ಪ್ಯಾರಿಸ್ ನಲ್ಲಿ ಮುಖ್ಯವಾಗಿ ಮುತ್ತುಗಳು ಮತ್ತು ರೇಷ್ಮೆ ವ್ಯಾಪಾರದಲ್ಲಿ ಅವರು ಸಮರ್ಥನೆ ಪಡೆದರು. ಪ್ಯಾರಿಸ್ ನಲ್ಲಿಯೇ ಅವರು ಸುಝೇನ್ ಬ್ರಿಯೆರ್ ಅವರೊಂದಿಗೆ ಪ್ರೀತಿಯಲ್ಲಿ ಸಿಲುಕಿದರು ಮತ್ತು 1902ರಲ್ಲಿ ಅವರನ್ನು ವಿವಾಹವಾದರು.

ಜಮ್ಸೆಡ್ಜಿ ಅವರ ಮರಣದ ನಂತರ, 1907ರಲ್ಲಿ ಅಸ್ತಿತ್ವದಲ್ಲಿರುವ ಪಾಲುದಾರರಾದ ಸರ್ ಡೋರಬ್, ಸರ್ ರತನ್ ಮತ್ತು ಆರ್ .ಡಿ. ಟಾಟಾ ಅವರೊಂದಿಗೆ ಸಂಸ್ಥೆಯ ಹೆಸರನ್ನು ಟಾಟಾ & ಸನ್ಸ್  ನಿಂದ ಟಾಟಾ ಸನ್ಸ್ ಮತ್ತು ಕಂಪನಿ ಎಂದು ಬದಲಾಯಿಸಲಾಯಿತು. ಹಾಂಗ್ ಕಾಂಗ್ ನಲ್ಲಿ ಕಾರ್ಯನಿರ್ವಹಿಸುತ್ತಿದ್ದ ಟಾಟಾ & ಕಂಪನಿ ಎಂಬ ಮತ್ತೊಂದು ಟಾಟಾ ಉದ್ಯಮವನ್ನು ಟಾಟಾ ಸನ್ಸ್ & ಕಂಪನಿಯೊಂದಿಗೆ ವಿಲೀನಗೊಳಿಸಲಾಯಿತು.

ಆರ್.ಡಿ. ಟಾಟಾ ಅವರು ಬಾಂಬೆಯ ಪ್ರಧಾನ ಕಚೇರಿಯಲ್ಲಿ ಹೆಚ್ಚಿನ ಸಮಯವನ್ನು ವಿನಿಯೋಗಿಸುವ ಮೂಲಕ ಕಂಪನಿಯ ವ್ಯಾಪಾರ ಮತ್ತು ಆರ್ಥಿಕ ಭಾಗವನ್ನು ನೋಡಿಕೊಳ್ಳುತ್ತಿದ್ದರು. ಜಮ್ಷೆಡ್ಜಿ ಅವರ ಕನಸಿನ ಯೋಜನೆಗಳು, ಐರನ್ ಮತ್ತು ಸ್ಟೀಲ್ ಕಂಪನಿ, ಹೈಡ್ರೋ-ಎಲೆಕ್ಟ್ರಿಕ್ ಕಂಪನಿ ಮತ್ತು ಇಂಡಿಯನ್ ಇನ್ ಸ್ಟಿಟ್ಯೂಟ್ ಆಫ್ ಸೈನ್ಸ್ ಅನ್ನು ಸಾಕಾರಗೊಳಿಸುವಲ್ಲಿ ಪ್ರಮುಖ ಪಾತ್ರ ವಹಿಸಿದ್ದರು.

ಸರ್ ರತನ್ ಟಾಟಾ ಅವರ ನಿಧನದ ನಂತರ, ವಿಶೇಷವಾಗಿ ಯುದ್ಧದ ಸಮಯದಲ್ಲಿ ಸಂಸ್ಥೆಯು ತನ್ನ ಅತ್ಯಂತ ಕಷ್ಟದ ಅವಧಿಯನ್ನು ಎದುರಿಸುತ್ತಿದ್ದಾಗ ಅವರು ಸಂಸ್ಥೆಯ ಪ್ರಮುಖ ವಿಭಾಗಗಳ ಉಸ್ತುವಾರಿ ವಹಿಸಿಕೊಂಡರು. ಕಳೆದ ಐದು ವರ್ಷಗಳಲ್ಲಿ ವಿಶ್ವದ ಯುದ್ಧಾನಂತರದ ಮರು ಹೊಂದಾಣಿಕೆಯ ಅತ್ಯಂತ ನಿರ್ಣಾಯಕ ಆರ್ಥಿಕ ಹಂತಗಳ ಮೂಲಕ ಹೌಸ್ ಆಫ್ ಟಾಟಾವನ್ನು ಮುನ್ನಡೆಸುವಲ್ಲಿ ಅವರ ಶ್ರೇಷ್ಠತೆಯು ಅವರನ್ನು ಅತ್ಯುನ್ನತರ ಮುಂಚೂಣಿಯಲ್ಲಿರಿಸಿತು. ಅಂದಿನ ಕೈಗಾರಿಕೋದ್ಯಮಿಗಳು ಅವರ ಪ್ರಬುದ್ಧ ಅನುಭವ ಮತ್ತು ಪ್ರವೀಣ ಮಾರ್ಗದರ್ಶನವು ಈ ತೊಂದರೆಗೊಳಗಾದ ವರ್ಷಗಳಲ್ಲಿ ಅವರನ್ನು ಕಂಡಿತು.

ಗಂಭೀರ ಆರ್ಥಿಕ ಹೋರಾಟಗಳ ನಡುವೆಯೂ ಅವರು ಕಲ್ಯಾಣ ಕ್ರಮಗಳು ಮತ್ತು ಮಾನವೀಯತೆಯ ದೃಷ್ಟಿಯನ್ನು ಎಂದಿಗೂ ಕಳೆದುಕೊಳ್ಳಲಿಲ್ಲ. ಬಿಕ್ಕಟ್ಟಿನ ಸಮಯದಲ್ಲಿ ಈ ತತ್ವಗಳನ್ನು ಪಾಲಿಸುವುದು ಅವರ ವ್ಯಕ್ತಿತ್ವದ ಬಗ್ಗೆ ಸಾಕಷ್ಟು ಹೇಳುತ್ತದೆ.

ಆರ್ .ಡಿ. ಟಾಟಾ ಅವರು ಸ್ವಲ್ಪ ಸಮಯದವರೆಗೆ ಇಂಪೀರಿಯಲ್ ಲೆಜಿಸ್ಲೇಟಿವ್ ಕೌನ್ಸಿಲ್ ನ ಸದಸ್ಯರಾಗಿದ್ದರು ಮತ್ತು ನಂತರ ಅವರ ಅವಿರತ ಶಕ್ತಿ ಮತ್ತು ಪರಿಶ್ರಮದ ಮೂಲಕ ಅವರು ಕಬ್ಬಿಣ ಮತ್ತು ಉಕ್ಕಿನ ಉದ್ಯಮಕ್ಕೆ ನೀಡಲಾದ ರಕ್ಷಣೆಯನ್ನು ಪಡೆದುಕೊಳ್ಳಲು ಸಾಧ್ಯವಾಯಿತು. ಅವರು 1890 ರಲ್ಲಿ ಜಪಾನ್ ಗೆ ಭೇಟಿ ನೀಡಿದಾಗಿನಿಂದ ಅವರೊಂದಿಗಿನ ಒಡನಾಟವು ಇಂಡೋ-ಜಪಾನೀಸ್ ವ್ಯಾಪಾರ ಸಂಬಂಧಗಳ ಅಭಿವೃದ್ಧಿಗೆ ಸಹಾಯ ಮಾಡಿತು. ಅವರ ಸಾವಿಗೆ ಸ್ವಲ್ಪ ಮುಂಚೆಯೇ ಜಪಾನ್ ಚಕ್ರವರ್ತಿಯು ಅವರಿಗೆ *ಥರ್ಡ್ ಆರ್ಡರ್ ಆಫ್ ದಿ ರೈಸಿಂಗ್ ಸನ್* ನ ಹೆಚ್ಚಿನ ವ್ಯತ್ಯಾಸವನ್ನು ನೀಡಿದರು, ಇದು ಭಾರತದಲ್ಲಿ ಕೆಸಿಐಇ ಅಥವಾ ಸಿಐಇಗೆ ಹೋಲುತ್ತದೆ.

ಆರ್ .ಡಿ. ಟಾಟಾ ಅವರು ಆಗಸ್ಟ್ 26, 1926 ರಂದು ಹಾರ್ಡೆಲೋಟ್ ನಲ್ಲಿ ನಿಧನರಾದರು.

❐

7

# ಸರ್ ರತನ್ ಟಾಟಾ

ಹೌಸ್ ಆಫ್ ಟಾಟಾ ಸಂಸ್ಥಾಪಕರಾದ ಜಮ್ಸೆಟ್ಜಿ ಟಾಟಾ ಅವರ ಎರಡನೇ ಪುತ್ರ ರತನ್ ಅವರು ಜನವರಿ 20, 1871 ರಂದು ಜನಿಸಿದರು. ಅವರು ತಮ್ಮ ಸಹೋದರ ದೊರಾಬ್ ಗಿಂತ 12 ವರ್ಷ ಚಿಕ್ಕವರಾಗಿದ್ದರು. ಅವರು ಸೇಂಟ್ ಕ್ಸೇವಿಯರ್ ಕಾಲೇಜಿನಲ್ಲಿ ಬಾಂಬೆಯಲ್ಲಿ ಶಿಕ್ಷಣ ಪಡೆದರು. 1892ರಲ್ಲಿ ಅವರು ನವಜ್  ಬಾಯಿ ಸೆಟ್ಟನ್ನು ವಿವಾಹವಾದರು. ದಂಪತಿಗೆ ಮಕ್ಕಳಿರಲಿಲ್ಲ.

ಮದುವೆಯ ನಂತರ, ದಂಪತಿಗಳು ರತನ್ ಅವರ ಹೆತ್ತವರೊಂದಿಗೆ ಎಸ್ಪ್ಲನೇಡ್ ಹೌಸ್ ನಲ್ಲಿ ಉಳಿದುಕೊಂಡರು. ಜಮ್ಶೆಡ್ಜಿ ಸಾವನ್ನಪ್ಪಿದ ಒಂದು ವರ್ಷದ ನಂತರ, ರತನ್ ಮೆರೈನ್ ಲೈನ್ಸ್ ನಲ್ಲಿರುವ ಬೈಟ್ ಲ್ಯಾಂಡ್ಸ್ ಗೆ ಸ್ಥಳಾಂತರಗೊಂಡರು. 1912 ರ ಸುಮಾರಿಗೆ, ಅವರು ಎಸ್ಪ್ಲನೇಡ್ ಹೌಸ್ ಗೆ ಹತ್ತಿರವಿರುವ ವಾಡ್ಬಿ ರಸ್ತೆಯಲ್ಲಿ ಅರಮನೆಯಂಥ ಮನೆಯನ್ನು ನಿರ್ಮಿಸಲು ಯೋಜನೆಗಳನ್ನು ರೂಪಿಸಿದರು. ಟಾಟಾ ಹೌಸ್ 1915ರಲ್ಲಿ ಸಿದ್ಧವಾಗಿತ್ತು. ವೈದ್ಯಕೀಯ ಚಿಕಿತ್ಸೆಗಾಗಿ ಇಂಗ್ಲೆಂಡ್ ಗೆ ತೆರಳುವ ಮೊದಲು ಅವರು ಕೆಲವು ತಿಂಗಳುಗಳ ಕಾಲ ಮಾತ್ರ ಅಲ್ಲಿ ವಾಸಿಸಬಹುದಾಗಿತ್ತು.

ರತನ್ ತೀವ್ರವಾದ ಸಾಮಾಜಿಕ ಜೀವನವನ್ನು ನಡೆಸಿದರು. ಅವರು ಪ್ರಯಾಣವನ್ನು ಇಷ್ಟಪಡುತ್ತಿದ್ದರು ಮತ್ತು ಅವರ ಜೀವನದ ನಂತರದ ಭಾಗದಲ್ಲಿ ಅವರು ಪ್ರತಿವರ್ಷ ಇಂಗ್ಲೆಂಡ್ ನಲ್ಲಿ ಕಳೆದರು. ಲಂಡನ್  ನ ಕಾರ್ಲ್ಟನ್ ಕ್ಲಬ್ ನ ಸದಸ್ಯರಾಗಿ ಅವರು ಇಂಗ್ಲೆಂಡ್ ನ ಉನ್ನತ ಸಮಾಜದ ಗೌರವಾನ್ವಿತ ಸದಸ್ಯರಾಗಿದ್ದರು. 1906ರಲ್ಲಿ, ಅವರು

ಲಂಡನ್ನಿಂದ ಡ್ಯೂಸ್ ಡಿ ಆರ್ಲಿಯನ್ಸ್ ನಿಂದ 11 ಮೈಲಿ ದೂರದಲ್ಲಿರುವ ಟ್ವಿಕೆನ್ ಹ್ಯಾಮ್ ನಲ್ಲಿರುವ ಯಾರ್ಕ್ ಹೌಸ್ ಅನ್ನು £ 16,000 ಕ್ಕೆ ಖರೀದಿಸಿದರು ಮತ್ತು ಅದರ ಸುತ್ತಲಿನ 12 ಎಕರೆ ಪ್ರದೇಶವನ್ನು ಭೂದೃಶ್ಯ ಉದ್ಯಾನವನ್ನಾಗಿ ಪರಿವರ್ತಿಸಲು ಮತ್ತೊಂದು £ 20,000 ಖರ್ಚು ಮಾಡಿದರು. ಅವರು 1896ರಲ್ಲಿ ಟಾಟಾ ಆಂಡ್ ಸನ್ಸ್ ಸಂಸ್ಥೆಯಲ್ಲಿ ಪಾಲುದಾರರಾಗಿ ಸೇರಿಕೊಂಡರು.

1904ರಲ್ಲಿ ತನ್ನ ತಂದೆಯ ಮರಣದ ನಂತರ, ಟಾಟಾ ಮತ್ತು ಸನ್ಸ್ ಏಜೆಂಟರಾಗಿದ್ದ ಪ್ಯಾರಿಸ್ ನ ಎಲ್ ಯೂನಿಯನ್ ಫೈರ್ ಇನ್ಶುರೆನ್ಸ್ ಕಂಪನಿಯ ವ್ಯವಹಾರಗಳನ್ನು ರತನ್ ನೋಡಿಕೊಳ್ಳುತ್ತಿದ್ದರು. ಭಾರತದಲ್ಲಿ ಅವರು ಕೋಬ್, ಶಾಂಘೈ, ಪ್ಯಾರಿಸ್, ನ್ಯೂಯಾರ್ಕ್ ಮತ್ತು ರಂಗೂನ್ ನಲ್ಲಿ ಹತ್ತಿ, ನೂಲು, ರೇಷ್ಮೆ, ಮುತ್ತುಗಳು ಮತ್ತು ಅಕ್ಕಿ ವ್ಯಾಪಾರದಲ್ಲಿ ಶಾಖೆಗಳನ್ನು ಹೊಂದಿದ್ದ ಟಾಟಾ & ಕಂ ಸಂಸ್ಥೆಯ ಉಸ್ತುವಾರಿ ವಹಿಸಿಕೊಂಡಿದ್ದರು.

ಟಾಟಾ ಅಂಡ್ ಸನ್ಸ್ ನ ವ್ಯವಹಾರದ ವಿಷಯಗಳಲ್ಲಿ ಅದು ಉಕ್ಕಿನ ಕಂಪನಿ ಅಥವಾ ಜಲ ಕಂಪನಿಗಳ ಪ್ರಚಾರವಾಗಲಿ ಅಥವಾ ದಿನನಿತ್ಯದ ವಿಷಯವಾಗಲಿ, ರತನ್ ಸಂಬಂಧ ಹೊಂದಿದ್ದರೂ, ಅವರ ಹಿರಿಯ ಸಹೋದರರೇ ಹೆಚ್ಚಿನ ಜವಾಬ್ದಾರಿಯನ್ನು ಹೊತ್ತುಕೊಂಡಿದ್ದರು. ಅವರ ತಂದೆ ಜೀವಂತವಾಗಿದ್ದಾಗ, ಮಹೀಮ್ ಮತ್ತು ಬಾಂದ್ರಾ ಅವರ ಸುಧಾರಣೆ ಮತ್ತು ಅಭಿವೃದ್ಧಿಯಲ್ಲಿ ರತನ್ ತೀವ್ರ ಆಸಕ್ತಿಯನ್ನು ಹೊಂದಿದ್ದರು. 1909-10ರಲ್ಲಿ ರತನ್ ಪಶ್ಚಿಮದಲ್ಲಿ ಚೌಪತಿಯಿಂದ ಕೊಲಾಬಾ ಸ್ಯಾನಿಟೋರಿಯಂವರೆಗೆ ಬಾಂಬೆಯ ಪೂರ್ವತೀರವನ್ನು ಪುನಃಸ್ಥಾಪಿಸುವ ಯೋಜನೆಯನ್ನು ರೂಪಿಸಿದರು.

ಏತನ್ಮಧ್ಯೆ, ಅಮೇರಿಕನ್ ತಜ್ಞರು ನೀಡಿದ ಅಂದಾಜುಗಳನ್ನು ರತನ್ ಮೂಲಕ ತಿಳಿದುಕೊಂಡ *ಬಾಂಬೆ ಕ್ರಾನಿಕಲ್*‌ನ ಹಾರ್ನಿಮನ್, ಉದ್ದೇಶಪೂರ್ವಕವಾಗಿ ಚೇತರಿಕೆಯ ವೆಚ್ಚದ ಬಗ್ಗೆ ಕಡಿಮೆ ಅಂದಾಜು ನೀಡುವ ಮೂಲಕ ಸಾರ್ವಜನಿಕರನ್ನು ದಾರಿತಪ್ಪಿಸಿದ್ದಕ್ಕಾಗಿ ಸರ್ಕಾರದ ವಿರುದ್ಧ ಅಭಿಯಾನವನ್ನು ಪ್ರಾರಂಭಿಸಿದರು. ಸರ್ಕಾರವು ಸಾರ್ವಜನಿಕ ಟೀಕೆಗಳನ್ನು ನಿರ್ಲಕ್ಷಿಸಲು ಸಾಧ್ಯವಾಗಲಿಲ್ಲ ಮತ್ತು ಈ ವಿಷಯವನ್ನು ಪರಿಶೀಲಿಸಲು ಫಿರೋಜೆಶಾ ಮೆಹ್ತಾ ನೇತೃತ್ವದಲ್ಲಿ ಸಮಿತಿಯನ್ನು ನೇಮಿಸಿತು. ವರದಿಯನ್ನು ಸ್ವೀಕರಿಸಿದ ನಂತರ, ಸರ್ಕಾರವು ಪ್ರಸ್ತಾವನೆಯನ್ನು ಸ್ಥಗಿತಗೊಳಿಸಿತು. ನಂತರ 1916-17ರಲ್ಲಿ, ಬ್ಯಾಕ್ ಬೇ ರಿಕ್ಲಮೇಶನ್ ಸಿಂಡಿಕೇಟ್ (Backbay Reclamation Syndicate) ಅನ್ನು ರೂಪಿಸುವಲ್ಲಿ ರತನ್ ಉಪಕ್ರಮ ಕೈಗೊಂಡರು. ಆದಾಗ್ಯೂ, ಇಲಾಖಾವಾರು ಸುಧಾರಣಾ ಕಾರ್ಯವನ್ನು ಕೈಗೊಳ್ಳಲು ಸರ್ಕಾರ ನಿರ್ಧರಿಸಿದ್ದರಿಂದ ಸಿಂಡಿಕೇಟ್ ಅನ್ನು ವಿಸರ್ಜಿಸಬೇಕಾಯಿತು.

ರತನ್ ಅವರು ಸಾಮಾಜಿಕ ಪ್ರಜ್ಞೆಯ ತೀವ್ರ ಪ್ರಜ್ಞೆಯನ್ನು ಹೊಂದಿದ್ದರು. ಮಹಾತ್ಮ ಗಾಂಧಿಯವರ ನೇತೃತ್ವದಲ್ಲಿ ದಕ್ಷಿಣ ಆಫ್ರಿಕಾದಲ್ಲಿ ಭಾರತೀಯರ ಹೋರಾಟದ ಮಹತ್ವವನ್ನು ಅವರು ಅರಿತುಕೊಂಡರು ಮತ್ತು ನೈತಿಕವಾಗಿ ಮತ್ತು ಭೌತಿಕವಾಗಿ ಅದನ್ನು ಬೆಂಬಲಿಸಿದರು. ಅವರು ಮಹಾತ್ಮ ಗಾಂಧಿಯವರಿಗೆ ರೂ.125,000 ಗಳನ್ನು ದಕ್ಷಿಣ ಆಫ್ರಿಕಾದಲ್ಲಿ ಭಾರತೀಯರು ನಡೆಸುತ್ತಿದ್ದ ಉದಾತ್ತ ಹೋರಾಟವನ್ನು ಬೆಂಬಲಿಸಲು ಐದು ಸಮಾನ ಕಂತುಗಳಲ್ಲಿ ರವಾನಿಸಿದರು. ಗೋಖಲೆ ಮತ್ತು ಅವರ ಸರ್ವೆಂಟ್ಸ್ ಆಫ್ ಇಂಡಿಯಾ ಸೊಸೈಟಿ ಮಾಡುತ್ತಿದ್ದ ಅತ್ಯುತ್ತಮ ರಾಷ್ಟ್ರೀಯ ಕಾರ್ಯಗಳ ಬಗ್ಗೆಯೂ ರತನ್ ಆಕರ್ಷಿತರಾಗಿದ್ದರು. ಹಲವಾರು ವರ್ಷಗಳಲ್ಲಿ ಅವರು ಉದಾರ ದೇಣಿಗೆಗಳನ್ನು ನೀಡಿದರು, ಒಟ್ಟುಗೂಡಿಸಿದ್ದು ರೂ.110,000 ವರೆಗೆ ಆ ಸೊಸೈಟಿಗೆ ನೀಡಲಾಗಿದೆ.

ಐಷಾರಾಮಿಯಾಗಿ ಹುಟ್ಟಿ ಬೆಳೆದಿದ್ದರೂ, ರತನ್ ಅವರು ಭಾರತದಲ್ಲಿನ ಸಂಪೂರ್ಣ ಬಡತನ ಮತ್ತು ನಿರ್ಗತಿಕತೆ ಮತ್ತು ಅವುಗಳನ್ನು ಸುಧಾರಿಸುವ ವಿಧಾನಗಳ ಬಗ್ಗೆ ತುಂಬಾ ಕಾಳಜಿ ಹೊಂದಿದ್ದರು. ಪ್ರಯೋಗಾರ್ಥಿಗೆ ವೈಜ್ಞಾನಿಕ ಅಧ್ಯಯನದ ಅಗತ್ಯವಿದೆ ಎಂದು ಅವರು ಭಾವಿಸಿದರು. 1912 ರಲ್ಲಿ, ಅವರು ಲಂಡನ್ ವಿಶ್ವವಿದ್ಯಾನಿಲಯಕ್ಕೆ ಕುರ್ಚಿ ಸ್ಥಾಪಿಸಲು, ನಿರ್ಗತಿಕತೆ ಮತ್ತು ಬಡತನದ ಕಾರಣಗಳ ತನಿಖೆ ಮತ್ತು ಸಂಶೋಧನೆಗಾಗಿ ಮತ್ತು ಅವರ ಪರಿಹಾರದ ಬಗ್ಗೆ ಸಲಹೆಗಳನ್ನು ನೀಡಲು ಹಣಕಾಸಿನ ಸಹಾಯವನ್ನು ನೀಡಿದರು. ಪ್ರಾಂಶುಪಾಲರಾದ ಸರ್ ವಿಲಿಯಂ ಮಿಯರ್ಸ್ ಅವರು ಪ್ರೊಫೆಸರ್ ಎಲ್.ಟಿ.ಹೊಬ್ ಹೌಸ್ ಮತ್ತು ಪ್ರೊಫೆಸರ್ ಉರ್ವಿಕ್ ಅವರೊಂದಿಗೆ ಸೇರಿ ಒಂದು ಯೋಜನೆಯನ್ನು ಸಿದ್ಧಪಡಿಸಿದರು. ಇದನ್ನು ರತನ್ ಅನುಮೋದಿಸಿದರು ಮತ್ತು 1913ರಲ್ಲಿ ಒಂದು ಕುರ್ಚಿ ಸ್ಥಾಪಿಸಲಾಯಿತು. ಪ್ರತಿಷ್ಠಾನದ ವೆಚ್ಚಗಳಿಗಾಗಿ ಮೂರು ವರ್ಷಗಳವರೆಗೆ ವರ್ಷಕ್ಕೆ £ 1,400 ಪಾವತಿಸಲು ರತನ್ ಒಪ್ಪಿಕೊಂಡರು. ಮೊದಲನೆಯ ಮಹಾಯುದ್ಧದ ಸಮಯದಲ್ಲಿ, ಪ್ರತಿಷ್ಠಾನದ ಉಸ್ತುವಾರಿ ನಿರ್ದೇಶಕರು ಸೈನ್ಯಕ್ಕೆ ಸೇರಿಕೊಳ್ಳಬೇಕಾಯಿತು ಮತ್ತು ಇತರ ಕಾರ್ಮಿಕರನ್ನು ಸಹ ಯುದ್ಧದ ಕೆಲಸದಲ್ಲಿ ನೇಮಿಸಲಾಯಿತು. ಆದ್ದರಿಂದ, ಲಂಡನ್ ವಿಶ್ವವಿದ್ಯಾಲಯ ಮತ್ತು ಲಂಡನ್ ಸ್ಕೂಲ್ ಆಫ್ ಎಕನಾಮಿಕ್ಸ್ ನಿಂದ ಸಮಾನ ಸಂಖ್ಯೆಯಲ್ಲಿ ನಾಮನಿರ್ದೇಶನಗೊಳ್ಳಲು 12 ಸದಸ್ಯರ ನಿರ್ವಹಣಾ ಸಮಿತಿಯೊಂದಿಗೆ ಕುರ್ಚಿಯನ್ನು ಲಂಡನ್ ಸ್ಕೂಲ್ ಆಫ್ ಎಕನಾಮಿಕ್ಸ್ ಗೆ ವರ್ಗಾಯಿಸಬೇಕೆಂದು ಲಂಡನ್ ವಿಶ್ವವಿದ್ಯಾಲಯವು ಸೂಚಿಸಿತು. 1916ರಿಂದ £1,400 ಅನುದಾನವನ್ನು ಇನ್ನೂ 5 ವರ್ಷಗಳವರೆಗೆ ವಿಸ್ತರಿಸಲಾಯಿತು. ರತನ್ ಅವರ ಮರಣದ ನಂತರವೂ ಅವರ ಟ್ರಸ್ಟಿಗಳು 1931 ರವರೆಗೆ ಪಾವತಿಯನ್ನು ಮುಂದುವರೆಸಿದರು. ಒಟ್ಟಾರೆಯಾಗಿ, 1912ರಿಂದ 19 ವರ್ಷಗಳಲ್ಲಿ £ 26,600 ಮೊತ್ತವನ್ನು ಪಾವತಿಸಲಾಗಿದೆ.

ರತನ್ ಟಾಟಾ ಫೌಂಡೇಶನ್ ನ ಆರ್ಥಿಕ ಬೆಂಬಲದೊಂದಿಗೆ ವಿವಿಧ ವಹಿವಾಟುಗಳಲ್ಲಿ ಕಾರ್ಮಿಕರ ಪರಿಸ್ಥಿತಿಗಳ ಕುರಿತು ಹಲವಾರು ವಿದ್ವಾಂಸರು ಸಂಶೋಧನೆ ನಡೆಸಿದರು ಮತ್ತು ಅವರ ಸಂಶೋಧನೆಗಳನ್ನು 12 ಕಿರುಪುಸ್ತಕಗಳಲ್ಲಿ ಪ್ರಕಟಿಸಲಾಯಿತು. 1931ರಲ್ಲಿ ಅನುದಾನವನ್ನು ನಿಲ್ಲಿಸಿದ ನಂತರವೂ ಪ್ರತಿಷ್ಠಾನವು ಸಂಶೋಧನೆಯನ್ನು ಮುಂದುವರೆಸಿತು. ಫೌಂಡೇಶನ್ ನ ಮೊದಲ ವರ್ಷದಲ್ಲಿ,

ಇಬ್ಬರು ಅಭ್ಯರ್ಥಿಗಳನ್ನು ಸಿಬ್ಬಂದಿ ಹುದ್ದೆಗೆ ಸಂದರ್ಶಿಸಲಾಯಿತು ಎಂಬುದು ಕುತೂಹಲಕಾರಿಯಾಗಿದೆ. ತಿರಸ್ಕರಿಸಲ್ಪಟ್ಟ ಅರ್ಜಿದಾರರು ನಂತರ ಬೊಕ್ಕಸದ ಕುಲಪತಿಯಾದರು ಮತ್ತು ಹುದ್ದೆಗೆ ಆಯ್ಕೆಯಾದ ಅರ್ಜಿದಾರರು ಪ್ರಧಾನಿಯಾದರು. ಅವರು ಕ್ರಮವಾಗಿ ಹಗ್ ಡಾಲ್ಟನ್ ಮತ್ತು ಕ್ಲೆಮೆಂಟ್ ಅಟ್ಲೀ. 1912 ರಲ್ಲಿ, ರತನ್ ಟಾಟಾ ಅವರು ಲಂಡನ್ ಸ್ಕೂಲ್ ಆಫ್ ಎಕನಾಮಿಕ್ಸ್ ನಲ್ಲಿ ಸಾಮಾಜಿಕ ವಿಜ್ಞಾನಗಳ ವಿಭಾಗವನ್ನು ಸ್ಥಾಪಿಸಲು ಹಣಕಾಸಿನ ಸಹಾಯವನ್ನೂ ನೀಡಿದರು. 1919ರಲ್ಲಿ ಲಂಡನ್ ಸ್ಕೂಲ್ ಆಫ್ ಎಕನಾಮಿಕ್ಸ್ ಈ ಇಲಾಖೆಯ ಸಂಪೂರ್ಣ ಜವಾಬ್ದಾರಿಯನ್ನು ವಹಿಸಿಕೊಳ್ಳುವವರೆಗೆ ಹೊಸ ವಿಭಾಗವನ್ನು ರತನ್ ಟಾಟಾ ಡಿಪಾರ್ಟ್ಮೆಂಟ್ ಆಫ್ ಸೋಶಿಯಲ್ ಸೈನ್ಸಸ್ ಎಂದು ಕರೆಯಲಾಗುತ್ತಿತ್ತು.

ಭಾರತದ ಭೂತಕಾಲದಿಂದಲೂ ರತನ್ ಆಕರ್ಷಿತರಾಗಿದ್ದರು. 1912ರಲ್ಲಿ ಅವರು ಬಿಹಾರ ಮತ್ತು ಒರಿಸ್ಸಾ ರಾಜ್ಯಗಳಲ್ಲಿ ಪುರಾತತ್ತ್ವ ಶಾಸ್ತ್ರದ ದಂಡಯಾತ್ರೆಗೆ ಹಣಕಾಸು ಒದಗಿಸಲು ಮುಂದಾದರು. ಅದರಂತೆ, ಡಾ. ಎ .ಬಿ. ಸ್ಪೂನರ್ ಅವರ ಮೇಲ್ವಿಚಾರಣೆಯಲ್ಲಿ ಪಾಟಲಿಪುತ್ರದಲ್ಲಿ ಸಮಗ್ರ ಉತ್ಖನನಗಳನ್ನು ನಡೆಸಲಾಯಿತು. 1913 ಮತ್ತು 1917 ರ ನಡುವೆ, ರತನ್ ರೂ.75,000 ಗಳನ್ನು ಈ ಕೆಲಸಕ್ಕೆ ಪಾವತಿಸಿದರು. ಅಲ್ಲದೆ ನಾಣ್ಯಗಳು, ಫಲಕಗಳು ಮತ್ತು ಮ್ಯೂಸಿಯಂ ಮೌಲ್ಯದ ಟೆರಾಕೋಟಾ ಹೊರತುಪಡಿಸಿ, ಅಶೋಕ ಅರಮನೆಯ 100 ಅಂಕಣ ಮೌರ್ಯ ಸಿಂಹಾಸನದ ಕೋಣೆಯ ಸ್ಥಳ– ಪರ್ಷಿಯಾದ ಪಾರ್ಸೆಪೋಲಿಸ್ ನಲ್ಲಿ ರಾಜ ಡೇರಿಯಸ್ ಅರಮನೆಯ ಪ್ರತಿಕೃತಿ ಪತ್ತೆಯಾಯಿತು. ಈ ದಂಡಯಾತ್ರೆಯಲ್ಲಿ ಸಂಗ್ರಹಿಸಲಾದ ಕಲಾಕೃತಿಗಳನ್ನು ಪಾಟ್ನಾ ವಸ್ತುಸಂಗ್ರಹಾಲಯದಲ್ಲಿ ಪ್ರದರ್ಶಿಸಲಾಗುತ್ತದೆ.

ರತನ್ ಉದಾರರಾಗಿದ್ದರು ಮತ್ತು ಅವರಿಗೆ ಮನವಿ ಮಾಡಿದ ಯಾವುದೇ ಕಾರಣವು ಅವರಿಂದ ಗಣನೀಯ ಪ್ರಮಾಣದ ದೇಣಿಗೆಯನ್ನು ಪಡೆಯಿತು. ಪ್ರವಾಹಗಳು, ಕ್ಷಾಮಗಳು ಮತ್ತು ಭೂಕಂಪಗಳಂತಹ ನೈಸರ್ಗಿಕ ವಿಪತ್ತುಗಳಿಂದ ಉಂಟಾದ ಸಂಕಷ್ಟಗಳ ಪರಿಹಾರಕ್ಕಾಗಿ, ಸಾರ್ವಜನಿಕ ಸ್ಮಾರಕಗಳು, ಶಾಲೆಗಳು ಮತ್ತು ಆಸ್ಪತ್ರೆಗಳಿಗೆ ಅವರು ಧಾರಾಳವಾಗಿ ನೀಡಿದರು. ಅವರು ಬಾಂಬೆ ಪುರಸಭೆಯ ಕಾರ್ಯನಿರ್ವಾಹಕ ಆರೋಗ್ಯ

ಅಧಿಕಾರಿ ಡಾ. ಟರ್ನರ್ ಅವರು ಪ್ರಾರಂಭಿಸಿದ ಕಿಂಗ್ ಜಾರ್ಜ್ ವಿ ಕ್ಷಯ ವಿರೋಧಿ ಲೀಗ್ಗೆ ಹತ್ತು ವರ್ಷಗಳ ಅವಧಿಗೆ ವಾರ್ಷಿಕ 10,000 ರೂ. ಈ ದೇಣಿಗೆಯಿಂದ ಕ್ಷಯರೋಗದಿಂದ ಬಳಲುತ್ತಿರುವ ಬಡವರಿಗೆ ಚಿಕಿತ್ಸೆ ನೀಡಲು ಪ್ರಿನ್ಸೆಸ್ ಸ್ಟ್ರೀಟ್ ನಲ್ಲಿ ಕಟ್ಟಡವನ್ನು ನಿರ್ಮಿಸಲಾಯಿತು. ಯಾವುದೇ ಷರತ್ತುಗಳನ್ನು ವಿಧಿಸದೆ, ತನ್ನ ತಂದೆಯ ಉತ್ತಮ ಸ್ನೇಹಿತನಾಗಿದ್ದ ಭಾರತದಲ್ಲಿ ಅದರ ಸಂಸ್ಥಾಪಕರಾದ ಜನರಲ್ ಬೂತ್ ಅವರಿಗೆ ಸ್ಮಾರಕಕ್ಕಾಗಿ ಅವರು ಸಾಲ್ವೇಶನ್ ಆರ್ಮಿಗೆ ಒಂದು ಲಕ್ಷ ರೂಪಾಯಿಗಳನ್ನು ನೀಡಿದರು.

ಅವರ ವೈವಿಧ್ಯಮಯ ಸೇವೆಗಳಿಗಾಗಿ 1916ರಲ್ಲಿ ಅವರಿಗೆ ನೈಟ್ ಶಿಪ್ ನೀಡಲಾಯಿತು.

ಅವರು ಕಲೆಯ ಮಹಾನ್ ನಿಪುಣರಾಗಿದ್ದರು. ದೇಶ ಮತ್ತು ವಿದೇಶಗಳಲ್ಲಿ ಹಲವಾರು ವರ್ಷಗಳ ಕಾಲ ನಡೆಸಿದ ಪ್ರವಾಸಗಳಲ್ಲಿ ಅವರು ಚಿತ್ರಗಳು, ವರ್ಣಚಿತ್ರಗಳು, ಕತ್ತಿಗಳು, ಬೆಳ್ಳಿ ಸಾಮಾನುಗಳು, ಬಂದೂಕುಗಳು, ಹಸ್ತಪ್ರತಿಗಳು, ಜೇಡ್ ಗಳು, ಹೂದಾನಿ, ಕಾರ್ಪೆಟ್ ಗಳು ಇತ್ಯಾದಿ ಸಂಗ್ರಹಿಸಿದರು. ಸಂಗ್ರಹವನ್ನು ಬಾಂಬೆಯ ಪ್ರಿನ್ಸ್ ಆಫ್ ವೇಲ್ಸ್ ಮ್ಯೂಸಿಯಂಗೆ ಹಸ್ತಾಂತರಿಸಲಾಯಿತು.

ಮಾರ್ಚ್ 1916 ರಲ್ಲಿ, ರತನ್ ತಮ್ಮ ಪತ್ನಿಯೊಂದಿಗೆ ಚೀನಾ ಮತ್ತು ಜಪಾನ್ ಗೆ ಸಂಕ್ಷಿಪ್ತ ಭೇಟಿಗೆ ಹೋಗಿದ್ದರು. ಅವರು ಹಿಂದಿರುಗಿದಾಗ, ರತನ್ ಅನಾರೋಗ್ಯಕ್ಕೆ ಒಳಗಾಗಿದ್ದರು. ಅವರು ಚಿಕಿತ್ಸೆಗಾಗಿ ಇಂಗ್ಲೆಂಡ್ ಗೆ ಹೋಗಬೇಕು ಎಂಬುದು ಬಾಂಬೆಯಲ್ಲಿನ ವೈದ್ಯಕೀಯ ಅಭಿಪ್ರಾಯವಾಗಿತ್ತು. ಅದರಂತೆ, ಅವರು ತಮ್ಮ ಪತ್ನಿ ಮತ್ತು ಕಾರ್ಯದರ್ಶಿ ಪಿ.ಪಿ. ಮಿಸ್ತ್ರಿ ಅವರೊಂದಿಗೆ ಅಕ್ಟೋಬರ್ 16, 1916 ರಂದು ಎಸ್ .ಎಸ್. ಅರೇಬಿಯಾದಿಂದ ಇಂಗ್ಲೆಂಡ್ ಗೆ ತೆರಳಿದರು. ಪೋರ್ಟ್ ಸೈಡ್ ನಿಂದ ಕೇವಲ ಒಂದು ದಿನದ ಹೊರಗಡೆ ಮೆಡಿಟರೇನಿಯನ್ ನಲ್ಲಿ ಜರ್ಮನ್ನರು ಹಡಗನ್ನು ಟಾರ್ಪಿಡೊ ಮಾಡಿದ್ದರಿಂದ ಪ್ರಯಾಣವು ದುರದೃಷ್ಟಕರವೆಂದು ಸಾಬೀತಾಯಿತು. ಹಡಗು ಮುಳುಗಿಹೋಯಿತು. ಆದರೆ, ಎಲ್ಲ ಪ್ರಯಾಣಿಕರನ್ನು ರಕ್ಷಿಸಲಾಯಿತು. ಈ ಹಡಗು ದುರಂತವು ರತನ್ ಅವರ ಆರೋಗ್ಯವನ್ನು ಮತ್ತಷ್ಟು ಹದಗೆಟ್ಟಿತು. ರತನ್ ಅವರು ಸೆಪ್ಟೆಂಬರ್ 5, 1918 ರಂದು ಕಾರ್ನ್ ವಾಲ್ ನ ಸೇಂಟ್ ಇವ್ಸ್ ನಲ್ಲಿ ತಮ್ಮ ಪತ್ನಿ ನವಜ್ ಬಾಯಿಯವರನ್ನು ತೊರೆದು ನಿಧನರಾದರು. ಅವರನ್ನು ಲಂಡನ್ ಬಳಿಯ ಬ್ರೂಕ್ ವುಡ್ ಸ್ಮಶಾನದಲ್ಲಿ ಅವರ ತಂದೆಯ ಪಕ್ಕದಲ್ಲಿ ಸಮಾಧಿ ಮಾಡಲಾಯಿತು.

ರತನ್ ಟಾಟಾ ಅವರು ತಮ್ಮ ವಿಲ್ ನಲ್ಲಿ ತಮ್ಮ ಆಸ್ತಿಯ ಹೆಚ್ಚಿನ ಭಾಗವನ್ನು ದತ್ತಿ ಉದ್ದೇಶಗಳಿಗಾಗಿ ಬಿಟ್ಟಿದ್ದರು.

❐

# 8

# ಲೇಡಿ ನವಾಜ್ ಬಾಯಿ ಟಾಟಾ

ಅರ್ದೇಶಿರ್ ಮೆರ್ವಾನ್ಜಿ ಸೆಟ್ ಅವರ ಕಿರಿಯ ಪುತ್ರಿ ನವಜ್ ಬಾಯಿ 1877ರ ಸೆಪ್ಟೆಂಬರ್ 23ರಂದು ಜನಿಸಿದರು. ಅವರು ಲೋಕೋಪಕಾರಿ ಸೇಠ್ ಕುಟುಂಬಕ್ಕೆ ಸೇರಿದವರಾಗಿದ್ದರು. ಅವರು ಭಾರತಕ್ಕೆ ಆರಂಭಿಕ ಇರಾನಿನ ನಿರಾಶ್ರಿತರಲ್ಲಿ ಗೌರವಾನ್ವಿತ ವ್ಯಕ್ತಿಯಾಗಿದ್ದ ನೇರಿಯೊಸಾಂಗ್ ಧಾವಲ್ ಅವರ ವಂಶಸ್ಥರಾಗಿದ್ದರು. ತನ್ನ ಯೌವನದಲ್ಲಿ, ನವಾಜ್ ಬಾಯಿ ಕುದುರೆ ಸವಾರಿಯಲ್ಲಿ ಪ್ರವೀಣರಾಗಿದ್ದರು ಮತ್ತು ಸ್ವಲ್ಪ ಮಟ್ಟಿಗೆ ಪೋಲೋ ಆಟವಾಡಿದರು.

1890ರಲ್ಲಿ ನವಾಜ್ ಬಾಯಿ ಸರ್ ರತನ್ ಟಾಟಾ ಅವರನ್ನು ವಿವಾಹವಾದರು. ಇಂಗ್ಲೆಂಡ್ ನಲ್ಲಿ ವಾಸಿಸುತ್ತಿದ್ದ ಈ ದಂಪತಿಗಳು ಬ್ರಿಟಿಷ್ ಸಮಾಜ ಮತ್ತು ಶ್ರೀಮಂತವರ್ಗದ ಘಮತ್ತಿನಲ್ಲಿ ತೊಡಗಿಸಿಕೊಂಡರು. ಅವರು ಕಿಂಗ್ ಜಾರ್ಜ್ V ಮತ್ತು ಕ್ವೀನ್ ಮೇರಿ ಅವರ ವೈಯಕ್ತಿಕ ಸ್ನೇಹಿತರಾಗಿದ್ದರು.

ಸರ್ ರತನ್ ಮತ್ತು ಲೇಡಿ ನವಜ್ ಬಾಯಿ ಅವರು ಲಲಿತಕಲೆಯ ನಿಪುಣರಾಗಿದ್ದರು ಮತ್ತು ವಿಶ್ವದಾದ್ಯಂತ ತಮ್ಮ ಪ್ರಯಾಣದ ಮೂಲಕ ಜೇಡ್, ವರ್ಣಚಿತ್ರಗಳು ಮತ್ತು ಇತರ ಕಲಾಕೃತಿಗಳ ಅಮೂಲ್ಯ ಸಂಗ್ರಹವನ್ನು ಸ್ವಾಧೀನಪಡಿಸಿಕೊಂಡರು. ವರ್ಸೇಲ್ಸ್ ನಲ್ಲಿರುವ ಬೇಸಿಗೆ ಅರಮನೆಯ ಮಾದರಿಯಲ್ಲಿ ಬಾಂಬೆಯಲ್ಲಿ ಸರ್ ರತನ್ ನಿರ್ಮಿಸಲಿದ್ದ ಹೊಸ ಭವ್ಯ ಮನೆಯ ಗೌಪ್ಯತೆಯಲ್ಲಿ ತಮ್ಮ ಸಂಗ್ರಹವನ್ನು ಇಡುವುದು ಅವರ ಉದ್ದೇಶವಾಗಿತ್ತು.

1906ರಲ್ಲಿ ಸರ್ ರತನ್ ಟಾಟಾ ಅವರು ಟ್ವಿಕನ್ ಹ್ಯಾಮ್ ನಲ್ಲಿರುವ ಯಾರ್ಕ್ ಹೌಸ್ ಅನ್ನು ಖರೀದಿಸಿದರು. ಅವರು ತಂಗಿದ್ದಾಗ, ಉದ್ಯಾನದ ನದಿ ತೀರದ ಭಾಗದಲ್ಲಿ ಪ್ರಾಬಲ್ಯ ಹೊಂದಿರುವ ದೊಡ್ಡ ಇಟಾಲಿಯೇಟ್ ಕಾರಂಜಿ ಮತ್ತು ಪ್ರತಿಮೆಯ ಸ್ಥಾಪನೆ ಸೇರಿದಂತೆ ಮನೆ, ಅದರ ಆಧಾರಗಳಲ್ಲಿ ಹಲವಾರು ಬದಲಾವಣೆಗಳನ್ನು ಮಾಡಿದರು. ಈ ಮನೆಯನ್ನು 1924ರಲ್ಲಿ ನವಜ್ ಬಾಯಿ ಮಾರಾಟ ಮಾಡಿದರು.

41 ವರ್ಷದ ನವಜ್ ಬಾಯಿ ಎಂಬ ವಿಧವೆಯು ಸರ್ ರತನ್ ಅವರ ಎಸ್ಟೇಟ್ ನಿರ್ವಹಣೆಯನ್ನು ಎದುರಿಸಬೇಕಾಯಿತು. ಅವರು ಟಾಟಾ ಹೌಸ್ ನಲ್ಲಿ ತಮ್ಮ ಜೀವನದುದ್ದಕ್ಕೂ ಶೈಲಿ, ಸೊಬಗು ಮತ್ತು

ಘನತೆಯೊಂದಿಗೆ ವಾಸಿಸುತ್ತಿದ್ದರು.

1918ರಲ್ಲಿ ಸರ್ ರತನ್ ಅವರ ಅಕಾಲಿಕ ಮರಣದ ನಂತರ, ನವಾಜ್ ಬಾಯಿಯನ್ನು ಟಾಟಾ ಸನ್ಸ್ ಮಂಡಳಿಯಲ್ಲಿ

ನಿರ್ದೇಶಕರಾಗಿ ನೇಮಿಸಲಾಯಿತು, ಅದನ್ನು ಆಗಸ್ಟ್ 20, 1965 ಅವರ ಸಾವಿನ ಘಳಿಗೆವರೆಗೂ ನಿಭಾಯಿಸಿದರು. ಅವರು ಟಾಟಾ ಸನ್ಸ್ ಮಂಡಳಿಯಲ್ಲಿ ನಿರ್ದೇಶಕರಾಗಿದ್ದ ಮೊದಲ ಮತ್ತು ಏಕೈಕ ಮಹಿಳೆ.

ಸರ್ ರತನ್ ಟಾಟಾ ಟ್ರಸ್ಟ್ ಜಮ್ಶೆಡ್ ಪುರದ ನ್ಯಾಷನಲ್ ಮೆಟಲರ್ಜಿಕಲ್ ರಿಸರ್ಚ್ ಇನ್ಸ್ಟಿಟ್ಯೂಟ್ ಗೆ ಉದಾರವಾಗಿ ದೇಣಿಗೆ ನೀಡಿದ್ದು, ಅವರ ಪ್ರಗತಿಪರ ಮನಸ್ಸು ಮತ್ತು ಸರ್ ರತನ್ ಟಾಟಾ ಟ್ರಸ್ಟ್ ನ ಹಣವನ್ನು ರಚನಾತ್ಮಕವಾಗಿ ಬಳಸಿಕೊಳ್ಳುವ ಬಯಕೆಗೆ ಸಾಕಷ್ಟು ಪುರಾವೆಗಳನ್ನು ಒದಗಿಸುತ್ತದೆ.

1928ರಲ್ಲಿ, ಸರ್ ರತನ್ ಟಾಟಾ ಸಂಸ್ಥೆಯನ್ನು ಸ್ಥಾಪಿಸುವಲ್ಲಿ ಅವರು ಪ್ರಮುಖ ಪಾತ್ರ ವಹಿಸಿದರು. ಇದು ಡೋಸ್ ರೂಪದಲ್ಲಿ ದಾನವನ್ನು ನಿರುತ್ಸಾಹಗೊಳಿಸುವ ಮತ್ತು ಬಡ ಮತ್ತು ನಿರ್ಗತಿಕ ಮಹಿಳೆಯರಿಗೆ ತರಬೇತಿ ನೀಡುವ ಮೂಲಕ ಮತ್ತು ಅವರಿಗೆ ಉದ್ಯೋಗಾವಕಾಶಗಳನ್ನು ನೀಡುವ ಮೂಲಕ ಉದ್ಯೋಗವನ್ನು ಒದಗಿಸುವ ಉದ್ದೇಶವನ್ನು ಹೊಂದಿತ್ತು.

ಅವರ ದೃಷ್ಟಿಕೋನ, ಆಲೋಚನೆಗಳು ಮತ್ತು ಪ್ರಯೋಜನಗಳು ಜಾತಿ, ಧರ್ಮ ಅಥವಾ ಧರ್ಮವನ್ನು ಪರಿಗಣಿಸದೆ ಇದ್ದವು.

"ಹೋಮ್ ಸ್ಟೆಡ್", ಮಾಥೆರಾನ್ ನಲ್ಲಿರುವ ಅವರ ಮೇನರ್, ಸಾಮಾಜಿಕ ಕಾರ್ಯಕರ್ತರೊಬ್ಬರ ಕೋರಿಕೆಯ ಮೇರೆಗೆ, ಸ್ವಇಚ್ಛೆಯಿಂದ ಬೇರ್ಪಡಿಸಲಾಯಿತು. ಇದನ್ನು ಪರಿಹಾರದ ಮನೆಯಾಗಿ ಬಳಸಬೇಕಾಗಿ ಜೊತೆಗೆ ರೂ.3 ಲಕ್ಷ ಉಡುಗೊರೆಯೊಂದಿಗೆ.

ಜಮ್ಸೆಟ್ಜಿ ಟಾಟಾ ಅವರ ಜನ್ಮಸ್ಥಳದಲ್ಲಿ ಕುಟುಂಬದ ಮನೆಯೆಂದು ಗುರುತಿಸಲ್ಪಟ್ಟ ನವಸಾರಿಯಲ್ಲಿರುವ ಅವರ ಭವ್ಯವಾದ ಮನೆಯನ್ನು ನವಸಾರಿ ಸ್ಪೋರ್ಟ್ಸ್ ಮತ್ತು ರಿಕ್ರಿಯೇಶನ್ ಕ್ಲಬ್ ಗೆ ನೀಡಲಾಯಿತು.

ಸರ್ ರತನ್ ಟಾಟಾ ಟ್ರಸ್ಟ್ ನ ಅಧ್ಯಕ್ಷರಾಗಿ ಅವರು ಪಾರ್ಸಿ ಸಮುದಾಯದ ಸಮಸ್ಯೆಗಳನ್ನು ಅಧ್ಯಯನ ಮಾಡಲು ಮತ್ತು ವರದಿಯನ್ನು ಸಲ್ಲಿಸಲು ಕಾರ್ನೆಗೀ ಟ್ರಸ್ಟ್ ನ ಎಸ್ ಜೆ ಐ ಮಾರ್ಖಮ್ ಅವರನ್ನು ಆಹ್ವಾನಿಸಿದರು. ಈ ಕ್ರಮದ ಪರಿಣಾಮವಾಗಿ, ಪಾರ್ಸಿ ಚಾರಿಟೀಸ್ ತಮ್ಮ ಚಾರಿಟಿಗಳನ್ನು ಸ್ವಯಂ-ಬೆಂಬಲಿಸುವಂತೆ ಮಾಡಲು ತಮ್ಮನ್ನು ತಾವು ಸಂಘಟಿಸಿಕೊಂಡರು.

❐

# 9

# ನೇವಲ್ ಹಾರ್ಮುಸ್ಜಿ ಟಾಟಾ

ನೇವಲ್ ಹಾರ್ಮುಸ್ಜಿ ಟಾಟಾ ಅವರು 1904ರ ಆಗಸ್ಟ್ 30ರಂದು ಬಾಂಬೆಯಲ್ಲಿ ಮಧ್ಯಮ ವರ್ಗದ ಕುಟುಂಬದಲ್ಲಿ ಜನಿಸಿದರು.

1908ರಲ್ಲಿ ತನ್ನ ತಂದೆಯನ್ನು ಕಳೆದುಕೊಂಡಾಗ ನೇವಲ್ ಗೆ ಕೇವಲ ನಾಲ್ಕು ವರ್ಷ ವಯಸ್ಸಾಗಿತ್ತು. ನೇವಲ್ ಅವರ ತಂದೆ ಅಹಮದಾಬಾದ್ ನ ಅಡ್ವಾನ್ಸ್ ಮಿಲ್ಸ್ ನಲ್ಲಿ ಸ್ಪಿನ್ನಿಂಗ್ ಮಾಸ್ಟರ್ ಆಗಿದ್ದರು. ಈ ದುರಂತದ ಹೊಡೆತವು ಕುಟುಂಬಕ್ಕೆ, ವಿಶೇಷವಾಗಿ ಅವರ ಕೆಚ್ಚೆದೆಯ ತಾಯಿಗೆ ದುರ್ಬಲವಾಗಿತ್ತು. ಗ್ರಾಚ್ಯುಟಿ ಮತ್ತು ಪ್ರಾವಿಡೆಂಟ್ ಫಂಡ್ ಗೆ ಮುಂಚಿನ ದಿನಗಳು ಮತ್ತು ಅವಲಂಬಿತರನ್ನು ಉಳಿಸಿಕೊಳ್ಳಲು ಬೇರೆ ಯಾವುದೇ ಮೂಲಗಳಿಲ್ಲ. ಬೆಳೆಯುತ್ತಿರುವ ನಾಲ್ಕು ಪುತ್ರರನ್ನು ಬೆಂಬಲಿಸುವುದು ವಿಧವೆಗೆ ಅಗ್ನಿಪರೀಕ್ಷೆಯಾಯಿತು.

ಬಾಂಬೆಯ ಸಂಬಂಧಿಕರು ಒಟ್ಟುಗೂಡಿದರು, ನಂತರ ಕೆಲವು ತಿಂಗಳುಗಳವರೆಗೆ ಪರಿಹಾರವನ್ನು ನೀಡಿದರು, ಕೈಗಾರಿಕಾ ಉದ್ಯಮದ ಸಂಸ್ಥಾಪಕ ಜಮ್ಸೆಟ್ಜಿ ಟಾಟಾ ಜನಿಸಿದ ಪಟ್ಟಣವಾದ ನವಸಾರಿಯಲ್ಲಿರುವ ವಿನಮ್ರ ಕುಟುಂಬ ಮನೆಯಲ್ಲಿ ಆಶ್ರಯವನ್ನು ನೀಡಲಾಯಿತು.

ಕುಟುಂಬವು ಅಂತಿಮವಾಗಿ ಸೂರತ್ ನಲ್ಲಿ ನೆಲೆಸಿತು ಮತ್ತು ಸಾಧಾರಣ ಸಂಪನ್ಮೂಲಗಳನ್ನು ಕಸೂತಿ ಕೆಲಸದಿಂದ ತಾಯಿಯ ಆದಾಯದಿಂದ ಪೂರೈಸಲಾಯಿತು. ಅವಳು ಅದರಲ್ಲಿ ಉತ್ಕೃಷ್ಟಳಾಗಿದ್ದಳು ಮತ್ತು ಅವಳ ಪ್ರತಿಭೆಯನ್ನು ಉತ್ತಮವಾಗಿ ಗುರುತಿಸಲಾಯಿತು.

ಅವರ ಹೆತ್ತವರ ಸೋದರಸಂಬಂಧಿ ಸರ್ ದೊರಬ್ಜಿ ಟಾಟಾ ನಂತರ ಚಿತ್ರಣಕ್ಕೆ ಬಂದರು. ಅವರ ಸಹಾಯದಿಂದ, ನೇವಲ್ ಇಬ್ಬರು ಸಹೋದರರನ್ನು ಜೆ.ಎನ್. ಪೆಟಿಟ್ ಪಾರ್ಸಿ ಅನಾಥಾಶ್ರಮ ಪಡೆಯಿತು. ಒಂದು ವರ್ಷದ ನಂತರ, 1916ರಲ್ಲಿ, ಅವರ ಸರದಿ ಬಂದಿತು. ಈ ಹಿಂದೆ ಇಬ್ಬರು ಸಹೋದರರು ಬೋರ್ಡರ್ ಗಳು ಪಾವತಿಸುತ್ತಿದ್ದ ಕಾರಣ ಫೌಂಡೇಶನ್ ಗಳ ವಿದ್ಯಾರ್ಥಿಗಳಲ್ಲಿ ಒಬ್ಬರಾಗಿ ನೇವಲ್ ರನ್ನು ಉಚಿತವಾಗಿ ಸ್ವೀಕರಿಸಲ್ಪಟ್ಟಿತು.

ಆಹಾರ, ಬಟ್ಟೆ ಮತ್ತು ಆರೋಗ್ಯ ರಕ್ಷಣೆಗಾಗಿ ಅತ್ಯಂತ ತೆಳುವಾದ ಬಜೆಟ್ ನಲ್ಲಿ ಬೆಂಬಲಿತವಾದ 300 ಬಡ ಹುಡುಗರಿಗೆ ಇದು ಖಂಡಿತವಾಗಿಯೂ ಕಠಿಣ ಜೀವನವಾಗಿತ್ತು. ಕೈದಿಗಳಿಗೆ ಹೊರಗಿನ ಪ್ರಪಂಚವನ್ನು ನೋಡುವ ಅವಕಾಶವಿಲ್ಲದ ಕಾರಣ ಇದು ಬಹುತೇಕ ಜೈಲಿನಂತಿತ್ತು. ಮೂರು ವಾರಗಳಿಗೊಮ್ಮೆ ತಲಾ ನೂರು ಬ್ಯಾಚ್ ಗಳಲ್ಲಿ ಅವರನ್ನು ವಿಕ್ಟೋರಿಯಾ ಗಾರ್ಡನ್ಸ್ ಗೆ ಕರೆದೊಯ್ಯುವಾಗ ಹೊರಗಿನ ಅವರ ಏಕೈಕ ನೋಟವಾಗಿತ್ತು.

ಈ ಪರಿಸ್ಥಿತಿಯಿಂದಲೇ ಹುಡುಗ ಟಾಟಾ ಸಂಸ್ಥೆಯಲ್ಲಿ ಶ್ರೇಷ್ಠ ಸ್ಥಾನಕ್ಕೆ ಏರಿದರು. ಕಥೆಯು ಚುರುಕುತನ, ನಿರ್ಣಯ, ಪರಿಶ್ರಮ ಮತ್ತು ಅಪರೂಪದ ಮಾನವ ಗುಣಗಳ ಒಂದು ಸಂಕೀರ್ಣವಾಗಿದ್ದು, ಅದು ಯಶಸ್ಸನ್ನು ಉಚ್ಚರಿಸುತ್ತದೆ ಮತ್ತು ಸರಳ, ವಿಶ್ವಾಸಾರ್ಹ ಜೀವಿಯ ಜೀವನದಲ್ಲಿ ಡೇಮ್ ಫಾರ್ಚೂನ್ ನ ನಿರ್ಣಾಯಕ ಪಾತ್ರವಾಗಿದೆ.

ಜಮ್ಸೆಡ್ಜಿ ಟಾಟಾ ಅವರು ಹಿರಾಬಾಯಿಯನ್ನು ವಿವಾಹವಾದರು. ಅವರ ಸಹೋದರಿ ಕೂವರ್ ಬಾಯಿ ಅವರು ನೇವಲ್ ನ ಅಜ್ಜಿಯಾಗಿದ್ದರು. ಜಮ್ಸೆಡ್ಜಿ ಅವರ ಇಬ್ಬರು ಪುತ್ರರಾದ ದೊರಬ್ಜಿ ಮತ್ತು ರತನ್ ಅವರಿಗೆ ಉತ್ತರಾಧಿಕಾರಿ ಇರಲಿಲ್ಲ. ನವಜ್ ಬಾಯಿ (ಲೇಡಿ ರತನ್ ಟಾಟಾ) ಅವರು ನೇವಲ್ ರನ್ನು ಅನಾಥಾಶ್ರಮದಲ್ಲಿದ್ದಾಗ ದತ್ತು ಪಡೆದರು.

ದತ್ತುಕಾರ್ಯ ಅಸಾಮಾನ್ಯ ಮತ್ತು ಸ್ವಲ್ಪ ದುಃಖಕರ ಸಂದರ್ಭಗಳಲ್ಲಿ ಒದಗಿತು. 1918ರಲ್ಲಿ ಸರ್ ರತನ್ ಟಾಟಾ ಅವರು 47ನೇ ವಯಸ್ಸಿನಲ್ಲಿ ಇಂಗ್ಲೆಂಡ್ ನಲ್ಲಿ ನಿಧನರಾದರು. ಸರ್ ದೊರಬ್ (ರತನ್ ಅವರ ಸಹೋದರ) ನೇತೃತ್ವದ ಕುಟುಂಬ ಸಭೆಯಲ್ಲಿ ಉತ್ತಮ್ನಾ ಸಮಾರಂಭಕ್ಕೆ ಮಗನಿಲ್ಲದ ಕಾರಣ, ದತ್ತುಪುತ್ರನ ಅವಶ್ಯಕತೆಯಿದೆ ಎಂದು ನಿರ್ಧರಿಸಲಾಯಿತು. ನೇವಲ್ ಅವರ ತಾಯಿ ಸರ್ ರತನ್ ಅವರ ನೆಚ್ಚಿನ ಸೋದರಸಂಬಂಧಿಯಾಗಿದ್ದರು. ಆದ್ದರಿಂದ ನೇವಲ್ ರನ್ನು ದತ್ತು ನೀಡಲು ಆಯ್ಕೆ ಮಾಡಲಾಯಿತು.

ಕುಟುಂಬದ ನಿರ್ಧಾರವನ್ನು ನವಜ್ ಬಾಯಿ ಒಪ್ಪಿಕೊಂಡರು 'ಅವರು ಫೇರಿ ಗಾಡ್ ಮದರ್ ಪಾತ್ರವನ್ನು ನಿರ್ವಹಿಸಿದರು, ಇದಕ್ಕಾಗಿ ನಾನು ಅವರಿಗೆ ಎಂದೆಂದಿಗೂ ಕೃತಜ್ಞನಾಗಿರುತ್ತೇನೆ " ಎಂದು ನೇವಲ್ ಹೇಳಿದರು.

ಅವನನ್ನು ಅನಾಥಾಶ್ರಮದಿಂದ ಹಿಂತೆಗೆದುಕೊಳ್ಳಬೇಕೆಂದು ಅವಳು ಬಯಸಿದ್ದಳು, ಆದರೆ ಅಧಿಕಾರಿಗಳು ಇದನ್ನು ನಿರಾಕರಿಸಿದರು. ಅವರು ಪ್ರತಿಷ್ಠಾನದ ಪಾವತಿಸದ ವಿದ್ಯಾರ್ಥಿಯಾಗಿದ್ದರಿಂದ ನಿಯಮಗಳು ಅವರನ್ನು ಬಿಡುಗಡೆ ಮಾಡಲು ಅನುಮತಿಸಲಿಲ್ಲ. ಆದ್ದರಿಂದ, ನೌಕಾಪಡೆ ತನ್ನ ಮೆಟ್ರಿಕ್ಯುಲೇಷನ್ ಪೂರ್ಣಗೊಳ್ಳುವವರೆಗೆ ಪಾವತಿಸುವ ಬೋರ್ಡರ್ ಆಗಿ ಮುಂದುವರಿಯಬೇಕಾಯಿತು.

ನೇವಲ್ ಅವರನ್ನು ದತ್ತು ಪಡೆದಾಗ ಅವರಿಗೆ 13 ವರ್ಷ ವಯಸ್ಸಾಗಿತ್ತು. ಹುಡುಗನನ್ನು ಇದ್ದಕ್ಕಿದ್ದಂತೆ ದೇಶದ ಅತ್ಯಂತ ಶ್ರೀಮಂತ ಕುಟುಂಬಗಳಲ್ಲಿ ಒಂದಕ್ಕೆ ಏರಿಸಲಾಗಿದ್ದರೂ, ಅವರು ಎಂದಿಗೂ "ಬಡತನದ ನೋವನ್ನು ಅನುಭವಿಸಲು ನನಗೆ ಅವಕಾಶ ನೀಡಿದ್ದಕ್ಕಾಗಿ ನಾನು ದೇವರಿಗೆ ಕೃತಜ್ಞನಾಗಿದ್ದೇನೆ, ಇದು ನನ್ನ ಜೀವನದ ನಂತರದ

ವರ್ಷಗಳಲ್ಲಿ ನನ್ನ ಪಾತ್ರವನ್ನು ರೂಪಿಸಿದೆ" ಎಂದು ಅವರು ಹೇಳಿದರು.

ನೇವಲ್ ಅವರು ಅರ್ಥಶಾಸ್ತ್ರದಲ್ಲಿ ಬಾಂಬೆ ವಿಶ್ವವಿದ್ಯಾಲಯದಿಂದ ಪದವಿ ಪಡೆದರು ಮತ್ತು ಅಕೌಂಟೆನ್ಸಿಯಲ್ಲಿ ಕಿರು ಕೋರ್ಸ್ ಗಾಗಿ ಲಂಡನ್ ಗೆ ತೆರಳಿದರು. ಜೂನ್ 1, 1930 ರಂದು ಹಿಂದಿರುಗಿದ ನಂತರ, ಅವರು ಟಾಟಾ ಸಂಸ್ಥೆಯಲ್ಲಿ ಡೆಸ್ಪ್ಯಾಚ್ ಕ್ಲರ್ಕ್-ಕಮ್-ಅಸಿಸ್ಟೆಂಟ್ ಕಾರ್ಯದರ್ಶಿಯಾಗಿ ಮಾಸಿಕ ರೂ. 150.00 ಗಳೊಂದಿಗೆ ಸೇರ್ಪಡೆಯಾದರು.

ಟಾಟಾ ಸನ್ಸ್ ಲಿಮಿಟೆಡ್ ನ ಸಹಾಯಕ ಕಾರ್ಯದರ್ಶಿಯಾಗಲು ನೇವಲ್ ಅವರು ಶೀಘ್ರದಲ್ಲೇ ಮೇಲ್ದರ್ಜೆ ಪಡೆದರು. 1933ರಲ್ಲಿ ಅವರು ವಾಯುಯಾನ ಇಲಾಖೆಯ ಕಾರ್ಯದರ್ಶಿಯಾದರು ಮತ್ತು ಐದು ವರ್ಷಗಳ ನಂತರ ಅವರು ಜವಳಿ ಇಲಾಖೆಯಲ್ಲಿ ಕಾರ್ಯನಿರ್ವಾಹಕರಾಗಿ ಸೇರಿಕೊಂಡರು.

ಶೀಘ್ರದಲ್ಲೇ ಅವರು ತಮ್ಮ ಮೌಲ್ಯವನ್ನು ಸಾಬೀತುಪಡಿಸಿದರು ಮತ್ತು 1939 ರಲ್ಲಿ ಅವರು ಟಾಟಾಸ್ ನಡೆಸುತ್ತಿರುವ ಜವಳಿ ಗಿರಣಿಗಳ ಜಂಟಿ ವ್ಯವಸ್ಥಾಪಕ ನಿರ್ದೇಶಕರಾದರು. ಫೆಬ್ರವರಿ 1, 1941 ರಂದು ಅವರು ಟಾಟಾ ಸನ್ಸ್ ಲಿಮಿಟೆಡ್ ನ ನಿರ್ದೇಶಕರಾದರು. ಅವರು 1948 ರಲ್ಲಿ ಟಾಟಾ ಆಯಿಲ್ ಮಿಲ್ಸ್ ಕಂ ಲಿಮಿಟೆಡ್ ನ ವ್ಯವಸ್ಥಾಪಕ ನಿರ್ದೇಶಕರಾಗಿ ಅಧಿಕಾರ ವಹಿಸಿಕೊಂಡರು. ಅವರು ಈಗಾಗಲೇ ಹಿಂದಿನ ವರ್ಷ ಟಾಟಾ ಮಿಲ್ಸ್ ನ ಅಧ್ಯಕ್ಷರಾಗಿದ್ದರು.

ಅದರ ನಂತರ, ಟಾಟಾ ಸನ್ಸ್ ಲಿಮಿಟೆಡ್ ನ ಉಪಾಧ್ಯಕ್ಷರಾಗುವವರೆಗೆ ಅವರು ಇತರ ಜವಳಿ ಕಾರ್ಖಾನೆಗಳು ಮತ್ತು ಮೂರು ವಿದ್ಯುತ್ ಕಂಪನಿಗಳ ಅಧ್ಯಕ್ಷರಾದರು.

ಮೂರು ಟಾಟಾ ಎಲೆಕ್ಟ್ರಿಕ್ ಕಂಪನಿಗಳು, ನಾಲ್ಕು ಜವಳಿ ಕಾರ್ಖಾನೆಗಳು ಮತ್ತು ಸರ್ ರತನ್ ಟಾಟಾ ಟ್ರಸ್ಟ್ ಗಳ ನಿರ್ವಹಣೆಗೆ ಅವರು ನೇರವಾಗಿ ಜವಾಬ್ದಾರರಾಗಿದ್ದರು. ಇದಲ್ಲದೆ, ಅವರು ಗುಂಪಿನ ಹಲವಾರು ಕಂಪನಿಗಳು ಮತ್ತು ವಿವಿಧ ಟ್ರಸ್ಟ್ ಗಳ ಹಣಬರಹಗಳಿಗೆ ಮಾರ್ಗದರ್ಶನ ನೀಡಿದರು.

ಅವರು ನಿರ್ವಹಣೆಯಲ್ಲಿ ಅತ್ಯುನ್ನತ ಸ್ಥಾನಗಳನ್ನು ಅಲಂಕರಿಸಿದ್ದರು ಮತ್ತು ಅವರ ಶ್ರೇಷ್ಠ ವೃತ್ತಿಜೀವನದಲ್ಲಿ ಅವರಿಗೆ ಹಲವಾರು ಗೌರವಗಳನ್ನು ನೀಡಿದ್ದರು ಎಂಬ ಅಂಶವು ಅವರ ವಿನಮ್ರ ಆರಂಭವನ್ನು ಮರೆಯುವಂತೆ ಮಾಡಲಿಲ್ಲ. ಅವರು ಒಮ್ಮೆ ಹೀಗೆ ಹೇಳಿದರು: "ಟಾಟಾಸ್ ನೊಂದಿಗಿನ ನನ್ನ ಸುದೀರ್ಘ ಒಡನಾಟದಲ್ಲಿ ನಾನು ಏನನ್ನಾದರೂ ಮಾಡಲು ಸಾಧ್ಯವಾದರೆ, ದೇವರು ನನಗೆ ನೀಡಿದ ಅವಕಾಶ - ಅಪರೂಪ ಕಾರಣ ಮತ್ತು ಆ ದಿನದಿಂದ, ಹೇಗಾದರೂ ಅಥವಾ ಇನ್ನೊಂದು ರೀತಿಯಲ್ಲಿ, ಇದು ನನ್ನ ಜೀವನದಲ್ಲಿ ಒಂದು ಧ್ಯೇಯವಾಯಿತು".

ಕೆಲಸದ ಬಗ್ಗೆ ಹೆಚ್ಚು ಹೊರೆಯಿದ್ದರೂ, ಅವರು ತಮ್ಮ ಸಹಾಯಕರೊಂದಿಗೆ ಶಾಂತವಾದ ಉತ್ತಮ ನಡವಳಿಕೆ ಮತ್ತು ಶಿಷ್ಟಾಚಾರವನ್ನು ಉಳಿಸಿಕೊಂಡರು. ಒಮ್ಮೆ ಅವನಿಗೆ ಕೆಲವು ವಿಷಯಗಳು ತುಂಬಾ ವೇಗವಾಗಿ ಟೈಪ್ ಮಾಡಬೇಕಾಗಿತ್ತು. ಅವರು ಅದನ್ನು ತಮ್ಮ ಕಾರ್ಯದರ್ಶಿಗೆ ನೀಡಿದರು, ಅಗತ್ಯವಿರುವ ಕೆಲಸವು ತುರ್ತು ಎಂದು

ಅವರಿಗೆ ನೆನಪಿಸಿದರು ಮತ್ತು ಅದನ್ನು ಆದಷ್ಟು ಬೇಗ ಮುಗಿಸಲು ಒತ್ತಾಯಿಸಿದರು. ನಂತರ ಅವನು ತನ್ನ ಕಾರ್ಯದರ್ಶಿಯ ಮೇಜಿನ ಬಳಿಗೆ ಬಂದು ಹೀಗೆ ಹೇಳಿದನು: "ಈಗಾಗಲೇ ನಿಮ್ಮನ್ನು ಎರಡು ಬಾರಿ ತೊಂದರೆಗೊಳಿಸಿದ್ದಕ್ಕಾಗಿ ನಾನು ವಿಷಾದಿಸುತ್ತೇನೆ. ನಾನು ನಿಮಗೆ ತೊಂದರೆ ನೀಡಲು ಬಯಸುವುದಿಲ್ಲ, ಆದರೆ ನನಗೆ ನಿಜವಾಗಿಯೂ ಇದು ವೇಗವಾಗಿ ಬೇಕು. ದಯವಿಟ್ಟು ಅದನ್ನು ಆದಷ್ಟು ಬೇಗ ಮಾಡಿ" ಎಂದರು.

ಬಾಂಬೆ ಹೌಸ್ ನಲ್ಲಿ ಅತ್ಯಂತ ಕಾರ್ಯನಿರತ ವೇಳಾಪಟ್ಟಿಯಲ್ಲಿ, ನೇವಲ್ ರವರು ಯಾವಾಗಲೂ ಜೀವನದ ಎಲ್ಲಾ ಹಂತಗಳ ಜನರನ್ನು ಭೇಟಿಯಾಗಲು ಸಮಯವನ್ನು ಕಂಡುಕೊಂಡರು. ವೈಯಕ್ತಿಕವಾಗಿ, ಅವರು ಹಲವಾರು ವರ್ಷಗಳಿಂದ ಉಸ್ತುವಾರಿ ವಹಿಸಿಕೊಂಡಿದ್ದ ವಿವಿಧ ಟಾಟಾ ಕಂಪನಿಗಳ ಆಡಳಿತ ಮತ್ತು ಆರ್ಥಿಕ ಸಮಸ್ಯೆಗಳನ್ನು ನೋಡಿಕೊಳ್ಳುವುದಕ್ಕಿಂತ ಟಾಟಾ ಸ್ಥಾಪಿಸಿದಂತಹ ಹಲವಾರು ಚಾರಿಟಿ ಟ್ರಸ್ಟ್ ಗಳ ನಿರ್ವಾಹಕರಾಗಿ ಅವರ ಪಾತ್ರವು ಹೆಚ್ಚು ಮುಖ್ಯವಾಗಿದೆ ಎಂದು ಅವರು ಭಾವಿಸಿದರು.

ಸಹಾಯಕ ಅಥವಾ ಸಹೋದ್ಯೋಗಿ ಅನಾರೋಗ್ಯಕ್ಕೀಡಾದಾಗ, ತಮ್ಮನ್ನು ತಾವು ನೋಡಿಕೊಳ್ಳುವಂತೆ ಸಲಹೆ ನೀಡಿದರು. ಅವನು ಆಗಾಗ್ಗೆ ಕೆಲವು ಪರಿಹಾರಗಳನ್ನು ಸೂಚಿಸುತ್ತಾ, ಅಥವಾ ಅದು ಕೇವಲ ಸಣ್ಣ ಕೆಮ್ಮಾಗಿದ್ದರೂ ಸಹ ತನ್ನ ಸಂಗ್ರಹದಿಂದ ಅದನ್ನು ನೀಡುತ್ತಿದ್ದರು.

ಅದಕ್ಕಾಗಿಯೇ ಅವರು ತಮ್ಮ ಆರೋಗ್ಯದ ಬಗ್ಗೆ ತುಂಬಾ ಜಾಗರೂಕರಾಗಿದ್ದರು ಮತ್ತು ತಮ್ಮನ್ನು ತಾವು ಚೆನ್ನಾಗಿ ಕಾಪಾಡಿಕೊಳ್ಳುತ್ತಿದ್ದರು. ಆದರೂ, ರಹಸ್ಯವಾಗಿ ಅವರ ಮೇಲೆ ಬೀರಿದ ಕ್ಯಾನ್ಸರ್ ವಿರುದ್ಧ ಹೋರಾಡಲು ಅವರಿಗೆ ಸಾಧ್ಯವಾಗಲಿಲ್ಲ. ವಿಪರ್ಯಾಸವೆಂದರೆ, ಅವರು 30 ವರ್ಷಗಳ ಕಾಲ ಭಾರತೀಯ ಕ್ಯಾನ್ಸರ್ ಸೊಸೈಟಿಗೆ ಸೇವೆ ಸಲ್ಲಿಸಿದ್ದಾರೆ!

ಅವರ ವಿನಯಶೀಲತೆ ಮತ್ತು ಪರಿಗಣನೆಯು ಅಪರಿಚಿತರೊಂದಿಗೂ ತೋರಿತು. ಅವರ ವಿದೇಶ ಪ್ರವಾಸದ ಸಮಯದಲ್ಲಿ, ಯಾರಾದರೂ ಅವರಿಗೆ ಸಹಾಯ ಮಾಡಿದರೆ (ಉದಾಹರಣೆಗೆ, ಅವರ ಬ್ಯಾಗೇಜ್ ನೊಂದಿಗೆ), ನೇವಲ್ ಅವರಿಗೆ ಹೃತ್ಪೂರ್ವಕವಾಗಿ ಧನ್ಯವಾದ ಅರ್ಪಿಸಿ, ಅವರ ವಿಳಾಸವನ್ನು ತೆಗೆದುಕೊಂಡು, ಬಾಂಬೆಗೆ ಮರಳಿದ ನಂತರ, ಅವರು ಧನ್ಯವಾದ ಪತ್ರವನ್ನು ಬರೆಯುತ್ತಿದ್ದರು.

ದಣಿದ ದಿನದ ಕೊನೆಯಲ್ಲಿ, ಅವರು ಹಾಸ್ಯವನ್ನು ಭೇದಿಸಲು ಅಥವಾ ಹಾಸ್ಯದ ಹೇಳಿಕೆ ನೀಡಲು ಸಮಯವನ್ನು ಹೊಂದಿದ್ದರು. ಒಬ್ಬ ಪತ್ರ ಬರಹಗಾರನಿಗೆ, ಅವರು ಒಮ್ಮೆ ಹೀಗೆ ಪ್ರತಿಕ್ರಿಯಿಸಿದರು: "ನಿಮ್ಮ ಪತ್ರದಲ್ಲಿ, ನೀವು ಅಷ್ಟು ವಿಟ್ರಿಯಾಲಿಕ್ ಆಗಿರದಿದ್ದರೆ ನೀವು ಹೆಚ್ಚು ಮನರಂಜನೆ ನೀಡುತ್ತಿದ್ದಿರಿ."

ನೇವಲ್ ವಿಶಾಲ ಮನಸ್ಸಿನವರು ಎಂದು ಹಲವಾರು ವಿಧಗಳಲ್ಲಿ ಸ್ಪಷ್ಟವಾಗಿ ಗೋಚರಿಸಿದರು. ಸಂಪೂರ್ಣವಾಗಿ ದೀಕ್ಷೆ ಪಡೆದ ಝೊರೊಸ್ಟ್ರಿಯನ್ ಪಾದ್ರಿ ಅವರು ಅಸಾಂಪ್ರದಾಯಿಕರಾಗಿದ್ದರು, ಆದರೂ ಅದರ ಆಚರಣೆಗಳಿಗಿಂತ ಧರ್ಮದ ಆತ್ಮಕ್ಕೆ ಒತ್ತು ನೀಡಿದರು. ಮಾನವರಿಗೆ ಪರಸ್ಪರ ಹೇಗೆ ಸಭ್ಯವಾಗಿ ವರ್ತಿಸಬೇಕು ಎಂದು ಕಲಿಸುವುದಕ್ಕೆ ಸಂಬಂಧಿಸಿದ ಅವರ ನೈತಿಕ ಕಾನೂನು ಮತ್ತು ಅವರು ಎಲ್ಲಾ ಧರ್ಮಗಳ ಬಗ್ಗೆ ಬ್ರಹ್ಮಾಂಡದ ದೃಷ್ಟಿಕೋನವನ್ನು ಹೊಂದಿದ್ದರು.

ಓದುವಲ್ಲಿ, ಅವರು ಕೈಗಾರಿಕಾ ಸಂಬಂಧಗಳಿಗೆ ಸೀಮಿತವಾಗಿರಲಿಲ್ಲ, ಆದರೆ ವಿಶ್ವ ವ್ಯವಹಾರಗಳ ಉತ್ಕೃಷ್ಟ ವಿದ್ಯಾರ್ಥಿಯಾಗಿದ್ದರು. ವಾಸ್ತವವಾಗಿ, ಅವರು *ಸ್ಟೇಟ್ ಆಫ್ ದಿ ವರ್ಲ್ಡ್ 1987*, ವರ್ಲ್ಡ್ ವಾಚ್ ಇನ್ಸ್ಟಿಟ್ಯೂಟ್ ನ ವರದಿ ಮತ್ತು ಐಎಲ್ ಒ ಮತ್ತು ಇತರ ಯುಎನ್ ಏಜೆನ್ಸಿಗಳ ಕುರಿತು ಹಲವುಗಳನ್ನು ಅಧ್ಯಯನ ಮಾಡಿದರು.

ಅವರು ಮೂಲಭೂತವಾಗಿ ಸಸ್ಯಾಹಾರಿ, ಆದರೆ ಮೊಟ್ಟೆ ಮತ್ತು ಮೀನುಗಳನ್ನು ಸಹಿಸಿಕೊಳ್ಳುತ್ತಿದ್ದರು ಎಂದು ತಿಳಿದು ಹಲವರಿಗೆ ಆಶ್ಚರ್ಯವಾಯಿತು. ಅವರು ಯಾವುದೇ ರೂಪದಲ್ಲಿ ಮಾಂಸವನ್ನು ತ್ಯಜಿಸಿದ್ದರು.

ನೌಕಾ ಟಾಟಾ ಅವರ ಚಟುವಟಿಕೆಗಳು ಅವರು ಸಂಬಂಧ ಹೊಂದಿದ್ದ ಉದ್ಯಮಗಳಿಗೆ ಸೀಮಿತವಾಗಿರಲಿಲ್ಲ. ಅವರು ಹಲವಾರು ವರ್ಷಗಳ ಕಾಲ ಎಂಪ್ಲಾಯರ್ಸ್ ಫೆಡರೇಶನ್ ಆಫ್ ಇಂಡಿಯಾದ ಅಧ್ಯಕ್ಷರಾಗಿದ್ದರು. ನಾಲ್ಕು ದಶಕಗಳ ಕಾಲ ಸಂಸ್ಥೆಯೊಂದಿಗೆ ಸಂಬಂಧ ಹೊಂದಿದ್ದ ಅವರು, ಅದರ ಅಧ್ಯಕ್ಷರಾಗಿ ನಿವೃತ್ತರಾದ ನಂತರ ಅವರನ್ನು ಅದರ "ಅಧ್ಯಕ್ಷ ಎಮೆರಿಟಸ್" ಆಗಿ ಮಾಡಲಾಯಿತು.

ಮೂರು ದಶಕಗಳಿಗಿಂತಲೂ ಹೆಚ್ಚು ಕಾಲ ಅಂತರರಾಷ್ಟ್ರೀಯ ಕಾರ್ಮಿಕ ಸಂಘಟನೆಯೊಂದಿಗೆ ಅವರ ಪಾಲ್ಗೊಳ್ಳುವಿಕೆ ಭಾರತಕ್ಕೆ ಬಹಳ ಫಲಪ್ರದವಾಗಿತ್ತು. 1966ರಷ್ಟು ಹಿಂದೆಯೇ ಅವರನ್ನು ಕೇಂದ್ರ ಸರ್ಕಾರವು ಸ್ಥಾಪಿಸಿದ ಯೋಜನಾ ಆಯೋಗದ ಕಾರ್ಮಿಕ ಸಮಿತಿಯ ಸದಸ್ಯರನ್ನಾಗಿ ನೇಮಿಸಲಾಗಿತ್ತು. ಅವರು ಕ್ರೀಡೆಗೆ ಕೊಡುಗೆ ನೀಡಿದರು, ಇತರ ಹಲವಾರು ಚಟುವಟಿಕೆಗಳೊಂದಿಗೆ ಸಂಬಂಧ ಹೊಂದಿದ್ದರು ಮತ್ತು ಸಾಮಾಜಿಕ, ಶೈಕ್ಷಣಿಕ ಮತ್ತು ಕಲ್ಯಾಣ ಕಾರ್ಯಗಳಲ್ಲಿ ಹಿರಿಯ ಕಚೇರಿಗಳನ್ನು ಹೊಂದಿದ್ದರು. ಒಂದು ಸಮಯದಲ್ಲಿ, ಅವರು ಇಂಡಿಯನ್ ಇನ್ಸ್ಟಿಟ್ಯೂಟ್ ಆಫ್ ಸೈನ್ಸ್, ಬಾಂಬೆ ಸ್ಟೇಟ್ ಸೋಶಿಯಲ್ ವೆಲ್ಫೇರ್ ಕೌನ್ಸಿಲ್, ಸ್ವದೇಶಿ ಲೀಗ್ ಮತ್ತು ನ್ಯಾಷನಲ್ ಸೇಫ್ಟಿ ಕೌನ್ಸಿಲ್ ನಲ್ಲಿ ಕೆಲಸ ಮಾಡುತ್ತಿದ್ದರು. ಅವರು ಭಾರತೀಯ ಕ್ಯಾನ್ಸರ್ ಸೊಸೈಟಿಯ ಅಧ್ಯಕ್ಷರು, ಸಹಾಯಕ ಪಡೆಗಳ ಕಲ್ಯಾಣ ಸಂಘದ ಅಧ್ಯಕ್ಷರು ಮತ್ತು ಹಲವಾರು ಲೋಕೋಪಕಾರಿ ಟ್ರಸ್ಟ್ ಗಳ ಟ್ರಸ್ಟಿಯಾಗಿದ್ದರು.

1969ರ ಗಣರಾಜ್ಯೋತ್ಸವದಂದು ಭಾರತದ ರಾಷ್ಟ್ರಪತಿಗಳು ನೇವಲ್ ರವರಿಗೆ ಪದ್ಮಭೂಷಣ ನೀಡಿ ಗೌರವಿಸಿದರು. ಅದೇ ವರ್ಷ ಕೈಗಾರಿಕಾ ಶಾಂತಿಯಲ್ಲಿ ಅವರ ಪಾತ್ರಕ್ಕಾಗಿ ಅವರಿಗೆ ಮನ್ನಣೆ ನೀಡಲಾಯಿತು ಮತ್ತು ಸರ್ ಜಹಾಂಗೀರ್ ಗಾಂಧಿ ಪದಕವನ್ನು ನೀಡಲಾಯಿತು. ಅವರಿಗೆ ನ್ಯಾಷನಲ್ ಇನ್ ಸ್ಟಿಟ್ಯೂಟ್ ಆಫ್ ಪರ್ಸನಲ್ ಮ್ಯಾನೇಜ್ ಮೆಂಟ್ ನ ಆಜೀವ ಸದಸ್ಯತ್ವವನ್ನು ನೀಡಲಾಯಿತು.

1989ರ ಮೇ 5ರಂದು ಅವರು ಕೊನೆಯುಸಿರೆಳೆದರು.

10

# ಜೆ .ಆರ್ .ಡಿ. ಟಾಟಾ

1904ರಲ್ಲಿ ಪ್ಯಾರಿಸ್ ನಲ್ಲಿ ಜನಿಸಿದ ಜೆ .ಆರ್ .ಡಿ. ಟಾಟಾ ಅವರು ಫ್ರಾನ್ಸ್, ಜಪಾನ್ ಮತ್ತು ಭಾರತದಲ್ಲಿ ತಮ್ಮ ಆರಂಭಿಕ ಶಿಕ್ಷಣವನ್ನು ಪಡೆದರು. ಅವರು 1922ರಲ್ಲಿ ಟಾಟಾ ಸನ್ಸ್ ಲಿಮಿಟೆಡ್ ನಲ್ಲಿ ಸಹಾಯಕನಾಗಿ ತಮ್ಮ ವೃತ್ತಿಜೀವನವನ್ನು ಪ್ರಾರಂಭಿಸಿದರು. 1926ರಲ್ಲಿ ಅವರ ತಂದೆ ಆರ್ .ಡಿ. ಟಾಟಾ ಅವರ ನಿಧನದ ನಂತರ ಅವರನ್ನು ಕಂಪನಿಯ ನಿರ್ದೇಶಕರನ್ನಾಗಿ ಮಾಡಲಾಯಿತು ಮತ್ತು 1938ರಲ್ಲಿ ಅದರ ಅಧ್ಯಕ್ಷರಾದರು.

ತನ್ನ ವರ್ಚಸ್ವಿ ನಾಯಕತ್ವದಿಂದ, ಟಾಟಾ 53 ವರ್ಷಗಳಿಂದ ಭಾರತದ ಕೈಗಾರಿಕಾ ಅಭಿವೃದ್ಧಿಗೆ ಕೊಡುಗೆ ನೀಡಿದ್ದಾರೆ. ಅವರು ಟಾಟಾ ಸನ್ಸ್ ಅಧ್ಯಕ್ಷತೆಯನ್ನು ತಮ್ಮ ಕಿರಿಯ ಸಹೋದ್ಯೋಗಿ ರತನ್ ಎನ್. ಟಾಟಾಗೆ ಮಾರ್ಚ್ 25, 1991 ರಂದು ಹಸ್ತಾಂತರಿಸಿದರು ಮತ್ತು ಟಾಟಾ ಸನ್ಸ್ ಮಂಡಳಿಯು ಜೀವಿತಾವಧಿಯಲ್ಲಿ ಎಮೆರಿಟಸ್ ಅಧ್ಯಕ್ಷರಾಗಿ ಸರ್ವಾನುಮತದಿಂದ ಆಯ್ಕೆಯಾದರು.

ಭಾರತದಲ್ಲಿ ನಾಗರಿಕ ವಿಮಾನಯಾನ ಸಂಸ್ಥಾಪಕರಾಗಿ ವ್ಯಾಪಕವಾಗಿ ಗುರುತಿಸಲ್ಪಟ್ಟ ಜೆ .ಆರ್ .ಡಿ. ಅವರು ಈ ದೇಶದಲ್ಲಿ ಅರ್ಹತೆ ಪಡೆದ ಮೊದಲ ಪೈಲಟ್ ಆಗಿದ್ದರು ಮತ್ತು ಮಾರ್ಚ್ 1929 ರಿಂದ ಪೈಲಟ್

ಪರವಾನಗಿಯನ್ನು ಹೊಂದಿದ್ದರು. 1932 ರಲ್ಲಿ ಅವರು ಭಾರತದ ಮೊದಲ ರಾಷ್ಟ್ರೀಯ ವಾಹಕವಾದ ಟಾಟಾ ಏರ್ಲೈನ್ಸ್ ಅನ್ನು 1946 ರಲ್ಲಿ ಏರ್-ಇಂಡಿಯಾ ಲಿಮಿಟೆಡ್ ಎಂದು ಮರುನಾಮಕರಣ ಮಾಡಿದರು ಮತ್ತು ಕರಾಚಿ-ಬಾಂಬೆ ವಲಯದ ಉದ್ಘಾಟನಾ ಕರಾಚಿ-ಮದ್ರಾಸ್ ಸೇವೆಯನ್ನು ಅಕ್ಟೋಬರ್ 15 ರಂದು ವೈಯಕ್ತಿಕವಾಗಿ ಪೈಲಟ್ ಮಾಡಿದರು. 1948 ರಲ್ಲಿ, ಜೆ. ಆರ್ .ಡಿ ಏರ್-ಇಂಡಿಯಾ ಇಂಟರ್ ನ್ಯಾಷನಲ್ ಲಿಮಿಟೆಡ್ ಅನ್ನು ದೀರ್ಘ-ಶ್ರೇಣಿಯ ಅಂತರರಾಷ್ಟ್ರೀಯ ಕಾರ್ಯಾಚರಣೆಗಳನ್ನು ಕೈಗೊಳ್ಳಲು ಭಾರತ ಸರ್ಕಾರದೊಂದಿಗೆ ಜಂಟಿ ಉದ್ಯಮವಾಗಿ ಸ್ಥಾಪಿಸಿತು, ಇದನ್ನು 1953 ರಲ್ಲಿ ರಾಷ್ಟ್ರೀಕರಣಗೊಳಿಸುವವರೆಗೆ ಕಾರ್ಯನಿರ್ವಾಹಕ ಅಧ್ಯಕ್ಷರಾಗಿ ನೇತೃತ್ವ ವಹಿಸಿದರು.

ಅವರ ಶಿಫಾರಸಿನ ಮೇರೆಗೆ, ಭಾರತ ಸರ್ಕಾರವು ಕ್ರಮವಾಗಿ ಅಂತರರಾಷ್ಟ್ರೀಯ ಮತ್ತು ದೇಶೀಯ ಕಾರ್ಯಾಚರಣೆಗಳನ್ನು ನಡೆಸಲು ಏರ್-ಇಂಡಿಯಾ ಮತ್ತು ಇಂಡಿಯನ್ ಏರ್ ಲೈನ್ಸ್ ಎಂಬ ಎರಡು ಏರ್ ಕಾರ್ಪೊರೇಷನ್ ಗಳನ್ನು ರಚಿಸಿತು. ಅವರನ್ನು ಏರ್-ಇಂಡಿಯಾದ ಅಧ್ಯಕ್ಷರನ್ನಾಗಿ ನೇಮಿಸಲಾಯಿತು, ಈ ಸ್ಥಾನವನ್ನು ಅವರು ಫೆಬ್ರವರಿ 1978 ರವರೆಗೆ ಹೊಂದಿದ್ದರು. ಭಾರತೀಯ ನಾಗರಿಕ 50ನೇ ವಾರ್ಷಿಕೋತ್ಸವವನ್ನು ಆಚರಿಸಲು ಜೆ .ಆರ್ .ಡಿ. ತಮ್ಮ 78 ನೇ ವಯಸ್ಸಿನಲ್ಲಿ ಅಕ್ಟೋಬರ್ 15, 1982 ರಂದು 50 ವರ್ಷ ವಯಸ್ಸಿನ ಡಿ ಹ್ಯಾವಿಲೆಂಡ್ ಲೆಪರ್ಡ್ ಮೊತ್ ನಲ್ಲಿ 1932 ರ ಉದ್ಘಾಟನಾ ಹಾರಾಟವನ್ನು ಯುವ ಪೀಳಿಗೆಯಲ್ಲಿ ಸಾಹಸ ಮನೋಭಾವವನ್ನು ಹುಟ್ಟುಹಾಕಲು ಪುನಃ ಜಾರಿಗೆ ತಂದರು. ವಿಮಾನಯಾನ ಸಂಸ್ಥೆಯ ಪ್ರತಿಯೊಂದು ಅಂಶಗಳ ಬಗ್ಗೆ ಅವರ ಸರಳ ಮನಸ್ಸಿನ ಭಕ್ತಿ ಪೌರಾಣಿಕವಾಗಿತ್ತು.

ಜೆ .ಆರ್ .ಡಿ. ಟಾಟಾ ಅವರು ವಾಯುಯಾನ ಕ್ಷೇತ್ರದಲ್ಲಿ ನೀಡಿದ ಕೊಡುಗೆಗಾಗಿ ಹಲವಾರು ಪ್ರಶಸ್ತಿಗಳನ್ನು ಪಡೆದಿದ್ದಾರೆ. 1948ರಲ್ಲಿ ಭಾರತೀಯ ವಾಯುಪಡೆಯ ಗೌರವಾನ್ವಿತ ಗ್ರೂಪ್ ಕ್ಯಾಪ್ಟನ್ ಆಗಿ ನೇಮಕಗೊಂಡರು ಮತ್ತು 1966ರಲ್ಲಿ ಐಎಎಫ್ ನ ಗೌರವಾನ್ವಿತ ಏರ್ ಕಮಾಂಡರ್ ಆಗಿ ನೇಮಕಗೊಂಡರು. ವಿಮಾನಯಾನಕ್ಕಾಗಿ ಹಲವಾರು ಅಂತರರಾಷ್ಟ್ರೀಯ ಪ್ರಶಸ್ತಿಗಳನ್ನು ಅವರಿಗೆ ನೀಡಲಾಯಿತು - ಮಾರ್ಚ್ 1979 ರಲ್ಲಿ ಟೋನಿ ಜನ್ನಸ್ ಪ್ರಶಸ್ತಿ, *1995 ರಲ್ಲಿ ಫೆಡರೇಶನ್ ಏರೋನಾಟಿಕ್ ಇಂಟನ್ರ್ಯಾಷನಲ್ ನ ಗೋಲ್ಡ್ ಏರ್ ಮೆಡಲ್, 1986 ರಲ್ಲಿ ಕೆನಡಾದ ಇಂಟರ್ ನ್ಯಾಷನಲ್ ಸಿವಿಲ್ ಏವಿಯೇಷನ್ ಆರ್ಗನೈಸೇಶನ್ ನ ಎಡ್ವರ್ಡ್ ವಾರ್ನರ್ ಪ್ರಶಸ್ತಿ ಮತ್ತು 1988 ರಲ್ಲಿ ಡೇನಿಯಲ್ ಗುಗೆನ್ ಹೀಮ್ ಪ್ರಶಸ್ತಿ.*

*ರಾಷ್ಟ್ರದ ಹೆಮ್ಮೆ : ರತನ್ ಟಾಟಾ* 48

ಲಕ್ಷಾಂತರ ಜನರು ಜೆ .ಆರ್ .ಡಿ ಅವರನ್ನು ದೇಶದ ಅತ್ಯಂತ ವಿಶಿಷ್ಟ ಮತ್ತು ಸಾಹಸಮಯ ಪ್ರಜೆ ಎಂದು ಸಮಗ್ರತೆ ಮತ್ತು ಸದಾಚಾರದ ಸಂಕೇತವೆಂದು ಪರಿಗಣಿಸಿದ್ದಾರೆ. 1943ರಲ್ಲಿ, ಜೆ .ಆರ್ .ಡಿ. ಜಮ್ಶೆಡ್ ಪುರದಲ್ಲಿ ಕೈಗಾರಿಕಾ ಸಂಬಂಧಗಳ ರಚನೆಯನ್ನು ವಿವರಿಸಿದರು. ಕಂಪನಿಗಳು ತಮ್ಮ ಪುರುಷರಿಗಿಂತ ತಮ್ಮ ಯಂತ್ರಗಳ ಬಗ್ಗೆ ಹೆಚ್ಚಿನ ಕಾಳಜಿ ವಹಿಸಿವೆ ಎಂದು ಅವರು ಭಾವಿಸಿದರು. ವಿವಿಧ ಹಂತಗಳಲ್ಲಿ ಕಾರ್ಮಿಕ ಮತ್ತು ನಿರ್ವಹಣೆಯ ನಡುವಿನ ಸಹಭಾಗಿತ್ವದಿಂದಾಗಿ ಇಂದು ಟಾಟಾ ಸ್ಟೀಲ್ ನ ಸಿಬ್ಬಂದಿ ಇಲಾಖೆಯ ಸ್ಥಾಪನೆಗೆ ಕಾರಣವಾಯಿತು.

ಜೆ .ಆರ್ .ಡಿ ಟಾಟಾ ಸನ್ಸ್ ನ ಅಧ್ಯಕ್ಷತೆಯನ್ನು ವಹಿಸಿಕೊಂಡಾಗ, ಸಮೂಹವು 14 ಕಂಪನಿಗಳನ್ನು ಹೊಂದಿತ್ತು. ಜುಲೈ 26, 1988 ರಂದು ಅವರು ತಮ್ಮ ಅರ್ಧಶತಕವನ್ನು ಪೂರ್ಣಗೊಳಿಸಿದಾಗ, ಟಾಟಾ ಪ್ರಾರಂಭಿಸಿದ ಅಥವಾ ನಿಯಂತ್ರಿಸುವ ಆಸಕ್ತಿಯನ್ನು ಹೊಂದಿದ್ದ ಸುಮಾರು 95 ಉದ್ಯಮಗಳು ಇದ್ದವು. ಅವರ ಉಸ್ತುವಾರಿ ಅಡಿಯಲ್ಲಿ ಗುಂಪು ವಿದ್ಯುತ್, ಎಂಜಿನಿಯರಿಂಗ್, ಹೋಟೆಲ್ ಗಳು, ಸಲಹಾ ಸೇವೆಗಳು, ಮಾಹಿತಿ ತಂತ್ರಜ್ಞಾನ, ಗ್ರಾಹಕ ಸರಕುಗಳು, ಗ್ರಾಹಕ ಬಾಳಿಕೆ ವಸ್ತುಗಳು ಮತ್ತು ಕೈಗಾರಿಕಾ ಉತ್ಪನ್ನಗಳ ಶ್ರೇಣಿಯನ್ನು ಒಳಗೊಳ್ಳಲು ವಿಸ್ತರಿಸಿದೆ.

ಜೆ .ಆರ್ .ಡಿ ವರ್ಷಗಳಿಂದ ಕುಟುಂಬ ಯೋಜನೆ ಮತ್ತು ಜನಸಂಖ್ಯಾ ನಿಯಂತ್ರಣದಂತಹ ರಾಷ್ಟ್ರೀಯ ಹಿತಾಸಕ್ತಿಗೆ ಕಾರಣವೆಂದು ಅವರು ನಂಬಿದ್ದ ಕಾರಣಗಳೊಂದಿಗೆ ಹೋರಾಟ ನಡೆಸಿದ್ದಾರೆ. ಸೆಪ್ಟೆಂಬರ್ 1992 ರಲ್ಲಿ ಅವರಿಗೆ *ವಿಶ್ವಸಂಸ್ಥೆಯ ಜನಸಂಖ್ಯಾ ಪ್ರಶಸ್ತಿಯನ್ನು ನೀಡಿದಾಗ ಜನಸಂಖ್ಯಾ* ನಿಯಂತ್ರಣ ಕ್ಷೇತ್ರದಲ್ಲಿ ಅವರ ಕೊಡುಗೆಗೆ ಸರಿಯಾದ ಮನ್ನಣೆ ಸಿಕ್ಕಿತು. ಸಾಕ್ಷರತೆ ಮತ್ತು ಶಿಕ್ಷಣದ ತ್ವರಿತ ಹರಡುವಿಕೆಯ ಮೂಲಕ ವಿಶೇಷವಾಗಿ ಮಹಿಳೆಯರು ಮತ್ತು ಮಕ್ಕಳಲ್ಲಿ ಭಾರತದ ಜನರ ಜೀವನ ಮಟ್ಟವನ್ನು ಹೆಚ್ಚಿಸಲು ಸಹಾಯ ಮಾಡುತ್ತದೆ ಎಂದು ಅವರು ದೃಢವಾಗಿ ನಂಬಿದ್ದರು. ಅವರು ಕುಟುಂಬ ಯೋಜನಾ ಪ್ರತಿಷ್ಠಾನದ ಸಂಸ್ಥಾಪಕ ಅಧ್ಯಕ್ಷರಾಗಿದ್ದಾರೆ.

ಅವರು ಆಡಳಿತ ಮಂಡಳಿಯ ಅಧ್ಯಕ್ಷರಾಗಿದ್ದ ಟಾಟಾ ಇನ್ಸ್ಟಿಟ್ಯೂಟ್ ಆಫ್ ಫಂಡಮೆಂಟಲ್ ರಿಸರ್ಚ್ ಸ್ಥಾಪನೆಯಲ್ಲಿ ಅವರು ವಹಿಸಿದ ಪ್ರಮುಖ ಪಾತ್ರದಲ್ಲಿ ವಿಜ್ಞಾನದ ಬಗೆಗಿನ ಅವರ ಆಸಕ್ತಿಯು ಪ್ರತಿಫಲಿಸುತ್ತದೆ. ಅವರು ಪ್ರಾರಂಭದಿಂದಲೂ ಪರಮಾಣು ಶಕ್ತಿ ಆಯೋಗದ ಸದಸ್ಯರಾಗಿದ್ದಾರೆ ಮತ್ತು ಬೆಂಗಳೂರಿನ ಭಾರತೀಯ ವಿಜ್ಞಾನ ಸಂಸ್ಥೆಯ ನ್ಯಾಯಾಲಯದ ಅಧ್ಯಕ್ಷರಾಗಿದ್ದಾರೆ. ಅವರು ಆಡಳಿತ ಮಂಡಳಿ ಮತ್ತು ರಾಜಾಜಿ ಇನ್ಸ್ಟಿಟ್ಯೂಟ್ ಆಫ್ ಪಬ್ಲಿಕ್ ಅಫೇರ್ಸ್ ಅಂಡ್ ಅಡ್ಮಿನಿಸ್ಟ್ರೇಶನ್ನ ಕಾರ್ಯಕಾರಿ ಸಮಿತಿಯಲ್ಲಿದ್ದರು.

ಭಾರತೀಯರ ಉನ್ನತ ಶಿಕ್ಷಣಕ್ಕಾಗಿ ಜೆ .ಎನ್. ಟಾಟಾ ದತ್ತಿ ಮತ್ತು ಹೋಮಿ ಭಾಭಾ ಫೆಲೋಶಿಪ್ಸ್ ಕೌನ್ಸಿಲ್ ನ ಅಧ್ಯಕ್ಷರಾಗಿ ಅವರು ತೆಗೆದುಕೊಂಡ ಆಸಕ್ತಿಯಲ್ಲಿ ಶಿಕ್ಷಣದ ಬಗ್ಗೆ ಅವರ ವಿಶಾಲ ಕಾಳಜಿಯು ಕಂಡುಬರುತ್ತದೆ. ಅವರು ಸರ್ ದೊರಬ್ಜಿ ಟಾಟಾ ಟ್ರಸ್ಟ್, ಜೆ. ಆರ್. ಡಿ ಟಾಟಾ ಟ್ರಸ್ಟ್ ಮತ್ತು ಜಮ್ಸೆಡ್ಜಿ ಟಾಟಾ ಟ್ರಸ್ಟ್ ನ ಅಧ್ಯಕ್ಷರಾಗಿದ್ದರು.

ಜೆ .ಆರ್ .ಡಿ. ಅವರು *ಪದ್ಮವಿಭೂಷಣ, ಫ್ರೆಂಚ್ ಲೀಜನ್ ಆಫ್ ಆನರ್* (ಕಮಾಂಡರ್), ಫೆಡರಲ್ ರಿಪಬ್ಲಿಕ್ *ಆಫ್ ಜರ್ಮನಿಯ ಆರ್ಡರ್ ಆಫ್ ಮೆರಿಟ್* (ನೈಟ್ ಕಮಾಂಡರ್ ಕ್ರಾಸ್), *ಇನ್ಸ್ಟಿಟ್ಯೂಟ್ ಆಫ್ ಮೆಟಲ್ಸ್, ಲಂಡನ್ (ಬೆಸ್ಸೆಮರ್ ಪದಕ)*, ದಾದಾಭಾಯ್ ನೌರೋಜಿ ಸ್ಮಾರಕ ಪ್ರಶಸ್ತಿ (*ದಾದಾಭಾಯ್ ನೌರೋಜಿ ಸ್ಮಾರಕ ಪ್ರಶಸ್ತಿ*) ಮತ್ತು *ಅಲಹಾಬಾದ್, ಬೆನಾರಸ್, ಬಾಂಬೆ ಮತ್ತು ರೂರ್ಕಿ ವಿಶ್ವವಿದ್ಯಾಲಯಗಳಿಂದ ಗೌರವ ಡಾಕ್ಟರೇಟ್* ಗಳನ್ನು ಪಡೆದಿದ್ದಾರೆ. 1992ರ ಗಣರಾಜ್ಯೋತ್ಸವದಂದು ಭಾರತ ಸರ್ಕಾರವು ನೀಡುವ ಅತ್ಯುನ್ನತ ನಾಗರಿಕ ಗೌರವವಾದ ಭಾರತ *ರತ್ನ*ವನ್ನು ಜೆ .ಆರ್ .ಡಿ ಅವರ ಮುಡಿಗೇರಿವೆ.

ನವೆಂಬರ್ 9, 1993 ರಂದು ಅವರು ಜಿನೀವಾದಲ್ಲಿ ನಿಧನರಾಗುವವರೆಗೆ, ಅವರು ಎಮೆರಿಟಸ್ ಅಧ್ಯಕ್ಷರಾಗಿದ್ದರು ಮತ್ತು ಟಾಟಾ ಇಂಡಸ್ಟ್ರೀಸ್ ಲಿಮಿಟೆಡ್, ಇಂಡಿಯನ್ ಹೊಟೇಲ್ ಕಂಪನಿ ಲಿಮಿಟೆಡ್ ಮತ್ತು ಟಾಟಾ ಆಯಿಲ್ ಮಿಲ್ಸ್ ಕಂಪನಿ ಲಿಮಿಟೆಡ್ ನ ನಿರ್ದೇಶಕರಾಗಿದ್ದರು. ಅವರು ಟಾಟಾ ಕೆಮಿಕಲ್ಸ್ ಲಿಮಿಟೆಡ್ ನ ಅಧ್ಯಕ್ಷ ಎಮೆರಿಟಸ್ ಮತ್ತು ಟಾಟಾ ಐರನ್ ಮತ್ತು ಸ್ಟೀಲ್ ಕಂಪನಿ ಲಿಮಿಟೆಡ್, ಟಾಟಾ ಎಂಜಿನಿಯರಿಂಗ್ ಮತ್ತು ಲೋಕೋಮೋಟಿವ್ ಕಂಪನಿ ಲಿಮಿಟೆಡ್, ಟಾಟಾ ಯೂನಿಸಿಸ್ ಲಿಮಿಟೆಡ್, ಟಾಟಾ ಇನ್ ಕಾರ್ಪೊರೇಟೆಡ್, ನ್ಯೂಯಾರ್ಕ್ ಮತ್ತು ಟಾಟಾ ಲಿಮಿಟೆಡ್, ಲಂಡನ್ ನ ಮಂಡಳಿಯ ನಿರ್ದೇಶಕರಾಗಿದ್ದರು.

*ಜೆ .ಆರ್ .ಡಿ. **ಟಾಟಾ ಮತ್ತು ಕುಟುಂಬ** - ರತಂಜಿ ದಾದಾಭಾಯ್ ಟಾಟಾ (ಕೇಂದ್ರ) ಜಹಾಂಗೀರ್ ಅವರನ್ನು ಹಿಡಿದಿದ್ದರೆ, ಪತ್ನಿ ಸೂನಿ (ಕುಳಿತಿರುವ) ಮಗಳು ಸಿಲಾಳನ್ನು ಹಿಡಿದಿದ್ದಾರೆ. ಜಹಾಂಗೀರ್ ಅವರ ಹಕ್ಕಿಗೆ ಅವರ ಅಜ್ಜಿ ಮೇಡಮ್ ಬ್ರಿಯೆರ್.*

*(ಸೌಜನ್ಯ: ಟಾಟಾ ಸೆಂಟ್ರಲ್ ಆರ್ಕೈವ್ಸ್)*

11

# ರತನ್ ನೇವಲ್ ಟಾಟಾ

ರತನ್ ಟಾಟಾ, ವಾಸ್ತವವಾಗಿ ರತನ್ ನೇವಲ್ ಟಾಟಾ, ಡಿಸೆಂಬರ್ 28, 1937 ರಂದು ಮುಂಬೈನಲ್ಲಿ ಜನಿಸಿದರು. ಅವರು ಟಾಟಾ ಗ್ರೂಪ್ ನ ಪ್ರಸ್ತುತ ಅಧ್ಯಕ್ಷರಾಗಿದ್ದಾರೆ, ಇದು ಅವರ ಕುಟುಂಬದ ಹಿಂದಿನ ತಲೆಮಾರುಗಳಿಂದ ಸ್ಥಾಪಿಸಲ್ಪಟ್ಟ ಭಾರತದ ಅತಿದೊಡ್ಡ ಸಂಘಟನೆಯಾಗಿದೆ. ರತನ್ ಟಾಟಾ ಅವರು ಮುಂಬೈನ ಶ್ರೀಮಂತ ಮತ್ತು ಪ್ರಸಿದ್ಧ ಟಾಟಾ ಕುಟುಂಬದಲ್ಲಿ ಜನಿಸಿದರು. ಅವರು ಸೂನೂ ಮತ್ತು ನೇವಲ್ ಹಾರ್ಮುಸ್ಜಿ ಟಾಟಾಗೆ ಜನಿಸಿದರು. ರತನ್ ಟಾಟಾ ಸಮೂಹದ ಸಂಸ್ಥಾಪಕ ಜಮ್ಸೆಡ್ಜಿ ಟಾಟಾ ಅವರ ಮೊಮ್ಮಗ.

ರತನ್ ಅವರ ಬಾಲ್ಯವು ಕಷ್ಟಕರವಾಗಿತ್ತು, ಅವರ ಪೋಷಕರು 1940 ರ ದಶಕದ ಮಧ್ಯಭಾಗದಲ್ಲಿ, ಅವರು ಸುಮಾರು ಏಳು ವರ್ಷದವರಾಗಿದ್ದಾಗ ಮತ್ತು ಅವರ ಕಿರಿಯ ಸಹೋದರ ಜಿಮ್ಮಿ ಐದು ವರ್ಷದವರಾಗಿದ್ದಾಗ

ಬೇರ್ಪಟ್ಟರು. ರತನ್ ಟಾಟಾ ಅವರ ತಾಯಿ ಹೊರಟುಹೋದರು ಮತ್ತು ರತನ್ ಮತ್ತು ಅವರ ಸಹೋದರ ಇಬ್ಬರೂ ಅವರ ಅಜ್ಜಿ ಲೇಡಿ ನವಜ್ ಬಾಯಿ ಆರೈಕೆಯಲ್ಲಿ ಬೆಳೆದರು. ಅವರು ಮುಂಬೈನ ಕ್ಯಾಂಪಿಯನ್ ಶಾಲೆಯಲ್ಲಿ ಶಿಕ್ಷಣ ಪಡೆದರು. 1962 ರಲ್ಲಿ ಕಾರ್ನೆಲ್ ವಿಶ್ವವಿದ್ಯಾಲಯದಿಂದ ಪದವಿ ಪಡೆದ ನಂತರ ಆರ್ಕಿಟೆಕ್ಚರ್ ಮತ್ತು ಸ್ಟ್ರಕ್ಚರಲ್ ಎಂಜಿನಿಯರಿಂಗ್ ನಲ್ಲಿ ಪದವಿ ಪಡೆದ ರತನ್ ಕುಟುಂಬ ವ್ಯವಹಾರಕ್ಕೆ ಸೇರಿದರು.

ಕಾಲೇಜಿನ ಸಮಯದಲ್ಲಿ, ರತನ್ ಆಲ್ಫಾ ಸಿಗ್ಮಾ ಫಿ ಭ್ರಾತೃತ್ವಕ್ಕೆ ಸೇರಿಕೊಂಡರು (1845 ರಲ್ಲಿ ಯೇಲ್ ನಲ್ಲಿ ಸ್ಥಾಪನೆಯಾದ ಯುನೈಟೆಡ್ ಸ್ಟೇಟ್ಸ್ ನ ಅತ್ಯಂತ ಹಳೆಯ ಸಾಮಾಜಿಕ ಭ್ರಾತೃತ್ವಗಳಲ್ಲಿ ಒಂದಾಗಿದೆ). 1962 ರಲ್ಲಿ ಕಾರ್ನೆಲ್ ವಿಶ್ವವಿದ್ಯಾಲಯದಿಂದ ಆರ್ಕಿಟೆಕ್ಚರ್ ಮತ್ತು ಸ್ಟ್ರಕ್ಚರಲ್ ಎಂಜಿನಿಯರಿಂಗ್ ಪದವಿ ಪಡೆದ ನಂತರ, ರತನ್ ಕುಟುಂಬ ವ್ಯವಹಾರಕ್ಕೆ ಸೇರಿದರು. ಜೆ. ಆರ್. ಡಿ ಟಾಟಾ ಅವರ ಸಲಹೆಯನ್ನು ಅನುಸರಿಸಿ ರತನ್ ಐಬಿಎಂನಿಂದ ಉದ್ಯೋಗ ಪ್ರಸ್ತಾಪವನ್ನು ತಿರಸ್ಕರಿಸಿದರು ಮತ್ತು ಕುಟುಂಬ ವ್ಯವಹಾರಕ್ಕೆ ಪ್ರವೇಶಿಸಿದರು. ಟಾಟಾ ಸ್ಟೀಲ್ ನಲ್ಲಿ ಕೆಲಸ ಮಾಡಲು ಅವರನ್ನು ಜಮ್ಶೆಡ್ ಪುರಕ್ಕೆ ಕಳುಹಿಸಲಾಯಿತು. ನಿಜವಾದ ಟಾಟಾ ಶೈಲಿಯಲ್ಲಿ ಅವರು ಇತರ ಬ್ಲೂ-ಕಾಲರ್ ಉದ್ಯೋಗಿಗಳೊಂದಿಗೆ ಕಾರ್ಯಸ್ಥಳದಲ್ಲಿ ಕೆಲಸ ಮಾಡಿದರು, ಸುಣ್ಣದ ಕಲ್ಲುಗಳ ಸಲಿಕೆ ಮತ್ತು ಬ್ಲಾಸ್ಟ್ ಕುಲುಮೆಗಳನ್ನು ನಿರ್ವಹಿಸುತ್ತಿದ್ದರು.

1971 ರಲ್ಲಿ ಅವರು ದಿ ನ್ಯಾಷನಲ್ ರೇಡಿಯೋ ಮತ್ತು ಎಲೆಕ್ಟ್ರಾನಿಕ್ಸ್ ಕಂಪನಿ (ನೆಲ್ಕೊ) ಯ ನಿರ್ದೇಶಕರಾಗಿ ನೇಮಕಗೊಂಡರು, ತೀವ್ರ ಆರ್ಥಿಕ ಸಂಕಷ್ಟದಲ್ಲಿದ್ದ ಸಂಸ್ಥೆ, ಯಾರೂ ಇರಲಿಲ್ಲ; ಬಹುಶಃ ಅವರ ಹಿತೈಷಿಗಳು ಅದರ ಯಶಸ್ಸಿನ ಬಗ್ಗೆ ಯೋಚಿಸಿದರು. ಆದರೆ ಭವಿಷ್ಯದಲ್ಲಿ ಹೈಟೆಕ್ ಮುಂದುವರಿಯುವ ಮಾರ್ಗವಾಗಿದೆ ಎಂಬ ಸ್ವಾಭಾವಿಕ ವಿವೇಕವನ್ನು ನೆಲ್ಕೊ ಒದಗಿಸಿದ ಸಾಮರ್ಥ್ಯವನ್ನು ರತನ್ ಅರಿತುಕೊಂಡರು, ಅವರು ಸಮಯ ವ್ಯರ್ಥಮಾಡದೆ ಹೆಚ್ಚಿನ ಹೂಡಿಕೆಗಾಗಿ ಜೆ .ಆರ್ .ಡಿ. ಟಾಟಾ ರವರಿಗೆ ಮನವರಿಕೆಮಾಡಲಾಯಿತು. ಜೆ .ಆರ್ .ಡಿ ರವರಿಗೆ ಆರಂಭದಲ್ಲಿ ಇಷ್ಟವಿರಲಿಲ್ಲವಾದರೂ, ನೆಲ್ಕೊನ ಯಶಸ್ಸು ರತನ್ ಅವರ ವಿಶ್ವಾಸಾರ್ಹತೆ ಮತ್ತು ಆಶೀರ್ವಾದವನ್ನು ಸಾಬೀತುಪಡಿಸಿತು.

ವ್ಯಾಪಾರದ ಉಲ್ಬಣಕ್ಕೆ ಅಪಾಯಗಳನ್ನು ಅಳವಡಿಸಿಕೊಳ್ಳುವ ಈ ಮನಸ್ಥಿತಿಯು 1991 ರಲ್ಲಿ ಪೌರಾಣಿಕವಾದಾಗ ಹೊಸ ಭದ್ರಕೋಟೆಯನ್ನು ಗಳಿಸಿತು. ಜೆ.ಆರ್.ಡಿ. ಟಾಟಾ ಬದಲಿಗೆ ರತನ್ ಅವರು ಹಳೆಯ ಕಾವಲುಗಾರರ ಬದಲಾವಣೆಯನ್ನು ಮಾತ್ರವಲ್ಲದೆ ಹಿಂದಿನ ತಲೆಮಾರುಗಳ ಶಿಬ್ಬೋಲೆತ್ ಸ್ವ-ವಿಷಯದ ಒಂದು

ನಿರ್ದಿಷ್ಟ ಬದಲಾವಣೆಯನ್ನೂ ಸಹ ಬಿಂಬಿಸಿದರು. ಡಿಸೆಂಬರ್ 1993 ರಲ್ಲಿ ಜೆ. ಆರ್. ಡಿ ನಿಧನರಾಗುವ ಹೊತ್ತಿಗೆ, ಟಾಟಾ ಸನ್ಸ್ ಬ್ಯಾನರ್ ಅಡಿಯಲ್ಲಿ ಗುಂಪು ಕಂಪನಿಗಳನ್ನು ಕ್ರೋಢೀಕರಿಸುವ ರತನ್ ಟಾಟಾ ಅವರ ದೃಷ್ಟಿಕೋನವು ಪಿತೃಪ್ರಭುತ್ವದ ಅನುಮೋದನೆಯ ಅಂಚೆಚೀಟಿಯನ್ನು ಹೊಂದಿತ್ತು ಎಂಬುದು ಸ್ಪಷ್ಟವಾಯಿತು. ಭಾರತದ ಎರಡನೇ ಸುತ್ತಿನ ಆರ್ಥಿಕ ಉದಾರೀಕರಣವು ನಡೆಯುತ್ತಿದ್ದಂತೆ, ಟಾಟಾ ಹೋಲ್ಡಿಂಗ್ ಕಂಪನಿಯು ಕ್ರಮೇಣ ಟಿಸ್ಕೋ (ಈಗ ಟಾಟಾ ಸ್ಟೀಲ್), ಟೆಲ್ಕೊ (ಈಗ ಟಾಟಾ ಮೋಟಾರ್ಸ್), ಟಾಟಾ ಕೆಮಿಕಲ್ಸ್ ಮತ್ತು ಟಾಟಾ ಟೀ ಮುಂತಾದ ಸಮೂಹ ಕಂಪನಿಗಳಲ್ಲಿ ತನ್ನ ಷೇರುಗಳನ್ನು ಹೆಚ್ಚಿಸಿತು. ಅವನ ಅಡಿಯಲ್ಲಿ ಟಾಟಾ ಕನ್ಸಲ್ಟೆನ್ಸಿ ಸರ್ವೀಸಸ್ ಸಾರ್ವಜನಿಕವಾಯಿತು ಮತ್ತು ಟಾಟಾ ಮೋಟಾರ್ಸ್ ಅನ್ನು ನ್ಯೂಯಾರ್ಕ್ ಸ್ಟಾಕ್ ಎಕ್ಸ್ ಚೇಂಜ್ ನಲ್ಲಿ ಪಟ್ಟಿ ಮಾಡಲಾಗಿದೆ.

1998 ರಲ್ಲಿ, ಟಾಟಾ ಮೋಟಾರ್ಸ್ ಟಾಟಾ ಇಂಡಿಕಾದೊಂದಿಗೆ ಬಂದಿತು, ಇದು ಮೊದಲ ನಿಜವಾದ ಭಾರತೀಯ ಕಾರು. ಈ ಕಾರು ರತನ್ ಟಾಟಾ ಅವರ ಮೆದುಳಿನ ಕೂಸು. ಜನವರಿ 31, 2007 ರಂದು ಟಾಟಾ ಗ್ರೂಪ್ ಭಾರತೀಯ ಕಾರ್ಪೊರೇಟ್ ಇತಿಹಾಸದಲ್ಲಿ ಅತಿದೊಡ್ಡ ಸ್ವಾಧೀನಗಳಲ್ಲಿ ಒಂದನ್ನು ಹಿಂತೆಗೆದುಕೊಂಡಾಗ ವ್ಯವಹಾರದ ಬಗೆಗಿನ ಅವರ ಆಕ್ರಮಣಕಾರಿ ವಿಧಾನವು ಉತ್ತಮವಾಗಿ ಬಹಿರಂಗವಾಯಿತು. ಕೋರಸ್ ಗ್ರೂಪ್, ಆಂಗ್ಲೋ-ಡಚ್ ಉಕ್ಕು ಮತ್ತು ಅಲ್ಯೂಮಿನಿಯಂ ಸಂಘಟನೆಯನ್ನು ಟಾಟಾ ಸನ್ಸ್ 603 ಪೆನ್ಸ್ ಬಿಡ್ ಮಾಡಿದ ಬ್ರೆಜಿಲಿಯನ್ ಸ್ಟೀಲ್ ಕಂಪನಿಯ ವಿರುದ್ಧ ಪ್ರತಿ ಷೇರಿಗೆ 608 ಪೆನ್ಸ್ ದರದಲ್ಲಿ ದಿಗ್ಭ್ರಮೆಗೊಳಿಸುವ £6.7 ಶತಕೋಟಿ ವಿರುದ್ಧ ಸ್ವಾಧೀನಪಡಿಸಿಕೊಂಡಿತು.

ಈ ವಿಲೀನವು ವಿಶ್ವದ ಆರನೇ ಅತಿದೊಡ್ಡ ಉಕ್ಕು ಉತ್ಪಾದನಾ ಘಟಕವನ್ನು ಸೃಷ್ಟಿಸಿತು ಮತ್ತು ಭಾರತೀಯ ಸಾಂಸ್ಥಿಕ ವ್ಯಾಪಾರ ಸಂಸ್ಕೃತಿಯ ಇತಿಹಾಸದಲ್ಲಿ ರತನ್ ಟಾಟಾ ಅವರನ್ನು ಅಮರ ವ್ಯಕ್ತಿಯನ್ನಾಗಿ ಮಾಡಿತು. ಮಾರ್ಚ್ 6, 2007 ರಂದು ಜಿನೀವಾದಲ್ಲಿ ಇತ್ತೀಚಿನ ಟಾಟಾ 4-ವೀಲರ್ ಮಾದರಿ ಟಾಟಾ ಎಲಿಗಾಂಟೆ (Tata Elegante) ಯನ್ನು ಪ್ರಸ್ತುತಪಡಿಸಿದಾಗ ಈ ವ್ಯಕ್ತಿಯೊಂದಿಗೆ ಯಶಸ್ಸಿನ ಮತ್ತೊಂದು ಗರಿ ಲಗತ್ತಿಸಲಾಗಿದೆ. ಈ ಮಾದರಿಯನ್ನು ನಾಲ್ಕು ಚಕ್ರಗಳ ಎಲ್ಲಾ ಜಾಗತಿಕ ವಿತರಕರು ಪ್ರಶಂಸಿಸಿದ್ದಾರೆ.

ಕೋರಸ್ ಸ್ವಾಧೀನದ ನಂತರ 1993ರಲ್ಲಿ ಟಾಟಾ ಸಮೂಹವು ರೂ. 13,000 ಕೋಟಿಯಿಂದ ರೂ. 1.5 ಲಕ್ಷ ಕೋಟಿಗೆ ಬೆಳೆಯುತ್ತಿದ್ದು, ಈಗ ಎಲ್ಲರ ಕಣ್ಣು ಏಕಾಂತ ರತನ್ ಟಾಟಾ ಮೇಲಿದೆ.

ಅಮೇರಿಕಾದ ವಿದ್ಯಾಭ್ಯಾಸದ ಬ್ಯಾಚುಲರ್ ಮುಂಬೈನ ಡೌನ್ ಟೌನ್ ನಲ್ಲಿರುವ ಅಪಾರ್ಟ್ ಮೆಂಟ್ ನಲ್ಲಿ ತನ್ನ ಇಬ್ಬರು ಜರ್ಮನ್ ಶೆಫರ್ಡ್ ಗಳೊಂದಿಗೆ ಏಕಾಂಗಿಯಾಗಿ ವಾಸಿಸುತ್ತಿದ್ದಾರೆ. ಅವರು ತನ್ನ ಚಾಲಕನ ಜೊತೆಗೆ ಕೆಲಸಕ್ಕೆ ಹೋಗಿಬರುವಾಗ ಮುಂಭಾಗದ ಸೀಟಿನಲ್ಲಿ ಆಸೀನರರಾಗುತ್ತಾರೆ. ಟಾಟಾ ಫೌಂಡೇಶನ್ ಸ್ಥಾಪನೆಯಲ್ಲಿ ಪ್ರಮುಖ ಪಾತ್ರ ವಹಿಸಿದ ವ್ಯಕ್ತಿ, ಗ್ರಾಮೀಣ, ಸಾರ್ವತ್ರಿಕ ಆರೋಗ್ಯ ಅಭಿವೃದ್ಧಿ, ನೀರಿನ ಕೊರತೆ ನಿರ್ಮೂಲನೆ ಮತ್ತು ಇತರ ಹಲವಾರು ಸಾಮಾಜಿಕ ಕಾರಣಗಳ ಪೂರ್ವಜರು.

ತನ್ನ ಗೌಪ್ಯತೆಯನ್ನು ಅಸೂಯೆಯಿಂದ ಕಾಪಾಡುವ ಹೆಸರುವಾಸಿಯಾದ ರತನ್ ಟಾಟಾ ಅವರನ್ನು ಹಬ್ಬದ ದಿನಗಳಲ್ಲಿ ಪಾರ್ಸಿ ಅಗ್ನಿಶಾಮಕ ದೇವಸ್ಥಾನಗಳಲ್ಲಿ ಗುರುತಿಸಲಾಗಿದೆ. ಅವರು ಸಾಂಪ್ರದಾಯಿಕ ಪಾರ್ಸಿ ಜೀವನ ವಿಧಾನದ ಬೆಂಬಲಿಗರೆಂದು ಹೆಸರುವಾಸಿಯಾಗಿದ್ದಾರೆ ಮತ್ತು ಧಾರ್ಮಿಕ ಸಮುದಾಯದ ಯುವಕರ ಶಿಕ್ಷಣ ಕಾರ್ಯಗಳಿಗೆ ಧನಸಹಾಯ ಮಾಡಿದ್ದಾರೆ ಎಂದು ನಂಬಲಾಗಿದೆ. ಆದಾಗ್ಯೂ, ಟಾಟಾ ಅವರ ಪ್ರಚಾರಕರು ಅವರ ಜೀವನದ ಈ ಅಂಶದ ಬಗ್ಗೆ ಪ್ರತಿಕ್ರಿಯಿಸುವುದಿಲ್ಲ ಮತ್ತು ಸಮುದಾಯದ ಸದಸ್ಯರಿಂದ ಹೊರಬರುವ ಮಾಹಿತಿಯ ಬಹು ಕಿರಿದಾಗಿವೆ. ಅವರು ಮನೆಯಲ್ಲಿ ಬೇಯಿಸಿದ ಆಹಾರದ ಬಗ್ಗೆ ಉತ್ಸಾಹವನ್ನು ಹೊಂದಿದ್ದಾರೆ ಮತ್ತು ಕಲಾ ಸಂಗ್ರಹಣೆಯಲ್ಲಿ ಆಳವಾಗಿ ತೊಡಗಿಸಿಕೊಂಡಿದ್ದಾರೆ. ದಾರಿಯುದ್ದಕ್ಕೂ ತನ್ನ ಸ್ವಂತ ವಿಮಾನದಲ್ಲಿ ಇನ್ನೂ ಆಕಾಶಕ್ಕೆ ಹಾರಾಟ ನಡೆಸುತ್ತಿರುವ ತರಬೇತಿ ಪಡೆದ *ಪೈಲಟ್ ಪದ್ಮಭೂಷಣ ಮತ್ತು ಫೋರ್ಬ್ಸ್ ಏಷ್ಯಾದ ವರ್ಷದ ಉದ್ಯಮಿ ಪ್ರಶಸ್ತಿಯಂತಹ ಹಲವಾರು ಪ್ರಶಸ್ತಿಗಳನ್ನು ಪಡೆದಿದ್ದಾರೆ.*

ಅವರು ಭಾರತದ ವಿವಿಧ ಸಂಸ್ಥೆಗಳಲ್ಲಿ ಹಿರಿಯ ಹುದ್ದೆಗಳಲ್ಲಿ ಸೇವೆ ಸಲ್ಲಿಸುತ್ತಿದ್ದಾರೆ ಮತ್ತು ಅವರು ವ್ಯಾಪಾರ ಮತ್ತು ಉದ್ಯಮದ ಪ್ರಧಾನ ಮಂತ್ರಿಗಳ ಮಂಡಳಿಯ ಸದಸ್ಯರಾಗಿದ್ದಾರೆ. ಮಾರ್ಚ್ 2006 ರಲ್ಲಿ, ಕಾರ್ನೆಲ್ ವಿಶ್ವವಿದ್ಯಾನಿಲಯವು ಅವರನ್ನು ಆರ್ಥಿಕ ಶಿಕ್ಷಣದಲ್ಲಿ 26 ನೇ ರಾಬರ್ಟ್ ಎಸ್. ಹ್ಯಾಟ್ಫೀಲ್ಡ್ ಫೆಲೋ ಎಂದು ಗೌರವಿಸಿತು, ಕಾರ್ಪೊರೇಟ್ ವಲಯದ ವಿಶಿಷ್ಟ ವ್ಯಕ್ತಿಗಳಿಗೆ ವಿಶ್ವವಿದ್ಯಾನಿಲಯ ಪ್ರಶಸ್ತಿಗಳನ್ನು ನೀಡುವ ಅತ್ಯುನ್ನತ ಗೌರವವೆಂದು ಪರಿಗಣಿಸಲಾಗಿದೆ.

ಕೇವಲ ಭಾರತೀಯ ಆರ್ಥಿಕತೆಯ ಯಶಸ್ಸಿಗೆ ಸಂಬಂಧಿಸಿರುವುದರಿಂದ, ರತನ್ ಟಾಟಾ ನೇತೃತ್ವದ ಟಾಟಾ ಸಮೂಹವು ಇತರ ಸ್ಥಳಗಳನ್ನು ಗಮನಿಸುತ್ತದೆ. ಸುಡಾನ್ ಮತ್ತು ಇರಾನ್ ನಂತಹ ತೊಂದರೆಗೊಳಗಾದ ಸ್ಥಳಗಳು ಸಹ ಟಾಟಾದ ರೇಡಾರ್ ಅಂಕುಶದಲ್ಲಿದೆ. ಸ್ಥಳೀಯ ಉದ್ಯಮಶೀಲತೆಯ ಇತಿಹಾಸದಲ್ಲಿ ತನ್ನ ಖ್ಯಾತಿಯನ್ನು ಗಳಿಸಿದ ಕುಟುಂಬದಲ್ಲಿ ಜನಿಸಿದ ಅವರು, ಭಾರತದ ಉದ್ದಕ್ಕೂ ಸಾಕಷ್ಟು ಪುರಾವೆಗಳನ್ನು ಹರಡಿದ್ದಾರೆ. ಅವರು ತಮ್ಮ ಪರಂಪರೆಗೆ ನ್ಯಾಯ ಒದಗಿಸಿದ್ದಾರೆ. ಇದು ನಂತರದ ವರ್ಷಗಳಲ್ಲಿ ನಿರರ್ಗಳವಾಗಿ ಸಾಬೀತಾಗಿದೆ.

## 12

# ದಿ ಮ್ಯಾನ್ ಆಫ್ ಸ್ಟೀಲ್

ಏಷ್ಯಾದ ವಾಣಿಜ್ಯ ದಿಗ್ಗಜರಲ್ಲಿ ರತನ್ ಎನ್. ಟಾಟಾ ಅವರ ನಮ್ರತೆ ಎದ್ದು ಕಾಣುತ್ತದೆ. ಸಾಫ್ಟ್ ವೇರ್, ಕಾರುಗಳು ಮತ್ತು ಉಕ್ಕಿನಿಂದ ಫೋನ್ ವರೆಗಿನ ಸೇವೆ, ಚಹಾ ಚೀಲಗಳು ಮತ್ತು ಕೈಗಡಿಯಾರಗಳವರೆಗೆ ವ್ಯಾಪಿಸಿರುವ ಟಾಟಾ ಗ್ರೂಪ್-ಇಂಡಿಯಾದ ಅತಿದೊಡ್ಡ ಸಂಘಟನೆಯ ಅಧ್ಯಕ್ಷರು ಸಾಮಾನ್ಯವಾಗಿ ತಮ್ಮ $ 12,500 ಟಾಟಾ ಇಂಡಿಗೊ ಮರೀನಾ ವ್ಯಾಗನ್ ನಲ್ಲಿ ಕಚೇರಿಗೆ ತೆರಳುತ್ತಾರೆ. ತಾನು ವಿನ್ಯಾಸಗೊಳಿಸಿದ ಬೀಚ್ ಫ್ರಂಟ್ ಮನೆಯಲ್ಲಿ ತನ್ನ ಇಬ್ಬರು ನಾಯಿಗಳೊಂದಿಗೆ ವಾರಾಂತ್ಯಗಳನ್ನು ಏಕಾಂತದಲ್ಲಿ ಕಳೆಯಲು ಅವರು ಆದ್ಯತೆ ನೀಡುತ್ತಾರೆ ಮತ್ತು ನೆಪವನ್ನು ನಿರ್ಲಕ್ಷಿಸಿ ಅವರು ಸುದೀರ್ಘ ವ್ಯವಹಾರ ಪ್ರವಾಸಗಳಲ್ಲಿಯೂ ಸಹ ಏಕಾಂಗಿಯಾಗಿ ಪ್ರಯಾಣಿಸುತ್ತಾರೆ, ಕಾರ್ಪೊರೇಟ್ ಮುಖ್ಯಸ್ಥರನ್ನು ನಿಯಂತ್ರಿಸುವ ಸಹಾಯಕರ ಪರಿಶ್ರಮವನ್ನು ತ್ಯಜಿಸುತ್ತಾರೆ.

ಆದರೆ 70 ವರ್ಷದ ಟಾಟಾ ಕೂಡ ಡೇರ್ ಡೆವಿಲ್ ಪರಂಪರೆಯನ್ನು ಹೊಂದಿದ್ದಾರೆ. ಅತ್ಯಾಸಕ್ತಿಯ ಏವಿಯೇಟರ್ ಆಗಿರುವ ಅವರು ಆಗಾಗ್ಗೆ ತಮ್ಮದೇ ಆದ ಫಾಲ್ಕನ್ 2000 ಬಿಸಿನೆಸ್ ಜೆಟ್ ಅನ್ನು ಭಾರತದಾದ್ಯಂತ ಹಾರಿಸುತ್ತಾರೆ. ಫೆಬ್ರವರಿಯಲ್ಲಿ ಅವರು ಲಾಕ್ ಹೀಡ್ ಎಫ್ -16 ಮತ್ತು ಬೋಯಿಂಗ್ ಎಫ್ -18 ಫೈಟರ್ ಜೆಟ್ ಗಳನ್ನು ಸಹ-ಪೈಲಟ್ ಮಾಡುವ ಮೂಲಕ ಏರೋ ಇಂಡಿಯಾ 2007 ಏರ್ ಶೋನಲ್ಲಿ ಸಂಚಲನವನ್ನು ಉಂಟುಮಾಡಿದರು.

ಟಾಟಾ ಅವರ ವ್ಯವಹಾರ ಚಟುವಟಿಕೆಗಳು ಅವರ ವ್ಯಕ್ತಿತ್ವದ ದಿಟ್ಟತನವನ್ನು ಪ್ರತಿಬಿಂಬಿಸುತ್ತವೆ. ಅವರು ತಮ್ಮ ಗುಂಪನ್ನು ಒಮ್ಮೆ ಸ್ಥಗಿತಗೊಂಡಿದ್ದ ಪ್ರಾದೇಶಿಕ ಆಟಗಾರರಿಂದ ಜಾಗತಿಕ ಹೆವಿವೇಯ್ಟ್ ಆಗಿ ನಿರ್ಮಿಸುವ ಹೂಡಿಕೆಯನ್ನು ಪ್ರಾರಂಭಿಸಿದ್ದಾರೆ. 2003 ರಿಂದ, ಟಾಟಾ ಇಂಡೋನೇಷ್ಯಾದ ಅತಿದೊಡ್ಡ ಕಲ್ಲಿದ್ದಲು ಗಣಿಗಳಲ್ಲಿ ಒಂದಾದ ದಕ್ಷಿಣ ಕೊರಿಯಾದ ಡೇವೂ ಮೋಟಾರ್ಸ್ ನ ಟ್ರಕ್ ಘಟಕವನ್ನು ಮತ್ತು ಸಿಂಗಾಪುರ, ಥೈಲ್ಯಾಂಡ್ ಮತ್ತು ವಿಯೆಟ್ನಾಂನಲ್ಲಿನ ಸ್ಟೀಲ್ ಮಿಲ್ ಗಳನ್ನು ಖರೀದಿಸಿದೆ. ಇದು ನ್ಯೂಯಾರ್ಕ್ ನ ಪಿಯರೆ, ಬೋಸ್ಟನ್ ನ ರಿಟ್ಜ್-ಕಾರ್ಲ್ಟನ್ ಮತ್ತು ಸ್ಯಾನ್ ಫ್ರಾನ್ಸಿಸ್ಕೋದ ಕ್ಯಾಮ್ಡೆನ್ ಪ್ಲೇಸ್ ಸೇರಿದಂತೆ ಹಲವಾರು ಟೋನಿ ಹೋಟೆಲ್ ಗಳನ್ನು ಸ್ವಾಧೀನಪಡಿಸಿಕೊಂಡಿದೆ. 2004ರಲ್ಲಿ ಟೈಕೋ ಇಂಟರ್ ನ್ಯಾಷನಲ್ ನ ಸಮುದ್ರದೊಳಗಿನ ಟೆಲಿಕಾಂ ಕೇಬಲ್

ಗಳನ್ನು $ 130 ಮಿಲಿಯನ್ ಗೆ ಖರೀದಿಸಿತು. ಈ ಬೆಲೆಯು ಟಾಟಾವನ್ನು ವಿಶ್ವದ ಅತಿದೊಡ್ಡ ಅಂತರರಾಷ್ಟ್ರೀಯ ಫೋನ್ ಕರೆಗಳ ವಾಹಕವನ್ನಾಗಿ ಮಾಡಿತು. ಬ್ರಿಟಿಷ್ ಎಂಜಿನಿಯರಿಂಗ್ ಸಂಸ್ಥೆ ಇಂಕಾಟ್ ಇಂಟರ್ ನ್ಯಾಷನಲ್,

ಟಾಟಾ ಟೆಕ್ನಾಲಜೀಸ್ ನ 91 ಮಿಲಿಯನ್ ಡಾಲರ್ ಖರೀದಿಯೊಂದಿಗೆ ಈಗ ಅಮೆರಿಕಾದ ಆಟೋ ಮತ್ತು ಏರೋಸ್ಪೇಸ್ ಕಂಪನಿಗಳಿಗೆ ಹೊರಗುತ್ತಿಗೆ ಕೈಗಾರಿಕಾ ವಿನ್ಯಾಸದ ಪ್ರಮುಖ ಪೂರೈಕೆದಾರರಾಗಿದ್ದು, ಭಾರತ, ಯುಎಸ್ ಮತ್ತು ಯುರೋಪ್ ನಲ್ಲಿ 3,300 ಎಂಜಿನಿಯರ್ ಗಳನ್ನು ಹೊಂದಿದೆ.

ಇಲ್ಲಿಯವರೆಗಿನ ಕಿರೀಟಧಾರಣೆಯ ಒಪ್ಪಂದವು ಡಚ್-ಬ್ರಿಟಿಷ್ ಸ್ಟೀಲ್ ದೈತ್ಯ ಕೋರಸ್ ಗ್ರೂಪ್ ನ ಏಪ್ರಿಲ್ ನಲ್ಲಿ ಟಾಟಾ ಸ್ಟೀಲ್ ನ $ 13 ಬಿಲಿಯನ್ ಸ್ವಾಧೀನವಾಗಿದೆ. ಇದು ಕೆಲವೇ ವರ್ಷಗಳ ಹಿಂದೆ ಯೋಚಿಸಲಾಗದ ಗುರಿಯಾಗಿತ್ತು. ಒಂದೇ ಸಾಲಿನಲ್ಲಿ, ಈ ಕ್ರಮವು ಟಾಟಾ ಸ್ಟೀಲ್ ನ ಸಿದ್ಧಪಡಿಸಿದ ಉತ್ಪನ್ನಗಳ ಶ್ರೇಣಿಯನ್ನು ಬಹಳವಾಗಿ ವಿಸ್ತರಿಸುತ್ತದೆ, ಯುಎಸ್ ಮತ್ತು ಯುರೋಪಿನಾದ್ಯಂತ ವಾಹನ ತಯಾರಕರಿಗೆ ಪ್ರವೇಶವನ್ನು ಭದ್ರಪಡಿಸುತ್ತದೆ ಮತ್ತು ಇದರೊಂದಿಗೆ ಅದರ ಸಾಮರ್ಥ್ಯವನ್ನು ಐದು ಪಟ್ಟು ಹೆಚ್ಚಿಸುತ್ತದೆ, ಜೊತೆಗೆ ಪೆನ್ಸಿಲ್ವೇನಿಯಾ ಮತ್ತು ಓಹಿಯೋದಲ್ಲಿ ಗಿರಣಿಗಳನ್ನು ಸೇರಿಸಲಾಗಿದೆ.

ಮುಂದಿನ ಐದು ವರ್ಷಗಳಲ್ಲಿ ಉಕ್ಕು, ಆಟೋಗಳು, ಟೆಲಿಕಾಂ, ವಿದ್ಯುತ್, ರಾಸಾಯನಿಕಗಳು ಮತ್ತು ಹೆಚ್ಚಿನವುಗಳಲ್ಲಿ ಮನೆಯಲ್ಲಿ $ 28 ಶತಕೋಟಿ ಬಂಡವಾಳ ಹೂಡಿಕೆ ಮಾಡಲು ಗುಂಪು ಯೋಜಿಸಿದೆ. **"ನಾವು ಬೆಳವಣಿಗೆಯ ದೃಷ್ಟಿಯಿಂದ ನಮ್ಮ ಚಿಂತನೆಯನ್ನು ಚೇತರಿಸಿಕೊಂಡಿದ್ದೇವೆ" ಎಂದು ಟಾಟಾ ಗ್ರೂಪ್** ನ ಪ್ರಧಾನ ಕಚೇರಿಯಾದ ಬಾಂಬೆ ಹೌಸ್ ನಲ್ಲಿ 1926ರಿಂದ ಚಹಾ ಸೇವನೆ ಮಾಡುತ್ತಿದ್ದು, ಚೆನ್ನಾಗಿ ಧರಿಸಿರುವ ಅಮೃತಶಿಲೆ ಮಹಡಿಗಳನ್ನು ಹೊಂದಿರುವ ಪ್ರಶಾಂತವಾದ ಓಯಸಿಸ್, ಆಧುನಿಕ ಭಾರತೀಯ ಕಲೆಯ ವಿಶಾಲ ಸಂಗ್ರಹ ಮತ್ತು

ಪ್ರತಿದಿನ ಮಧ್ಯಾಹ್ನ 3 ಗಂಟೆಗೆ ವೆನಿಲ್ಲಾ ಐಸ್ಕ್ರೀಮ್ ಬಟ್ಟಲುಗಳೊಂದಿಗೆ ಪ್ರಸಾರವಾಗುವ ಸಿಬ್ಬಂದಿಗಳು **"ನಾವು ಇದನ್ನು ಮಾಡಲು ನಮ್ಮ ವ್ಯವಹಾರಗಳನ್ನು ಬಲವಂತಪಡಿಸಿದ್ದೇವೆ ಮತ್ತು ನಿರ್ಬಂಧಿಸಿದ್ದೇವೆ" ಎಂದು ಟಾಟಾ ಹೇಳುತ್ತಾರೆ.**

ಬಲವಂತ ಮತ್ತು ಓಲೈಸುವಿಕೆ ಅದ್ಭುತವಾಗಿ ಕೆಲಸ ಮಾಡಿದೆ. ಪಟ್ಟಿ ಮಾಡಲಾದ 18 ಟಾಟಾ ಕಂಪನಿಗಳ ಮಾರುಕಟ್ಟೆ ಮೌಲ್ಯವು 2003 ರಿಂದ $ 12 ಶತಕೋಟಿಯಿಂದ $ 62 ಶತಕೋಟಿಗೆ ಏರಿದೆ. ಸಮೂಹದ ಮಾರಾಟ ಮತ್ತು ಲಾಭವು ಕ್ರಮವಾಗಿ $ 29 ಶತಕೋಟಿ ಮತ್ತು $ 2.8 ಶತಕೋಟಿಗೆ ದ್ವಿಗುಣಗೊಂಡಿದೆ. ಟಾಟಾ ಸ್ಟೀಲ್, ಟಾಟಾ ಮೋಟಾರ್ಸ್ ಮತ್ತು ಟಾಟಾ ಕನ್ಸಲ್ಟೆನ್ಸಿ ಸರ್ವೀಸಸ್ ಮಾರಾಟದ 75% ನಷ್ಟು ಪಾಲನ್ನು ಹೊಂದಿರುವ ಮೂರು ದೊಡ್ಡ ಕಂಪನಿಗಳು ತಮ್ಮ ಅತ್ಯುತ್ತಮ ವರ್ಷಗಳನ್ನು ಅನುಭವಿಸುತ್ತಿವೆ.

ಜಾಗತಿಕ ಸಂಸ್ಕರಣೆ ನಾಲ್ಕು ವರ್ಷಗಳ ಹಿಂದೆ ಪ್ರಾರಂಭವಾಯಿತು. ಅಧ್ಯಕ್ಷರಾಗಿ ಮೊದಲ ದಶಕದ ನಂತರ, ಭಾರತವನ್ನು ಚೀನಾದೊಂದಿಗೆ ಹೋಲಿಸುವ ಅಧ್ಯಯನವೂ ಸೇರಿದಂತೆ, ಕಥಾವಸ್ತುವಿನ ಕಾರ್ಯತಂತ್ರಕ್ಕೆ ಟಾಟಾ ವ್ಯಾಪಕವಾದ ವಿಮರ್ಶೆಯನ್ನು ನಿಯೋಜಿಸಿತು. ಚೀನೀ ಯೋಜನೆಗಳ ಸಂಪೂರ್ಣ ಧೈರ್ಯದಿಂದ ಅವರು ಪ್ರಭಾವಿತರಾದರು. **"ಅವರು ಬಂದರು ಅಥವಾ ಹೆದ್ದಾರಿಯನ್ನು ನಿರ್ಮಿಸಿದರೂ, ಅವರು ಅದನ್ನು ದೊಡ್ಡಮಟ್ಟದಲ್ಲಿ ನಿರ್ಮಿಸಿದರೂ, ನನ್ನ ದೇವರೇ, ಇದು ಮೇಲ್ಭಾಗದಲ್ಲಿದೆ ಎಂದು ಸಂದೇಹವಾದಿಗಳು ಹೇಳಲು ಕಾರಣವಾಯಿತು"** ಎಂದು ಅವರು ಹೇಳುತ್ತಾರೆ. **"ಆದರೆ ಚೀನಾ ಯಾವಾಗಲೂ ಅದರಲ್ಲಿ ಬೆಳೆದಿದೆ."** ಭಾರತವು ಟಾಟಾ ಸಮೂಹದ ಬಗ್ಗೆಯೂ ಯೋಚಿಸಬೇಕು ಎಂದು ಅವರು ತೀರ್ಮಾನಿಸಿದರು. ಭಾರತದ ವಿಶಾಲ ಸಾಮರ್ಥ್ಯವನ್ನು ಸದುಪಯೋಗಪಡಿಸಿಕೊಳ್ಳುವ ಮೂಲಕ ಕಂಪನಿಯು ಜಾಗತಿಕ ಹೆವಿವೇಯ್ಟ್ ಆಗಲು ಟರ್ಬೋಚಾರ್ಜ್ಡ್ ವಿಸ್ತರಣೆಗೆ ಬದಲಾಗಬಹುದು ಎಂದು ಅವರು ಭಾವಿಸಿದರು.

ಚೀನಾ, ಬ್ರೆಜಿಲ್ ಮತ್ತು ರಷ್ಯಾದಂತಹ ದೊಡ್ಡ ಅಭಿವೃದ್ಧಿಶೀಲ ರಾಷ್ಟ್ರಗಳಿಂದ ಶುಲ್ಕ ವಿಧಿಸುವ ಹೊಸ ಬಹುರಾಷ್ಟ್ರೀಯ ಕಂಪನಿಗಳಲ್ಲಿ ಟಾಟಾ ಅತ್ಯಂತ ಮುಖ್ಯವಾಗಿದೆ. ಈ ಉದಯೋನ್ಮುಖಿ ದೈತ್ಯರು ವಿಶ್ವದ ಅತಿದೊಡ್ಡ ಬೆಳವಣಿಗೆಯ ಮಾರುಕಟ್ಟೆಗಳಲ್ಲಿ ತಮ್ಮ ಹಲ್ಲುಗಳನ್ನು ಕತ್ತರಿಸುವಾಗ ಹೇರಳವಾದ ಕಡಿಮೆ-ವೆಚ್ಚದ ಕಾರ್ಮಿಕರು, ತಾಂತ್ರಿಕ ಪ್ರತಿಭೆ ಮತ್ತು ಖನಿಜ ಸಂಪನ್ಮೂಲಗಳನ್ನು ಸ್ಪರ್ಶಿಸಬಹುದು. ನಗದು ಮತ್ತು ಆತ್ಮವಿಶ್ವಾಸದಿಂದ ಕೂಡಿರುವ ಅವರು, ವಿಶ್ವದ ಕೆಲವು ಅತ್ಯಂತ ಸವಾಲಿನ ಸ್ಥಳಗಳಲ್ಲಿ ಕಾರ್ಯನಿರ್ವಹಿಸಲು ನವೀನ ವ್ಯವಹಾರ ಮಾದರಿಗಳನ್ನು ರಫ್ತು ಮಾಡಲು ಪ್ರಾರಂಭಿಸುತ್ತಿದ್ದಾರೆ.

ಸುಸಂಬದ್ಧ ದೃಷ್ಟಿ ಮತ್ತು ಅನೇಕ ಕೈಗಾರಿಕೆಗಳು ಮತ್ತು ಹಲವು ಮಾರುಕಟ್ಟೆಗಳಲ್ಲಿ ಯಶಸ್ವಿಯಾಗುವ ಸಾಮರ್ಥ್ಯವನ್ನು ಹೊಂದಿರುವ ಸಂಸ್ಥೆಯನ್ನು ನಿರ್ಮಿಸುವುದು ಬೆದರಿಸುವ ಕೆಲಸವಾಗಿದೆ. ಕೊರಿಯಾದ ಡೇವೂ (Daewoo), ಥೈಲ್ಯಾಂಡ್ ನ ಚಾರ್ಯೆನ್ ಪೋಕ್ ಫಂಡ್ (Charoen Pokphand) ಮತ್ತು ಇಂಡೋನೇಷ್ಯಾದ ಸಲೀಮ್ ಗ್ರೂಪ್ (Salim Group) ನಂತಹ ಆರ್ಥಿಕ ಉಬ್ಬರವಿಳಿತಗಳು ಹೆಚ್ಚಾಗಿದ್ದಾಗ ಏಷ್ಯಾವು ಅನೇಕ ಸೂಪ್-ಟು-ನಟ್ಸ್ ಬೆಹೆಮೊಥ್ ಗಳ ಏರಿಕೆಗೆ ಸಾಕ್ಷಿಯಾಗಿದೆ. ಬಹುಪಾಲು ಅಂತಿಮವಾಗಿ ಬೇರ್ಪಟ್ಟವು. ಆಕ್ರಮಣಕಾರಿ ಭಾರತೀಯ ಪ್ರತಿಸ್ಪರ್ಧಿಗಳು ಮತ್ತು ಆಳವಾದ ಪಾಕೆಟೆಡ್ ಬಹುರಾಷ್ಟ್ರೀಯ ಕಂಪನಿಗಳನ್ನು ಒಳಗೊಂಡ ಪ್ರತಿಭೆ ಮತ್ತು ಮಾರುಕಟ್ಟೆ ಪಾಲುಗಾಗಿ ಭಾರತದ ಉತ್ಕರ್ಷವು ಕಡಿಮೆಯಾದಾಗ ಮತ್ತು ಹೋರಾಡಿದಾಗ ಟಾಟಾಗೆ ನಿಜವಾದ ಪರೀಕ್ಷೆ ಬರುವ ಸಾಧ್ಯತೆಯಿದೆ. ಆದರೆ ಇತರ ಏಷ್ಯಾದ ಗುಂಪುಗಳಿಗಿಂತ ಭಿನ್ನವಾಗಿ, ಟಾಟಾ ಈಗಾಗಲೇ ಪ್ರಕ್ಷುಬ್ಧತೆಯನ್ನು ಉಳಿದುಕೊಳ್ಳಬಹುದು ಮತ್ತು ನಿರಂತರವಾಗಿ ತನ್ನನ್ನು ತಾನೇ ಮರುಶೋಧಿಸಿಕೊಳ್ಳಬಹುದು ಎಂದು ಸಾಬೀತುಪಡಿಸಿದೆ.

ಸಾಮ್ರಾಜ್ಯದ ಕೇಂದ್ರದಲ್ಲಿ ಸ್ವತಃ ರತನ್ ಟಾಟಾ ಇದ್ದಾರೆ. 1962ರಲ್ಲಿ ಕಾರ್ನೆಲ್ ವಿಶ್ವವಿದ್ಯಾಲಯದಿಂದ ವಾಸ್ತುಶಿಲ್ಪ ಪದವೀಧರರಾದ ಅವರು ಗುಂಪಿನ ಮುಖ್ಯಸ್ಥರಾಗಿ ಸೇವೆ ಸಲ್ಲಿಸುತ್ತಿದ್ದಾರೆ. ಡೀಲ್ ಮೇಕರ್, ದಾರ್ಶನಿಕ ಮತ್ತು ಆಧ್ಯಾತ್ಮಿಕ ಸಿಮೆಂಟ್, ಅವರು ಕಾಲೇಜಿನ ನಂತರ ಕಂಪನಿಯಲ್ಲಿ ಸೇರಿಕೊಂಡರು, ನಂತರ ಸ್ಥಿರವಾಗಿ ಶ್ರೇಯಾಂಕಗಳ ಮೂಲಕ ಏರಿದರು. ಭಾರತವು ದಶಕಗಳ ಸಮಾಜವಾದಿ-ಶೈಲಿಯ ವ್ಯಾಪಾರ ನಿಯಂತ್ರಣಗಳನ್ನು ಕಿತ್ತುಹಾಕಲು ಪ್ರಾರಂಭಿಸಿದಾಗ ಅವರು 16 ವರ್ಷಗಳ ಹಿಂದೆ ತಮ್ಮ ಚಿಕ್ಕಪ್ಪ ಜೆ .ಆರ್ .ಡಿ. ಟಾಟಾ ಅವರ ಮರಣದ ನಂತರ ತೆಗೆದುಕೊಂಡರು. ಟಾಟಾ ತೀಕ್ಷ್ಣವಾದ ಕಡಿಮೆಗೊಳಿಸುವಿಕೆ, ಆಟೋ ಉತ್ಪಾದನೆ ಮತ್ತು ಟೆಲಿಕಾಂನಲ್ಲಿ ಅಪಾಯಕಾರಿ ಸಂದರ್ಭಗಳು ಮತ್ತು ಸಂಘಟಿತ ಸಂಸ್ಥೆಗಳ ಇನ್ಸುಲರ್ ಮತ್ತು ಜಡ ನಿರ್ವಹಣೆ ಸಂಸ್ಕೃತಿಯ ರೂಪಾಂತರವನ್ನು ಮೇಲ್ವಿಚಾರಣೆ ಮಾಡಿದೆ. ಈಗ ಅಂತಹ ಕಂಪನಿಗಳು ಶ್ರೀಮಂತ ಪಶ್ಚಿಮದಲ್ಲಿ ಮತ್ತು ಅಭಿವೃದ್ಧಿಶೀಲ ಪ್ರಪಂಚದ ಅನಿರೀಕ್ಷಿತ ಆದರೆ ಭಾರಿ ಭರವಸೆಯ ಮಾರುಕಟ್ಟೆಗಳಲ್ಲಿ ಸ್ಪರ್ಧಿಸಬಹುದೆಂದು ಸಾಬೀತುಪಡಿಸಲು ಅವರು ಬಯಸುತ್ತಾರೆ. ಇದಕ್ಕಿಂತ ಹೆಚ್ಚಾಗಿ, ಟಾಟಾ ಅವರು ನಿವೃತ್ತರಾಗುವ ಮೊದಲು ಈ ಎಲ್ಲವನ್ನು ಸಾಧಿಸುವ ಹಾದಿಯಲ್ಲಿ ಗುಂಪನ್ನು ದೃಢವಾಗಿ ಹೊಂದಿಸಲು ಬಯಸುತ್ತಾರೆ.

ಬ್ಯಾರೆಲ್-ಚೆಸ್ಟೆಡ್ ಉದ್ಯಮಿ ಉತ್ತರಾಧಿಕಾರಿಯನ್ನು ಹೆಸರಿಸಿಲ್ಲ ಅಥವಾ ಅವರ ರಾಜೀನಾಮೆ ಯೋಜನೆ ಬಗ್ಗೆ ಎಲ್ಲೂ ಬಹಿರಂಗಪಡಿಸಿಲ್ಲ . ಅವರು ಇನ್ನೂ ವೈಸ್-ಲೈಕ್ ಹ್ಯಾಂಡ್ ಶೇಕ್ ಅನ್ನು ಹೊಂದಿದ್ದಾರೆ ಮತ್ತು ವಿವಿಧ ಟಾಟಾ ಕಂಪನಿಗಳ ಸಂಖ್ಯೆಗಳು ಮತ್ತು ತಾಂತ್ರಿಕ ವಿವರಗಳ ಆಜ್ಞೆಯಿಂದ ಸಹವರ್ತಿಗಳು ಆಶ್ಚರ್ಯಚಕಿತರಾಗಿದ್ದಾರೆ.

ಅದು ಉತ್ತರಾಧಿಕಾರಿಯನ್ನು ನೇಮಿಸುವಲ್ಲಿ ಅವನ ವೈಫಲ್ಯವನ್ನು ಇನ್ನಷ್ಟು ಅಸಮಾಧಾನಗೊಳಿಸುತ್ತದೆ. ಅವರ ನಿರ್ಗಮನವು ಗುಂಪಿನ ವಿಘಟನೆಗೆ ಕಾರಣವಾಗಬಹುದೇ ಎಂದು ಕೆಲವರು ಪ್ರಶ್ನಿಸುತ್ತಾರೆ. "ಅಂಟು ಯಾರು?" ಒಬ್ಬ ಅನುಭವಿ ಒಳಗಿನವನಿಗೆ ಚಿಂತೆಯಾಗುತ್ತದೆ. "ಕೇಂದ್ರ ನಾಯಕರೂ ಇರುತ್ತಾರೆಯೇ?"

ರತನ್ ಟಾಟಾ ಈ ಗುಂಪಿನ ಮೇಲ್ವಿಚಾರಣೆ ನಡೆಸಿದ ಕೊನೆಯ ಟಾಟಾ ಆಗಿರಬಹುದು. ಕಂಪನಿಯ ವಸ್ತುಸಂಗ್ರಹಾಲಯದಲ್ಲಿ ಪ್ರದರ್ಶನಕ್ಕಿಡಲಾದ ಟಾಟಾ ಫ್ಯಾಮಿಲಿ ಟ್ರೀ, 800 ವರ್ಷಗಳ ಹಿಂದೆ ಪಾರ್ಸಿ ಪುರೋಹಿತರ ಪೀಳಿಗೆಯ ಮೂಲಕ ವಿಸ್ತರಿಸಿದೆ. ಭಾರತೀಯ ಅಲ್ಪಸಂಖ್ಯಾತರು ಪರ್ಷಿಯನ್ನರಿಂದ ವಂಶಸ್ಥರು. ಇದು ರತನ್- ಸಿಂಗಲ್ ಮತ್ತು ಮಕ್ಕಳಿಲ್ಲದ ಮತ್ತು ಅವನ ಒಡಹುಟ್ಟಿದವರೊಂದಿಗೆ ಕೊನೆಗೊಳ್ಳುತ್ತದೆ. ಕಿರಿಯ ಸಹೋದರ ಜಿಮ್ಮಿ ಮತ್ತು ಮೂವರು ಸಹೋದರಿಯರು ಟಾಟಾ ವ್ಯವಹಾರಗಳಲ್ಲಿ ಭಾಗಿಯಾಗಿಲ್ಲ. ಅವರ ಅರ್ಧ-ಸಹೋದರ ನೋಯೆಲ್ ಅವರು ಟಾಟಾ ಒಡೆತನದ ರಿಟೇಲ್ ಸರಪಳಿಯನ್ನು ನಡೆಸುತ್ತಿದ್ದಾರೆ. ಆದರೆ ಅವರು ಉದ್ಯಮಿ ಮರವೇ ಎಂಬುದು ಅಸ್ಪಷ್ಟವಾಗಿದೆ. ಉತ್ತರಾಧಿಕಾರವು **"ಸಮಸ್ಯೆಯಾಗಿದೆ" ಎಂದು** ರತನ್ ಒಪ್ಪಿಕೊಳ್ಳುತ್ತಾರೆ. **"ನಾನು ಇರಬೇಕೆಂದು ನಾನು ಭಾವಿಸುವುದಕ್ಕಿಂತ ಹೆಚ್ಚಿನ ಸಮಸ್ಯೆಗಳಲ್ಲಿ ಭಾಗಿಯಾಗಿದ್ದೇನೆ."**

ಅವರು ಕೆಳಗಿಳಿದಾಗ, ರತನ್ ಟಾಟಾ ದೊಡ್ಡ ಅನೂರ್ಜಿತತೆಯನ್ನು ದಾಖಲಿಸುತ್ತಾರೆ. ಅವರು ಮತ್ತು ಇತರ ಕುಟುಂಬ ಸದಸ್ಯರು ಟಾಟಾ ಸನ್ಸ್ ನಲ್ಲಿ ಕೇವಲ 3% ಷೇರುಗಳನ್ನು ಹೊಂದಿದ್ದರೂ, ತನ್ನ ವ್ಯವಹಾರಗಳಲ್ಲಿ ಪಾಲನ್ನು ನಿಯಂತ್ರಿಸುವ ಖಾಸಗಿ ಹಿಡುವಳಿ ಕಂಪನಿಯಾದ ಟಾಟಾ ಸ್ವತಃ ಟಾಟಾ ಮೋಟಾರ್ಸ್ ಮತ್ತು ಟಾಟಾ ಸ್ಟೀಲ್ ಸೇರಿದಂತೆ ಪ್ರಮುಖ ಘಟಕಗಳ ಅಧ್ಯಕ್ಷರಾಗಿದ್ದಾರೆ. ಅವರು ಎಲ್ಲಾ ಪ್ರಮುಖ ಡೀಲ್ ಗಳಲ್ಲಿ ನಿಕಟವಾಗಿ ತೊಡಗಿಸಿಕೊಂಡಿದ್ದಾರೆ ಮತ್ತು ಕೋರಸ್ ನಂತಹ ಸ್ವಾಧೀನಗಳಿಗಾಗಿ ಒತ್ತಾಯಿಸಿದ್ದಾರೆ. ಪ್ಯಾಸೆಂಜರ್ ಕಾರುಗಳು ಮತ್ತು ಟೆಲಿಕಾಂ ಉದ್ಯಮಗಳು ಅವರ ಮಕ್ಕಳಂತೆ ಮತ್ತು ಹೊಸ ವ್ಯವಹಾರಗಳನ್ನು ಪ್ರಾರಂಭಿಸುವಲ್ಲಿ ಟಾಟಾ ಪ್ರಮುಖ ಪಾತ್ರ ವಹಿಸಿದ್ದಾರೆ. ಫಾಲೋ-ಅಪ್ ಗಾಗಿ ತಮ್ಮ ಪ್ರಯಾಣದಿಂದ ವ್ಯವಸ್ಥಾಪಕರಿಗೆ ಸಂಗ್ರಹಿಸಿದ ಕಲ್ಪನೆಗಳನ್ನು ಪುಟಿಯುತ್ತಾರೆ.

ರತನ್ ಟಾಟಾ ಮತ್ತೊಂದು ಪ್ರಮುಖ ಕಾರ್ಯವನ್ನು ನಿರ್ವಹಿಸುತ್ತಾರೆ, ವಕೀಲರು ಮತ್ತು ಹೂಡಿಕೆ ಬ್ಯಾಂಕರ್ ಗಳೊಂದಿಗೆ ಸುಗಮವಾಗಿರುವಾಗ, ಅವರು ಅಭಿವೃದ್ಧಿಶೀಲ ಜಗತ್ತಿನಲ್ಲಿ ದೃಢವಾಗಿ ನೆಡುತ್ತಾರೆ. ಅವರು ಕಾರ್ಪೊರೇಟ್ ಸಾಮಾಜಿಕ ಜವಾಬ್ದಾರಿಯ ಭಾವೋದ್ರಿಕ್ತ ಪ್ರವರ್ತಕರಾಗಿದ್ದಾರೆ. ಇದು 1870ರ ದಶಕದಲ್ಲಿ ಟಾಟಾದ ಮುತ್ತಜ್ಜ ಜಮ್ಸೆಡ್ಜಿ ಟಾಟಾ ಅವರು ಸ್ಥಾಪಿಸಿದ ಸಂಸ್ಥೆಯಾಗಿದೆ. ಸಂಸ್ಥಾಪಕರು ಪ್ರವರ್ತಕ ಕೈಗಾರಿಕೋದ್ಯಮಿ, ಲೋಕೋಪಕಾರಿ ಮತ್ತು

ಉತ್ಸಾಹಭರಿತ ರಾಷ್ಟ್ರೀಯತಾವಾದಿಯಾಗಿದ್ದರು. ಅವರು ಸ್ವಾಮಿಯೊಂದಿಗೆ ಯುಎಸ್ ಗೆ ಪ್ರಯಾಣಿಸಿದರು, ಅಂದಿನ ಉದ್ಯಮಿಗಳನ್ನು ಭೇಟಿಯಾದರು. ಅವರು ಭಾರತದ ಮೊದಲ ಜವಳಿ ಕಾರ್ಖಾನೆಯನ್ನು ತೆರೆದರು, ದೊಡ್ಡ ಭಾಗದಲ್ಲಿ ಬ್ರಿಟನ್ನ ಮೇಲೆ ಕೈಗಾರಿಕಾ ಅವಲಂಬನೆಯಿಂದ ಬಳಲುತ್ತಿರುವ ಭಾರತೀಯರಿಗೆ, ಇದುವರೆಗೂ ಉಪಖಂಡದ ಹತ್ತಿಯ ಹೆಚ್ಚಿನ ಭಾಗವನ್ನು ಮಿಲ್ಲಿಂಗ್ ಮಾಡಿತ್ತು ಮತ್ತು ನಂತರ ಹೆಚ್ಚಿನ ವೆಚ್ಚದ ಬಟ್ಟೆಯನ್ನು ವಸಾಹತುಗಳಿಗೆ ರವಾನಿಸಿತು.

ಟಾಟಾ ವೆಸ್ಟ್ ನ ಹೆಚ್ಚಿನ ಕಂಪನಿಗಳಿಗೆ ಬಹಳ ಹಿಂದೆಯೇ ಮಕ್ಕಳ ಆರೈಕೆ ಮತ್ತು ಪಿಂಚಣಿಗಳಂತಹ ಕಾರ್ಮಿಕರ ಪ್ರಯೋಜನಗಳನ್ನು ನೀಡಿತು ಮತ್ತು ನಂತರ ಜಮ್ಸೆಡ್ಜಿಯವರ ಪುತ್ರರಲ್ಲಿ ಒಬ್ಬರು ದಕ್ಷಿಣ ಆಫ್ರಿಕಾದಲ್ಲಿ ವಲಸೆ ಬಂದ ಭಾರತೀಯರ ಹಕ್ಕುಗಳಿಗಾಗಿ ಆಂದೋಲನ ನಡೆಸುತ್ತಿದ್ದಾಗ ಯುವ ಮಹಾತ್ಮ ಗಾಂಧಿಯವರನ್ನು ಬ್ಯಾಂಕ್ ರೋಲ್ ಮಾಡಲು ಸಹಾಯ ಮಾಡಿದರು.

ಇಂದಿನವರೆಗೂ, ಟಾಟಾ ಸಮೂಹವು ಉತ್ತಮ ಕಾರ್ಯಗಳಿಗೆ ಮೀಸಲಾಗಿರುತ್ತದೆ. ಪೋಷಕ ಟಾಟಾ ಸನ್ಸ್ ನಲ್ಲಿ ಚಾರಿಟಬಲ್ ಟ್ರಸ್ಟ್ ಗಳು 66% ಷೇರುಗಳನ್ನು ಹೊಂದಿವೆ ಮತ್ತು ಅದರ ಅನೇಕ ಕಂಪನಿಗಳು ತಮ್ಮ ಪ್ರಮುಖ ವ್ಯವಹಾರಗಳಿಂದ ದೂರವಿರುವಂತೆ ತೋರುವ ತಳಮಟ್ಟದ ಬಡತನ-ವಿರೋಧಿ ಯೋಜನೆಗಳಿಗೆ ನಿಧಿಯನ್ನು ನೀಡುತ್ತವೆ. ಗುಂಪಿನ ಅತಿದೊಡ್ಡ ಸವಾಲುಗಳನ್ನು ಹೆಸರಿಸಲು ಅಧ್ಯಕ್ಷರನ್ನು ಕೇಳಿದಾಗ ಮತ್ತು ಅವರು ತ್ವರಿತವಾಗಿ ಎರಡು ಉಲ್ಲೇಖಗಳನ್ನು ಉಲ್ಲೇಖಿಸುತ್ತಾರೆ, "ಪ್ರತಿಭೆ, ಮತ್ತು ನಾವು ದೊಡ್ಡ ಮತ್ತು ಹೆಚ್ಚು ವೈವಿಧ್ಯಮಯವಾಗುತ್ತಿದ್ದಂತೆ ನಮ್ಮ ಮೌಲ್ಯ ವ್ಯವಸ್ಥೆಯನ್ನು ಉಳಿಸಿಕೊಳ್ಳುವುದು. ನಾವು ನಿರ್ವಹಣಾ ಘಟ್ಟವನ್ನು ಹೆಚ್ಚಿಸಬೇಕು ಮತ್ತು ಅದೇ ನೈತಿಕ ಮಾನದಂಡಗಳೊಂದಿಗೆ ಪ್ರಗತಿ ಹೊಂದಬೇಕು."

1991 ರಲ್ಲಿ ತಾನು ಕಲ್ಪಿಸಿದ್ದಕ್ಕಿಂತಲೂ ಕಡಿಮೆ ಗಮನಹರಿಸಿದೆ ಎಂದು ಅವರು ಒಪ್ಪಿಕೊಳ್ಳುತ್ತಾರೆ, ಅವರು ಅದನ್ನು ಸ್ಕೋರ್ ಗಳ ಕಂಪನಿಗಳಿಂದ ಕೇವಲ ಒಂದು ಡಜನ್ ಅಥವಾ ಅದಕ್ಕಿಂತ ಹೆಚ್ಚು ಮಾಡುವಂತೆ ಪ್ರತಿಜ್ಞೆ ಮಾಡಿದರು. ಟಾಟಾ ಸೌಂದರ್ಯವರ್ಧಕಗಳು, ಬಣ್ಣಗಳು ಮತ್ತು ಸಿಮೆಂಟ್ ನಂತಹ ಸಣ್ಣ ವ್ಯವಹಾರಗಳನ್ನು ತ್ಯಜಿಸಿತು. ಆದರೆ, ರಿಟೇಲ್, ಟೆಲಿಕಾಂ, ಬಯೋಟೆಕ್ ಮತ್ತು ಇತರ ಕ್ಷೇತ್ರಗಳಿಗೆ ಪ್ರವೇಶಿಸಿತು. ಇಂದು, ಟಾಟಾ ಗ್ರೂಪ್ 40 ವ್ಯವಹಾರಗಳಲ್ಲಿ 300 ಅಂಗಸಂಸ್ಥೆಗಳನ್ನು ಹೊಂದಿರುವ ಸುಮಾರು 100 ಕಂಪನಿಗಳನ್ನು ಒಳಗೊಂಡಿದೆ. ಗುಂಪನ್ನು ಸಡಿಲಗೊಳಿಸುವುದು, "ನಾನು ಮಾಡಲು ಹೊರಟಿದ್ದರಲ್ಲಿ ನಾನು ಯಶಸ್ವಿಯಾಗದ ಒಂದು ಪ್ರದೇಶ" ಎಂದು ಅವರು ಒಪ್ಪಿಕೊಳ್ಳುತ್ತಾರೆ.

ಟಾಟಾ ಅವರ ಅಸಾಂಪ್ರದಾಯಿಕ ರಚನೆಯು ವೈಯಕ್ತಿಕ ಕಂಪನಿಗಳಿಗೆ ಹೊಸ ಅವಕಾಶಗಳು ಮತ್ತು ಬೆದರಿಕೆಗಳಿಗೆ ಪ್ರತಿಕ್ರಿಯಿಸಲು ಚುರುಕುತನವನ್ನು ನೀಡುತ್ತದೆ ಎಂಬುದು ಅವರ ಆಶಯ. "ಈ ಸಂಸ್ಥೆಯು ಪಾಶ್ಚಿಮಾತ್ಯ ಸಂಘಟನೆಗಿಂತ ಹಗುರವಾಗಿದೆ" ಎಂದು ಟಾಟಾಗೆ ಅಂತರರಾಷ್ಟ್ರೀಯ ವಿಸ್ತರಣೆಯನ್ನು ಮುನ್ನಡೆಸುವ ಬ್ರಿಟನ್ ನ ಅಲನ್ ರೋಸ್ಲಿಂಗ್ ಹೇಳುತ್ತಾರೆ. "ಯಾವುದೇ ಕೇಂದ್ರೀಯ ಕಾರ್ಯತಂತ್ರವಿಲ್ಲ. ನಾವು ಏಕೀಕೃತ ಹಣಕಾಸು ಹೇಳಿಕೆಗಳನ್ನು ಸಹ ಹೊಂದಿಲ್ಲ."

ಈ ಸಮೂಹವು ಟಾಟಾ ಸನ್ಸ್ ಮತ್ತು ಟಾಟಾ ಇಂಡಸ್ಟ್ರೀಸ್ ನ ಮತ್ತೊಂದು ಹೋಲ್ಡಿಂಗ್ ಕಂಪನಿಯ ಸಣ್ಣ ಸಿಬ್ಬಂದಿಯಿಂದ ಬಂಧಿಸಲ್ಪಟ್ಟಿದೆ. ರತನ್ ಅವರ ಅಧ್ಯಕ್ಷತೆಯಲ್ಲಿ ಈ ಇಬ್ಬರು ಕಾರ್ಯತಂತ್ರದ ದೃಷ್ಟಿಕೋನವನ್ನು ಒದಗಿಸುತ್ತಾರೆ, ಟಾಟಾ ಬ್ರಾಂಡ್ ಅನ್ನು ನಿಯಂತ್ರಿಸುತ್ತಾರೆ ಮತ್ತು ದೊಡ್ಡ ವ್ಯವಹಾರಗಳಿಗೆ ಕೈಜೋಡಿಸುತ್ತಾರೆ. ಮತ್ತು ಟಾಟಾ ಸನ್ಸ್ ಹೊಸ ವ್ಯವಹಾರಗಳನ್ನು ಪ್ರಾರಂಭಿಸಲು ನಗದು ಸಂಗ್ರಹಿಸಬಹುದು ಅಥವಾ ಕೋರಸ್ ನಂತಹ ನಿಧಿಯ ಖರೀದಿಗಳಿಗೆ ಸಹಾಯ ಮಾಡಬಹುದು. 2004ರಲ್ಲಿ, ಟಾಟಾ ಕನ್ಸಲ್ಟೆನ್ಸಿ ಸರ್ವೀಸಸ್ ನಲ್ಲಿ 10% ಪಾಲನ್ನು ತೇಲಿಸುವ ಮೂಲಕ $ 1.3 ಶತಕೋಟಿಯನ್ನು ಗಳಿಸಿತು.

ರತನ್ ಟಾಟಾ ಅವರ ಮತ್ತೊಂದು ಆವಿಷ್ಕಾರವಾದ ಗ್ರೂಪ್ ಕಾರ್ಪೊರೇಟ್ ಆಫೀಸ್ ಮೂಲಕವೂ ಬಾಂಬೆ ಹೌಸ್ ಪ್ರಭಾವ ಬೀರುತ್ತದೆ. ಈ ಘಟಕದ ಒಂಬತ್ತು ಹಿರಿಯ ಕಾರ್ಯನಿರ್ವಾಹಕರು ಟಾಟಾ ಕಂಪನಿಗಳ ಮಂಡಳಿಗಳಲ್ಲಿ ಕುಳಿತು "ಉಸ್ತುವಾರಿ" ಗಳಾಗಿ ಕಾರ್ಯನಿರ್ವಹಿಸುತ್ತಾರೆ, ವ್ಯವಸ್ಥಾಪಕರಿಗೆ ಮಾರ್ಗದರ್ಶನ ನೀಡುತ್ತಾರೆ ಮತ್ತು ಸಾಂಸ್ಥಿಕ ಜವಾಬ್ದಾರಿ ಮೌಲ್ಯಗಳನ್ನು ಉತ್ತೇಜಿಸುತ್ತಾರೆ.

ಮುಖ್ಯ ಉಸ್ತುವಾರಿ ರತನ್ ಟಾಟಾ ಅವರೇ ಎಂಬುದು ಸ್ಪಷ್ಟವಾಗಿದೆ. ಅವರು ಪ್ರಮುಖ ವ್ಯವಹಾರದ ಮಾತುಕತೆ ನಡೆಸುತ್ತಾರೆ ಮತ್ತು ಆಟೋಮೇಕಿಂಗ್, ಟೆಲಿಕಾಂ ಅಥವಾ ಉಕ್ಕಿನ ವಿವರಗಳಲ್ಲಿ ತಮ್ಮನ್ನು ತೊಡಗಿಸಿಕೊಳ್ಳುತ್ತಾರೆ. ಅವರು ಅಗಾಧವಾದ ತಾಂತ್ರಿಕ ಮೆದುಳನ್ನು ಹೊಂದಿದ್ದಾರೆ. ಅವನು ಜಗಳಕ್ಕೂ ಹೆದರುವುದಿಲ್ಲ. ಟಾಟಾ ಮೋಟಾರ್ಸ್ ನ ಪುಣೆ ಘಟಕದಲ್ಲಿ ನಡೆದ ಮುಷ್ಕರದಲ್ಲಿ, ಉಗ್ರಗಾಮಿ ಯೂನಿಯನಿಸ್ಟ್ ಗಳು ಟಾಟಾ ವ್ಯವಸ್ಥಾಪಕರ ಮೇಲೆ ಹಲ್ಲೆ ನಡೆಸಿದರು ಮತ್ತು ನಗರದ ಒಂದು ಭಾಗವನ್ನು ಆಕ್ರಮಿಸಿಕೊಂಡರು. **"ನೀವು ನನ್ನ ತಲೆಗೆ ಬಂದೂಕನ್ನು ಹಾಕಿದರೆ,"** ಟಾಟಾ ಘೋಷಿಸಿದರು, **"ನೀವು ಬಂದೂಕನ್ನು ತೆಗೆದುಕೊಂಡು ಹೋಗುವುದು ಅಥವಾ ಟ್ರಿಗರ್ ಅನ್ನು ಎಳೆಯುವುದು ಉತ್ತ, ಏಕೆಂದರೆ ನಾನು ಕದಲುವುದಿಲ್ಲ."** ಟಾಟಾ ಪ್ರತಿಸ್ಪರ್ಧಿ ಒಕ್ಕೂಟದೊಂದಿಗೆ ಒಪ್ಪಂದಕ್ಕೆ ಸಹಿ ಹಾಕಿದರು ಮತ್ತು ಪೊಲೀಸರು ಮತ್ತು ಉಗ್ರರ ನಡುವಿನ ಮುಖಾಮುಖಿಯ ನಂತರ ಮುಷ್ಕರಕ್ಕೆ ತೆರೆ

ಎಳೆದರು. ಅವರು ಆ ರೀತಿ ಕಾಣಿಸುತ್ತಿಲ್ಲವಾದರೂ, ಅವರು ಕಠಿಣ ವ್ಯಕ್ತಿಗಳಲ್ಲಿ ಒಬ್ಬರು. ಟಾಟಾ ಸ್ಟೀಲ್ ನ ರೂಪಾಂತರವು ಅವರ ಪ್ರಭಾವವನ್ನು ವಿವರಿಸುತ್ತದೆ. ೯೦ರ ದಶಕದ ಆರಂಭದಲ್ಲಿ, ಭಾರತವು ಜಾಗತಿಕ ಸ್ಪರ್ಧೆಗೆ ತೆರೆದುಕೊಳ್ಳಲು ಪ್ರಾರಂಭಿಸಿದಾಗ, 100 ವರ್ಷಗಳಷ್ಟು ಹಳೆಯದಾದ ಕಂಪನಿಯು ಪುರಾತನ ಸ್ಥಾವರಗಳು, ಉಬ್ಬಿಕೊಂಡಿರುವ ವೇತನದಾರರ ಪಟ್ಟಿ ಮತ್ತು ಯಾವುದೇ ಮಾರುಕಟ್ಟೆ ದೃಷ್ಟಿಕೋನದಿಂದ ಕೂಡಿರಲಿಲ್ಲ. ವರ್ಷಗಳಲ್ಲಿ, ಟಾಟಾ ತನ್ನ ಉದ್ಯೋಗಿಗಳನ್ನು 78,000 ದಿಂದ 38,000 ಕ್ಕೆ ಕಡಿತಗೊಳಿಸಿತು ಮತ್ತು ಆಧುನೀಕರಣಕ್ಕಾಗಿ $ 2.5 ಶತಕೋಟಿಯನ್ನು ಖರ್ಚು ಮಾಡಿತು. ಒಂದು ದಶಕದ ನಂತರ, ಟಾಟಾ ಸ್ಟೀಲ್ ವಿಶ್ವದ ಅತ್ಯಂತ ಪರಿಣಾಮಕಾರಿ ಮತ್ತು ಲಾಭದಾಯಕ ಉತ್ಪಾದಕರಲ್ಲಿ ಒಂದಾಯಿತು ಮತ್ತು ಪ್ರತಿಸ್ಪರ್ಧಿಗಳನ್ನು ಸ್ವಾಧೀನಪಡಿಸಿಕೊಳ್ಳಲು ಪ್ರಾರಂಭಿಸಿತು.

ರತನ್ ಅವರು ಕೋರಸ್ ಒಪ್ಪಂದದ ಮುಖ್ಯ ವಾಸ್ತುಶಿಲ್ಪಿಯಾಗಿದ್ದರು. ಹಣದ ಪ್ರಮಾಣ ಮತ್ತು ಮೊತ್ತವು ದೊಡ್ಡದಾಗಿತ್ತು. ಆದರೆ ಅವರು ಆತ್ಮವಿಶ್ವಾಸವನ್ನು ತುಂಬಿದರು. ಕಾರ್ಯತಂತ್ರ: ಟಾಟಾ ತನ್ನದೇ ಆದ ಹೇರಳವಾದ ಕಲ್ಲಿದ್ದಲು ಮತ್ತು ಕಬ್ಬಿಣದ ಅದಿರು ನಿಕ್ಷೇಪಗಳನ್ನು ಹೊಂದಿರುವ ಕೆಲವೇ ದೊಡ್ಡ ಉಕ್ಕು ತಯಾರಕರಲ್ಲಿ ಒಬ್ಬರಾಗಿರುವುದರಿಂದ ಇದು ಭಾರತದಲ್ಲಿ ಕಡಿಮೆ ವೆಚ್ಚದಲ್ಲಿ ಕಚ್ಚಾ ಉಕ್ಕನ್ನು ಉತ್ಪಾದಿಸಬಹುದು, ನಂತರ ಅದನ್ನು ಸಿದ್ಧಪಡಿಸಿದ ಉತ್ಪನ್ನಗಳನ್ನು ತಯಾರಿಸಲು ಪಶ್ಚಿಮದಲ್ಲಿ ಕೋರಸ್ ನ ಮೊದಲ ದರದ ಗಿರಣಿಗಳಿಗೆ ರವಾನಿಸಬಹುದು.

ಆದರೆ ಹೊಸ ಆರ್ಥಿಕತೆಯ ಸಂಬಂಧದೊಂದಿಗೆ ಹಳೆಯ ವಿಶ್ವ ವಿಧಾನಗಳನ್ನು ಸಮತೋಲನಗೊಳಿಸುವ ಸವಾಲುಗಳನ್ನು ಟಾಟಾ ಸ್ಟೀಲ್ ಎತ್ತಿ ತೋರಿಸುತ್ತದೆ. ಉತ್ತರ ಭಾರತದ ಕಂಪನಿಯ ತವರು ನೆಲೆಯಾದ ಜಮ್ಶೆಡ್ ಪುರವು ಹೆಚ್ಚು ಪಿತೃಪ್ರಧಾನ ಕೈಗಾರಿಕಾ ಯುಗದ ಸಮಯ ಕ್ಯಾಪ್ಸುಲ್ ಅನ್ನು ಹೋಲುತ್ತದೆ, 1908ರಲ್ಲಿ ಕಾಡಿನಿಂದ ಹ್ಯಾಕ್ ಮಾಡಿದ ಜೆಂಟಲ್ ವಸಾಹತುಶಾಹಿ ಯುಗದ ರಚನೆಗಳು ಮತ್ತು ವಿಶಾಲವಾದ ಬೌಲೆವಾರ್ಡ್ ಗಳ ಎಲೆಯ ನಗರವನ್ನು ಹೋಲುತ್ತದೆ. ಟಾಟಾ ಎಲ್ಲಾ ನಾಗರಿಕ ಸೇವೆಗಳು ಮತ್ತು ಶಾಲೆಗಳನ್ನು ಪೂರೈಸಲು ವರ್ಷಕ್ಕೆ ಸುಮಾರು $ 40 ಮಿಲಿಯನ್ ಖರ್ಚು ಮಾಡುತ್ತದೆ, ಆದರೂ ಇದು ಜಮ್ಶೆಡ್ ಪುರದ 700,000 ನಿವಾಸಿಗಳಲ್ಲಿ ಕೇವಲ 20,000 ಜನರನ್ನು ನೇಮಿಸಿಕೊಂಡಿದೆ ಮತ್ತು ಅದರ ತಗ್ಗಿಸುವ ಕಾರ್ಯಕ್ರಮದಲ್ಲಿ ಆರಂಭಿಕ ನಿವೃತ್ತಿಗೆ ಒಪ್ಪಿದ ಕಾರ್ಮಿಕರಿಗೆ 60 ವರ್ಷ ವಯಸ್ಸಿನವರೆಗೆ ಪೂರ್ಣ ವೇತನ ಮತ್ತು ಜೀವಿತಾವಧಿಯ ಆರೋಗ್ಯ ಆರೈಕೆಯನ್ನು ಪಡೆಯಲಾಯಿತು.

ಟಾಟಾ ಸ್ಟೀಲ್ ಪ್ರತಿವರ್ಷ ೮೦೦ ಹತ್ತಿರದ ಹಳ್ಳಿಗಳಲ್ಲಿ ಶಿಕ್ಷಣ, ಆರೋಗ್ಯ ಮತ್ತು ಕೃಷಿ ಅಭಿವೃದ್ಧಿ ಯೋಜನೆಗಳಿಗಾಗಿ ಲಕ್ಷಾಂತರ ಹಣವನ್ನು ಖರ್ಚು ಮಾಡುತ್ತದೆ. ಉದಾಹರಣೆಗೆ, ಸಿಧ್ಮಾ ಕುಧರ್ ನಲ್ಲಿ ಬಿಳಿ ತೊಳೆದ

ಕಲ್ಲಿನ ಮನೆಗಳ ಧೂಳಿನ ಹೊರಠಾಣೆ, ಎರಡು ವರ್ಷಗಳ ಹಿಂದೆ 32 ಕುಟುಂಬಗಳು ಕಡಿಮೆ ದರ್ಜೆಯ ಅಕ್ಕಿಯ ಒಂದೇ ಬೆಳೆ ಮತ್ತು ಹತ್ತಿರದ ಬೆಟ್ಟಗಳಿಂದ ಶಾಖೆಗಳನ್ನು ತೆಗೆದುಹಾಕುವ ಮೂಲಕ ದಿನಕ್ಕೆ $ 1 ಗಳಿಸಬಹುದಾಗಿತ್ತು.

ಟಾಟಾದ ನಿಧಿಗೆ ಧನ್ಯವಾದಗಳು, ಅವರು ಈಗ ಅಕ್ಕಿ ಬೆಳೆಗಳು ಮತ್ತು ವಿವಿಧ ತರಕಾರಿಗಳನ್ನು ಬೆಳೆಯಲು ಅನುವು ಮಾಡಿಕೊಡುವ ನೀರಾವರಿ ವ್ಯವಸ್ಥೆಯನ್ನು ಹೊಂದಿದ್ದಾರೆ. ಬೆಟ್ಟಪ್ರದೇಶಗಳು ಈಗ ಭವಿಷ್ಯದ ಆದಾಯಕ್ಕಾಗಿ ಸಾವಿರಾರು ಮಹೋಗಾನಿ ಮತ್ತು ಟೀಕ್ ಮೊಳಕೆಗಳಿಂದ ಆವೃತವಾಗಿವೆ. ಜೊತೆಗೆ ಜಟ್ರೊಫಾ ಪೊದೆಗಳಿಂದ ಕೂಡಿದ್ದು, ಇದರ ಬೀಜಗಳನ್ನು ಜೈವಿಕ ಇಂಧನಕ್ಕಾಗಿ ಬಳಸಬಹುದು. ಹೆಚ್ಚಿನ ಮಕ್ಕಳು ಈಗ ನವೀಕರಿಸಿದ ಶಾಲೆಯಲ್ಲಿ ತರಗತಿಗಳಿಗೆ ಹಾಜರಾಗುತ್ತಾರೆ ಮತ್ತು ಗ್ರಾಮವು ಮೂರು ಟೆಲಿವಿಷನ್ ಗಳನ್ನು ಹೊಂದಿದೆ, ಟಾಟಾ ಸೋಲಾರ್ ಘಟಕಗಳಿಂದ ಚಾಲಿತವಾಗಿದ್ದು, ವಿದ್ಯುತ್ ದೀಪಗಳು ಮತ್ತು ಗಡಿಯಾರಗಳಿಗೆ ಸಾಕಷ್ಟು ರಸವನ್ನು ಪೂರೈಸುತ್ತದೆ.

ಟಾಟಾ ಹೆಣಗಾಡುತ್ತಿರುವ ಕೋರಸ್ ಅನ್ನು ಹೊಂದಿರುವುದರಿಂದ ಅಂತಹ ಔದಾರ್ಯವನ್ನು ಈಗ ಪರೀಕ್ಷೆಗೆ ಒಳಪಡಿಸಲಾಗುತ್ತದೆ. ಈ ಒಪ್ಪಂದವು ಭಾರತೀಯ ಉಕ್ಕು ತಯಾರಕರಿಗೆ $ 7.4 ಶತಕೋಟಿ ಸಾಲವನ್ನು ಭರಿಸುತ್ತದೆ ಮತ್ತು ಕೋರಸ್ ನ ಹೆಚ್ಚಿನ ವೆಚ್ಚದ ಕಾರ್ಯಾಚರಣೆಗಳನ್ನು ಹೀರಿಕೊಳ್ಳುವುದು ಅಂಚುಗಳನ್ನು ದುರ್ಬಲಗೊಳಿಸುತ್ತದೆ. 3,000 ಕಾರ್ಮಿಕರನ್ನು ನೇಮಿಸಿಕೊಳ್ಳುವ ವೇಲ್ಸ್ ನ ಪೋರ್ಟ್ ಟಾಲ್ಬೋಟ್ ನಂತಹ ಕೋರಸ್ ಗಿರಣಿಗಳೊಂದಿಗೆ ಏನು ಮಾಡಬೇಕೆಂಬುದು ಒಂದು ಪ್ರಮುಖ ಪ್ರಶ್ನೆಯಾಗಿದೆ. ಮಿಲ್ ಗಾಗಿ ಕೋರಸ್ ನ ಯೋಜನೆಗಳೊಂದಿಗೆ ಮುಂದುವರಿಯುವುದಾಗಿ ಟಾಟಾ ಹೇಳಿದೆ. ಆದರೆ ಹೆಚ್ಚಿನ ಕೋರಸ್ ಕಾರ್ಮಿಕರನ್ನು ಪ್ರತಿನಿಧಿಸುವ ಒಕ್ಕೂಟವು ಟಾಟಾ ಸ್ಟೀಲ್ ಪೋರ್ಟ್ ಟಾಲ್ ಬಾಟ್ ನಲ್ಲಿ ಹೆಚ್ಚುವರಿ $ 600 ಮಿಲಿಯನ್ ಹೂಡಿಕೆ ಮಾಡಲು ಬಯಸುತ್ತದೆ, ಅದು ಸ್ಪರ್ಧಾತ್ಮಕವಾಗಿ ಉಳಿಯುತ್ತದೆ ಎಂದು ಖಚಿತಪಡಿಸಿಕೊಳ್ಳಲು ಅದು ಉದ್ಯೋಗಗಳನ್ನು ಕಡಿತಗೊಳಿಸಬೇಕಾಗಿಲ್ಲ. ಕಾರ್ಖಾನೆಯ ಹೊಸ ಮಾಲೀಕರನ್ನು ಭೇಟಿಯಾಗಲು 20 ಕೋರಸ್ ಕಾರ್ಮಿಕ ಪ್ರತಿನಿಧಿಗಳ ನಿಯೋಗವು ಏಪ್ರಿಲ್ ನಲ್ಲಿ ಜಮ್ಶೆಡ್ ಪುರಕ್ಕೆ ಭೇಟಿ ನೀಡಿತು. ಆದರೆ, ಟಾಟಾ ಕಾರ್ಯನಿರ್ವಾಹಕರು ಗ್ಯಾರಂಟಿ ನೀಡಲು ನಿರಾಕರಿಸಿದರು.

"ಅವರ ಕಾರ್ಯಪಡೆ ಮತ್ತು ಸಾಮಾಜಿಕ ಜವಾಬ್ದಾರಿಯ ಬದ್ಧತೆಯಿಂದ ನಾವು ತುಂಬಾ ಪ್ರಭಾವಿತರಾಗಿದ್ದೇವೆ" ಎಂದು ಕಾರ್ಮಿಕ ಮುಖಂಡ ಮೈಕೆಲ್ ಲಾಹಿ ಹೇಳುತ್ತಾರೆ. "ಆದರೆ ಆ ತತ್ವಗಳನ್ನು ಬ್ರಿಟಿಷ್ ಮತ್ತು ಯುರೋಪಿಯನ್ ಸನ್ನಿವೇಶಕ್ಕೆ ಭಾಷಾಂತರಿಸಲು ಅವರಿಗೆ ಹೇಗೆ ಸಾಧ್ಯವಾಗುತ್ತದೆ? ಅವರಿಗೆ ಅದಕ್ಕೆ ಉತ್ತರಿಸಲು ಸಾಧ್ಯವಾಗಲಿಲ್ಲ."

ಜಾಗ್ವಾರ್ ಮತ್ತು ಲ್ಯಾಂಡ್ ರೋವರ್ ಗಾಗಿ ಬಿಡ್ ಇನ್ನೂ ಹೆಚ್ಚು ಬೆದರಿಸುವ ಸವಾಲನ್ನು ನೀಡಬಹುದು. ಫೋರ್ಡ್ ಸ್ವತ್ತುಗಳು ಟಾಟಾಗೆ ಐಷಾರಾಮಿ ಬ್ರಾಂಡ್ ಮತ್ತು ಎಸ್ಯುವಿಗಳಲ್ಲಿ ದೊಡ್ಡ ಉತ್ತೇಜನವನ್ನು ನೀಡುತ್ತವೆ. ಆದರೆ ಫೋರ್ಡ್ ನೊಂದಿಗೆ ಮೂಲ ವಿನ್ಯಾಸಗಳನ್ನು ಹಂಚಿಕೊಳ್ಳುವ ಮೂಲಕ ಹಾನಿಗೊಳಗಾದ ಜಾಗ್ವಾರ್ ನ ಐಷಾರಾಮಿ ಕ್ಯಾಚೆಟ್ ಅನ್ನು ಪುನಃಸ್ಥಾಪಿಸಲು ಇದು ಹತ್ತುವಿಕೆಯಾಗಿದೆ. ಜಾಗ್ವಾರ್ ಮತ್ತು ಲ್ಯಾಂಡ್ ರೋವರ್ ನಲ್ಲಿ ತಮ್ಮ ಆಸಕ್ತಿಯನ್ನು ದೃಢೀಕರಿಸದ ಟಾಟಾ ಕಾರ್ಯನಿರ್ವಾಹಕರು, ಪ್ರವೇಶದ ಹೆಚ್ಚಿನ ವೆಚ್ಚ ಮತ್ತು ಉದಯೋನ್ಮುಖ ಮಾರುಕಟ್ಟೆಗಳಲ್ಲಿ ಅವರ ಬದ್ಧತೆಗಳನ್ನು ಉಲ್ಲೇಖಿಸಿ, ಯುಎಸ್ ನಲ್ಲಿ ಆಟೋ ಮಹತ್ವಾಕಾಂಕ್ಷೆಗಳನ್ನು ಕಡಿಮೆ ಮಾಡಲಾಗಿದೆ. ಮತ್ತು ಬ್ರಿಟನ್ನಲ್ಲಿ ರೋವರ್ ಹೆಸರಿನಲ್ಲಿ ಸಣ್ಣ ಕಾರುಗಳನ್ನು ಮಾರಾಟ ಮಾಡುವ ಪ್ರಯತ್ನವು ಗುಣಮಟ್ಟದ ಬಗ್ಗೆ ದೂರುಗಳ ನಡುವೆ ಕೇವಲ ಎರಡು ವರ್ಷಗಳ ಕಾಲ ನಡೆಯಿತು. ಒಮ್ಮೆ ಟ್ರಕ್ ಗಳನ್ನು ಮಾತ್ರ ತಯಾರಿಸಿದ ಟಾಟಾ ಮೋಟಾರ್ಸ್, ಇಂಡಿಕಾದ ಯಶಸ್ಸಿನೊಂದಿಗೆ ಸಂದೇಹವಾದಿಗಳನ್ನು ಅಚ್ಚರಿಗೊಳಿಸಿತು. ಇದು ಮೊದಲಿನಿಂದಲೂ ಅಭಿವೃದ್ಧಿ ಹೊಂದಿದ ಕೈಗೆಟುಕುವ ಪ್ರಯಾಣಿಕ ಕಾರು ಮತ್ತು 1990 ರ ದಶಕದಲ್ಲಿ ಹೊರಬಂದಿತು. ಇಂಡಿಕಾ ಈಗ ಭಾರತದ ನಂ .2 ಕಾರು ಮತ್ತು ದಕ್ಷಿಣ ಆಫ್ರಿಕಾ, ಸ್ಪೇನ್ ಮತ್ತು ಇಟಲಿಯಲ್ಲಿ ಉತ್ತಮವಾಗಿ ಮಾರಾಟವಾಗುತ್ತಿದೆ. ಟಾಟಾ ಶೀಘ್ರದಲ್ಲೇ ಫಿಯೆಟ್ ನೊಂದಿಗಿನ ಸಾಹಸೋದ್ಯಮದ ಮೂಲಕ ಕಾರುಗಳು ಮತ್ತು ಟ್ರಕ್ ಗಳನ್ನು ರಫ್ತು ಮಾಡಲು ಪ್ರಾರಂಭಿಸುತ್ತದೆ ಮತ್ತು ದಕ್ಷಿಣ ಅಮೆರಿಕಾದಲ್ಲಿ ಇದೇ ರೀತಿಯ ಯೋಜನೆಯನ್ನು ಎದುರು ನೋಡುತ್ತಿದೆ. ಕಂಪನಿಯು 2006 ರಲ್ಲಿ $ 6,000 ಕ್ಕಿಂತ ಕಡಿಮೆ ಬೆಲೆಯ ಬೇರ್-ಬೋನ್ಸ್ ಟ್ರಕ್ ಏಸ್ ನೊಂದಿಗೆ ಮತ್ತೊಂದು ದೊಡ್ಡ ಯಶಸ್ಸನ್ನು ಕಂಡಿತು. ಟಾಟಾ ಈಗಾಗಲೇ ತನ್ನ ಉತ್ಪಾದನೆಯನ್ನು 75,000 ಮಿನಿಟ್ರಕ್ ಗಳಿಂದ 250,000 ಕ್ಕೆ ಹೆಚ್ಚಿಸುತ್ತಿದೆ.

ಆದಾಗ್ಯೂ, ರತನ್ ಅವರ ದೊಡ್ಡ ಉತ್ಸಾಹವೆಂದರೆ ಲಖ್ಖಾಕಿಯಾ ಕಾರು. ($ 2,000 ಅಥವಾ ರೂ. 1 ಲಕ್ಷ ಕಾರು). ೯೦ರ ದಶಕದ ಮಧ್ಯಭಾಗದಿಂದ ಅವರು ವಿಶ್ವಾಸಾರ್ಹ ಆದರೆ ಸೂಪರ್ ಚೀಪ್ ವಾಹನಗಳನ್ನು ಅಭಿವೃದ್ಧಿಪಡಿಸಲು ಬಯಸಿದ್ದರು. ಈ ಯೋಜನೆಯು ಅಂತಿಮವಾಗಿ ವಾಹನ ಉದ್ಯಮವನ್ನು ಕ್ರಾಂತಿಗೊಳಿಸುತ್ತದೆ ಮತ್ತು ಭಾರತವನ್ನು ಪ್ರಮುಖ ಆರ್ಥಿಕ ಶಕ್ತಿಯನ್ನಾಗಿ ಮಾಡುತ್ತದೆ ಎಂದು ಅವರು ನಂಬಿದ್ದರು. ಟಾಟಾ

ವೈಯಕ್ತಿಕವಾಗಿ ಯೋಜನೆಯನ್ನು ಮೇಲ್ವಿಚಾರಣೆ ಮಾಡಿದರು ಮತ್ತು ಪ್ರಗತಿಯನ್ನು ಪರಿಶೀಲಿಸಲು ಪುಣೆಯ ಟಾಟಾ ಮೋಟಾರ್ಸ್ ನ ಅಭಿವೃದ್ಧಿ ಕೇಂದ್ರಕ್ಕೆ ಆಗಾಗ್ಗೆ ಪ್ರಯಾಣಿಸುತ್ತಿದ್ದರು. ಸೌರ ಶಕ್ತಿಯನ್ನು ಮರುಶೋಧಿಸಲು ಟಾಟಾ ಇದೇ ರೀತಿಯ ಮಹತ್ವಾಕಾಂಕ್ಷೆಗಳನ್ನು ಹೊಂದಿದೆ. ಟಾಟಾ ಬಿಪಿ ಸೋಲಾರ್ ಲಿಮಿಟೆಡ್, ಬ್ರಿಟಿಷ್ ಇಂಧನ ದೈತ್ಯ BP ಯೊಂದಿಗೆ $ 260 ಮಿಲಿಯನ್ ಸಾಹಸೋದ್ಯಮವಾಗಿದ್ದು,

ಜರ್ಮನಿಯಲ್ಲಿ ಮೇಲ್ಛಾವಣಿಯ ಸೌರ-ವಿದ್ಯುತ್ ವ್ಯವಸ್ಥೆಗಳೊಂದಿಗೆ ಕಟ್ಟಡಗಳನ್ನು ಪೂರೈಸುತ್ತದೆ. ಆದರೆ ಅಭಿವೃದ್ಧಿಶೀಲ ರಾಷ್ಟ್ರಗಳಲ್ಲಿ, ವಿದ್ಯುತ್ ಗ್ರಿಡ್ ನಿಂದ ಹೊರಗಿರುವ ಹಳ್ಳಿಗಳಿಗೆ ಕೈಗೆಟುಕುವ ಬೆಲೆಯಲ್ಲಿ ವಿದ್ಯುತ್ ತರುವಲ್ಲಿ ಕಂಪನಿಯು ವಿಶಾಲವಾದ ಮಾರುಕಟ್ಟೆಯನ್ನು ನೋಡುತ್ತದೆ. ಕಂಪನಿಯು ಕಡಿಮೆ ವೆಚ್ಚದ, ಸೌರಶಕ್ತಿ ಚಾಲಿತ ವಾಟರ್ ಪಂಪ್ ಗಳು, ರೆಫ್ರಿಜರೇಟರ್ ಗಳು ಮತ್ತು $ 30 ಲ್ಯಾಂಟರ್ನ್ ಗಳನ್ನು ಒಂದು ದಿನದ ಚಾರ್ಜ್ ನಲ್ಲಿ ಎರಡು ಗಂಟೆಗಳ ಕಾಲ ಸುಡುವಂತೆ ಪರಿಚಯಿಸಿದೆ. ಮತ್ತು ಇದು ಎರಡು ದೀಪಗಳು, ಹಾಟ್ ಪ್ಲೇಟ್, ಫ್ಯಾನ್ ಮತ್ತು 14 ಇಂಚಿನ ಟಿವಿಗಳನ್ನು ಶಕ್ತಿಯನ್ನು ನೀಡುವ $ 300 ವ್ಯವಸ್ಥೆಗಳೊಂದಿಗೆ 50,000 ಮನೆಗಳನ್ನು ಅಳವಡಿಸಿದೆ. ಆದರೆ ಇದು ಸಾಗರದಲ್ಲಿನ ಒಂದು ಹನಿ. ಟಾಟಾ ಲಕ್ಷಾಂತರ ಜನರನ್ನು ಮುಟ್ಟಬೇಕು.

ಭಾರತ ಮತ್ತು ವಿದೇಶಗಳಲ್ಲಿ ಟಾಟಾಗೆ ಅವಕಾಶಗಳು ದಿಗ್ಭ್ರಮೆ ಮೂಡಿಸುತ್ತಿವೆ ಎಂಬುದರಲ್ಲಿ ಯಾವುದೇ ಸಂದೇಹವಿಲ್ಲ. ಆದರೆ ಈ ಎಲ್ಲ ರಂಗಗಳಲ್ಲಿ ಗುಂಪು ಯಶಸ್ವಿಯಾಗಬಹುದೇ? ಏಕಕಾಲದಲ್ಲಿ? ಭಾರತೀಯ ಆರ್ಥಿಕತೆಯು ನಿಧಾನವಾದಾಗ ಮತ್ತು ಕೆಲವು ಟಾಟಾ ಅಂಗಸಂಸ್ಥೆಗಳು ಅನಿವಾರ್ಯವಾಗಿ ಎಡವಿದಾಗ ಆಸಕ್ತಿದಾಯಕ ಸಂದಿಗ್ಧತೆಗಳು ಉಂಟಾಗುತ್ತವೆ. ಭವಿಷ್ಯದ ವ್ಯವಸ್ಥಾಪಕರು ಜಮ್ಶೆಡ್ ಪುರ ಮತ್ತು ಗ್ರಾಮೀಣ-ಅಭಿವೃದ್ಧಿ ಯೋಜನೆಗಳಂತಹ ದುಬಾರಿ ಹೊರೆಗಳನ್ನು ಸಮಯಗಳು ಬಿಗಿಯಾದಾಗ ಕಡಿತಗಳಿಗೆ ಪ್ರಲೋಭನಗೊಳಿಸುವ ಗುರಿಗಳಾಗಿ ನೋಡಬಹುದು. ಗ್ರೂಪ್ ಚೇರ್ಮನ್ ಆಗಿ ಭಾವೋದ್ರಿಕ್ತ ಪ್ರವರ್ತಕರಿಲ್ಲದೆ ಟಾಟಾ ಕಂಪನಿಗಳು ಜನಸಾಮಾನ್ಯರಿಗೆ ಕಡಿಮೆ-ವೆಚ್ಚದ ಸರಕುಗಳಲ್ಲಿ ಆಸಕ್ತಿಯನ್ನು ಕಳೆದುಕೊಳ್ಳಬಹುದು. ಮತ್ತು ಸ್ಪಿನ್ ಆಫ್ ಮಾಡಲು ಗುಂಪು ವ್ಯವಹಾರಗಳ ಬಗ್ಗೆ ಕಠಿಣ ನೋಟವನ್ನು ತೆಗೆದುಕೊಳ್ಳಬಹುದು.

ರತನ್ ಟಾಟಾ ಅವರು "ಇದನ್ನು ಶಾಶ್ವತವಾಗಿ ಮುಂದುವರಿಸುವುದಿಲ್ಲ" ಎಂದು ಪ್ರತಿಜ್ಞೆ ಮಾಡಿದರೂ, ಉತ್ತರಾಧಿಕಾರಿಯನ್ನು ಆಯ್ಕೆಮಾಡುವಾಗ ಕನಿಷ್ಠ ಎರಡು ವರ್ಷಗಳ ಕಾಲ ಉಳಿಯುವುದಾಗಿ ಅವರು ಹೇಳುತ್ತಾರೆ.ಆದ್ದರಿಂದ ಅವರು ತಮ್ಮ ಕಾರ್ಯಸೂಚಿಯಲ್ಲಿ ಕೊನೆಯ ದೊಡ್ಡ ಅಂಶವನ್ನು ಪೂರೈಸುವ ಸಾಧ್ಯತೆಯಿದೆ. 21ನೇ ಶತಮಾನದಲ್ಲಿ ಜಾಗತಿಕವಾಗಿ ಅಭಿವೃದ್ಧಿ ಹೊಂದುವ ಸಾಮರ್ಥ್ಯವಿರುವ ಕಂಪನಿಗಳ ಜಾಲವನ್ನು ನಿರ್ಮಿಸುವುದು ರತನ್ ಟಾಟಾ ಅವರ ನಿರ್ಗಮನದ ನಂತರವೂ ಸಾಂಪ್ರದಾಯಿಕ ಮೌಲ್ಯಗಳಿಗೆ ಅಂಟಿಕೊಂಡಿರುವ ಸ್ಪರ್ಧೆ.

❒

13

# ಪಾರ್ಸಿ ಅರ್ಚಕರಿಂದ ಲಾಭದೆಡೆಗೆ

ಅವರ ಭಕ್ತ ಝೊರೊಸ್ಟ್ರಿಯನ್ ಪೂರ್ವಜರಂತೆ, ರತನ್ ಟಾಟಾ ಅವರು ಸ್ಪಷ್ಟವಾದ ಬಳಕೆಯನ್ನು ನಿರಾಕರಿಸುತ್ತಾರೆ. ಆದರೂ ಅವರು ತಮ್ಮ ಸಂಸ್ಥೆಗೆ ಮಾರ್ಗದರ್ಶನ ನೀಡಿದ್ದಾರೆ- ಭಾರತದ ಆರ್ಥಿಕ ಉತ್ಕರ್ಷದ ಮೂಲಕ ವರ್ಷಕ್ಕೆ £ 10 ಬಿಲಿಯನ್ ಗಿಂತ ಹೆಚ್ಚಿನ ಆದಾಯವನ್ನು ಗಳಿಸಿದ್ದಾರೆ ಮತ್ತು ಅವರು ಕೋರಸ್ ಅನ್ನು ಸ್ವಾಧೀನಪಡಿಸಿಕೊಳ್ಳುವುದರಿಂದ ಇದು ವಿಶ್ವದ ಐದನೇ ಅತಿದೊಡ್ಡ ಉಕ್ಕು ಉತ್ಪಾದಕವಾಗಲಿದೆ.

ಬ್ರಿಟನ್ನ ಕೋರಸ್ ಉಕ್ಕು ತಯಾರಕರನ್ನು ಸ್ವಾಧೀನಪಡಿಸಿಕೊಂಡ ಭಾರತೀಯ ಕಂಪನಿಯಾದ ಟಾಟಾ ಗ್ರೂಪ್ ಬಗ್ಗೆ ಹೆಚ್ಚಿನ ಬ್ರಿಟನ್ನರು ಎಂದಿಗೂ ಕೇಳಿರದ ಸಾಧ್ಯತೆಗಳಿವೆ. ಆದರೆ ನೀವು ಅದರ ಬಗ್ಗೆ ಕೇಳಿರದಿದ್ದರೂ, ನೀವು ಖಂಡಿತವಾಗಿಯೂ ಟಾಟಾ ಚಹಾವನ್ನು ಸೇವಿಸಿದ್ದೀರಿ. ಬ್ರಿಟನ್ನಲ್ಲಿ ಕೆಲವರು ಇದನ್ನು ಅರಿತುಕೊಳ್ಳಬಹುದು, ಆದರೆ ಟಾಟಾ 2000 ರಿಂದ ಟೆಟ್ಲಿ ಚಹಾವನ್ನು ಹೊಂದಿದ್ದಾರೆ.

ನೀವು ಬಹುಶಃ ಟಾಟಾ ಬಸ್ ನಲ್ಲಿ ಪ್ರಯಾಣಿಸಿದ್ದೀರಿ ಅಥವಾ ಟಾಟಾ ಟ್ರಕ್ ಅನ್ನು ಸಹ ನೋಡಿದ್ದೀರಿ. 2004ರಲ್ಲಿ, ಟಾಟಾ ಸಮೂಹವು ಡೇವೂವಿನ ವಾಣಿಜ್ಯ ವಾಹನಗಳ ವಿಭಾಗವನ್ನು ಖರೀದಿಸಿತು ಮತ್ತು ನೀವು ಅದನ್ನು ಅರಿತುಕೊಳ್ಳದೆ ಟಾಟಾ ಹೋಟೆಲ್ ನಲ್ಲಿ ಉಳಿದುಕೊಂಡಿರಬಹುದು. ಇದು ನ್ಯೂಯಾರ್ಕ್ ನ ಪಿಯರೆ ಸೇರಿದಂತೆ ವಿಶ್ವದಾದ್ಯಂತ ಹಲವಾರು ಪ್ರಸಿದ್ಧ ಹೋಟೆಲ್ ಗಳನ್ನು ನಿರ್ವಹಿಸುತ್ತದೆ.

ರತನ್ ಟಾಟಾ ಭಾರತೀಯ ದೊಡ್ಡ ಉದ್ಯಮದ ಸ್ತಬ್ಧ ವ್ಯಕ್ತಿ. ಪ್ರತಿಸ್ಪರ್ಧಿಗಳಾದ ಲಕ್ಷ್ಮಿ ಮಿತ್ತಲ್ ಅಥವಾ ರಾಜ ಸಿಂಹನಂತೆ ವಿಜಯ್ ಮಲ್ಯ ಅವರು ತಮ್ಮ ಸಂಪತ್ತು ಮತ್ತು ಸ್ವಾಧೀನಗಳನ್ನು ತೋರಿಸಿದ್ದಾರೆ. ಕುಟುಂಬ ನಡೆಸುತ್ತಿರುವ ಟಾಟಾ ಗ್ರೂಪ್ ಗಾಸಿಪ್ ಕಾಲಮ್ ಗಳಿಂದ ಹೊರಗುಳಿಯಲು ಆದ್ಯತೆ ನೀಡುತ್ತದೆ. ಆದರೂ, ಪಶ್ಚಿಮದಲ್ಲಿ ಹೆಚ್ಚು ಗಮನ ಸೆಳೆಯದೆ, ಟಾಟಾ ಪ್ರಪಂಚದಾದ್ಯಂತದ ಕಂಪನಿಗಳ ಪ್ರಭಾವಶಾಲಿ ಬಂಡವಾಳವನ್ನು ಸದ್ದಿಲ್ಲದೆ ಖರೀದಿಸುತ್ತಿದ್ದು, ಕುಟುಂಬ ಸಂಸ್ಥೆಯನ್ನು ಬಹುರಾಷ್ಟ್ರೀಯ ಸಮೂಹವಾಗಿ ಪರಿವರ್ತಿಸುತ್ತಿದೆ.

ಅಸ್ತಿತ್ವದಲ್ಲಿರುವ ಬ್ರ್ಯಾಂಡ್ ಇರುವಲ್ಲಿ, ಅದು ಅದನ್ನು ಮರುಹೆಸರಿಸುವುದಿಲ್ಲ, ಅದು ಏನೂ ಆಗಿಲ್ಲ ಎಂಬಂತೆ ಅದನ್ನು ಚಲಾಯಿಸುತ್ತಲೇ ಇರುತ್ತದೆ. ಗ್ರಾಹಕರು ತಮ್ಮ ನೆಚ್ಚಿನ ಬ್ರ್ಯಾಂಡ್ ಗಳನ್ನು ಭಾರತೀಯ ಕಂಪನಿಯು ಖರೀದಿಸಿದೆ ಎಂದು ಎಂದಿಗೂ ತಿಳಿದಿರುವುದಿಲ್ಲ.

ಆದರೂ ಭಾರತದಲ್ಲಿ ಟಾಟಾ ಕುಟುಂಬ ವರ್ಗದಲ್ಲಿ ಹೆಸರುವಾಸಿಯಾಗಿದೆ. ರಾಣಿ ವಿಕ್ಟೋರಿಯಾ ಭಾರತದ ಸಾಮ್ರಾಜ್ಞಿಯಾಗಿದ್ದಾಗ ಮಿಲಿಯನೇರ್ ಉದ್ಯಮಿಗಳಾಗಿದ್ದ ಟಾಟಾಗಳಿಗೆ ಹೋಲಿಸಿದರೆ ಮಿತ್ತಲ್ ಮತ್ತು ಮಲ್ಯರಂತಹವರು ಇತ್ತೀಚೆಗೆ ಆಗಮಿಸಿದ್ದಾರೆ.

ಕಂಪನಿಯ ಸಂಸ್ಥಾಪಕ ಜಮ್ಸೆಟ್ಜಿ ಟಾಟಾ ಅವರು ಇರಾನ್ ನಲ್ಲಿ ಕಿರುಕುಳದಿಂದ ನಿರಾಶ್ರಿತರಾದ ಝೋರೊಸ್ಟ್ರಿಯನ್ ಪುರೋಹಿತರ ಕುಟುಂಬದಿಂದ ಬಂದವರು. ಅವರು ಭಾರತಕ್ಕೆ ತನ್ನ ಮೊದಲ ಉಕ್ಕಿನ ಗಿರಣಿ, ಅದರ ಮೊದಲ ಹಡಗು ಮಾರ್ಗ ಮತ್ತು ಅದರ ಮೊದಲ ಜವಳಿ ಕಾರ್ಖಾನೆಯನ್ನು ನೀಡಿದರು.

ಅವರು ತಮ್ಮದೇ ಆದ ನಗರವನ್ನು ಸ್ಥಾಪಿಸಿದರು, ಅದು ಇಂದಿಗೂ ಅವರ ಹೆಸರನ್ನು ಹೊಂದಿದೆ ಮತ್ತು ಇದು ಇನ್ನೂ ಟಾಟಾ ಸ್ಟೀಲ್ ನಿಂದ ಪ್ರಾಬಲ್ಯ ಹೊಂದಿದೆ: ಜಮ್ಶೆಡ್ ಪುರ. ಅವರು ಭಾರತದ ಅತ್ಯಂತ ಪ್ರಸಿದ್ಧ ಹೋಟೆಲ್, ಮುಂಬೈನಲ್ಲಿ ತಾಜ್ ಮಹಲ್ ಅನ್ನು ಸಹ ಸ್ಥಾಪಿಸಿದರು.

ಅವರ ಉತ್ತರಾಧಿಕಾರಿಗಳಲ್ಲಿ ಭಾರತದ ಮೊದಲ ಪೈಲಟ್ ಆಗಿದ್ದ ಮತ್ತು ತನ್ನ ಮೊದಲ ವಿಮಾನಯಾನ ಸಂಸ್ಥೆಯನ್ನು ಸ್ಥಾಪಿಸಿದ ಜೆ.ಆರ್.ಡಿ ಟಾಟಾ ಕೂಡ ಸೇರಿದ್ದರು. ಅವರ ಟಾಟಾ ಏರ್ ಲೈನ್ಸ್ ರಾಷ್ಟ್ರೀಕರಣಗೊಂಡಿತು ಮತ್ತು ಇಂದಿಗೂ ಏರ್ ಇಂಡಿಯಾ ಆಗಿ ಅಸ್ತಿತ್ವದಲ್ಲಿದೆ. ಟಾಟಾ ಕಂಪನಿಯು ಭಾರತಕ್ಕೆ ತನ್ನ ಮೊದಲ ಬ್ಯಾಂಕ್ ಮತ್ತು ಮೊದಲ ಮೋಟಾರು ಕಂಪನಿಯನ್ನು ಸಹ ನೀಡಿತು.

ಆದರೂ 1991ರಲ್ಲಿ ರತನ್ ಟಾಟಾ ಅಧ್ಯಕ್ಷರಾಗಿ ಅಧಿಕಾರ ವಹಿಸಿಕೊಂಡಾಗ, ಭಾರತೀಯ ಉದ್ಯಮದ ಭವ್ಯ ಹಳೆಯ ಸಂಸ್ಥೆಯು ಗಂಭೀರ ಕುಸಿತವನ್ನು ಅನುಭವಿಸಿತು. ಅದರ ಅದೃಷ್ಟವು ರಾಷ್ಟ್ರೀಕರಣ ಮತ್ತು ಭಾರತೀಯ ಸ್ವಾತಂತ್ರ್ಯದ ನಂತರದ "ಪರವಾನಗಿ ರಾಜ್" ನೊಂದಿಗೆ ಕುಸಿಯಿತು. ಆರ್ಥಿಕ ಉದಾರೀಕರಣದ ವರ್ಷಗಳ ಮೂಲಕ ಕುಟುಂಬ ಸಂಸ್ಥೆಗೆ ಮಾರ್ಗದರ್ಶನ ನೀಡಿದವರು ರತನ್ ಟಾಟಾ. ಇದು ಭಾರತದ ಆರ್ಥಿಕ ಹೊರಹೊಮ್ಮುವಿಕೆಗೆ ಅನುವು ಮಾಡಿಕೊಟ್ಟಿದೆ- ಇದು ವರ್ಷಕ್ಕೆ £ 10 ಶತಕೋಟಿಗಿಂತ ಹೆಚ್ಚಿನ ಆದಾಯವನ್ನು ಹೊಂದಿದೆ.

ಟಾಟಾ ಭಾರತೀಯ ದೊಡ್ಡ ವ್ಯಾಪಾರದ ಬಗ್ಗೆ ಎಲ್ಲಾ ಪಾಶ್ಚಾತ್ಯ ಊಹೆಗಳನ್ನು ತನ್ನ ತಲೆಯ ಮೇಲೆ ಏರಿಸಿಕೊಳ್ಳುವ ಸಂಸ್ಥೆಯಾಗಿದೆ. ಬ್ರಿಟನ್ನಲ್ಲಿ ಹೆಚ್ಚಿನ ಜನರು ದೊಡ್ಡ ಭಾರತೀಯ ಕಂಪನಿಗಳು ಹೊಸ ವಿದ್ಯಮಾನವೆಂದು ಭಾವಿಸಿದರೆ, ಟಾಟಾ 1860ರಿಂದಲೂ ಅಸ್ತಿತ್ವದಲ್ಲಿದೆ.

ಮತ್ತು ಭಾರತೀಯ ಉದ್ಯಮಿಗಳ ಸ್ಟೀರಿಯೊಟೈಪಿಕಲ್ ರೂಪಾಂತರ ಮಿತ್ತಲ್, ಅವರು ತಮ್ಮ ಮಗಳ ಮದುವೆಗೆ £ 30 ಮಿಲಿಯನ್ ಗಿಂತ ಹೆಚ್ಚು ಖರ್ಚು ಮಾಡಿದ್ದಾರೆ ಮತ್ತು ಅವರ ಮನೆಗೆ £ 57 ಮಿಲಿಯನ್ ಗಿಂತ ಹೆಚ್ಚು ಖರ್ಚು ಮಾಡಿದ್ದಾರೆ, ಟಾಟಾ ಅವರು ತಗ್ಗುನುಡಿಯ ಮಾದರಿಯಾಗಿದ್ದಾರೆ. ಅವರ ಏಕೈಕ ಐಷಾರಾಮಿ ಎಂದರೆ ಅವರ ಖಾಸಗಿ ಕಾರು ಸಂಗ್ರಹ.

ಆದರೆ ಕಳೆದ ದಶಕದಲ್ಲಿ ಸ್ಪರ್ಧಾತ್ಮಕವಾಗಿ ಉಳಿಯಲು ಟಾಟಾ ಸ್ಟೀಲ್ 32,000 ಕಾರ್ಮಿಕರನ್ನು ಹೊರಹಾಕಬೇಕಾಗಿ ಬಂದಾಗ, ಇದು ಸ್ವಯಂಪ್ರೇರಿತ ಪುನರುಕ್ತಿ ಪ್ಯಾಕೇಜ್ ಅನ್ನು ನೀಡಿತು, ಇದನ್ನು ಕಾರ್ಪೊರೇಟ್ ಜಗತ್ತಿನಲ್ಲಿ ಎಲ್ಲಿಯೂ ಸಮೀಕರಿಸಲಾಗುವುದಿಲ್ಲ. ನಿವೃತ್ತಿಯ ವಯಸ್ಸಿನವರೆಗೆ ತಮ್ಮ ಜೀವಿತಾವಧಿಯಲ್ಲಿ ಹೆಪ್ಪುಗಟ್ಟಿದ ಸಂಬಳವನ್ನು ತೆಗೆದುಕೊಂಡ ಕಾರ್ಮಿಕರಿಗೆ - ಅವರು ಮತ್ತೊಂದು ಉದ್ಯೋಗವನ್ನು ಕಂಡುಕೊಂಡರೂ ಸಹ ಪಾವತಿಸುವುದನ್ನು ಮುಂದುವರಿಸುವುದಾಗಿ ಅದು ಭರವಸೆ ನೀಡಿತು.

ಟಾಟಾ ಸ್ಟೀಲ್ ಅನ್ನು ವಿಶ್ವದ ಐದನೇ ಅತಿದೊಡ್ಡ ಉಕ್ಕು ತಯಾರಕರನ್ನಾಗಿ ಮಾಡುವ ಕೋರಸ್ ಅನ್ನು ಸ್ವಾಧೀನಪಡಿಸಿಕೊಳ್ಳುವುದು, ಉಕ್ಕಿನ ಮೂಲಕ ಭಾರತೀಯ ಪ್ರಾಬಲ್ಯದ ಜಮ್ಸೆಟ್ಜಿಯ ದೃಷ್ಟಿಕೋನದಲ್ಲಿ ಒಂದು ಹೆಜ್ಜೆ ಮುಂದಿದೆ. ಪಶ್ಚಿಮದಲ್ಲಿ ಆಗ ಕೇಳಿರದ ಕಾರ್ಮಿಕರ ಹಕ್ಕುಗಳನ್ನು ಸಹ ಜಮ್ಸೆಟ್ಜಿ ನಿಗದಿಪಡಿಸಿದ್ದಾರೆ: ಎಂಟು ಗಂಟೆಗಳ ಕೆಲಸದ ದಿನ, ಸರಿಯಾಗಿ ಗಾಳಿ ಇರುವ ಕೆಲಸದ ಸ್ಥಳ ಮತ್ತು ಭವಿಷ್ಯ ನಿಧಿ. ಇದು ಟಾಟಾ ಸ್ಟೀಲ್ ಗೆ ಉತ್ತಮವಾಗಿ ಕಾರ್ಯನಿರ್ವಹಿಸಿದ ಮಾದರಿಯಾಗಿದೆ. ಇದು 75 ವರ್ಷಗಳಿಂದ ಕೈಗಾರಿಕಾ ವಿವಾದವನ್ನು ಹೊಂದಿಲ್ಲ. ಬ್ರಿಟಿಷ್ ಕೋರಸ್ ಕಾರ್ಮಿಕರು ಭಾರತೀಯ ಕಂಪನಿಯೊಂದರಿಂದ ಸ್ವಾಧೀನಪಡಿಸಿಕೊಳ್ಳಲ್ಪಟ್ಟಿದ್ದರಿಂದ ಆತಂಕದಲ್ಲಿದ್ದರು. ಜಮ್ಶೆಡ್ ಪುರಕ್ಕಿಂತ ಹೆಚ್ಚಿನದನ್ನು ನೋಡಬೇಕಾಗಿಲ್ಲ.

ಅಲ್ಲಿನ ಎಲ್ಲ ಉಕ್ಕಿನ ಕಾರ್ಮಿಕರು ಸಬ್ಸಿಡಿ ವಸತಿ ಸೌಲಭ್ಯವನ್ನು ಆನಂದಿಸುತ್ತಾರೆ. ಅವರು ಟಾಟಾ ನಿರ್ಮಿಸಿದ ಮತ್ತು ಧನಸಹಾಯ ಪಡೆದ ಸ್ಥಳೀಯ ಆಸ್ಪತ್ರೆಯಲ್ಲಿ ಉಚಿತ ಚಿಕಿತ್ಸೆಯನ್ನು ಪಡೆಯುತ್ತಾರೆ ಮತ್ತು ಅವರ ಮಕ್ಕಳು ಟಾಟಾ ನಡೆಸುವ ಶಾಲೆಗಳಿಗೆ ಹೋಗಬಹುದು. ವಿದ್ಯುತ್ ಗೆ ಸಬ್ಸಿಡಿ ನೀಡಲಾಗುತ್ತದೆ. ನೀರು ಉಚಿತವಾಗಿದೆ ಮತ್ತು ಟ್ಯಾಪ್ ನೀರನ್ನು ಕುಡಿಯಲು ಯೋಗ್ಯವಾದ ಭಾರತದ ಕೆಲವೇ ನಗರಗಳಲ್ಲಿ ಜಮ್ಶೆಡ್ ಪುರವೂ ಒಂದಾಗಿದೆ, ಏಕೆಂದರೆ ಇದನ್ನು ಟಾಟಾ ಶುದ್ಧಿಕರಿಸಲ್ಪಟ್ಟಿದೆ. ಕಾರ್ಮಿಕರ ಮನೆಗಳ ಒಳಗೆ ಹಾವು ಪ್ರವೇಶಿಸಿದರೆ ಕಂಪನಿಯು ಹಾವಿನ ಹಾಟ್ ಲೈನ್ ಅನ್ನು ಸಹ ನಡೆಸುತ್ತದೆ. ಜಮ್ಷೆಡ್ಜಿ ಅವರ ಇನ್ನೊಂದು ಮಹಾನ್ ಕನಸು ವಿಜ್ಞಾನ ಕಾಲೇಜು. ಇದು ಬೆಂಗಳೂರಿನಲ್ಲಿ ಇಂಡಿಯನ್ ಇನ್ ಸ್ಟಿಟ್ಯೂಟ್ ಆಫ್ ಸೈನ್ಸಸ್ ಆಗಿ ಅವರ ಮರಣದ ನಂತರ ಫಲಪ್ರದವಾಯಿತು. ಇದು ದೇಶದ ಅಗ್ರಗಣ್ಯ ಕಲಿಕಾ ಕೇಂದ್ರಗಳಲ್ಲಿ ಒಂದಾಗಿದೆ. ಅವರ ಲೋಕೋಪಕಾರಿ ತತ್ವಗಳು ಇಂದಿಗೂ ಟಾಟಾ ಗ್ರೂಪ್ ಗೆ ತಿಳಿಸುತ್ತವೆ: ಇದು 66 ಪ್ರತಿಶತದಷ್ಟು ಚಾರಿಟಬಲ್ ಟ್ರಸ್ಟ್ ಗಳ ಒಡೆತನದಲ್ಲಿದೆ, ಇದು ಸಾಮಾಜಿಕ ಕಾರಣಗಳಿಗಾಗಿ $ 379 ಮಿಲಿಯನ್ (£ 193 ಮಿಲಿಯನ್) ಖರ್ಚು ಮಾಡಿದೆ.

ಟಾಟಾ ತಾನು ಧನಸಹಾಯ ಮಾಡಿದ ಸಂತಾನೋತ್ಪತ್ತಿ ಕಾರ್ಯಕ್ರಮದ ಮೂಲಕ ಗಂಗಾ ಮೀನುಗಳ ಅಪರೂಪದ ತಳಿಯನ್ನು ಅಳಿವಿನಿಂದ ಉಳಿಸಿದೆ ಎಂದು ಹೇಳಿಕೊಂಡಿದೆ. ಆದರೆ ಅದರ ಸಂಸ್ಥಾಪಕರು ರಾಷ್ಟ್ರೀಯತಾವಾದಿಯಾಗಿದ್ದರೆ, ಭಾರತದ ಸ್ವಾತಂತ್ರ್ಯದ ನಂತರದ ವರ್ಷಗಳಲ್ಲಿ ಟಾಟಾ ಸಮೂಹವು ಕರಾಳ ದಿನಗಳನ್ನು ಅನುಭವಿಸಿತು. ಟಾಟಾ ಏರ್ ಲೈನ್ಸ್ ಅನ್ನು ರಾಷ್ಟ್ರೀಕರಣಗೊಳಿಸಲಾಯಿತು ಮತ್ತು ಅದರ ವಿಮಾ ವ್ಯವಹಾರದಂತೆಯೇ ಕಂಪನಿಯಿಂದ ತೆಗೆದುಕೊಂಡು ಹೋಗಲಾಯಿತು. ಏಕೆಂದರೆ ಭಾರತವು ವರ್ಷಗಳ ಸಮಾಜವಾದಕ್ಕೆ ಮುಳುಗಿ ಅದನ್ನು ಆರ್ಥಿಕ ಬ್ಯಾಸ್ಕೆಟ್ ಕೇಸ್ ಆಗಿ ಪರಿವರ್ತಿಸಿತು. ಭಾರತವು ಅಂತಿಮವಾಗಿ ತನ್ನ ಆರ್ಥಿಕತೆಯನ್ನು ಉದಾರೀಕರಣಗೊಳಿಸಿದ್ದರಿಂದ, ಉತ್ತಮ ಅವಕಾಶದ ಕ್ಷಣದಲ್ಲಿ ರತನ್ ಟಾಟಾ ಅಧ್ಯಕ್ಷರ ಪಾತ್ರವನ್ನು

ವಹಿಸಿಕೊಂಡರು. ಆದರೆ ಕಂಪನಿಯನ್ನು ಆಧುನೀಕರಿಸುವ ಅಗತ್ಯವಿದೆ ಎಂದು ಅವರು ನಿರ್ಧರಿಸಿದರು. ಅವರು ಕಾರ್ಯಪಡೆಗಳನ್ನು ಕಡಿತಗೊಳಿಸಿದರು ಮತ್ತು ಕಾರ್ಯಕ್ಷಮತೆಯ ಗುರಿಗಳನ್ನು ನಿಗದಿಪಡಿಸಿದರು. ಅವರು

ಕಂಪನಿಯನ್ನು ಕಡಿಮೆ ಪಿತೃಪ್ರಭುತ್ವವನ್ನಾಗಿ ಮಾಡಿರಬಹುದು - ಆದರೂ ಪುನರುಕ್ತಿ ಪ್ಯಾಕೇಜುಗಳು ಅಷ್ಟೇನೂ ಕ್ರೂರವಾಗಿರಲಿಲ್ಲ - ಆದರೆ ಅವರು ಅದನ್ನು ಸ್ಪರ್ಧಾತ್ಮಕವಾಗಿಸಿದರು. ಶ್ರೀ ಟಾಟಾ 2000 ರಲ್ಲಿ $ 435 ಮಿಲಿಯನ್ ಗೆ ಟೆಟ್ಲಿ ಚಹಾವನ್ನು ಖರೀದಿಸಿದಾಗ, ಇದು ಭಾರತೀಯ ಇತಿಹಾಸದಲ್ಲಿಯೇ ಅತಿ ದೊಡ್ಡ ವ್ಯವಹಾರವಾಗಿತ್ತು. ಕೋರಸ್ಗಾಗಿ ನಿನ್ನೆಯ £ 5.75 ಬಿಲಿಯನ್ ಸ್ವಾಧೀನದ ಒಪ್ಪಂದದೊಂದಿಗೆ ಅವರು ಸುಲಭವಾಗಿ ಕೆಡವಿದ್ದು ದಾಖಲೆಯಾಗಿದೆ.

ಅವರು ನಿರ್ಮಾಣದ ಬಗ್ಗೆ ಸಿದ್ಧಪಡಿಸಿರುವ ಗುಂಪು ಇನ್ನೂ ಜಮ್ಷೆಡ್ಜಿ ಯವರನ್ನು ಸೆರೆಹಿಡಿದ ಕೈಗಾರಿಕೆಗಳಿಂದ ಹೆಚ್ಚು ಪ್ರಭಾವಿತವಾಗಿದೆ. ಉಕ್ಕಿನ ಜೊತೆಗೆ, ಟಾಟಾ ತಾಜ್ ಹೋಟೆಲ್ ಗಳ ಗುಂಪನ್ನು ನಡೆಸುತ್ತದೆ, ಜೊತೆಗೆ ಪಿಯರ್ ನಂತಹ ಕೆಲವು ಪ್ರಸಿದ್ಧ ಹೋಟೆಲ್ ಗಳನ್ನು ಅವುಗಳ ಮೂಲ ಹೆಸರಿನಲ್ಲಿ ನಿರ್ವಹಿಸುತ್ತದೆ. ಆದರೆ ರತನ್ ಟಾಟಾ ಅವರು ತಮ್ಮದೇ ಆದ ಹಿತಾಸಕ್ತಿಗಳನ್ನು ಅನುಸರಿಸಿದ್ದಾರೆ, ಅದರಲ್ಲೂ ವಿಶೇಷವಾಗಿ ಇಂದಿನ ಬೆಲೆಗೆ ಹೊಸ ಕಾರುಗಳನ್ನು ಖರೀದಿಸಲು ಸಾಧ್ಯವಾಗದ ಲಕ್ಷಾಂತರ ಭಾರತೀಯರಿಗೆ ಕೈಗೆಟುಕುವಂತಹ ಕಾರನ್ನು ನಿರ್ಮಿಸುವ ಅವರ ಕನಸು: ಅವರು ಸ್ವತಃ ವಿನ್ಯಾಸಗೊಳಿಸಿದ 100,000 ರೂಪಾಯಿ ಕಾರು.

ಕಂಪನಿಯ ಭವಿಷ್ಯವು ಸುರಕ್ಷಿತವೆಂದು ತೋರುತ್ತದೆ, ಆದರೆ ಟಾಟಾ ಕುಟುಂಬದ ಬಗ್ಗೆ ಅದೇ ರೀತಿ ಹೇಳಲಾಗುವುದಿಲ್ಲ. ಪಾರ್ಸಿ ಜನರ ಹಣೆಬರಹವನ್ನು ಕುತೂಹಲದಿಂದ ಪ್ರತಿಬಿಂಬಿಸುವ ಟ್ವಿಸ್ಟ್ ನಲ್ಲಿ, ಮದುವೆಯಾಗದ ರತನ್ ಟಾಟಾಗೆ ನೇರ ಉತ್ತರಾಧಿಕಾರಿ ಹೊಂದಿರಲಿಲ್ಲ .

ಪಾರ್ಸಿಗಳು ಸಾಯುತ್ತಿದ್ದಾರೆ. ಅವರು ಭಾರತದ ಶ್ರೀಮಂತ ಮತ್ತು ಅತ್ಯಂತ ಶಕ್ತಿಶಾಲಿ ಸಮುದಾಯಗಳಲ್ಲಿ ಒಂದಾಗಿರಬಹುದು, ಆದರೆ ಪಾರ್ಸಿಗಳಿಗೆ ಸ್ವಲ್ಪ ಸಮಯ ಉಳಿದಿರಬಹುದು. ಸಮುದಾಯದ ಹೊರಗೆ ಮದುವೆಯಾಗುವುದನ್ನು ಅವರ ಪುರೋಹಿತರು ನಿಷೇಧಿಸಿದ್ದಾರೆ. ಅವರ ಸಂಖ್ಯೆ ಕ್ಷೀಣಿಸುತ್ತಿದೆ. ಹೊರಗಿನವರನ್ನು ಮದುವೆಯಾಗುವ ಪಾರ್ಸಿಗಳ ಮಕ್ಕಳು ಪಾರ್ಸಿ ಎಂದು ಗುರುತಿಸಲಾಗುವುದಿಲ್ಲ ಮತ್ತು ಸಮುದಾಯವು ಶೀಘ್ರದಲ್ಲೇ ಅಳಿದುಹೋಗಬಹುದು ಎಂದು ಊಹಿಸಲಾಗಿದೆ.

ರತನ್ ಟಾಟಾ ಅವರಿಂದ ವಹಿಸಿಕೊಳ್ಳಬಹುದಾದ ಇತರ ಟಾಟಾ ಕುಟುಂಬ ಸದಸ್ಯರು ಇದ್ದಾರೆ, ಅವರು ಶೀಘ್ರದಲ್ಲೇ ರಾಜೀನಾಮೆ ನೀಡಬಹುದು ಎಂದು ಸುಳಿವು ನೀಡಿದ್ದಾರೆ. ಆದರೆ ಅವರ ಉತ್ತರಾಧಿಕಾರಿ ಟಾಟಾ ಕುಟುಂಬದ ಹೆಸರನ್ನು ಹೊಂದುವ ಅಗತ್ಯವಿಲ್ಲ ಎಂದು ಅವರು ಹೇಳಿದ್ದಾರೆ. ಯಾವುದೇ ರೀತಿಯಲ್ಲಿ, ಸ್ವಾತಂತ್ರ್ಯಾನಂತರದ ಸಮಾಜವಾದದಿಂದ ವಿಳಂಬವಾಗಿದ್ದರೂ ಸಹ, ಜಮ್ಶೆಡ್ಜಿಯವರ ದೃಷ್ಟಿಕೋನವು ಫಲಪ್ರದವಾಗುತ್ತಿದೆ. ಭಾರತವು ಜಾಗತಿಕ ಶಕ್ತಿಯಾಗಿ ಹೊರಹೊಮ್ಮುತ್ತಿದೆ ಮತ್ತು ಉಕ್ಕು ಅದರ ಹೊರಹೊಮ್ಮುವಿಕೆಯ ಹೃದಯಭಾಗದಲ್ಲಿದೆ.

ನವಲ್ ಟಾಟಾ ಅವರ ಇಬ್ಬರು ಪುತ್ರರಾದ ರತನ್ ಟಾಟಾ ಮತ್ತು ನೋಯೆಲ್ ಟಾಟಾ ಅವರೊಂದಿಗೆ. (ಸೌಜನ್ಯ: ಟಾಟಾ ಸೆಂಟ್ರಲ್ ಆರ್ಕೈವ್ಸ್)

## ಅಗ್ರ 100 ಬ್ರ್ಯಾಂಡ್ ಗಳಲ್ಲಿ

ಟಾಟಾ ಸಮೂಹದ ತೀವ್ರ ಚಟುವಟಿಕೆಗಳು ಯುಕೆ ಮೂಲದ ಬ್ರ್ಯಾಂಡ್ ಫೈನಾನ್ಸ್ ಪಿಕ್ ಪ್ರಕಟಿಸಿದ ಬ್ರ್ಯಾಂಡ್ ಮೌಲ್ಯದ ಪ್ರಕಾರ ಬ್ರ್ಯಾಂಡ್ ಗಳ ವ್ಯಾಪಕವಾಗಿ ಗೌರವಾನ್ವಿತ ಶ್ರೇಯಾಂಕವಾದ ಬ್ರ್ಯಾಂಡ್ ಫೈನಾನ್ಸ್ ಟಾಪ್ 500 ಗ್ಲೋಬಲ್ ಬ್ರ್ಯಾಂಡ್ ಗಳಲ್ಲಿ 45 ಸ್ಥಾನಗಳನ್ನು ಏರಿಕೆಯಾಗಿ 57 ನೇ ಸ್ಥಾನಕ್ಕೆ ಏರಿದೆ. ಅಗ್ರ 100ರಲ್ಲಿ ಬೇರೆ ಯಾವುದೇ ಭಾರತೀಯ ಬ್ರ್ಯಾಂಡ್ ಅಂಕಿಅಂಶಗಳಿಲ್ಲ. ರಿಲಯನ್ಸ್ ಇಂಡಸ್ಟ್ರೀಸ್ ನಂ. 151 ಮತ್ತು ಇಂಡಿಯನ್ ಆಯಿಲ್ ನಂ. 215 ರಲ್ಲಿವೆ.

ಟಾಟಾ ಬ್ರ್ಯಾಂಡ್ ಮೌಲ್ಯ $ 11.8 ಬಿಲಿಯನ್ (ರೂ. 47,082 ಕೋಟಿ), 2007 ರ ಕೊನೆಯಲ್ಲಿ ಬ್ರ್ಯಾಂಡ್ ಮೌಲ್ಯವನ್ನು ಆಧರಿಸಿದೆ.2007 ರಲ್ಲಿ, ಟಾಟಾ ಸ್ಟೀಲ್ ಲಿಮಿಟೆಡ್ ಎಂಬ ಟಾಟಾ ಕಂಪನಿ ಯುಕೆ ಸ್ಟೀಲ್ ತಯಾರಕ ಕೋರಸ್ ಗ್ರೂಪ್ ಪಿಕ್ ಅನ್ನು $ 11.3 ಬಿಲಿಯನ್ ಗೆ ಸ್ವಾಧೀನಪಡಿಸಿಕೊಂಡಿತು. ವರ್ಷದ ಅಂತ್ಯದ ವೇಳೆಗೆ, ಮತ್ತೊಂದು ಸಮೂಹ ಕಂಪನಿಯಾದ ಟಾಟಾ ಮೋಟಾರ್ಸ್ ಲಿಮಿಟೆಡ್, ಜಾಗ್ವಾರ್ ಮತ್ತು ಲ್ಯಾಂಡ್ ರೋವರ್ ಬ್ರ್ಯಾಂಡ್ ಗಳನ್ನು ಫೋರ್ಡ್ ಮೋಟಾರ್ ಸಂಸ್ಥೆಯಿಂದ ಸ್ವಾಧೀನಪಡಿಸಿಕೊಂಡಿತು.

ಟಾಟಾ ನ್ಯಾನೋ ಉಡಾವಣೆಯು ಟಾಪ್ 50ರಲ್ಲಿ ಸ್ಥಾನ ಪಡೆಯಲು ಟಾಟಾಗೆ ಸಹಾಯ ಮಾಡುತ್ತದೆ. ಕೋರಸ್ ಸ್ವಾಧೀನವು ಟಾಟಾ ಬ್ರ್ಯಾಂಡ್ ಮೌಲ್ಯವನ್ನು ಹೆಚ್ಚಿಸಲು ಸಹಾಯ ಮಾಡಿತು. ಏಕೆಂದರೆ ಇದು ಗುಂಪಿಗೆ ಹೆಚ್ಚಿನ ಉತ್ಪನ್ನಗಳು ಮತ್ತು ಸಾಮರ್ಥ್ಯ, ವ್ಯಾಪಕ ಭೌಗೋಳಿಕ ವ್ಯಾಪ್ತಿ ಮತ್ತು ಬ್ರಿಟಿಷ್ ಸ್ಟೀಲ್ ನ ಪರಂಪರೆಯ ಮೌಲ್ಯವನ್ನು ತಂದಿತು.ಟಾಟಾ ಬ್ರ್ಯಾಂಡ್ ಅನ್ನು ಬ್ರ್ಯಾಂಡ್ ಸಾಮರ್ಥ್ಯದ ದೃಷ್ಟಿಯಿಂದ AA+ (ದೃಢವಾದ ಶಕ್ತಿಯನ್ನು ಸೂಚಿಸುತ್ತದೆ) ಎಂದು ರೇಟ್ ಮಾಡಲಾಗಿದೆ. ಇದು ಅದರ ಪ್ರಸ್ತುತ ಮೌಲ್ಯ ಮತ್ತು ಭವಿಷ್ಯದ ಭವಿಷ್ಯವನ್ನು ಪ್ರತಿಬಿಂಬಿಸುತ್ತದೆ. ಟಾಟಾ ಬ್ರ್ಯಾಂಡ್ ಮೌಲ್ಯದ ಸುಮಾರು 80% ವಾಸ್ತವವಾಗಿ ಸ್ಟೀಲ್, ಮೋಟಾರ್ಸ್ ಮತ್ತು ಕನ್ಸಲ್ಟಿಂಗ್ ನ ಮೂರು ಎಂಜಿನ್ ಗಳಿಂದ ಉದ್ಭವಿಸಿದೆ ಮತ್ತು ಕ್ರಿಯೆಯ ಒತ್ತಡವು ಈ ಕ್ಷೇತ್ರಗಳಲ್ಲಿದೆ, ಇದು ಬ್ರ್ಯಾಂಡ್ ಗೆ ಸಕಾರಾತ್ಮಕ ಭವಿಷ್ಯವನ್ನು ಸೂಚಿಸುತ್ತದೆ. ಕೋರಸ್

# 14

# ಟಾಟಾ ಒಡೆತನದ ಕಂಪನಿಗಳು ಮತ್ತು ಬ್ರ್ಯಾಂಡ್ ಗಳು

ಟಾಟಾ ಗ್ರೂಪ್ ಭಾರತದ ಮುಂಬೈ ಮೂಲದ ಬಹುರಾಷ್ಟ್ರೀಯ ಸಂಘಟನೆಯಾಗಿದೆ. ಮಾರುಕಟ್ಟೆ ಬಂಡವಾಳೀಕರಣ ಮತ್ತು ಆದಾಯದ ದೃಷ್ಟಿಯಿಂದ ಟಾಟಾ ಗ್ರೂಪ್ ಭಾರತದ ಅತಿದೊಡ್ಡ ಖಾಸಗಿ ಕಾರ್ಪೊರೇಟ್ ಸಮೂಹವಾಗಿದೆ ಮತ್ತು ವರ್ಷಗಳಲ್ಲಿ ವಿಶ್ವದ ಅತ್ಯಂತ ಗೌರವಾನ್ವಿತ ಕಂಪನಿಗಳಲ್ಲಿ ಒಂದಾಗಿದೆ. ಇದು ಉಕ್ಕು, ಆಟೋಮೊಬೈಲ್ ಗಳು, ಮಾಹಿತಿ ತಂತ್ರಜ್ಞಾನ, ಸಂವಹನ, ವಿದ್ಯುತ್, ಚಹಾ ಮತ್ತು ಹೋಟೆಲ್ ಗಳಲ್ಲಿ ಆಸಕ್ತಿಗಳನ್ನು ಹೊಂದಿದೆ. ಟಾಟಾ ಗ್ರೂಪ್ ಆರು ಖಂಡಗಳಲ್ಲಿ 85 ಕ್ಕೂ ಹೆಚ್ಚು ದೇಶಗಳಲ್ಲಿ ಕಾರ್ಯಾಚರಣೆಗಳನ್ನು ಹೊಂದಿದೆ ಮತ್ತು ಅದರ ಕಂಪನಿಗಳು 80 ದೇಶಗಳಿಗೆ ಉತ್ಪನ್ನಗಳು ಮತ್ತು ಸೇವೆಗಳನ್ನು ರಫ್ತು ಮಾಡುತ್ತವೆ. ಟಾಟಾ ಗ್ರೂಪ್ ಏಳು ವ್ಯಾಪಾರ ಕ್ಷೇತ್ರಗಳಲ್ಲಿ 98 ಕಂಪನಿಗಳನ್ನು ಒಳಗೊಂಡಿದೆ, ಅವುಗಳಲ್ಲಿ 27 ಸಾರ್ವಜನಿಕವಾಗಿ ಪಟ್ಟಿ ಮಾಡಲ್ಪಟ್ಟಿವೆ. ಟಾಟಾ ಸಮೂಹದ 65.8% ಮಾಲೀಕತ್ವವನ್ನು ಚಾರಿಟಬಲ್ ಟ್ರಸ್ಟ್ ಗಳಲ್ಲಿ ಇರಿಸಲಾಗಿದೆ. ಟಾಟಾ ಸ್ಟೀಲ್, ಕೋರಸ್ ಸ್ಟೀಲ್, ಟಾಟಾ ಮೋಟಾರ್ಸ್, ಟಾಟಾ ಕನ್ಸಲ್ಟೆನ್ಸಿ ಸರ್ವೀಸಸ್, ಟಾಟಾ ಟೀ, ಟೈಟಾನ್ ಇಂಡಸ್ಟ್ರೀಸ್, ಟಾಟಾ ಪವರ್, ಟಾಟಾ ಕಮ್ಯುನಿಕೇಷನ್ಸ್, ಟಾಟಾ ಟೆಲಿಸರ್ವಿಸಸ್, ಟಾಟಾ ಆಟೋಕಾಂಪ್ ಸಿಸ್ಟಮ್ಸ್ ಲಿಮಿಟೆಡ್ ಮತ್ತು ತಾಜ್ ಹೋಟೆಲ್ ಗಳು ಈ ಗುಂಪಿನ ಪ್ರಮುಖ ಭಾಗಗಳಾಗಿವೆ.

## ಟಾಟಾ ಮೋಟಾರ್ಸ್

ಟಾಟಾ ಮೋಟಾರ್ಸ್ ಲಿಮಿಟೆಡ್ ಭಾರತದ ಅತಿದೊಡ್ಡ ಆಟೋಮೊಬೈಲ್ ಕಂಪನಿಯಾಗಿದ್ದು, 2007- 08ರಲ್ಲಿ ರೂ.35651.48 ಕೋಟಿ (USD 8.8 ಶತಕೋಟಿ)ಆದಾಯ ಹೊಂದಿದೆ. ಇದು ಪ್ರತಿ ವಿಭಾಗದಲ್ಲಿ ವಾಣಿಜ್ಯ ವಾಹನಗಳಲ್ಲಿ ಮುಂಚೂಣಿಯಲ್ಲಿದೆ ಮತ್ತು ಕಾಂಪ್ಯಾಕ್ಟ್, ಮಧ್ಯಮ ಗಾತ್ರದ ಕಾರು ಮತ್ತು ಯುಟಿಲಿಟಿ ವಾಹನಗಳ ವಿಭಾಗಗಳಲ್ಲಿ ಉತ್ಪನ್ನಗಳನ್ನು ಗೆಲ್ಲುವ ಪ್ರಯಾಣಿಕ ವಾಹನಗಳಲ್ಲಿ ಅಗ್ರ ಮೂರು ಸ್ಥಾನಗಳಲ್ಲಿ ಒಂದಾಗಿದೆ. ಕಂಪನಿಯು ವಿಶ್ವದ ನಾಲ್ಕನೇ ಅತಿದೊಡ್ಡ ಟ್ರಕ್ ತಯಾರಕ ಮತ್ತು ವಿಶ್ವದ ಎರಡನೇ ಅತಿದೊಡ್ಡ ಬಸ್ ತಯಾರಕವಾಗಿದೆ.

ಕಂಪನಿಯ 23,000 ಉದ್ಯೋಗಿಗಳಿಗೆ "ನಾವು ಕಾರ್ಯನಿರ್ವಹಿಸುವ ವಿಧಾನದಲ್ಲಿ ಉತ್ತಮ, ನಾವು ತಲುಪಿಸುವ ಉತ್ಪನ್ನಗಳಲ್ಲಿ ಉತ್ತಮ ಮತ್ತು ನಮ್ಮ ಮೌಲ್ಯ ವ್ಯವಸ್ಥೆ ಮತ್ತು ನೈತಿಕತೆಗಳಲ್ಲಿ ಉತ್ತಮ" ಎಂಬ ದೃಷ್ಟಿಕೋನದಿಂದ ಮಾರ್ಗದರ್ಶನ ನೀಡಲಾಗುತ್ತದೆ.

1945ರಲ್ಲಿ ಸ್ಥಾಪನೆಯಾದ ಟಾಟಾ ಮೋಟಾರ್ಸ್ ನ ಉಪಸ್ಥಿತಿಯು ಭಾರತದ ಉದ್ದಗಲಕ್ಕೂ ಹರಡಿದೆ. 1954ರಲ್ಲಿ ಮೊದಲ ಬಾರಿಗೆ ಬಿಡುಗಡೆಯಾದಾಗಿನಿಂದ 4 ದಶಲಕ್ಷಕ್ಕೂ ಹೆಚ್ಚು ಟಾಟಾ ವಾಹನಗಳು ಭಾರತೀಯ ರಸ್ತೆಗಳಲ್ಲಿ ಸಂಚರಿಸುತ್ತಿವೆ. ಭಾರತದಲ್ಲಿ ಕಂಪನಿಯ ಉತ್ಪಾದನಾ ನೆಲೆ ಜಮ್ಶೆಡ್ ಪುರ (ಜಾರ್ಖಂಡ್), ಪುಣೆ

(ಮಹಾರಾಷ್ಟ್ರ), ಲಕ್ನೋ (ಉತ್ತರ ಪ್ರದೇಶ) ಮತ್ತು ಪಂತ್ ನಗರ (ಉತ್ತರಾಖಂಡ) ದಾದ್ಯಂತ ಹರಡಿದೆ. 2005 ರಲ್ಲಿ ಫಿಯೆಟ್ ನೊಂದಿಗೆ ಕಾರ್ಯತಂತ್ರದ ಮೈತ್ರಿಯನ್ನು ಅನುಸರಿಸಿ, ಫಿಯೆಟ್ ಮತ್ತು ಟಾಟಾ ಕಾರುಗಳು ಮತ್ತು ಫಿಯೆಟ್ ಪವರ್ ಟ್ರೈನ್ ಗಳನ್ನು ಉತ್ಪಾದಿಸಲು ಫಿಯೆಟ್ ಗ್ರೂಪ್ ಆಟೋಮೊಬೈಲ್ಸ್ ನೊಂದಿಗೆ ಕೈಗಾರಿಕಾ ಜಂಟಿ ಉದ್ಯಮವನ್ನು ಸ್ಥಾಪಿಸಿದೆ. ಕಂಪನಿಯು ಧಾರವಾಡ (ಕರ್ನಾಟಕ) ಮತ್ತು ಸಾನಂದ್ (ಗುಜರಾತ್) ನಲ್ಲಿ ಎರಡು ಹೊಸ ಘಟಕಗಳನ್ನು ಸ್ಥಾಪಿಸುತ್ತಿದೆ. ಕಂಪನಿಯ ಡೀಲರ್ ಶಿಪ್, ಮಾರಾಟ, ಸೇವೆಗಳು ಮತ್ತು ಬಿಡಿಭಾಗಗಳ ನೆಟ್ ವರ್ಕ್ 3500 ಟಚ್ ಪಾಯಿಂಟ್ ಗಳನ್ನು ಒಳಗೊಂಡಿದೆ. ಟಾಟಾ ಮೋಟಾರ್ಸ್ ಭಾರತದಲ್ಲಿ ಫಿಯೆಟ್ ಬ್ರಾಂಡ್ ಕಾರುಗಳನ್ನು ವಿತರಿಸುತ್ತದೆ ಮತ್ತು ಮಾರಾಟ ಮಾಡುತ್ತದೆ.

ಟಾಟಾ ಮೋಟಾರ್ಸ್, ನ್ಯೂಯಾರ್ಕ್ ಸ್ಟಾಕ್ ಎಕ್ಸ್ ಚೇಂಜ್ ನಲ್ಲಿ (ಸೆಪ್ಟೆಂಬರ್, 2004) ಪಟ್ಟಿ ಮಾಡಲಾದ ಭಾರತದ ಎಂಜಿನಿಯರಿಂಗ್ ವಲಯದ ಮೊದಲ ಕಂಪನಿ. ಅಂತರರಾಷ್ಟ್ರೀಯ ಆಟೋಮೊಬೈಲ್ ಕಂಪನಿಯಾಗಿ ಹೊರಹೊಮ್ಮಿದೆ. ಅಂಗಸಂಸ್ಥೆಗಳು ಮತ್ತು ಸಹಾಯಕ ಕಂಪನಿಗಳ ಮೂಲಕ, ಟಾಟಾ ಮೋಟಾರ್ಸ್ ಯುಕೆ, ದಕ್ಷಿಣ ಕೊರಿಯಾ, ಥೈಲ್ಯಾಂಡ್ ಮತ್ತು ಸ್ಪೇನ್ ನಲ್ಲಿ ಕಾರ್ಯಾಚರಣೆಗಳನ್ನು ಹೊಂದಿದೆ. ಅವುಗಳಲ್ಲಿ 2008ರಲ್ಲಿ ಸ್ವಾಧೀನಪಡಿಸಿಕೊಂಡ ಎರಡು ಸಾಂಪ್ರದಾಯಿಕ ಬ್ರಿಟಿಷ್ ಬ್ರಾಂಡ್ ಗಳನ್ನು ಒಳಗೊಂಡಿರುವ ಜಾಗ್ವಾರ್ ಲ್ಯಾಂಡ್ ರೋವರ್ ಸಹ ಸೇರಿದೆ. ಈ ಸಂಸ್ಥೆ ದಕ್ಷಿಣ ಕೊರಿಯಾದ ಎರಡನೇ ಅತಿದೊಡ್ಡ ಟ್ರಕ್ ತಯಾರಕರಾದ ಡೇವೂ ಕಮರ್ಷಿಯಲ್ ವೆಹಿಕಲ್ಸ್ ಕಂಪನಿಯನ್ನು 2004ರಲ್ಲಿ ಸ್ವಾಧೀನಪಡಿಸಿಕೊಂಡಿತು. ಮರುನಾಮಕರಣಗೊಂಡ ಟಾಟಾ ಡೇವೂ ಕಮರ್ಷಿಯಲ್ ವೆಹಿಕಲ್ಸ್ ಕಂಪನಿಯು ಕೊರಿಯನ್ ಮಾರುಕಟ್ಟೆಯಲ್ಲಿ ಹಲವಾರು ಹೊಸ ಉತ್ಪನ್ನಗಳನ್ನು ಬಿಡುಗಡೆ ಮಾಡಿದೆ. ಈ ಉತ್ಪನ್ನಗಳನ್ನು ಹಲವಾರು ಅಂತರರಾಷ್ಟ್ರೀಯ ಮಾರುಕಟ್ಟೆಗಳಿಗೆ ರಫ್ತು ಮಾಡಿದೆ. ಇಂದು ದಕ್ಷಿಣ ಕೊರಿಯಾದಿಂದ ಮೂರನೇ ಎರಡರಷ್ಟು ಭಾರಿ ವಾಣಿಜ್ಯ ವಾಹನ ರಫ್ತು ಟಾಟಾ ಡೇವೂ (Tata Daewoo) ದಿಂದ ಆಗುತ್ತಿದೆ. 2005ರಲ್ಲಿ, ಟಾಟಾ ಮೋಟಾರ್ಸ್ ಹೆಸರಾಂತ ಸ್ಪ್ಯಾನಿಷ್ ಬಸ್ ಮತ್ತು ಕೋಚ್ ತಯಾರಕರಾದ ಹಿಸ್ಪಾನೊ ಕ್ಯಾರೊಸೆರಾದಲ್ಲಿ 21% ಪಾಲನ್ನು ಸ್ವಾಧೀನಪಡಿಸಿಕೊಂಡಿತು. ಉಳಿದ ಪಾಲನ್ನು ಸ್ವಾಧೀನಪಡಿಸಿಕೊಳ್ಳುವ ಆಯ್ಕೆಯೂ ಇತ್ತು. ಹಿಸ್ಪಾನೊ ಉಪಸ್ಥಿತಿಯನ್ನು ಇತರ ಮಾರುಕಟ್ಟೆಗಳಲ್ಲಿ ವಿಸ್ತರಿಸಲಾಗುತ್ತಿದೆ. 2006 ರಲ್ಲಿ, ಇದು ಬ್ರೆಜಿಲ್ ಮೂಲದ ಮಾರ್ಕೊಪೊಲೊ ಅವರೊಂದಿಗೆ ಜಂಟಿ ಉದ್ಯಮವನ್ನು ರೂಪಿಸಿತು. ಭಾರತಕ್ಕಾಗಿ

ಸಂಪೂರ್ಣವಾಗಿ ನಿರ್ಮಿಸಲಾದ ಬಸ್ಸುಗಳು ಮತ್ತು ಕೋಚ್ ಗಳನ್ನು ತಯಾರಿಸಲು ಮತ್ತು ಅಂತರರಾಷ್ಟ್ರೀಯ ಮಾರುಕಟ್ಟೆಗಳನ್ನು ಆಯ್ಕೆ ಮಾಡಲು ಬಸ್ಸುಗಳು ಮತ್ತು ಕೋಚ್ ಗಳ ಬಾಡಿ-ಬಿಲ್ಡಿಂಗ್ ನಲ್ಲಿ ಜಾಗತಿಕ ನಾಯಕರಾಗಿದ್ದರು. 2006ರಲ್ಲಿ, ಟಾಟಾ ಮೋಟಾರ್ಸ್ ಥಾಯ್ಲೆಂಡ್ ನಲ್ಲಿ ಕಂಪನಿಯ ಪಿಕಪ್ ವಾಹನಗಳನ್ನು ತಯಾರಿಸಲು ಮತ್ತು ಮಾರಾಟ ಮಾಡಲು ಥಾಯ್ಲೆಂಡ್ ನ ಥೋನ್ ಬುರಿ ಆಟೋಮೋಟಿವ್ ಅಸೆಂಬ್ಲಿ ಪ್ಲಾಂಟ್ ಕಂಪನಿಯೊಂದಿಗೆ ಜಂಟಿ ಉದ್ಯಮವನ್ನು ಪ್ರವೇಶಿಸಿತು. ಟಾಟಾ ಮೋಟಾರ್ಸ್ (ಥೈಲ್ಯಾಂಡ್) ನ ಹೊಸ ಘಟಕವು ಕ್ಸೆನಾನ್ ಪಿಕಪ್ ಟ್ರಕ್ ಉತ್ಪಾದನೆಯನ್ನು ಪ್ರಾರಂಭಿಸಿದೆ. 2008ರ ಬ್ಯಾಂಕಾಕ್ ಮೋಟಾರ್ ಶೋದಲ್ಲಿ ಕ್ಸೆನಾನ್ ಅನ್ನು ಥೈಲ್ಯಾಂಡ್ ನಲ್ಲಿ ಬಿಡುಗಡೆ ಮಾಡಲಾಗಿದೆ.

ಟಾಟಾ ಮೋಟಾರ್ಸ್ 1961 ರಿಂದ ರಫ್ತು ಮೂಲಕ ಸ್ಥಾಪಿಸಲಾದ ತನ್ನ ಅಂತರರಾಷ್ಟ್ರೀಯ ಹೆಜ್ಜೆಗುರುತನ್ನು ವಿಸ್ತರಿಸುತ್ತಿದೆ. ಕಂಪನಿಯ ವಾಣಿಜ್ಯ ಮತ್ತು ಪ್ರಯಾಣಿಕ ವಾಹನಗಳನ್ನು ಈಗಾಗಲೇ ಯುರೋಪ್, ಆಫ್ರಿಕಾ, ಮಧ್ಯಪ್ರಾಚ್ಯ, ಆಗ್ನೇಯ ಏಷ್ಯಾ, ದಕ್ಷಿಣ ಏಷ್ಯಾ ಮತ್ತು ದಕ್ಷಿಣ ಅಮೆರಿಕಾದ ಹಲವಾರು ದೇಶಗಳಲ್ಲಿ ಮಾರಾಟ ಮಾಡಲಾಗುತ್ತಿದೆ. ಇದು ಕೀನ್ಯಾ, ಬಾಂಗ್ಲಾದೇಶ, ಉಕ್ರೇನ್, ರಷ್ಯಾ ಮತ್ತು ಸೆನೆಗಲ್ ನಲ್ಲಿ ಫ್ರ್ಯಾಂಚೈಸೀ/ಜಂಟಿ ಉದ್ಯಮ ಅಸೆಂಬ್ಲಿ ಕಾರ್ಯಾಚರಣೆಗಳನ್ನು ಹೊಂದಿದೆ.

ಕಳೆದ 50 ವರ್ಷಗಳಲ್ಲಿ ಕಂಪನಿಯ ಬೆಳವಣಿಗೆಯ ಅಡಿಪಾಯವು ಆರ್ಥಿಕ ಪ್ರಚೋದನೆ ಮತ್ತು ಗ್ರಾಹಕರ ಅಗತ್ಯಗಳ ಆಳವಾದ ತಿಳುವಳಿಕೆಯಾಗಿದೆ ಮತ್ತು ಪ್ರಮುಖ ಎಡ್ಜ್ ಆರ್ & ಡಿ ಮೂಲಕ ಅವುಗಳನ್ನು ಗ್ರಾಹಕ-ಅಪೇಕ್ಷಿತ ಕೊಡುಗೆಗಳಾಗಿ ಭಾಷಾಂತರಿಸುವ ಸಾಮರ್ಥ್ಯವಾಗಿದೆ. 2,500 ಕ್ಕೂ ಹೆಚ್ಚು ಎಂಜಿನಿಯರ್ ಗಳು ಮತ್ತು ವಿಜ್ಞಾನಿಗಳೊಂದಿಗೆ, 1966 ರಲ್ಲಿ ಸ್ಥಾಪಿಸಲಾದ ಕಂಪನಿಯ ಎಂಜಿನಿಯರಿಂಗ್ ಸಂಶೋಧನಾ ಕೇಂದ್ರವು ಪ್ರವರ್ತಕ ತಂತ್ರಜ್ಞಾನಗಳನ್ನು ಮತ್ತು ಉತ್ಪನ್ನಗಳು ಸಕ್ರಿಯಗೊಳಿಸಿದೆ. ಕಂಪನಿಯು ಇಂದು ಪುಣೆ, ಜಮ್ಶೆಡ್ ಪುರ, ಲಕ್ನೋ, ಭಾರತದಲ್ಲಿ ಮತ್ತು ದಕ್ಷಿಣ ಕೊರಿಯಾ, ಸ್ಪೇನ್ ಮತ್ತು ಯುಕೆಯಲ್ಲಿ ಸಂಶೋಧನೆ ಮತ್ತು ಅಭಿವೃದ್ಧಿ ಕೇಂದ್ರಗಳನ್ನು ಹೊಂದಿದೆ. ಟಾಟಾ ಮೋಟಾರ್ಸ್ ದೇಶೀಯವಾಗಿ ಅಭಿವೃದ್ಧಿಪಡಿಸಿದ ಮೊದಲ ಲೈಟ್ ಕಮರ್ಷಿಯಲ್ ವೆಹಿಕಲ್, ಭಾರತದ ಮೊದಲ ಸ್ಪೋರ್ಟ್ಸ್ ಯುಟಿಲಿಟಿ ವೆಹಿಕಲ್ ಮತ್ತು 1998 ರಲ್ಲಿ ಟಾಟಾ ಇಂಡಿಕಾ, ಭಾರತದ ಮೊದಲ ಸಂಪೂರ್ಣ ದೇಶೀಯ ಪ್ಯಾಸೆಂಜರ್ ಕಾರ್ ಅನ್ನು ಅಭಿವೃದ್ಧಿಪಡಿಸಿತು. ಬಿಡುಗಡೆಯಾದ ಎರಡು ವರ್ಷಗಳಲ್ಲಿ, ಟಾಟಾ ಇಂಡಿಕಾ ತನ್ನ ವಿಭಾಗದಲ್ಲಿ ಭಾರತದ ಅತಿ ಹೆಚ್ಚು ಮಾರಾಟವಾದ ಕಾರು ಎಂಬ ಹೆಗ್ಗಳಿಕೆಗೆ ಪಾತ್ರವಾಗಿದೆ. 2005ರಲ್ಲಿ, ಟಾಟಾ ಮೋಟಾರ್ಸ್ ಭಾರತದ ಮೊದಲ ದೇಶೀಯವಾಗಿ ಅಭಿವೃದ್ಧಿಪಡಿಸಿದ ಮಿನಿ-ಟ್ರಕ್ ಟಾಟಾ ಏಸ್ ಅನ್ನು ಪ್ರಾರಂಭಿಸುವ ಮೂಲಕ ಹೊಸ ವಿಭಾಗವನ್ನು ಸೃಷ್ಟಿಸಿತು

ಜನವರಿ 2008 ರಲ್ಲಿ, ಟಾಟಾ ಮೋಟಾರ್ಸ್ ತನ್ನ ಪೀಪಲ್ಸ್ ಕಾರ್, ಟಾಟಾ ನ್ಯಾನೋವನ್ನು ಅನಾವರಣಗೊಳಿಸಿತು, ಇದನ್ನು ಭಾರತ ಮತ್ತು ಜಗತ್ತು ಎದುರು ನೋಡುತ್ತಿದೆ. ಜಾಗತಿಕ ಆಟೋಮೊಬೈಲ್ ಉದ್ಯಮಕ್ಕೆ ಇದು ಮೊದಲ ಬೆಳವಣಿಗೆಯಾಗಿದ್ದು, ನ್ಯಾನೊ ಸಾವಿರಾರು ಕುಟುಂಬಗಳಿಗೆ ಕಾರಿನ ಸೌಕರ್ಯ ಮತ್ತು ಸುರಕ್ಷತೆಯನ್ನು ತರುತ್ತದೆ. ಭಾರತದಲ್ಲಿ ಬಿಡುಗಡೆಯಾದಾಗ, ಕಾರು ಸ್ಟ್ಯಾಂಡರ್ಡ್ ಮತ್ತು ಡೀಲಕ್ಸ್ ಆವೃತ್ತಿಗಳಲ್ಲಿ ಲಭ್ಯವಿರುತ್ತದೆ. ಸ್ಟ್ಯಾಂಡರ್ಡ್ ಆವೃತ್ತಿಯ ಬೆಲೆ ರೂ. 100,000 (ವ್ಯಾಟ್ ಮತ್ತು ಸಾರಿಗೆ ವೆಚ್ಚವನ್ನು ಹೊರತುಪಡಿಸಿ).

ಕುಟುಂಬವನ್ನು ಗಮನದಲ್ಲಿಟ್ಟುಕೊಂಡು ವಿನ್ಯಾಸಗೊಳಿಸಲಾದ ಇದು ಉದಾರವಾದ ಲೆಗ್ ಸ್ಪೇಸ್ ಮತ್ತು ಹೆಡ್ ರೂಮ್ ನೊಂದಿಗೆ ಕೊಠಡಿ ಪ್ರಯಾಣಿಕರ ವಿಭಾಗವನ್ನು ಹೊಂದಿದೆ. ಇದರಲ್ಲಿ ನಾಲ್ಕು ಜನರಿಗೆ ಆರಾಮವಾಗಿ ಕುಳಿತುಕೊಳ್ಳಬಹುದು. ಇದರ ಏಕ-ಪ್ರಮಾಣದ ವಿನ್ಯಾಸವು ಸಣ್ಣ ಕಾರುಗಳಲ್ಲಿ ಹೊಸ ಮಾನದಂಡವನ್ನು ಸ್ಥಾಪಿಸುತ್ತದೆ. ಇದರ ಸುರಕ್ಷತಾ ಕಾರ್ಯಕ್ಷಮತೆಯು ಭಾರತದಲ್ಲಿ ನಿಯಂತ್ರಕ ಅವಶ್ಯಕತೆಗಳನ್ನು ಮೀರಿದೆ. ಇದರ ಟೈಲ್ ಪೈಪ್ ಹೊರಸೂಸುವಿಕೆಯ ಕಾರ್ಯಕ್ಷಮತೆಯು ನಿಯಂತ್ರಕ ಅವಶ್ಯಕತೆಗಳನ್ನು ಮೀರಿದೆ. ಒಟ್ಟಾರೆ ಮಾಲಿನ್ಯಕಾರಕಗಳ ವಿಷಯದಲ್ಲಿ, ಇದು ಇಂದು ಭಾರತದಲ್ಲಿ ತಯಾರಾಗುತ್ತಿರುವ ದ್ವಿಚಕ್ರ ವಾಹನಗಳಿಗಿಂತ ಕಡಿಮೆ ಮಾಲಿನ್ಯ ಮಟ್ಟವನ್ನು ಹೊಂದಿದೆ. ನೇರ ವಿನ್ಯಾಸ ತಂತ್ರವು ತೂಕವನ್ನು ಕಡಿಮೆ ಮಾಡಲು ಸಹಾಯ ಮಾಡಿದೆ, ಇದು ಪ್ರತಿ ಯೂನಿಟ್ ಶಕ್ತಿಯ ಕಾರ್ಯಕ್ಷಮತೆಯನ್ನು ಗರಿಷ್ಠಗೊಳಿಸಲು ಸಹಾಯ ಮಾಡುತ್ತದೆ ಮತ್ತು ಹೆಚ್ಚಿನ ಇಂಧನ ದಕ್ಷತೆಯನ್ನು ನೀಡುತ್ತದೆ. ಹೆಚ್ಚಿನ ಇಂಧನ ದಕ್ಷತೆಯು ಕಾರಿನಲ್ಲಿ ಕಡಿಮೆ ಇಂಗಾಲದ ಡೈಆಕ್ಸೈಡ್ ಹೊರಸೂಸುವಿಕೆಯನ್ನು ಖಚಿತಪಡಿಸುತ್ತದೆ, ಇದರಿಂದಾಗಿ ಕೈಗೆಟುಕುವ ಸಾರಿಗೆ ಪರಿಹಾರದ ಅವಳಿ ಪ್ರಯೋಜನಗಳನ್ನು ಕಡಿಮೆ ಇಂಗಾಲದ ಹೆಜ್ಜೆಗುರುತನ್ನು ಒದಗಿಸುತ್ತದೆ.

ಮುಂಬರುವ ವರ್ಷಗಳಲ್ಲಿ ಹಲವಾರು ಇತರ ನವೀನ ವಾಹನಗಳ ಪರಿಚಯವನ್ನು ಕಾಣಲಿದ್ದು, ಇವೆಲ್ಲವೂ ಉದಯೋನ್ಮುಖ ಗ್ರಾಹಕರ ಅಗತ್ಯತೆಗಳಲ್ಲಿ ಬೇರೂರಿದೆ. ಉತ್ಪನ್ನ ಅಭಿವೃದ್ಧಿಯ ಜೊತೆಗೆ, ಆರ್ & ಡಿ ಹೊರಸೂಸುವಿಕೆ ಮತ್ತು ಪರ್ಯಾಯ ಇಂಧನಗಳಲ್ಲಿ ಪರಿಸರ ಸ್ನೇಹಿ ತಂತ್ರಜ್ಞಾನಗಳ ಮೇಲೆ ಕೇಂದ್ರೀಕರಿಸಿದೆ.

ತನ್ನ ಅಂಗಸಂಸ್ಥೆಗಳ ಮೂಲಕ, ಕಂಪನಿಯು ಎಂಜಿನಿಯರಿಂಗ್ ಮತ್ತು ಆಟೋಮೋಟಿವ್ ಪರಿಹಾರಗಳು, ನಿರ್ಮಾಣ ಉಪಕರಣಗಳ ಉತ್ಪಾದನೆ, ಆಟೋಮೋಟಿವ್ ವಾಹನ ಘಟಕಗಳ ಉತ್ಪಾದನೆ ಮತ್ತು ಪೂರೈಕೆ ಸರಪಳಿ ಚಟುವಟಿಕೆಗಳು, ಯಂತ್ರೋಪಕರಣಗಳು ಮತ್ತು ಕಾರ್ಖಾನೆ ಯಾಂತ್ರೀಕೃತಗೊಂಡ ಪರಿಹಾರಗಳು, ಹೆಚ್ಚಿನ ನಿಖರ ಉಪಕರಣಗಳು ಮತ್ತು ಆಟೋಮೋಟಿವ್ ಮತ್ತು ಕಂಪ್ಯೂಟರ್ ಅಪ್ಲಿಕೇಶನ್ ಗಳಿಗೆ ಪ್ಲಾಸ್ಟಿಕ್ ಮತ್ತು ಎಲೆಕ್ಟ್ರಾನಿಕ್ ಘಟಕಗಳು ಮತ್ತು ಆಟೋಮೋಟಿವ್ ರಿಟೇಲಿಂಗ್ ಮತ್ತು ಸೇವಾ ಕಾರ್ಯಾಚರಣೆಗಳಲ್ಲಿ ತೊಡಗಿಸಿಕೊಂಡಿದೆ.

ಟಾಟಾ ಸಮೂಹದ ಸಂಪ್ರದಾಯಕ್ಕೆ ಅನುಗುಣವಾಗಿ, ಟಾಟಾ ಮೋಟಾರ್ಸ್ ಕಾರ್ಪೊರೇಟ್ ಸಾಮಾಜಿಕ ಜವಾಬ್ದಾರಿಗೆ ಪತ್ರ ಮತ್ತು ಉತ್ಸಾಹದಿಂದ ಬದ್ಧವಾಗಿದೆ. ಇದು ವಿಶ್ವಸಂಸ್ಥೆಯ ಜಾಗತಿಕ ಕಾಂಪ್ಯಾಕ್ಟ್ ಗೆ ಸಹಿ ಹಾಕಿದೆ ಮತ್ತು ಜಾಗತಿಕ ಕಾಂಪ್ಯಾಕ್ಟ್ ನ ತತ್ವಗಳಿಗೆ ಅನುಸಾರವಾಗಿ ಕಾರ್ಮಿಕ ಮತ್ತು ಪರಿಸರ ಮಾನದಂಡಗಳ ಕುರಿತು ಸಮುದಾಯ ಮತ್ತು ಸಾಮಾಜಿಕ ಉಪಕ್ರಮಗಳಲ್ಲಿ ತೊಡಗಿಸಿಕೊಂಡಿದೆ. ಇದರ ಅನುಸಾರವಾಗಿ, ಇದು ಸಮುದಾಯ ಅಭಿವೃದ್ಧಿಯಲ್ಲಿ ಸಕ್ರಿಯ ಪಾತ್ರ ವಹಿಸುತ್ತದೆ, ಅದರ ಉತ್ಪಾದನಾ ಸ್ಥಳಗಳ ಪಕ್ಕದ ಗ್ರಾಮೀಣ ಸಮುದಾಯಗಳಿಗೆ ಸೇವೆ ಸಲ್ಲಿಸುತ್ತದೆ.

## ಟಾಟಾ ಸ್ಟೀಲ್ಸ್

ಜಮ್ಷೆಡ್ಜಿ ನುಸರ್ ವಂಜಿ ಟಾಟಾ ಅವರ ಮೆದುಳಿನ ಕೂಸು, ಟಾಟಾ ಸ್ಟೀಲ್, ತನ್ನ 100 ವರ್ಷಗಳ ಪ್ರಯಾಣದಲ್ಲಿ ಅನೇಕ 'ಪ್ರಥಮ' ಗಳನ್ನು ಹೊಂದಿದೆ. ಭಾರತ ಮತ್ತು ಏಷ್ಯಾದ ಮೊದಲ ಉಕ್ಕಿನ ಸ್ಥಾವರದಿಂದ ಹಿಡಿದು, ವಿದೇಶದಲ್ಲಿರುವ ಭಾರತೀಯ ಕಂಪನಿಯೊಂದರ ಅತಿ ದೊಡ್ಡ ಸ್ವಾಧೀನವಾದ ಆಂಗ್ಲೋ-ಡಚ್ ಉಕ್ಕು ತಯಾರಕ ಕೋರಸ್ ಗ್ರೂಪ್ ಅನ್ನು ಪಡೆದುಕೊಳ್ಳುವವರೆಗೆ ಟಾಟಾ ಸ್ಟೀಲ್ ಇತಿಹಾಸವನ್ನು ಸೃಷ್ಟಿಸುವ ತನ್ನ ಖ್ಯಾತಿಗೆ ತಕ್ಕಂತೆ ಬದುಕಿದೆ.

ಟಾಟಾ ಸ್ಟೀಲ್ ನ ಉಗಮವು ಜರ್ಮನಿಯ ಭೂವಿಜ್ಞಾನಿ ರಿಟ್ಟರ್ ವಾನ್ ಸ್ವಾರ್ಟ್ಜ್ ಅವರ ವರದಿಯಲ್ಲಿದೆ. ಛೋಟಾ ನಾಗ್ಪುರಕ್ಕೆ ಸಮೀಪವಿರುವ ಚಂದಾ ಜಿಲ್ಲೆಯಲ್ಲಿ ಗಮನಾರ್ಹ ಕಬ್ಬಿಣದ ಅದಿರಿನ ನಿಕ್ಷೇಪವಿದೆ. ಸ್ಥಾವರವನ್ನು ಸ್ಥಾಪಿಸಲು ತನ್ನ ಕೊನೆಯವರೆಗೂ ಹೆಣಗಾಡುತ್ತಿದ್ದ ಜಮ್ಷೆಡ್ಜಿಯನ್ನು ಈ ವರದಿಯು ಪ್ರೇರೇಪಿಸಿತು. ಆದರೆ ಉತ್ಪಾದನಾ ಘಟಕ ಸ್ಥಳವನ್ನು ಪತ್ತೆಹಚ್ಚುವ ಮೂರು ವರ್ಷಗಳ ಮೊದಲು ಜಮ್ಸೆಟ್ಜಿ ನಿಧನರಾದರು.

ತಮ್ಮ ಕನಸು ಸುರಕ್ಷಿತ ಕೈಗಳಲ್ಲಿದೆ ಎಂದು ಅವರು ಖಚಿತಪಡಿಸಿದ್ದರು. ಅಂತಿಮವಾಗಿ ಜಮ್ಷೆಡ್ಜಿ ಅವರ ಕನಸಿಗೆ ರೂಪ ನೀಡಿದ ತಂಡದಲ್ಲಿ ಪರಿಣಿತ ಸರ್ವೇಯರ್ ಸಿ .ಎಂ. ವೆಲ್ಡ್, ಜಮ್ಷೆಡ್ಜಿ ಅವರ ಪುತ್ರ ದೊರಬ್ಜಿ ಟಾಟಾ ಮತ್ತು ನಂತರ ಬ್ರಿಟಿಷ್ ಹೌಸ್ ಆಫ್ ಕಾಮನ್ಸ್ ಗೆ ಆಯ್ಕೆಯಾದ ಶಾಪುರ್ಜಿ ಸಕ್ಲತ್ ವಾಲಾ ಮತ್ತು ನ್ಯೂಯಾರ್ಕ್ ನ ಪ್ರಖ್ಯಾತ ಸಲಹಾ ಎಂಜಿನಿಯರ್ ಚಾರ್ಲ್ಸ್ ಪೇಜ್ ಪೆರಿನ್ ಇದ್ದರು.

ಇಂದಿನ ಪರಿಭಾಷೆಯಲ್ಲಿ ಡಿಪಿಆರ್ ಅಥವಾ ಉತ್ಪಾದನಾ ಘಟಕ ವಿವರವಾದ ಯೋಜನಾ ವರದಿಯಾಗಿರುವಂತೆ ಪೆರಿನ್ ಮಾಡಿದರು. ವರದಿಯ ನಂತರವೂ, ಉತ್ಪಾದನಾ ಘಟಕ ಸ್ಥಳವನ್ನು ಸಚ್ಚಿಯಲ್ಲಿ ನಿಗದಿಪಡಿಸುವವರೆಗೆ ಅಥವಾ ಜಮ್ಶೆಡ್ಪುರ ಎಂದು ಕರೆಯಲ್ಪಡುವವರೆಗೆ ಪೆರಿನ್ ಉಳಿದರು (ಸಚ್ಚಿಯನ್ನು ಭಾರತದ ವೈಸ್ರಾಯ್ ಲಾರ್ಡ್ ಚೆಲ್ಮ್ಸ್ ಫೋರ್ಡ್ ಮತ್ತು 1919 ರಲ್ಲಿ ಕಾಲಿಮತಿ ನಿಲ್ದಾಣ ಟಾಟಾನಗರದಿಂದ ಜಮ್ಶೆಡ್ ಪುರ ಎಂದು ಮರುನಾಮಕರಣ ಮಾಡಲಾಯಿತು).

ಟಾಟಾ ಐರನ್ ಮತ್ತು ಸ್ಟೀಲ್ ಕಂಪನಿ ಲಿಮಿಟೆಡ್, ನೋಂದಾಯಿಸಿದಂತೆ, ಭಾರತೀಯ ಬಂಡವಾಳ ಮಾರುಕಟ್ಟೆಯನ್ನು ಪ್ರವೇಶಿಸಲು ನಿರ್ಧರಿಸಿತು ಮತ್ತು ಆಗಸ್ಟ್ 26, 1907 ರಂದು ಷೇರುಗಳನ್ನು ಬಿಡುಗಡೆ ಮಾಡಿತು.

ಮೂರು ವಾರಗಳಲ್ಲಿ, ಭಾರತೀಯ ಹೂಡಿಕೆದಾರರಿಂದ 8,000 ಚಂದಾದಾರಿಕೆಗಳನ್ನು ಸ್ವೀಕರಿಸಲಾಯಿತು. ಕಾರ್ಯನಿರತ ಬಂಡವಾಳವನ್ನು ಒದಗಿಸಲು ಡಿಬೆಂಚರ್ ಗಳನ್ನು ನೀಡಿದಾಗ, 400,000 ಪೌಂಡ್ ಗಳ ಸಂಪೂರ್ಣ ವಿತರಣೆಯನ್ನು ಗ್ವಾಲಿಯರ್ ಮಹಾರಾಜರು ಚಂದಾದಾರರಾಗಿದ್ದರು.

ವಾರ್ಷಿಕ 72,000 ಟನ್ ಸಾಮರ್ಥ್ಯದ ಸ್ಥಾವರವನ್ನು ಸ್ಥಾಪಿಸಲು ಸಾಮಾನ್ಯ, ಆದ್ಯತೆ ಮತ್ತು ಮುಂದೂಡಲ್ಪಟ್ಟ ಷೇರುಗಳ ವಿತರಣೆಯ ಮೂಲಕ ಒಟ್ಟು 2.32 ಕೋಟಿ ರೂ. ಸಂಗ್ರಹಿಸಲಾಯಿತು. ಇದು ಭಾರತದ ಒಟ್ಟು ಉಕ್ಕಿನ ಅವಶ್ಯಕತೆಗಳಲ್ಲಿ ಶೇಕಡಾ 14 ರಷ್ಟಿದೆ. ಉತ್ಪಾದನಾ ಘಟಕದ ಕೆಲಸವು 1908 ರಲ್ಲಿ ಪ್ರಾರಂಭವಾಯಿತು ಮತ್ತು ಮೊದಲ ಇಂಗಾಟ್ ಅನ್ನು ಫೆಬ್ರವರಿ 16, 1912 ರಂದು ಪ್ರಾರಂಭಿಸಲಾಯಿತು. ಟಾಟಾ ಕಂಪನಿಯು ಕಂಪನಿಯಲ್ಲಿ ಶೇಕಡಾ 11 ರಷ್ಟು ಪಾಲನ್ನು ಉಳಿಸಿಕೊಂಡಿದೆ.

ಇದು ಫ್ಲೆಗ್ಲಿಂಗ್ ಕಂಪನಿಗೆ ಸುಗಮ ಸವಾರಿಯಾಗಿರಲಿಲ್ಲ, ಇದು ಸರ್ಕಾರವು ಹಲವಾರು ಬಾರಿ ಸ್ವಾಧೀನಪಡಿಸಿಕೊಳ್ಳಲು ಹತ್ತಿರವಾಯಿತು. ಎಷ್ಟರಮಟ್ಟಿಗೆಂದರೆ, ಇದು ಸಂಭವಿಸದಂತೆ ತಡೆಯಲು 1924ರಲ್ಲಿ ಕೇಂದ್ರ ವಿಧಾನಸಭೆಯಲ್ಲಿ ಉಕ್ಕು ಕೈಗಾರಿಕೆ (ಸಂರಕ್ಷಣೆ) ಮಸೂದೆಯನ್ನು ಮಂಡಿಸಬೇಕಾಗಿತ್ತು.

ಆಗಿನ ಕೈಗಾರಿಕಾ ಸಚಿವರಾಗಿದ್ದ ಜಾರ್ಜ್ ಫರ್ನಾಂಡಿಸ್ ಅವರು ಜನತಾ ಪಕ್ಷದ ಆಳ್ವಿಕೆಯಲ್ಲಿ (1977-79) ಮತ್ತೊಮ್ಮೆ ಕಂಪನಿಯನ್ನು ರಾಷ್ಟ್ರೀಕರಣದ ಭಯವು ಕಾಡುತ್ತಿತ್ತು. ಆದಾಗ್ಯೂ, ಅದು ಸಂಭವಿಸಲಿಲ್ಲ.

ಜಮ್ಷೆಡ್ಜಿ ಟಾಟಾ ಸ್ಟೀಲ್ ಅನ್ನು ನಿರ್ಮಿಸುವ ಕನಸು ಕಂಡರು. ಆದರೆ ಜೆ. ಆರ್. ಡಿ ಟಾಟಾ ಅದನ್ನು ಹೊಸ ಎತ್ತರಕ್ಕೆ ಕೊಂಡೊಯ್ದರು. ಅವರ ನಾಯಕತ್ವದಲ್ಲಿ, ಟಾಟಾ ಆಸ್ತಿಗಳು 1990ರಲ್ಲಿ 62 ಕೋಟಿಯಿಂದ 10,000 ಕೋಟಿಗೆ ಏರಿತು.

ಸ್ವತಃ ಶ್ರೇಷ್ಠ ನಾಯಕರಾಗುವುದರ ಹೊರತಾಗಿ, ಜೆ. ಆರ್. ಡಿ ಟಾಟಾ ನಾಯಕರನ್ನು ರಚಿಸುವ ಅಪರೂಪದ ಸಾಮರ್ಥ್ಯವನ್ನು ಹೊಂದಿದ್ದರು. 1984ರಲ್ಲಿ ಅವರು ಮ್ಯಾನೇಜರ್ ಆಗಿದ್ದ ರುಸ್ಸಿ ಮೋದಿ ಅವರನ್ನು ಉತ್ತರಾಧಿಕಾರಿಯಾಗಿ ಆಯ್ಕೆ ಮಾಡಿದರು. ಜೆ. ಆರ್. ಡಿ ಎಮೆರಿಟಸ್ ನ ಅಧ್ಯಕ್ಷರಾದರು.

ಮೋದಿ ಮಾರ್ಕೆಟಿಂಗ್ ಕಾರ್ಯಾಚರಣೆಗಳನ್ನು ಬಲಪಡಿಸಿದರು ಮತ್ತು ರಫ್ತು ಕೋಶವನ್ನು ಪ್ರಾರಂಭಿಸಿದರು. ಅವರು ತಮ್ಮ ರಜಾದಿನಗಳಲ್ಲಿ ಒಂದಾದ 'G' ಬ್ಲಾಸ್ಟ್ ಫರ್ನೇಸ್ ಅನ್ನು ಕಂಪನಿಗೆ ನೀಡಿದರು. 'ಜಿ' ಬ್ಲಾಸ್ಟ್ ಫರ್ನೇಸ್ ಟಾಟಾ ಸ್ಟೀಲ್ ನ ಅತಿದೊಡ್ಡ ಬ್ಲಾಸ್ಟ್ ಫರ್ನೇಸ್ ಆಗಿದೆ. ಇಂದು ಮತ್ತು 2004ರಲ್ಲಿ ರಾಷ್ಟ್ರೀಯ ದಾಖಲೆಯನ್ನು ಸೃಷ್ಟಿಸಿದೆ.

ಜೆ. ಆರ್. ಡಿ ಟಾಟಾ ಅವರ ಉತ್ತರಾಧಿಕಾರಿ ರತನ್ ಟಾಟಾ ಅವರು 1992ರಲ್ಲಿ ಮೋದಿ ಅವರಿಂದ ಅಧ್ಯಕ್ಷರಾಗಿ ಅಧಿಕಾರ ವಹಿಸಿಕೊಂಡರು, ಆದರೂ ಅದು ಸುಗಮವಾಗಿ ನಡೆಯಲಿಲ್ಲ, ಮತ್ತು ಜೆ .ಜೆ. ಇರಾನಿ ಅವರು ಅಧ್ಯಕ್ಷತೆಯನ್ನು ವಹಿಸಿಕೊಂಡರು.

ಟಾಟಾ ಸ್ಟೀಲ್ ಇತಿಹಾಸದಲ್ಲಿ ಈ ಪರಿವರ್ತನೆಯು ನಿರ್ಣಾಯಕವಾಗಿತ್ತು. ಇದು ಸಂಭವಿಸಿದ ರೀತಿಗಾಗಿ ಅಲ್ಲ. ಉದಾರೀಕೃತ ಭಾರತೀಯ ಆರ್ಥಿಕತೆಯ ಉದಯದಲ್ಲಿ ಕಂಪನಿಯು ಸ್ಪರ್ಧಾತ್ಮಕ ಬೆಲೆಯನ್ನು ಎದುರಿಸಬೇಕಾಯಿತು. ಮತ್ತು ಟಾಟಾ ಸ್ಟೀಲ್ ಕಳಪೆ ಸ್ಥಿತಿಯಲ್ಲಿತ್ತು. 1990ರ ದಶಕದ ಉತ್ತರಾರ್ಧದಲ್ಲಿ ಮೆಕಿನ್ಸೆ ವರದಿಯು ಟಾಟಾ ಸ್ಟೀಲ್ ಉಕ್ಕಿನ ವ್ಯವಹಾರದಿಂದ ನಿರ್ಗಮಿಸುವಂತೆ ಕೇಳಿಕೊಂಡಿತು.

ಮುಂದಿನದು ನಿರ್ಗಮನದಿಂದ ದೂರವಿತ್ತು. ತೀವ್ರ ಬದಲಾವಣೆಗಳನ್ನು ತರಲಾಯಿತು. ಇಂದು ಸುಮಾರು 80,000 ದಿಂದ 40,000 ಕ್ಕಿಂತ ಕಡಿಮೆ ಇರುವ ಕೈಗಾರಿಕಾ ಸಾಮರಸ್ಯಕ್ಕೆ ಭಂಗವಾಗದಂತೆ ಕಂಪನಿಯು ನವೀನ ಯೋಜನೆಗಳೊಂದಿಗೆ ಹಕ್ಕು ಪಡೆಯಿತು.

ಕಂಪನಿಯು ಪ್ರಮುಖವಲ್ಲದ ಹಲವಾರು ಚಟುವಟಿಕೆಗಳಿಂದಲೂ ನಿರ್ಗಮಿಸಿದೆ. "ನಾವು ಉಕ್ಕನ್ನು ಸಹ ತಯಾರಿಸುತ್ತೇವೆ" ನಿಂದ, ಕಂಪನಿಯು "ನಾವು ಉಕ್ಕನ್ನು ತಯಾರಿಸುತ್ತೇವೆ" ಅನ್ನು ಕಾರ್ಯಾಚರಣೆಯಾಗಿ

ಸ್ಥಾಪಿಸಲು ಪ್ರಜ್ಞಾಪೂರ್ವಕ ಪ್ರಯತ್ನವನ್ನು ಮಾಡಿತು. ಕೋಲ್ಡ್ ರೋಲಿಂಗ್ ಗಿರಣಿಯನ್ನು ಸ್ಥಾಪಿಸಲು ಟಾಟಾ ಸ್ಟೀಲ್ ಮೌಲ್ಯ ಸರಪಳಿಯನ್ನು ಮೇಲಕ್ಕೆತ್ತಿದ್ದರಿಂದ ಉತ್ಪನ್ನ-ಮಿಕ್ಸ್ ಅನ್ನು ಬದಲಾಯಿಸಲಾಯಿತು.

ಬಿ. ಮುತ್ತುರಾಮನ್ 2001ರಲ್ಲಿ ಇರಾನಿಯವರ ಪಾದರಕ್ಷೆಗೆ ಕಾಲಿಟ್ಟರು. 2001-02 ಉಕ್ಕಿನ ಬೆಲೆಗಳು ಕಲ್ಲಿನ ತಳವನ್ನು ಮುಟ್ಟಿದ ವರ್ಷವೂ ಆಗಿತ್ತು. ಆದರೆ ಟಾಟಾ ಸ್ಟೀಲ್ ಲಾಭ ಗಳಿಸಿದ ವಿಶ್ವದ ಐದು ಉಕ್ಕು ತಯಾರಕರಲ್ಲಿ ಒಬ್ಬರಾಗಿ ಹೊರಹೊಮ್ಮಿತು.

ಬ್ರ್ಯಾಂಡಿಂಗ್ ಉಪಕ್ರಮಗಳು ಮತ್ತು ಚಿಲ್ಲರೆ ವ್ಯಾಪಾರದೊಂದಿಗೆ ಸರಕು ಚಕ್ರವನ್ನು ಮುರಿಯುವ ಪ್ರಯತ್ನಗಳು ಅನುಸರಿಸಿದವು. ಉಕ್ಕಿನ ಚಕ್ರವೂ ತಿರುಗಿತು.

ಕಳೆದ ಎರಡು ವರ್ಷಗಳಲ್ಲಿ, ಮುತ್ತುರಾಮನ್ ಅವರ ನಾಯಕತ್ವದಲ್ಲಿ ಕಂಪನಿಯು ಹಲವಾರು ಜಾಗತಿಕ ಸ್ವಾಧೀನಗಳನ್ನು ಹಿಂತೆಗೆದುಕೊಂಡಿದೆ, ಕೋರಸ್ ಗ್ರೂಪ್ ಅತ್ಯಂತ ಐತಿಹಾಸಿಕವಾಗಿದೆ. 100 ವರ್ಷಗಳಷ್ಟು ಹಳೆಯದಾದ ಕಂಪನಿಯು ವಿಶ್ವದ 56 ರಿಂದ ಆರನೇ ಅತಿದೊಡ್ಡ ಕಂಪನಿಯಾಗಿ ಹೊರಹೊಮ್ಮುವುದು ಸುಲಭವಲ್ಲ ಮತ್ತು ಅದೂ ಅದರ 99ನೇ ವರ್ಷದಲ್ಲಿ! ಭಾರತದಲ್ಲಿ ಶತಮಾನಗಳಷ್ಟು ಹಳೆಯದಾದ ಅನೇಕ ಕಂಪನಿಗಳು ಹಿಂದಿನ ವೈಭವದಲ್ಲಿ ಜೀವಿಸುತ್ತಿವೆ. ಮತ್ತು ಪಟ್ಟಿ ಮಾಡಲಾದ ಕಂಪನಿಗಳಲ್ಲಿ ಕೇವಲ 2.1% ಮಾತ್ರ ಆ ಸಮಯದಲ್ಲಿ

ನ್ಯೂಯಾರ್ಕ್ ಸ್ಟಾಕ್ ಎಕ್ಸ್ ಚೇಂಜ್ ನಲ್ಲಿ ಇಂದು ಅಸ್ತಿತ್ವದಲ್ಲಿದೆ. ಉಳಿದವರು ನಾಶವಾಗಿದ್ದಾರೆ. ಆದರೆ ಟಾಟಾ ಸ್ಟೀಲ್ ಈಗಷ್ಟೇ ವೇಗವನ್ನು ಪಡೆದುಕೊಂಡಿದೆ ಎಂದು ತೋರುತ್ತದೆ. ಇದು ಇನ್ನೂ ಉತ್ತುಂಗಕ್ಕೇರಿಲ್ಲ.

## ಟಾಟಾ ಕೆಮಿಕಲ್ಸ್

1939ರಲ್ಲಿ ಸ್ಥಾಪನೆಯಾದ ಟಾಟಾ ಕೆಮಿಕಲ್ಸ್ ಲಿಮಿಟೆಡ್ (ಟಿಸಿಎಲ್) ಇಂದು ಭಾರತ, ಯುಕೆ, ಕೀನ್ಯಾ ಮತ್ತು ಯುಎಸ್‌ಎಗಳಲ್ಲಿ ಉತ್ಪಾದನಾ ಸೌಲಭ್ಯಗಳನ್ನು ಹೊಂದಿರುವ ವಿಶ್ವದ ಎರಡನೇ ಅತಿದೊಡ್ಡ ಸೋಡಾ ಬೂದಿ ಉತ್ಪಾದಕ ಸಂಸ್ಥೆಯಾಗಿದೆ. ಕಂಪನಿಯು ಸೋಡಿಯಂ ಬೈಕಾರ್ಬನೇಟ್ ಮತ್ತು ಸಲ್ಫ್ಯೂ ರಿಕ್ ಆಮ್ಲ, ಫಾಸ್ಫಾರಿಕ್ ಆಮ್ಲ ಮತ್ತು ಸೋಡಿಯಂ ಟ್ರಿಪಾಲಿ ಫಾಸ್ಫೇಟ್ (STPP) ನಂತಹ ಬೃಹತ್ ರಾಸಾಯನಿಕಗಳನ್ನು ಸಹ ತಯಾರಿಸುತ್ತದೆ. ಟಿಸಿಎಲ್ ಯೂರಿಯಾ ಮತ್ತು ಫಾಸ್ಫಾಟಿಕ್ ರಸಗೊಬ್ಬರಗಳ ಭಾರತದ ಪ್ರಮುಖ ಉತ್ಪಾದಕವಾಗಿದೆ ಮತ್ತು ಬ್ರಾಂಡ್, ಅಯೋಡೈಸ್ಡ್ ಉಪ್ಪು ವಿಭಾಗದಲ್ಲಿ ಪ್ರವರ್ತಕ ಮತ್ತು ಭಾರತದ ಮಾರುಕಟ್ಟೆ ನಾಯಕರಾಗಿದ್ದಾರೆ.

1920ರ ದಶಕದ ಆರಂಭದಲ್ಲಿ, ಇಂಗ್ಲೆಂಡ್ ನಲ್ಲಿ ವಿದ್ಯಾಭ್ಯಾಸ ಮಾಡಿದ ರಾಸಾಯನಿಕ ಎಂಜಿನಿಯರ್ ಕಪಿಲ್ ರಾಮ್ ವಕಿಲ್, ಈಗ ಗುಜರಾತ್ ರಾಜ್ಯದಲ್ಲಿ ಒಖಮಂಡಲ್ ಪ್ರದೇಶದಲ್ಲಿ ಉಪ್ಪಿನ ಕೆಲಸಗಳನ್ನು ಅಭಿವೃದ್ಧಿಪಡಿಸುವ ಸಾಧ್ಯತೆಯನ್ನು ಕಂಡರು. ಅವರು ಆಗಿನ ಬರೋಡಾದ ಮಹಾರಾಜ ಸಯಾಜಿ ರಾವ್ ಗಾಯಕ್ವಾಡ್ ಅವರನ್ನು ಸಂಪರ್ಕಿಸಿದರು. ತನ್ನ ರಾಜಪ್ರಭುತ್ವದ ರಾಜ್ಯವನ್ನು ಅಭಿವೃದ್ಧಿಪಡಿಸಲು ಯಾವಾಗಲೂ ಉತ್ಸುಕನಾಗಿದ್ದ ಮಹಾರಾಜನು ತನ್ನ ಒಪ್ಪಿಗೆಯನ್ನು ನೀಡಿದನು. 1927ರಲ್ಲಿ, ವಕೀಲ್ ಅವರು ಒಖಮಂಡಲ್ ಉಪ್ಪು ಕೃತಿಗಳನ್ನು ಸ್ಥಾಪಿಸಿದರು ಮತ್ತು ಬರೋಡಾದ ದಿವಾನ್ ವಿ .ಟಿ .ಕೃಷ್ಣಮಾಚಾರಿ ಅವರು ಶಂಕುಸ್ಥಾಪನೆ ನೆರವೇರಿಸಿದರು.

ಒಂದು ದಶಕದ ನಂತರ, ವಾಕಿಲ್ ಸೋಡಾ ಬೂದಿ ಸ್ಥಾವರವನ್ನು ವಿಸ್ತರಿಸಲು ಮತ್ತು ಸ್ಥಾಪಿಸಲು ಬಯಸಿದ್ದರು, ಆದರೆ ಆರ್ಥಿಕ ಸಂಪನ್ಮೂಲಗಳನ್ನು ಹೊಂದಿರಲಿಲ್ಲ. ರಾಷ್ಟ್ರೀಯ ಪ್ರಾಮುಖ್ಯತೆಯ ಯೋಜನೆಯಲ್ಲಿ ಸಹಾಯ ಮಾಡಲು ಅವರು ಆಸಕ್ತಿ ಹೊಂದಿದ್ದರೆ ಟಾಟಾ ಗ್ರೂಪ್ ಗೆ ಪತ್ರ ಬರೆದ ಗಾಯಕ್ ವಾಡ್ ಅವರನ್ನು ಅವರು ಸಂಪರ್ಕಿಸಿದರು. ಟಾಟಾ ಕೆಮಿಕಲ್ಸ್ 1939ರಲ್ಲಿ ಜನಿಸಿತು ಮತ್ತು ವಕಿಲ್ ಅದರ ನಿರ್ದೇಶಕರಾಗಿ ಮುಂದುವರೆದರು.

ಆ ದಿನಗಳಲ್ಲಿ ಸೋಡಾ ಬೂದಿ ಸೂತ್ರವು ವಿಶ್ವದ ಆರು ಕಂಪನಿಗಳಲ್ಲಿ ನಿಕಟವಾಗಿ ಕಾಪಾಡಲ್ಪಟ್ಟ ರಹಸ್ಯವಾಗಿತ್ತು. ಆದ್ದರಿಂದ, ಅಂತಹ ಯೋಜನೆಯನ್ನು ಸ್ಥಾಪಿಸುವುದು ಸುಲಭದ ಕೆಲಸವಾಗಿರಲಿಲ್ಲ. ಈಗ ಪಾಕಿಸ್ತಾನದಲ್ಲಿರುವ ಸಿಂಧ್ ಪ್ರಾಂತ್ಯದಲ್ಲಿರುವ ಬ್ರಿಟಿಷ್ ರಾಸಾಯನಿಕಗಳ ದೈತ್ಯ ಇಂಪೀರಿಯಲ್ ಕೆಮಿಕಲ್ ಇಂಡಸ್ಟ್ರೀಸ್ (ICI) ಅಗತ್ಯ ಪರಿಣತಿ ಮತ್ತು ತಂತ್ರಜ್ಞಾನವನ್ನು ಹೊಂದಿರುವ ಉಪಖಂಡದ ಏಕೈಕ ಕಂಪನಿಯಾಗಿದೆ.

ICI ಯನ್ನು ಸಂಪರ್ಕಿಸಿದಾಗ ಅವರು ವಕೀಲ್ ಅವರನ್ನು ನಿಂದಿಸಿದರು, "ನೀವು ಉಪ್ಪನ್ನು ಹಾಕಿದ್ದೀರಿ ಮತ್ತು ನೀವು ಉಪ್ಪನ್ನು ಪಡೆಯುತ್ತೀರಿ " ಎಂದು ಹೇಳಿದರು.

ಟಾಟಾ ಕೆಮಿಕಲ್ಸ್ ಗೆ ಸೇರಿದ ಯುವ ರಾಸಾಯನಿಕ ಎಂಜಿನಿಯರ್ ದರ್ಬಾರಿ ಸೇಠ್ ಅವರು ತಮಗೆ ವಿದೇಶಿ ನೆರವು ಅಗತ್ಯವಿಲ್ಲ ಎಂದು ಮಂಡಳಿಗೆ ತಿಳಿಸಿದರು. ಮ್ಯಾನೇಜ್ಮೆಂಟ್ ವಾದವನ್ನು ಅಂಗೀಕರಿಸಿತು ಮತ್ತು ಟಾಟಾ ಕೆಮಿಕಲ್ಸ್ ಕೋಡ್ ಅನ್ನು ಭೇದಿಸಿತು.

ಅಂತಿಮವಾಗಿ, 1944ರಲ್ಲಿ, ಸಸ್ಯದ ಉತ್ಪಾದನೆಯು ದಿನಕ್ಕೆ 80 ಟನ್ ಗಳಿಗೆ ಏರಿತು. 1964ರಲ್ಲಿ 400 ಟನ್ ಗಳ ಸಾಮರ್ಥ್ಯವನ್ನು ಸಾಧಿಸಲಾಯಿತು. ಇವರಿಗೆ, ಈ ಸಾಧನೆಯ ಸ್ಮರಣಾರ್ಥವಾಗಿ ಮಿಥಾಪುರದಲ್ಲಿ ಕಂಪನಿಯ ಅತಿಥಿಗೃಹವಾದ ಮಿಥಾ ಮಹಲ್ ಮುಂದೆ 'ನಾಲ್ಕು ನೂರು ಟನ್ ಉತ್ಪಾದನೆ' ಗೋಪುರವನ್ನು (ಎಫ್ ಎಚ್ ಟಿಪಿ) ನಿರ್ಮಿಸಲಾಯಿತು, ಅಲ್ಲಿ ಅದು ಇನ್ನೂ ಹೆಮ್ಮೆಯಿಂದ ನಿಂತಿದೆ.

## ಟಾಟಾ ಕನ್ಸಲ್ಟೆನ್ಸಿ ಸರ್ವೀಸಸ್

ಟಾಟಾ ಕನ್ಸಲ್ಟೆನ್ಸಿ ಸರ್ವೀಸಸ್ (TCS) ಒಂದು IT ಸೇವೆಗಳು, ವ್ಯವಹಾರ ಪರಿಹಾರಗಳು ಮತ್ತು ಹೊರಗುತ್ತಿಗೆ ಕಂಪನಿಯಾಗಿದೆ. ಇದು ತನ್ನ ವಿಶಿಷ್ಟ ಜಾಗತಿಕ ನೆಟ್ ವರ್ಕ್ ಡೆಲಿವರಿ ಮಾದರಿಯ ಮೂಲಕ ವಿತರಿಸಲಾದ ಐಟಿ ಮತ್ತು ಐಟಿ-ಸಕ್ರಿಯಗೊಳಿಸಿದ ಸೇವೆಗಳಲ್ಲಿ ಸಲಹೆಯನ್ನು ನೀಡುತ್ತದೆ.

TATA

TATA CONSULTANCY SERVICES

1968ರಲ್ಲಿ ಮುಂಬೈನಲ್ಲಿ ಸ್ಥಾಪನೆಯಾದ ಟಿಸಿಎಸ್ ವಿಶ್ವದ 50 ದೇಶಗಳಲ್ಲಿ 111,000 ಕ್ಕೂ ಹೆಚ್ಚು ಐಟಿ ಸಲಹೆಗಾರರನ್ನು ಹೊಂದಿದೆ.

## ವ್ಯವಹಾರದ ಪ್ರದೇಶಗಳು

TCS ಅನೇಕ ಕೈಗಾರಿಕೆಗಳಲ್ಲಿ ಅನುಭವ ಮತ್ತು ಪರಿಣತಿಯನ್ನು ಹೊಂದಿದೆ. ಬ್ಯಾಂಕಿಂಗ್ ಮತ್ತು ಹಣಕಾಸು ಸೇವೆಗಳು, ಜೀವ ವಿಜ್ಞಾನಗಳು ಮತ್ತು ಆರೋಗ್ಯ ರಕ್ಷಣೆ, ವಿಮೆ, ಸರ್ಕಾರ, ಪ್ರಯಾಣ, ಸಾರಿಗೆ ಮತ್ತು ಆತಿಥ್ಯ, ಚಿಲ್ಲರೆ ವ್ಯಾಪಾರ, ದೂರಸಂಪರ್ಕ, ಇಂಧನ ಮತ್ತು ಉಪಯುಕ್ತತೆಗಳು.

TCS ಕಾರ್ಯಾಚರಣೆಗಳನ್ನು ಹೊಂದಿರುವ ಪ್ರದೇಶಗಳು:

- **ಐಟಿ ಸೇವೆಗಳು:** ಸಿಸ್ಟಮ್ ಏಕೀಕರಣ ಪರಿಹಾರಗಳು, ಅಪ್ಲಿಕೇಶನ್ ಅಭಿವೃದ್ಧಿ, ನಿರ್ವಹಣಾ ಸೇವೆಗಳು ಮತ್ತು ಪರೀಕ್ಷಾ ಪರಿಹಾರಗಳು.
- **ವ್ಯವಹಾರ ಪರಿಹಾರಗಳು:** ಗ್ರಾಹಕರು ತಮ್ಮ ವ್ಯವಹಾರ ಸವಾಲುಗಳನ್ನು ನಿವಾರಿಸಲು ಅನುವು ಮಾಡಿಕೊಡುವ ಸಮಗ್ರ ತಂತ್ರಗಳು ಮತ್ತು ಪರಿಹಾರಗಳು.
- **ಹೊರಗುತ್ತಿಗೆ:** ಪ್ರತ್ಯೇಕ ಕಾರ್ಯಗಳನ್ನು ಉತ್ತಮಗೊಳಿಸಲು ಮತ್ತು ವ್ಯಾಪಾರ ಪರಿಹಾರಗಳು ಮತ್ತು ಸೇವಾ ಪ್ರದೇಶಗಳನ್ನು ನಿರ್ವಹಿಸಲು ಸಹಾಯ ಮಾಡುವ ಸೇವೆಗಳು ಮತ್ತು ಕಾರ್ಯಕ್ರಮಗಳು.
- **ಸಮಾಲೋಚನೆ:** ವ್ಯಾಪಾರ ಗುರಿಗಳನ್ನು ವ್ಯಾಖ್ಯಾನಿಸುವುದು, ಕಾರ್ಯತಂತ್ರಗಳನ್ನು ರೂಪಿಸುವುದು, ಪರಿಹಾರಗಳನ್ನು ಅನುಷ್ಠಾನಗೊಳಿಸುವುದು ಮತ್ತು ಈ ಪರಿಹಾರಗಳ ಪರಿಣಾಮಕಾರಿತ್ವವನ್ನು ಪರಿಶೀಲಿಸುವುದು.
- **ವ್ಯಾಪಾರ ಪ್ರಕ್ರಿಯೆ ಹೊರಗುತ್ತಿಗೆ:** ಉದ್ಯಮ-ನಿರ್ದಿಷ್ಟ ಕೊಡುಗೆಗಳು, ಕ್ರಾಸ್-ಇಂಡಸ್ಟ್ರಿ ಹಂಚಿಕೆಯ ಸೇವೆಗಳು ಮತ್ತು ಪ್ಲಾಟ್ ಫಾರ್ಮ್ ಆಧಾರಿತ ಪರಿಹಾರಗಳು.
- **ಎಂಜಿನಿಯರಿಂಗ್ ಮತ್ತು ಕೈಗಾರಿಕಾ ಸೇವೆಗಳು:** ಎಂಜಿನಿಯರಿಂಗ್ ಉತ್ಕೃಷ್ಟತೆ ಮತ್ತು ಕಾರ್ಯಾಚರಣೆಯ ದಕ್ಷತೆಯನ್ನು ಸಾಧಿಸಲು ಕಂಪನಿಗಳಿಗೆ ಅನುವು ಮಾಡಿಕೊಡಲು ಉತ್ಪಾದನಾ ಕ್ಷೇತ್ರಗಳಿಗೆ – ಏರೋಸ್ಪೇಸ್, ಆಟೋಮೋಟಿವ್, ಕೈಗಾರಿಕಾ ಯಂತ್ರೋಪಕರಣಗಳು, ಉಪಯುಕ್ತತೆಗಳು, ಔಷಧಗಳು ಇತ್ಯಾದಿಗಳಿಗೆ ಪರಿಹಾರಗಳು.
- **ವ್ಯವಹಾರ ಗುಪ್ತಚರ ಮತ್ತು ಕಾರ್ಯಕ್ಷಮತೆ ನಿರ್ವಹಣೆ:** ವ್ಯವಹಾರ ಚಟುವಟಿಕೆಯ ಮೇಲ್ವಿಚಾರಣೆ, ವ್ಯವಹಾರ ಪ್ರಕ್ರಿಯೆ ಮತ್ತು ಕಾರ್ಯಕ್ಷಮತೆ ನಿರ್ವಹಣೆ ಮತ್ತು ಜ್ಞಾನದ ಆವಿಷ್ಕಾರ ಮತ್ತು ನಿರ್ವಹಣೆ.
- **ಎಂಟರ್ ಪ್ರೈಸ್ ಪರಿಹಾರಗಳು:** ಪೂರೈಕೆ ಸರಪಳಿಗಳನ್ನು ನಿರ್ವಹಿಸುವುದು, ಸಿ ಆರ್ ಎಂ ತಂತ್ರಗಳನ್ನು ರೂಪಿಸುವುದು, ಇ ಆರ್ ಪಿ ಪರಿಹಾರಗಳನ್ನು ನಿಯೋಜಿಸುವುದು ಇತ್ಯಾದಿ. ಇಲ್ಲಿ ಪರಿಣತಿಯು ವ್ಯಾಪಿಸಿದೆ ಉದ್ಯಮ ಉತ್ಪನ್ನ ಪ್ಲಾಟ್ ಫಾರ್ಮ್ ಗಳು, ಪೂರೈಕೆ-ಸರಪಳಿ ನಿರ್ವಹಣೆ, ಮಾಸ್ಟರ್ ಡೇಟಾ ನಿರ್ವಹಣೆ, ಗ್ರಾಹಕರ ಸಂಬಂಧ ನಿರ್ವಹಣೆ ಮತ್ತು ಇ-ಲರ್ನಿಂಗ್.
- **ಐಟಿ ಮೂಲಸೌಕರ್ಯ ಸೇವೆಗಳು:** ಐಟಿ ಸೇವೆಗಳ ಡೆಸ್ಕ್, ಡೇಟಾ ಸೆಂಟರ್ ಮ್ಯಾನೇಜ್ ಮೆಂಟ್, ಎಂಡ್ ಯೂಸರ್ ಕಂಪ್ಯೂಟಿಂಗ್ ಸೇವೆಗಳು, ಅಪ್ಲಿಕೇಶನ್ ಮ್ಯಾನೇಜ್ ಮೆಂಟ್ ಸೇವೆಗಳು, ಕಮಾಂಡ್ ಸೆಂಟರ್ ಸೇವೆಗಳು ಮತ್ತು ನಿರ್ವಹಿಸಿದ ಭದ್ರತಾ ಸೇವೆಗಳು.

- **ಪೂರ್ಣ ಸೇವಾ ಕೊಡುಗೆಗಳು:** ಸಲಹಾ, ಐಟಿ ಸೇವೆಗಳು, ಬಿಪಿಒ, ಎಂಜಿನಿಯರಿಂಗ್ ಸೇವೆಗಳು, ವ್ಯವಹಾರ ಮತ್ತು ಉದ್ಯಮ ಪರಿಹಾರಗಳು ಇತ್ಯಾದಿಗಳಲ್ಲಿ ಸಮಗ್ರ ಸೇವೆಗಳು.
- **ನಾವೀನ್ಯತೆ ವೇಗವರ್ಧಕ:** TCS ಹೊಸ ತಂತ್ರಜ್ಞಾನ ಕ್ಷೇತ್ರಗಳಲ್ಲಿ ಕೆಲಸ ಮಾಡುವ ನಾವೀನ್ಯತೆ ಪ್ರಯೋಗಾಲಯಗಳನ್ನು ಹೊಂದಿದೆ ಮತ್ತು ಹೊಸ ಉತ್ಪನ್ನಗಳು ಮತ್ತು ಮಾನದಂಡಗಳಲ್ಲಿ ಪ್ರಗತಿಯನ್ನು ಸಾಧಿಸಲು ಪ್ರಯತ್ನಿಸುತ್ತದೆ. ಮುಂದಿನ ಪೀಳಿಗೆಯ ಸಾಫ್ಟ್ ವೇರ್ ಪ್ರಕ್ರಿಯೆಗಳು, ಮಾನವ-ಕಂಪ್ಯೂಟರ್ ಇಂಟರ್ ಫೇಸ್, ಬಯೋಇನ್ ಫರ್ಮ್ಯಾಟಿಕ್ಸ್, ನ್ಯಾನೊ-ತಂತ್ರಜ್ಞಾನ, ಎಂಬೆಡೆಡ್ ಸೊಲ್ಯೂಷನ್ಸ್ ಮತ್ತು ಗ್ರಿಡ್ ಕಂಪ್ಯೂಟಿಂಗ್ ಈ ಕ್ಷೇತ್ರಗಳಲ್ಲಿ ಸೇರಿವೆ.

**ಜಂಟಿ ಉದ್ಯಮಗಳು, ಅಂಗಸಂಸ್ಥೆಗಳು, ಸಹವರ್ತಿಗಳು:** TCS ವಿಶ್ವಾದ್ಯಂತ 50 ಕ್ಕೂ ಹೆಚ್ಚು ಅಂಗಸಂಸ್ಥೆಗಳನ್ನು ಹೊಂದಿದೆ

ನೇರ ಅಂಗಸಂಸ್ಥೆಗಳು

- AP ಆನ್ ಲೈನ್
- ಸಿ-ಎಡ್ಜ್ ಟೆಕ್ನಾಲಜೀಸ್
- CMC
- ಡಿಲಿಜೆಂಟಾ
- ಎಕ್ಸಜೆನಿಕ್ಸ್ ಕೆನಡಾ ಇಂಕ್.
- ಟಾಟಾ ಅಮೇರಿಕಾ ಇಂಟರ್ ನ್ಯಾಷನಲ್ ಕಾರ್ಪೊ
- ಟಾಟಾ ಕನ್ಸಲ್ಟೆನ್ಸಿ ಸರ್ವೀಸಸ್ ಏಷ್ಯಾ ಪೆಸಿಫಿಕ್ ಪ್ರೈವೇಟ್
- ಟಾಟಾ ಕನ್ಸಲ್ಟೆನ್ಸಿ ಸರ್ವೀಸಸ್ ಬೆಲ್ಜಿಯಂ SA
- ಟಾಟಾ ಕನ್ಸಲ್ಟೆನ್ಸಿ ಸರ್ವೀಸಸ್ ಡಾಯ್ಚ್ಲ್ಯಾಂಡ್ ಜಿಎಂಬಿಹೆಚ್
- ಟಾಟಾ ಕನ್ಸಲ್ಟೆನ್ಸಿ ಸರ್ವೀಸಸ್ ಫ್ರಾನ್ಸ್ ಎಸ್ಎ
- ಟಾಟಾ ಕನ್ಸಲ್ಟೆನ್ಸಿ ಸರ್ವೀಸಸ್ ನೆದರ್ಲ್ಯಾಂಡ್ಸ್ BV
- ಟಾಟಾ ಕನ್ಸಲ್ಟೆನ್ಸಿ ಸರ್ವೀಸಸ್ ಸ್ವೀಗೆ ಎಬಿ
- ಟಾಟಾ ಕನ್ಸಲ್ಟೆನ್ಸಿ ಸರ್ವೀಸಸ್ ಸ್ವಿಟ್ಜರ್ಲೆಂಡ್
- ಟಾಟಾ ಇನ್ಫೋಟೆಕ್ (ಸಿಂಗಾಪುರ) ಪ್ರೈವೇಟ್ ಲಿಮಿಟೆಡ್
- ಟಾಟಾ ಇನ್ಫೋಟೆಕ್ ಡಾಯ್ಚ್ಲ್ಯಾಂಡ್ GmbH
- TCS FNS PTY
- TCS Iberoamerica SA

- WTI ಅಡ್ವಾನ್ಸ್ಡ್ ಟೆಕ್ನಾಲಜಿ

**ಪರೋಕ್ಷ ಅಂಗಸಂಸ್ಥೆಗಳು**

- CMC ಅಮೆರಿಕಾಸ್ ಇಂಕ್.
- ಸ್ವೀಡಿಷ್ ಭಾರತೀಯ ಐಟಿ ಸಂಪನ್ಮೂಲಗಳ
- ಎಬಿ ಟಾಟಾ ಮಾಹಿತಿ ತಂತ್ರಜ್ಞಾನ
- ಟಾಟಾ ಕನ್ಸಲ್ಟೆನ್ಸಿ ಸರ್ವೀಸಸ್ ಸೊಲ್ಯೂಷನ್ ಸೆಂಟರ್ SA
- ಟಿಸಿಎಸ್ ಅರ್ಜೆಂಟೀನಾ SA
- ಟಿಸಿಎಸ್ ಬ್ರೆಜಿಲ್ S/C
- ಟಾಟಾ ಕನ್ಸಲ್ಟೆನ್ಸಿ ಸರ್ವೀಸಸ್ ಡಿ ಮೆಕ್ಸಿಕೊ ಎಸ್‌ಎ ಡಿ ಸಿವಿ
- ಟಿಸಿಎಸ್ ಇನ್ವರ್ಸನ್ಸ್ ಚಿಲಿ
- ಟಾಟಾ ಕನ್ಸಲ್ಟೆನ್ಸಿ ಸರ್ವೀಸಸ್ ಡಿ ಎಸ್ಪಾನಾ
- ಟಾಟಾ ಕನ್ಸಲ್ಟೆನ್ಸಿ ಸರ್ವೀಸಸ್ ಡು ಬ್ರೆಸಿಲ್
- ಟಾಟಾ ಕನ್ಸಲ್ಟೆನ್ಸಿ ಸರ್ವೀಸಸ್ ಚಿಲಿ SA
- TCS ಇಟಲಿಯಾ SRL
- ಟಾಟಾ ಕನ್ಸಲ್ಟೆನ್ಸಿ ಸರ್ವೀಸಸ್ ಜಪಾನ್
- ಟಾಟಾ ಕನ್ಸಲ್ಟೆನ್ಸಿ ಸರ್ವೀಸಸ್ ಮಲೇಷ್ಯಾ SDN BHD
- ಟಾಟಾ ಕನ್ಸಲ್ಟೆನ್ಸಿ ಸರ್ವೀಸಸ್ ಲಕ್ಸೆಂಬರ್ಗ್ ಎಸ್ .ಎ. ಕ್ಯಾಪೆಲೆನ್
- ಟಾಟಾ ಕನ್ಸಲ್ಟೆನ್ಸಿ ಸರ್ವೀಸಸ್ ಪೋರ್ಚುಗಲ್ ಯುನಿಪೆಸೋಲ್
- ಟಾಟಾ ಕನ್ಸಲ್ಟೆನ್ಸಿ ಸರ್ವೀಸಸ್ ಚಿಲಿ ಕಾಮಿಕ್ ರೋಮ್ SA
- ಸಿಸ್ಟೆಕೊ SA
- ಸಿಸ್ಕೋಮ್ SA ಪೆಂಟಾಕ್ರಾಮ್ SA
- ಪೆಂಟಾಕ್ರಾಮ್ ಸರ್ವಿಸಿಯೋಸ್ SA
- ಕಸ್ಟೋಡಿಯಾ ಡಿ ಡಾಕ್ಯುಮೆಂಟೋಸ್ ಇಂಟರೆಸ್
- ಫೈನಾನ್ಷಿಯಲ್ ನೆಟ್ ವರ್ಕ್ ಸರ್ವೀಸಸ್ (ಹೋಲ್ಡಿಂಗ್ಸ್) ಪಿಟಿಐ
- ಫೈನಾನ್ಷಿಯಲ್ ನೆಟ್ ವರ್ಕ್ ಸರ್ವೀಸಸ್ PTY
- ಫೈನಾನ್ಷಿಯಲ್ ನೆಟ್ ವರ್ಕ್ ಸರ್ವೀಸಸ್ (ಫೆಸಿಲಿಟೀಸ್ ಮ್ಯಾನೇಜ್ ಮೆಂಟ್) PTY
- ಫೈನಾನ್ಷಿಯಲ್ ನೆಟ್ ವರ್ಕ್

- ಫೈನಾನ್ಷಿಯಲ್ ನೆಟ್ ವರ್ಕ್ ಸರ್ವೀಸಸ್ ಮಲೇಷ್ಯಾ Sdn Bhd
- TCS ಫೈನಾನ್ಷಿಯಲ್ ನೆಟ್ ವರ್ಕ್ ಸರ್ವೀಸಸ್
- ಚಾಂಗ್ ವಾನ್ ಹೂಡಿಕೆಗಳು
- ಫೈನಾನ್ಷಿಯಲ್ ನೆಟ್ ವರ್ಕ್ ಸರ್ವೀಸಸ್ (ಆಫ್ರಿಕಾ) PTy
- ಫೈನಾನ್ಷಿಯಲ್ ನೆಟ್ ವರ್ಕ್ ಸರ್ವೀಸಸ್

ಭಾರತದ ಮುಂಬೈನಲ್ಲಿ ಪ್ರಧಾನ ಕಚೇರಿಯನ್ನು ಹೊಂದಿರುವ TCS 45 ಕ್ಕೂ ಹೆಚ್ಚು ದೇಶಗಳಲ್ಲಿ ಕಾರ್ಯನಿರ್ವಹಿಸುತ್ತಿದೆ. ಇದು ಭಾರತದ ತಿರುವನಂತಪುರಂನಲ್ಲಿ ತರಬೇತಿ ಕೇಂದ್ರವನ್ನು ಮತ್ತು ಭಾರತದ ಪುಣೆಯಲ್ಲಿ ಟಾಟಾ ರಿಸರ್ಚ್ ಡೆವಲಪ್ ಮೆಂಟ್ ಅಂಡ್ ಡಿಸೈನ್ ಸೆಂಟರ್ ಅನ್ನು ಹೊಂದಿದೆ.

## ಟಾಟಾ ಟೀ

ಟಾಟಾ ಟೀ ಗ್ರೂಪ್ ವಿಶ್ವದ ಎರಡನೇ ಅತಿದೊಡ್ಡ ಬ್ರಾಂಡ್ ಚಹಾ ಕಾರ್ಯಾಚರಣೆಯಾಗಿದ್ದು, 60 ಕ್ಕೂ ಹೆಚ್ಚು ದೇಶಗಳಲ್ಲಿ ಅಸ್ತಿತ್ವದಲ್ಲಿದೆ. ಈ ಗುಂಪಿನ ಪ್ರಮುಖ ಕಂಪನಿಗಳು ಟಾಟಾ ಟೀ, ಯುಕೆ ಮೂಲದ ಟೆಟ್ಲೆ ಗ್ರೂಪ್ ಮತ್ತು ಟಾಟಾ ಕಾಫಿ.

ಯುಕೆ ಮೂಲದ ಜೇಮ್ಸ್ ಫಿನ್ಲೇ ಮತ್ತು ಕಂಪನಿಯೊಂದಿಗೆ ಜಂಟಿ ಉದ್ಯಮವಾಗಿ 1964 ರಲ್ಲಿ ಸ್ಥಾಪಿಸಲಾದ ಈ ಸಮೂಹವು ಬ್ರಾಂಡ್ ಚಹಾ, ಬೃಹತ್ ಚಹಾ, ಕಾಫಿ ಮತ್ತು ಇತರ ಪಾನೀಯಗಳಲ್ಲಿ ಕಾರ್ಯಾಚರಣೆಯನ್ನು ಹೊಂದಿದೆ ಮತ್ತು ತೋಟಗಳನ್ನು ಸಹ ಹೊಂದಿದೆ. ಟಾಟಾ ಟೀ ಬ್ರಾಂಡ್ ಭಾರತದಲ್ಲಿ ಅತಿ ದೊಡ್ಡ ಮಾರುಕಟ್ಟೆ ಪಾಲನ್ನು ಹೊಂದಿದೆ. ಟೆಟ್ಲೆ ಬ್ರಾಂಡ್ ವಿಶ್ವದ ಎರಡನೇ ಅತಿದೊಡ್ಡ ಟೀಬ್ಯಾಗ್ ಬ್ರಾಂಡ್ ಆಗಿದೆ. ದಕ್ಷಿಣ ಆಫ್ರಿಕಾದ ಚಹಾ ಕಂಪನಿ ಜೋಕೆಲ್ಸ್ ಟೀ ಪ್ಯಾಕರ್ ಗಳು ಮತ್ತು ಪೋಲಿಷ್ ಚಹಾ ಬ್ರಾಂಡ್ ಗಳಾದ ವಿಟಾಕ್ಸ್ ಮತ್ತು ಫ್ಲೋಸಾನಾದಲ್ಲಿ ಈ ಗುಂಪು ಆಸಕ್ತಿ ಹೊಂದಿದೆ.

## ವ್ಯವಹಾರದ ಪ್ರದೇಶಗಳು

- **ಬ್ರಾಂಡೆಡ್ ಟೀ: ಕಂಪನಿಯು ಭಾರತೀಯ ಮಾರುಕಟ್ಟೆಯಲ್ಲಿ ಐದು ಪ್ರಮುಖ ಬ್ರಾಂಡ್ ಗಳನ್ನು ಹೊಂದಿದೆ**

-ಟಾಟಾ ಟೀ, ಟೆಟ್ಲಿ, ಕನನ್ ದೇವಾನ್, ಚಕ್ರ ಗೋಲ್ಡ್ ಮತ್ತು ಜೆಮಿನಿ ಚಹಾಕ್ಕಾಗಿ ಎಲ್ಲಾ ಪ್ರಮುಖ ಗ್ರಾಹಕ ವಿಭಾಗಗಳಿಗೆ ಒದಗಿಸುವುದು. ದೇಶದಲ್ಲಿ ಟಾಟಾ ಚಹಾದ ವಿತರಣಾ ಜಾಲವು 1.2 ದಶಲಕ್ಷಕ್ಕೂ ಹೆಚ್ಚು ರಿಟೇಲ್ ಮಳಿಗೆಗಳನ್ನು ಪೂರೈಸುತ್ತದೆ.

- **ಸ್ಪೆಷಾಲಿಟಿ ಟೀ**: ಟೆಟ್ಲಿ, ಗುಡ್ ಅರ್ಥ್ ಮತ್ತು ಜೆಮ್ ಸಿಎ ಬ್ರಾಂಡ್ ಗಳ ಅಡಿಯಲ್ಲಿ ಟಾಟಾ ಟೀ ಕಪ್ಪು, ಹಸಿರು, ಹಣ್ಣು ಮತ್ತು ಗಿಡಮೂಲಿಕೆ ಚಹಾಗಳನ್ನು ಮಾರಾಟ ಮಾಡುತ್ತದೆ.
- **ತ್ವರಿತ ಚಹಾ**: ಟಾಟಾ ಟೆಟ್ಲಿ ರಫ್ತು ಘಟಕವನ್ನು ಹೊಂದಿದ್ದು, ಅದು ಯುಎಸ್ ನಲ್ಲಿ ತ್ವರಿತ ಚಹಾ ಪುಡಿಗಳ ಶ್ರೇಣಿಯನ್ನು ಮಾರಾಟ ಮಾಡುತ್ತದೆ.
- **ಕಾಫಿ**: ಟಾಟಾ ಕಾಫಿ ವಾರ್ಷಿಕವಾಗಿ 9,000 ಮಿಲಿಯನ್ ಟನ್ ತ್ವರಿತ ಮತ್ತು ನೆಲದ ಕಾಫಿಯನ್ನು ಉತ್ಪಾದಿಸುತ್ತದೆ. ಇದು ಬ್ಯಾರಿಸ್ಟಾ ಶ್ರೇಣಿಯ ಕಾಫಿ ಬಾರ್ ನೊಂದಿಗೆ ವಿಶೇಷ ಸಂಗ್ರಹಣಾ ವ್ಯವಸ್ಥೆಯನ್ನು ಹೊಂದಿದೆ. 8'O ಕ್ಲಾಕ್ ಕಾಫಿ ಯುಎಸ್ ನ ಮೂರನೇ ಅತಿದೊಡ್ಡ ಕಾಫಿ ಬ್ರಾಂಡ್ ಆಗಿದೆ.
- **ಇತರ ಪಾನೀಯಗಳು**: ಸಿದ್ಧವಾದ ಚಹಾ, ಇಂಧನ ಪಾನೀಯಗಳು ಮತ್ತು ಹಿಮಾಲಯನ್ ಬ್ರಾಂಡ್ ಖನಿಜಯುಕ್ತ ನೀರು ಟಾಟಾ ಟೀ ಪೋರ್ಟ್ ಫೋಲಿಯೊದ ಒಂದು ಭಾಗವಾಗಿದೆ.
- **ತೋಟಗಾರಿಕೆ ಕಾರ್ಯಾಚರಣೆಗಳು**: ಕಂಪನಿಯು ಭಾರತದಲ್ಲಿ 50 ಕ್ಕೂ ಹೆಚ್ಚು ಚಹಾ ಎಸ್ಟೇಟ್ ಗಳನ್ನು ಹೊಂದಿದೆ, ಜೊತೆಗೆ ಶ್ರೀಲಂಕಾದ ತೋಟಗಳಲ್ಲಿ ಆಸಕ್ತಿಗಳನ್ನು ಹೊಂದಿದೆ.

## ಜಂಟಿ ಉದ್ಯಮಗಳು, ಅಂಗಸಂಸ್ಥೆಗಳು, ಸಹವರ್ತಿಗಳು

- **ಎಂಟು ಗಂಟೆಯ ಕಾಫಿ**: ಟಾಟಾ ಕಾಫಿ ಸ್ವಾಧೀನಪಡಿಸಿಕೊಂಡಿದೆ.
- **ಟಾಟಾ ಕಾಫಿ**: ಹಿಂದೆ ಕನ್ಸಾಲಿಡೇಟೆಡ್ ಕಾಫಿ, ಟಾಟಾ ಚಹಾದ ಅಂಗಸಂಸ್ಥೆ. **ಟಾಟಾ ಟೀ ಇಂಕ್**.: ಅಮೆರಿಕದ
- **ಫ್ಲೋರಿಡಾ ಮೂಲದ ಟಾಟಾ ಟೀ ಅಂಗಸಂಸ್ಥೆ**; ತಯಾರಕರಿಗೆ ಮೂಲ ತ್ವರಿತ ಚಹಾ ಪುಡಿಗಳನ್ನು ಬೃಹತ್ ಪ್ರಮಾಣದಲ್ಲಿ ಪೂರೈಸುತ್ತದೆ.
- **ಟಾಟಾ ಟೆಟ್ಲಿ**: ಟಾಟಾ ಟೀ ಅಂಗಸಂಸ್ಥೆ; ಯುಎಸ್ ಗೆ ತ್ವರಿತ ಚಹಾ ಪುಡಿಗಳನ್ನು ಪೂರೈಸುವ ರಫ್ತು ಘಟಕವನ್ನು ನಡೆಸುತ್ತಿದೆ.
- **ಟೆಟ್ಲಿ ಗ್ರೂಪ್**: ಯುಕೆ ಮೂಲದ ಟೀ ಮೇಜರ್; ವಿಶ್ವಾದ್ಯಂತ ಬ್ರಾಂಡ್ ಟೀ ಕಾರ್ಯಾಚರಣೆಗಳನ್ನು ಹೊಂದಿದೆ.

ಟಾಟಾ ಚಹಾವು ಈ ಕೆಳಗಿನ ಕಂಪನಿಗಳೊಂದಿಗೆ ಸಹ ಸಂಬಂಧ ಹೊಂದಿದೆ:

- **ಮೌಂಟ್ ಎವರೆಸ್ಟ್ ಮಿನರಲ್ ವಾಟರ್ ಕಂಪನಿ**: ಬಾಟಲ್ ಖನಿಜ ನೀರಿನ ಹಿಮಾಲಯನ್ ಬ್ರ್ಯಾಂಡ್ ನ ನಿರ್ಮಾಪಕ.

- **ವಟವಾಲಾ ಪ್ಲಾಂಟೇಶನ್ಸ್**: ಶ್ರೀಲಂಕಾದ ಈ ಪ್ಲಾಂಟೇಶನ್ ಕಂಪನಿಯಲ್ಲಿ ಟಾಟಾ ಚಹಾ ಸಾಕಷ್ಟು ಆಸಕ್ತಿಯನ್ನು ಹೊಂದಿದೆ.
- **ಕನನ್ ದೇವಾನ್ ಹಿಲ್ಸ್ ಪ್ಲಾಂಟೇಶನ್ ಕಂಪನಿ**: ಭಾರತದ ಕೇರಳದ 18 ಎಸ್ಟೇಟ್ ಗಳಲ್ಲಿ ಕಪ್ಪು ಚಹಾವನ್ನು ಉತ್ಪಾದಿಸುತ್ತದೆ ಮತ್ತು ತಯಾರಿಸುತ್ತದೆ.
- **ಝೆಜಿಯಾಂಗ್ ಚಹಾ ರಫ್ತು ಮತ್ತು ಆಮದು ಕಂಪನಿ**: ಪಾಲಿಫಿನಾಲ್ ಗಳು ಮತ್ತು ತ್ವರಿತ ಚಹಾ ಸಾರಗಳನ್ನು ತಯಾರಿಸಲು ಟಾಟಾ ಟೀ ಇತ್ತೀಚೆಗೆ ಈ ಚೀನೀ ಕಂಪನಿಯೊಂದಿಗೆ ಜಂಟಿ ಉದ್ಯಮ ಒಪ್ಪಂದಕ್ಕೆ ಸಹಿ ಹಾಕಿದೆ.

ಕಂಪನಿಯು ಭಾರತದ ಕೋಲ್ಕತ್ತಾದಲ್ಲಿ ಪ್ರಧಾನ ಕಚೇರಿಯನ್ನು ಹೊಂದಿದೆ. ಇದು ಯುಕೆ, ಯುಎಸ್, ಆಸ್ಟ್ರೇಲಿಯಾ, ಕೆನಡಾ, ಪೋಲೆಂಡ್, ರಷ್ಯಾ, ಪಾಕಿಸ್ತಾನ, ಬಾಂಗ್ಲಾದೇಶ ಮತ್ತು ದಕ್ಷಿಣ ಆಫ್ರಿಕಾದಲ್ಲಿ ಉತ್ಪಾದನಾ ಘಟಕ ಮತ್ತು ಸೌಲಭ್ಯಗಳನ್ನು ಹೊಂದಿದೆ.

## ಟಾಟಾ ಟೆಲಿಸರ್ವೀಸಸ್

ಟಾಟಾ ಟೆಲಿಸರ್ವಿಸಸ್ (TTSL) ದೂರಸಂಪರ್ಕ ಕ್ಷೇತ್ರದಲ್ಲಿ ಟಾಟಾ ಸಮೂಹದ ಉಪಸ್ಥಿತಿಯನ್ನು ಮುನ್ನಡೆಸುತ್ತದೆ. 1996ರಲ್ಲಿ ಸಂಘಟಿತವಾದ ಇದು ಭಾರತದಲ್ಲಿ CDMA LX ತಂತ್ರಜ್ಞಾನ ವೇದಿಕೆಯ ಪ್ರವರ್ತಕವಾಗಿದೆ. ಕಂಪನಿಯು ಸಂಪೂರ್ಣ ಶ್ರೇಣಿಯ ಟೆಲಿಕಾಂ ಸೇವೆಗಳನ್ನ, ವ್ಯಾಪಿಸಿರುವ ಮೊಬೈಲ್ ಸೇವೆಗಳು, ವೈರ್ ಲೆಸ್ ಡೆಸ್ಕ್ ಟಾಪ್ ಫೋನ್ ಗಳು, ಸಾರ್ವಜನಿಕ ಬೂತ್ ಟೆಲಿಫೋನಿ ಮತ್ತು ವೈರ್ ಲೈನ್ ಸೇವೆಗಳನ್ನು ನೀಡುತ್ತದೆ.

TTSL, ತನ್ನ ಅಂಗಸಂಸ್ಥೆಯಾದ ಟಾಟಾ ಟೆಲಿಸರ್ವಿಸಸ್ (ಮಹಾರಾಷ್ಟ್ರ) ಜೊತೆಗೆ ದೇಶಾದ್ಯಂತ 7,500 ಕ್ಕೂ ಹೆಚ್ಚು ಪಟ್ಟಣಗಳಲ್ಲಿ 32 ದಶಲಕ್ಷಕ್ಕೂ ಹೆಚ್ಚು ಗ್ರಾಹಕರಿಗೆ ಸೇವೆ ಸಲ್ಲಿಸುತ್ತಿದೆ. ಕಂಪನಿಯು ಜನವರಿ 2005 ರಲ್ಲಿ ಮೊಬೈಲ್ ಕಾರ್ಯಾಚರಣೆಗಳನ್ನು ಪ್ರಾರಂಭಿಸಿತು ಮತ್ತು ಇಂದು ಭಾರತದ ಎಲ್ಲಾ 22 ಟೆಲಿಕಾಂ ವಲಯಗಳಲ್ಲಿ ಕಾರ್ಯಾಚರಣೆಗಳೊಂದಿಗೆ ಪ್ಯಾನ್-ಇಂಡಿಯಾ ಉಪಸ್ಥಿತಿಯನ್ನು ಹೊಂದಿದೆ. ಸ್ಥಿರ ವೈರ್ ಲೆಸ್ ಟೆಲಿಫೋನಿ ಮಾರುಕಟ್ಟೆಯಲ್ಲಿ ಕಂಪನಿಯು ಮಾರುಕಟ್ಟೆ ನಾಯಕರಾಗಿದೆ. ಸ್ವತಂತ್ರ ಸಮೀಕ್ಷೆಗಳ ಮೂಲಕ ಟೆಲಿಕಾಂ ರೆಗ್ಯುಲೇಟರಿ ಅಥಾರಿಟಿ ಆಫ್ ಇಂಡಿಯಾ (ಟೆಲಿಕಾಂ ರೆಗ್ಯುಲೇಟರಿ ಅಥಾರಿಟಿ ಆಫ್ ಇಂಡಿಯಾ) ಇದರ ನೆಟ್ ವರ್ಕ್ ಅನ್ನು ಭಾರತದಲ್ಲಿ ಅತ್ಯುತ್ತಮವೆಂದು ರೇಟ್ ಮಾಡಿದೆ.

## ವ್ಯವಹಾರದ ಪ್ರದೇಶಗಳು

TTSL ನ ಸೇವಾಪಟ್ಟಿಯಲ್ಲಿ ಮೊಬೈಲ್ ಸೇವೆಗಳು, ವೈರ್ ಲೆಸ್ ಡೆಸ್ಕ್ ಟಾಪ್ ಫೋನ್ ಗಳು, ಸಾರ್ವಜನಿಕ ಬೂತ್ ಟೆಲಿಫೋನಿ ಮತ್ತು ವೈರ್ ಲೈನ್ ಸೇವೆಗಳನ್ನು ಒಳಗೊಂಡಿದೆ. ವಾಯ್ಸ್ ಪೋರ್ಟಲ್, ರೋಮಿಂಗ್, ಪೋಸ್ಟ್-ಪೇಯ್ಡ್ ಇಂಟರ್ನೆಟ್ ಸೇವೆಗಳು, ತ್ರೀ-ವೇ ಕಾನ್ಫರೆನ್ಸಿಂಗ್, ಗ್ರೂಪ್ ಕರೆ, ವೈ-ಫೈ ಇಂಟರ್ನೆಟ್, ಯುಎಸ್ ಬಿ ಮೋಡೆಮ್, ಡೇಟಾ ಕಾರ್ಡ್ ಗಳು, ಕರೆ ಕಾರ್ಡ್ ಸೇವೆಗಳು ಮತ್ತು ಎಂಟರ್ ಪ್ರೈಸ್ ಸೇವೆಗಳಂತಹ ಮೌಲ್ಯವರ್ಧಿತ ಸೇವೆಗಳನ್ನು ಇತರ ಸೇವೆಗಳು ಒಳಗೊಂಡಿವೆ. ಕಂಪನಿಯು ಪ್ರಾರಂಭಿಸಿದ ಕೆಲವು ಇತರ ಉತ್ಪನ್ನಗಳಲ್ಲಿ ಪ್ರೀ-ಪೇಯ್ಡ್ ವೈರ್ ಲೆಸ್ ಡೆಸ್ಕ್ ಟಾಪ್ ಫೋನ್ ಗಳು, ಸಾರ್ವಜನಿಕ ಫೋನ್ ಬೂತ್ ಗಳು, ಮೊಬೈಲ್ ಹ್ಯಾಂಡ್ ಸೆಟ್ ಗಳು ಮತ್ತು ಧ್ವನಿ ಮತ್ತು ಡೇಟಾ ಸೇವೆಗಳಾದ ಬ್ರೂ ಗೇಮ್ ಗಳು, ವಾಯ್ಸ್ ಪೋರ್ಟಲ್, ಪಿಕ್ಚರ್ ಮೆಸೇಜಿಂಗ್, ಪಾಲಿಫೋನಿಕ್ ರಿಂಗ್ ಟೋನ್ ಗಳು ಮತ್ತು ಸುದ್ದಿ, ಕ್ರಿಕೆಟ್, ಜ್ಯೋತಿಷ್ಯ ಮುಂತಾದ ಸಂವಾದಾತ್ಮಕ ಅಪ್ಲಿಕೇಶನ್ ಗಳು ಸೇರಿವೆ.

ಕಂಪನಿಯು [ಟಾಟಾ ಟೆಲಿಸರ್ವಿಸಸ್ (ಮಹಾರಾಷ್ಟ್ರ) ಜೊತೆಗೆ] GSM ಸೇವೆಗಳನ್ನು ನೀಡಲು ಅನುಮತಿ ನೀಡಿದೆ ಮತ್ತು 2009 ರಿಂದ ಇವುಗಳನ್ನು ಪ್ರಾರಂಭಿಸಲು ಯೋಜಿಸಿದೆ. ಕಂಪನಿಯ GSM ನೆಟ್ ವರ್ಕ್ CDMA ಸೇವೆಗಳಿಗಾಗಿ ಅಭಿವೃದ್ಧಿಪಡಿಸಿದ ದೃಢವಾದ ಮತ್ತು ವಿಶ್ವಾಸಾರ್ಹ 3G-ಕಂಪ್ಲೈಂಟ್ ಟೆಲಿಕಾಂ ಮೂಲಸೌಕರ್ಯಕ್ಕೆ ಹೊಂದಿಕೆಯಾಗುವ ನಿರೀಕ್ಷೆಯಿದೆ.

ತಂತ್ರಜ್ಞಾನಗಳಾದ್ಯಂತ ತನ್ನ ವಿಶ್ವಾಸಾರ್ಹ ಮತ್ತು ತಾಂತ್ರಿಕವಾಗಿ ಸುಧಾರಿತ ನೆಟ್ ವರ್ಕ್ ಅನ್ನು ನಿಯೋಜಿಸಲು ಕಂಪನಿಯು ಪ್ರಮುಖ ಟೆಲಿಕಾಂ ಮಾರಾಟಗಾರರೊಂದಿಗೆ ಪಾಲುದಾರಿಕೆ ಹೊಂದಿದೆ.

TTSL ಟೆಲಿಕಾಂ ಆಪರೇಟರ್ ಗಳಲ್ಲಿ ಭಾರತದ ಅತಿದೊಡ್ಡ ಬ್ರಾಂಡ್ ರಿಟೇಲ್ ಸರಪಳಿಯನ್ನು ಹೊಂದಿದೆ ಮತ್ತು ದೇಶದಲ್ಲಿ ಪೋಸ್ಟ್-ಪೇಯ್ಡ್ ಮೊಬೈಲ್ ಸಂಪರ್ಕಗಳನ್ನು ಒದಗಿಸಲು ಆನ್ ಲೈನ್ ಚಾನೆಲ್ www.ichoose.in ಅನ್ನು ನೀಡುವ ದೇಶದ ಮೊದಲ ಟೆಲಿಕಾಂ ಸೇವಾ ಪೂರೈಕೆದಾರವಾಗಿದೆ.

**ಜಂಟಿ ಉದ್ಯಮಗಳು, ಅಂಗಸಂಸ್ಥೆಗಳು, ಸಹವರ್ತಿಗಳು**

- ಟಾಟಾ ಟೆಲಿಸರ್ವಿಸಸ್ (ಮಹಾರಾಷ್ಟ್ರ): ಹಿಂದೆ ಹ್ಯೂಸ್ ಟೆಲಿ .ಕಾಮ್ (ಇಂಡಿಯಾ) ವರ್ಜಿನ್ ಮೊಬೈಲ್
- ಇಂಡಿಯಾ: ವರ್ಜಿನ್ ಮೊಬೈಲ್ ಗ್ರೂಪ್ ನೊಂದಿಗೆ ಬ್ರ್ಯಾಂಡ್ ಫ್ರ್ಯಾಂಚೈಸ್ ವ್ಯವಸ್ಥೆ ಕಂಪನಿಯು ಭಾರತದ ಮುಂಬೈನಲ್ಲಿ ಪ್ರಧಾನ ಕಚೇರಿಯನ್ನು ಹೊಂದಿದೆ.

## ಟೈಟಾನ್ ಇಂಡಸ್ಟ್ರೀಸ್

ಟೈಟಾನ್ ಇಂಡಸ್ಟ್ರೀಸ್ ವಿಶ್ವದ ಆರನೇ ಅತಿದೊಡ್ಡ ಮಣಿಕಟ್ಟು ಗಡಿಯಾರ ತಯಾರಕ ಮತ್ತು ಟೈಟಾನ್, ಫಾಸ್ಟ್ ಟ್ರ್ಯಾಕ್, ಸೊನಾಟಾ, ನೆಬುಲಾ ಮತ್ತು ಕ್ಸೈಲೀಸ್ ಬ್ರ್ಯಾಂಡ್ ಹೆಸರುಗಳ ಅಡಿಯಲ್ಲಿ ಭಾರತದ ಪ್ರಮುಖ ಕೈಗಡಿಯಾರಗಳ ಉತ್ಪಾದಕವಾಗಿದೆ. ಇದು ಭಾರತದ ಒಂದು ಜಂಟಿ ಉದ್ಯಮವಾಗಿದೆ, ಅತ್ಯಂತ ಗೌರವಾನ್ವಿತ ವ್ಯಾಪಾರ ಸಂಸ್ಥೆಗಳು, ಟಾಟಾ ಗ್ರೂಪ್ ಮತ್ತು ತಮಿಳುನಾಡು ಕೈಗಾರಿಕಾ ಅಭಿವೃದ್ಧಿ ನಿಗಮ (ಟಿಡ್ಕೊ). ಇದರ ಉತ್ಪನ್ನ ಪೋರ್ಟ್ ಫೋಲಿಯೋ ಸಮಕಾಲೀನ ಮತ್ತು ಸಾಂಪ್ರದಾಯಿಕ ವಿನ್ಯಾಸಗಳಲ್ಲಿ ಕೈಗಡಿಯಾರಗಳು, ಪರಿಕರಗಳು ಮತ್ತು ಆಭರಣಗಳನ್ನು ಒಳಗೊಂಡಿದೆ. ಇದು ಹೊಸೂರು, ಡೆಹ್ರಾಡೂನ್, ಗೋವಾದಲ್ಲಿ ಉತ್ಪಾದನಾ ಸೌಲಭ್ಯಗಳನ್ನು ಹೊಂದಿರುವ ವಿಶ್ವದ ಸುಮಾರು 32 ದೇಶಗಳಿಗೆ ಕೈಗಡಿಯಾರಗಳನ್ನು ರಫ್ತು ಮಾಡುತ್ತದೆ ಮತ್ತು ತಾನಿಶ್ಕ್ ಬ್ರ್ಯಾಂಡ್ ಹೆಸರಿನಲ್ಲಿ ಅಮೂಲ್ಯವಾದ ಆಭರಣಗಳನ್ನು ತಯಾರಿಸುತ್ತದೆ. ಇದು ಭಾರತದ ಏಕೈಕ ರಾಷ್ಟ್ರೀಯ ಆಭರಣ ಬ್ರ್ಯಾಂಡ್ ಆಗಿದೆ. ಇದು ಟಾಟಾ ಗ್ರೂಪ್ ನ ಅಂಗಸಂಸ್ಥೆಯಾಗಿದೆ.

ಟೈಟಾನ್ ವಾಚ್ ವಿಭಾಗವನ್ನು 1987ರಲ್ಲಿ ಪ್ರಾರಂಭಿಸಲಾಯಿತು. ಬಿಡುಗಡೆಯ ಸಮಯದಲ್ಲಿ ಇದು HMT ಮತ್ತು Allwyn ನಂತರ ಭಾರತದಲ್ಲಿ ಮೂರನೇ ವಾಚ್ ಕಂಪನಿಯಾಗಿದೆ. ಟೈಟಾನ್ 1998 ರವರೆಗೆ ಟೈಮೆಕ್ಸ್ ನೊಂದಿಗೆ ಜಂಟಿ ಉದ್ಯಮವನ್ನು ರೂಪಿಸಿತು ಮತ್ತು ಭಾರತದಾದ್ಯಂತ ಬಲವಾದ ವಿತರಣಾ ಜಾಲವನ್ನು ಸ್ಥಾಪಿಸಿತು. 2005 ರ ಹೊತ್ತಿಗೆ, ಟೈಟಾನ್ ಕೈಗಡಿಯಾರಗಳು ಒಟ್ಟು ಭಾರತೀಯ ಮಾರುಕಟ್ಟೆಯ 25% ಪಾಲನ್ನು ಹೊಂದಿವೆ ಮತ್ತು ಲಂಡನ್, ಏಡೆನ್, ದುಬೈ ಮತ್ತು ಸಿಂಗಾಪುರ ಮೂಲದ ಮಾರ್ಕೆಟಿಂಗ್ ಅಂಗಸಂಸ್ಥೆಗಳ ಮೂಲಕ ಸುಮಾರು 40 ದೇಶಗಳಲ್ಲಿ ಮಾರಾಟವಾಗುತ್ತವೆ. ಟೈಟಾನ್ ಇಂಡಸ್ಟ್ರೀಸ್ ನಿಯಂತ್ರಿಸುವ ರಿಟೇಲ್ ಸರಪಳಿಗಳ ಮೂಲಕ ಭಾರತದಲ್ಲಿ ಟೈಟಾನ್ ಕೈಗಡಿಯಾರಗಳನ್ನು ಮಾರಾಟ ಮಾಡಲಾಗುತ್ತದೆ.

ಟೈಟಾನ್ ಇಂಡಸ್ಟ್ರೀಸ್ ವಿಶ್ವದ ಅತ್ಯಂತ ತೆಳುವಾದ ಮಣಿಕಟ್ಟಿನ ಗಡಿಯಾರ - ಟೈಟಾನ್ ಎಡ್ಜ್ ಅನ್ನು ತಯಾರಿಸಿದೆ ಎಂದು ಹೇಳಿಕೊಂಡಿದೆ.

## ತನಿಶ್ಕ್

ತಾನಿಶ್ಕ್ ಪ್ರಸ್ತುತ ಭಾರತದ ಅತ್ಯಂತ ಪ್ರಮುಖ ಆಭರಣ ಬ್ರಾಂಡ್ ಆಗಿದೆ. ಇದು ಭಾರತದಲ್ಲಿ ಬ್ರಾಂಡ್ ಆಭರಣಗಳು ಮತ್ತು ಆಭರಣಗಳ ಪರಿಕಲ್ಪನೆಗೆ ಪ್ರವರ್ತಕವಾಗಿದೆ.

ತಾನಿಶ್ಕ್ ಭಾರತದ ಅತಿದೊಡ್ಡ ಆಭರಣ ಬ್ರಾಂಡ್ ಆಗಿದ್ದು, ವಜ್ರಗಳು ಅಥವಾ ಬಣ್ಣದ ರತ್ನಗಳಿಂದ ತುಂಬಿದ 22 ಕ್ಯಾರಟ್ ಶುದ್ಧ ಚಿನ್ನದಲ್ಲಿ ವ್ಯಾಪಕ ಶ್ರೇಣಿಯ ಆಭರಣಗಳನ್ನು ಹೊಂದಿದೆ. ಇದು ಭಾರತದಲ್ಲಿ ವೇಗವಾಗಿ ಬೆಳೆಯುತ್ತಿರುವ ಆಭರಣ ಬ್ರಾಂಡ್ ಆಗಿದೆ. 1995ರಲ್ಲಿ ಸ್ಥಾಪನೆಯಾದ ತಾನಿಶ್ಕ್, ಸ್ಥಾಪಿತ ಕುಟುಂಬ ಆಭರಣ ವ್ಯಾಪಾರಿಗಳಿಗೆ ಸವಾಲು ಹಾಕಿತು ಮತ್ತು ಅಮೂಲ್ಯವಾದ ಆಭರಣಗಳಲ್ಲಿ ಹೊಸ ನಿಯಮಗಳನ್ನು ಪರಿಚಯಿಸಿತು. ಈ ವರ್ಗವು ನಾಗರಿಕತೆಯಷ್ಟು ಹಳೆಯದಾಗಿದೆ. ಟಾಟಾ ಖಾತರಿಪಡಿಸಿದ ಪರಿಶುದ್ಧತೆಯೊಂದಿಗೆ ವೃದ್ಧ ಆಭರಣ ವ್ಯಾಪಾರಿಗಳ ಮಾತನ್ನು ತಾನಿಶ್ಕ್ ಪ್ರಶ್ನಿಸಿದರು. ಇದು ಭಾರತದಾದ್ಯಂತ ಅತಿರೇಕದ ಅಶುದ್ಧತೆಯ ಬಗ್ಗೆ ಸತ್ಯಗಳೊಂದಿಗೆ ಮಾರುಕಟ್ಟೆಯನ್ನು ಸ್ಫೋಟಿಸಿತು. ಇದು ವೈಯಕ್ತಿಕ ನಂಬಿಕೆಯಿಂದ ಸಂಪೂರ್ಣವಾಗಿ ನಿಯಂತ್ರಿಸಲ್ಪಡುವ ವಿಭಾಗದಲ್ಲಿ ತಂತ್ರಜ್ಞಾನ ಬೆಂಬಲಿತ ಸವಾಲನ್ನು ಪರಿಚಯಿಸಿತು. ಚಿನ್ನದ ಶುದ್ಧತೆಯನ್ನು ಪರಿಶೀಲಿಸುವ ಏಕೈಕ ವಿನಾಶಕಾರಿಯಲ್ಲದ ಸಾಧನವಾದ ಕ್ಯಾರಟ್ ಮೀಟರ್ ನಂತಹ ಆವಿಷ್ಕಾರಗಳನ್ನು ತಾನಿಶ್ಕ್ ಪರಿಚಯಿಸಿದರು. ಯಂತ್ರದಿಂದ ತಯಾರಿಸಿದ ಆಭರಣಗಳು, ಇದು ಗ್ರಾಹಕರಿಗೆ ಉತ್ತಮವಾದ ಹೊಳಪನ್ನು ಮತ್ತು ಮೌಲ್ಯವನ್ನು ನೀಡುತ್ತದೆ ಮತ್ತು ಭಾರತದ ವಿವಿಧ ಆಭರಣ ಸಂಪ್ರದಾಯಗಳಿಂದ ಪ್ರಭಾವಿತವಾಗಿರುವ ಕರಕುಶಲ ಆಭರಣಗಳನ್ನು ನೀಡುತ್ತದೆ.

ತಾನಿಶ್ಕ್ ಭಾರತದ ಆಭರಣ ಕರಕುಶಲ ವಸ್ತುಗಳ ಸಂಪೂರ್ಣ ಸಂಶೋಧನೆಯೊಂದಿಗೆ ಉತ್ಪಾದನೆ ಮತ್ತು ಸೋರ್ಸಿಂಗ್ ನೆಲೆಗಳನ್ನು ಸ್ಥಾಪಿಸಿದೆ. 1,35,000 ಚದರ ಅಡಿ ಕಾರ್ಖಾನೆಯು ಇತ್ತೀಚಿನ ಮತ್ತು ಅತ್ಯಂತ ಆಧುನಿಕ ಯಂತ್ರೋಪಕರಣಗಳು ಮತ್ತು ಉಪಕರಣಗಳನ್ನು ಹೊಂದಿದೆ. ಈ ಕಾರ್ಖಾನೆಯು ತಮಿಳುನಾಡಿನ ಹೊಸೂರಿನಲ್ಲಿರುವ ಎಲ್ಲಾ ಕಾರ್ಮಿಕ ಮತ್ತು ಪರಿಸರ ಮಾನದಂಡಗಳನ್ನು ಅನುಸರಿಸುತ್ತದೆ. ಆಭರಣಗಳನ್ನು ತಯಾರಿಸುವ ವಿಭಿನ್ನ ಶೈಲಿಗಳಲ್ಲಿ ಪರಿಣತಿ ಹೊಂದಿರುವ ಕ್ಯಾರಿಗರ್ ಗಳ ಕೆಲಸವನ್ನು ಬ್ರ್ಯಾಂಡ್ ಒಟ್ಟುಗೂಡಿಸುತ್ತದೆ. ಕ್ಯಾರಿಗರ್ ಗಳು, ಅವರು ಇತರ ಆಭರಣ ವ್ಯಾಪಾರಿಗಳೊಂದಿಗೆ ಶೋಷಣೆಗೆ ಒಳಗಾದವರಾಗಿ ಮುಂದುವರೆದಿದ್ದಾರೆ. ಅವರಿಗೆ ನ್ಯಾಯಯುತ ಸಂಭಾವನೆ ನೀಡಲಾಗುತ್ತದೆ ಮತ್ತು ತನಿಷ್ಕ್ ನಲ್ಲಿ ಉತ್ತಮ ಕೆಲಸದ ಪರಿಸ್ಥಿತಿಗಳಲ್ಲಿ ಕೆಲಸ ಮಾಡಲಾಗುತ್ತದೆ.

## ಟಾಟಾ ಪವರ್

1911ರಲ್ಲಿ ಟಾಟಾ ಹೈಡ್ರೋಎಲೆಕ್ಟ್ರಿಕ್ ಪವರ್ ಸಪ್ಲೈ ಕಂಪನಿಯಾಗಿ ಪ್ರಾರಂಭವಾದ ಇದು ಟಾಟಾ ಹೈಡ್ರೋಎಲೆಕ್ಟ್ರಿಕ್ ಪವರ್ ಸಪ್ಲೈ ಕಂಪನಿ ಮತ್ತು ಆಂಧ್ರ ವ್ಯಾಲಿ ಪವರ್ ಸಪ್ಲೈ ಕಂಪನಿ (1916) ಎಂಬ ಎರಡು ಘಟಕಗಳ ಸಂಯೋಜನೆಯಾಗಿದೆ. ಇಂದು ಟಾಟಾ ಪವರ್ ಕಂಪನಿ ಲಿಮಿಟೆಡ್ ಭಾರತದ ಅತಿದೊಡ್ಡ ಖಾಸಗಿ ವಲಯದ ವಿದ್ಯುತ್ ಉತ್ಪಾದನಾ ಕಂಪನಿಯಾಗಿದ್ದು, ಸ್ಥಾಪಿತ ಉತ್ಪಾದನಾ ಸಾಮರ್ಥ್ಯ 2300 ಮೆಗಾವ್ಯಾಟ್ ಆಗಿದೆ. ಕಂಪನಿಯು ಭಾರತೀಯ ವಿದ್ಯುತ್ ವಲಯದಲ್ಲಿ ಪ್ರವರ್ತಕವಾಗಿದೆ. ವಿದ್ಯುತ್ ಉತ್ಪಾದನೆ, ಪ್ರಸರಣ ಮತ್ತು ಚಿಲ್ಲರೆ ವ್ಯಾಪಾರದ ಉಷ್ಣ, ಜಲ, ಸೌರ ಮತ್ತು ಗಾಳಿ ಪ್ರದೇಶಗಳಲ್ಲಿ ಟಾಟಾ ಪವರ್ ಅಸ್ತಿತ್ವದಲ್ಲಿದೆ. ಟಾಟಾ ಪವರ್ ನ ಸಂಸ್ಥಾಪಕರು 1915 ರಲ್ಲಿ ಭಿವ್ ಪುರಿ ಮತ್ತು ಖೋಪೋಲಿ, ಕರ್ಜತ್ ನಲ್ಲಿ ಭಾರತದ ಮೊದಲ ದೊಡ್ಡ ಜಲವಿದ್ಯುತ್ ಯೋಜನೆಯನ್ನು ಪ್ರಾರಂಭಿಸುವುದರೊಂದಿಗೆ ಭಾರತದಲ್ಲಿ ವಿದ್ಯುತ್ ಉತ್ಪಾದನೆಗೆ ಪ್ರವರ್ತಕರಾದರು.

ಕಂಪನಿಯ ಉಷ್ಣ ವಿದ್ಯುತ್ ಕೇಂದ್ರಗಳು ಮುಂಬೈನ ಟ್ರಾಂಬೆ, ಜಾರ್ಖಂಡ್ ನ ಜೊಜೊಬೆರಾ ಮತ್ತು ಕರ್ನಾಟಕದ ಬೆಳಗಾವಿಯಲ್ಲಿದೆ. ಹೈಡ್ರೋ ಸ್ಟೇಷನ್ ಗಳು ಮಹಾರಾಷ್ಟ್ರದ ಪಶ್ಚಿಮ ಘಟ್ಟಗಳಲ್ಲಿ ಮತ್ತು ವಿಂಡ್ ಫಾರ್ಮ್ ಅಹ್ಮದ್ ನಗರದಲ್ಲಿವೆ.

ಅತ್ಯಾಧುನಿಕ ವಿದ್ಯುತ್ ತಂತ್ರಜ್ಞಾನಗಳನ್ನು ಪರಿಚಯಿಸುವಲ್ಲಿ ಕಂಪನಿಯು ಮುಂಚೂಣಿಯಲ್ಲಿದೆ. ಟಾಟಾ ಭಾರತದ ಮೊದಲ 500 ಮೆಗಾವ್ಯಾಟ್ ಘಟಕವನ್ನು ಟ್ರಾಂಬೆಯಲ್ಲಿ ಸ್ಥಾಪಿಸಿತು, ಭೀರಾದಲ್ಲಿ ಮೊದಲ 150 ಮೆಗಾವ್ಯಾಟ್ ಪಂಪ್ ಮಾಡಿದ ಶೇಖರಣಾ ಘಟಕ ಮತ್ತು ಟ್ರಾಂಬೆಯಲ್ಲಿ ಮಾಲಿನ್ಯ ನಿಯಂತ್ರಣಕ್ಕಾಗಿ ಫ್ಲೂ ಗ್ಯಾಸ್ ಡೆಸಲ್ಫರೈಸೇಶನ್ ಘಟಕವನ್ನು ಸ್ಥಾಪಿಸಿತು. 2.4% ದರದಲ್ಲಿ ಕಂಪನಿಯ ಪ್ರಸರಣ ಮತ್ತು ವಿತರಣಾ ನಷ್ಟಗಳು ದೇಶದ ಅತ್ಯಂತ ಕಡಿಮೆ ಪ್ರಮಾಣದಲ್ಲಿದೆ. ಟಾಟಾ ಪವರ್ ಮುಂಬೈನ ಗ್ರಾಹಕರಿಗೆ ಒಂಬತ್ತು ದಶಕಗಳಿಂದ ಸೇವೆ ಸಲ್ಲಿಸುತ್ತಿದೆ. ಮುಂಬೈನ ಹೊರಗೆ, ಕಂಪನಿಯು ಈಗ ಜಾರ್ಖಂಡ್ ಮತ್ತು ಕರ್ನಾಟಕ ರಾಜ್ಯಗಳಲ್ಲಿ ಉತ್ಪಾದನಾ ಸಾಮರ್ಥ್ಯಗಳನ್ನು ಹೊಂದಿದೆ ಮತ್ತು ದೆಹಲಿಯಲ್ಲಿ ವಿತರಣಾ ಕಂಪನಿಯನ್ನು ಹೊಂದಿದೆ.

TATA

TATA POWER

ಉತ್ತರ ದೆಹಲಿ ಪವರ್ ಲಿಮಿಟೆಡ್ (NDPL) ಎಂದು ಕರೆಯಲ್ಪಡುವ ದೆಹಲಿ ಸರ್ಕಾರದೊಂದಿಗಿನ ವಿತರಣಾ ಜಂಟಿ ಉದ್ಯಮವು ಸಾಕಷ್ಟು ಯಶಸ್ಸನ್ನು ಕಂಡಿದೆ. ಆರಂಭದಲ್ಲಿ ದೆಹಲಿ ಸರ್ಕಾರ ಮತ್ತು ಟಾಟಾ ಪವರ್ ನಡುವೆ ಐದು ವರ್ಷಗಳ ಒಪ್ಪಂದಕ್ಕೆ ಸಹಿ ಹಾಕಲಾಯಿತು, ಇದನ್ನು ಜುಲೈ 2005 ರಲ್ಲಿ ಪರಿಶೀಲಿಸಲಾಗುವುದು. ಈಗ ಸ್ವೀಕರಿಸಿದ ಮಾಹಿತಿಯ ಪ್ರಕಾರ, ಮುಂದಿನ ನಾಲ್ಕು ವರ್ಷಗಳವರೆಗೆ ಒಪ್ಪಂದವನ್ನು ಮತ್ತೆ ಕಾರ್ಯಗತಗೊಳಿಸಲಾಗಿದೆ. ಐದು ವರ್ಷಗಳ ಅವಧಿಯಲ್ಲಿ ನಷ್ಟವನ್ನು 51% ರಿಂದ 28% ಕ್ಕೆ ಇಳಿಸುವಲ್ಲಿ NDPL ಕೆಲವು ಯಶಸ್ಸನ್ನು ಸಾಧಿಸಿದೆ.

ಕಂಪನಿಯು ಮಧ್ಯಪ್ರಾಚ್ಯ, ಆಫ್ರಿಕಾ ಮತ್ತು ಆಗ್ನೇಯ ಏಷ್ಯಾದಲ್ಲಿ ಹಲವಾರು ಸಾಗರೋತ್ತರ ಯೋಜನೆಗಳನ್ನು ಸಹ ಕಾರ್ಯಗತಗೊಳಿಸಿದೆ. ದುಬೈನಲ್ಲಿರುವ ಜೆಬೆಲ್ ಅಲಿ 'ಜಿ' ನಿಲ್ದಾಣ (4 x 100 MW + ಡಸಲೀಕರಣ ಸ್ಥಾವರ), ಸೌದಿ ಅರೇಬಿಯಾದಲ್ಲಿ ಅಲ್-ಖೋಬಾರ್ II (5 x 150 MW + ಡಸಲೀಕರಣ ಸ್ಥಾವರ) ಮತ್ತು ಜೆಡ್ಡಾ III (4 x 64 MW + ಡಸಲೀಕರಣ ಸ್ಥಾವರ), ಕುವೈತ್ ನಲ್ಲಿ ಶುವೈಕ್ (5 x 50 MW), ಯುಎಇ ಮತ್ತು ಅಲ್ಜೀರಿಯಾದಲ್ಲಿ EHV ಸಬ್ ಸ್ಟೇಷನ್ ಗಳು ಮತ್ತು ಇರಾನ್ ಮತ್ತು ಸೌದಿ ಅರೇಬಿಯಾದಲ್ಲಿ ವಿದ್ಯುತ್ ಸ್ಥಾವರ ಕಾರ್ಯಾಚರಣೆ ಮತ್ತು ನಿರ್ವಹಣಾ ಒಪ್ಪಂದಗಳು ವಿಶೇಷ ಆಸಕ್ತಿಯನ್ನು ಹೊಂದಿವೆ.

ಟಾಟಾ ಪವರ್ 1200 ಕಿ .ಮೀ. ತಲಾ ಪ್ರಸರಣ ಯೋಜನೆಗಾಗಿ ಪವರ್ ಗ್ರಿಡ್ ಕಾರ್ಪೊರೇಶನ್ ಆಫ್ ಇಂಡಿಯಾದೊಂದಿಗೆ 51:49 ಜಂಟಿ ಉದ್ಯಮವನ್ನು ಮಾಡಿಕೊಂಡಿದೆ. ಈ ಜಂಟಿ ಉದ್ಯಮವು ಸಾರ್ವಜನಿಕ-ಖಾಸಗಿ ಸಹಭಾಗಿತ್ವದಲ್ಲಿ ಕಾರ್ಯಗತಗೊಳ್ಳುವ ಭಾರತದ ಮೊದಲ ಪ್ರಸರಣ ಯೋಜನೆಯಾಗಿದೆ.

ಮುಂದ್ರಾದಲ್ಲಿ 4000 ಮೆಗಾವ್ಯಾಟ್ ವಿದ್ಯುತ್ ಸ್ಥಾವರವನ್ನು ನಿರ್ಮಿಸುವ ಒಪ್ಪಂದವನ್ನು ಟಾಟಾ ಪವರ್ ಗೆದ್ದಿದೆ. ಈ ಯೋಜನೆಯ ಒಂದು ವಿಶಿಷ್ಟ ಅಂಶವೆಂದರೆ ಭಾರತದಲ್ಲಿ ಮೊದಲ ಬಾರಿಗೆ ಒಂದು ದೊಡ್ಡ ನಿರ್ಮಾಣ ಯೋಜನೆಯನ್ನು ಬಳಸಿಕೊಂಡು 4000 ಮೆಗಾವ್ಯಾಟ್ ವಿದ್ಯುತ್ ಸ್ಥಾವರವನ್ನು ನಿರ್ಮಿಸಲಾಗುತ್ತಿದೆ. ಇತರ ಎಲ್ಲ ದೊಡ್ಡ ಯೋಜನೆಗಳು ಯಾವಾಗಲೂ ಹಂತದ ನಿರ್ಮಾಣವನ್ನು ಒಳಗೊಂಡಿವೆ.

## ಟಾಟಾ ಕಮ್ಯುನಿಕೇಷನ್ಸ್

ಟಾಟಾ ಕಮ್ಯುನಿಕೇಷನ್ಸ್ ಲಿಮಿಟೆಡ್, ಹಿಂದೆ ವಿದೇಶ್ ಸಂಚಾರ್ ನಿಗಮ್ ಲಿಮಿಟೆಡ್ ಅಥವಾ ವಿಎಸ್‌ಎನ್‌ಎಲ್ ಎಂದು ಕರೆಯಲಾಗುತ್ತಿತ್ತು, ಇದು ಅಂತರರಾಷ್ಟ್ರೀಯ ದೂರದ, ಎಂಟರ್ ಪ್ರೈಸ್ ಡೇಟಾ ಮತ್ತು ಇಂಟರ್ನೆಟ್ ಸೇವೆಗಳಲ್ಲಿ ಭಾರತದ ಅತಿದೊಡ್ಡ ದೂರಸಂಪರ್ಕ ಕಂಪನಿಯಾಗಿದೆ. ಟಾಟಾ ಸಮೂಹದ ಭಾಗವಾಗಿರುವ ಟಾಟಾ ಕಮ್ಯುನಿಕೇಷನ್ಸ್ ಮುಂಬೈನಲ್ಲಿ ನೆಲೆಗೊಂಡಿದೆ ಮತ್ತು 40 ದೇಶಗಳಲ್ಲಿ ಹರಡಿರುವ 80 ಕ್ಕೂ ಹೆಚ್ಚು ನಗರಗಳಲ್ಲಿ ಕಾರ್ಯನಿರ್ವಹಿಸುತ್ತಿದೆ. ತನ್ನ ಅಂಗಸಂಸ್ಥೆಯಾದ ಟೈಕೊ ಗ್ಲೋಬಲ್ ನೆಟ್ ವರ್ಕ್ ಮೂಲಕ, ಇದು ವಿಶ್ವದ ಅತಿದೊಡ್ಡ ಜಲಾಂತರ್ಗಾಮಿ ಕೇಬಲ್ ಬ್ಯಾಂಡ್ವಿಡ್ತ್ ಪೂರೈಕೆದಾರರಲ್ಲಿ ಒಂದಾಗಿದೆ ಮತ್ತು ವಿಶ್ವದ ಅತಿದೊಡ್ಡ ಜಲಾಂತರ್ಗಾಮಿ ಕೇಬಲ್ ಗಳ ನೆಟ್ವರ್ಕ್ ಅನ್ನು ಹೊಂದಿದೆ. ಟಾಟಾ ಕಮ್ಯುನಿಕೇಷನ್ಸ್ ನ ಇತರ ಅಂಗಸಂಸ್ಥೆಗಳು ವಿಎಸ್‌ಎನ್‌ಎಲ್ ಇಂಟರ್ನ್ಯಾಷನಲ್ ಕೆನಡಾವನ್ನು ಒಳಗೊಂಡಿವೆ, ಇದನ್ನು ಹಿಂದೆ ಟೆಲಿಗ್ಲೋಬ್ ಎಂದು ಕರೆಯಲಾಗುತ್ತಿತ್ತು, ಆದರೆ ಇದು ದಕ್ಷಿಣ ಆಫ್ರಿಕಾದ ಎರಡನೇ ರಾಷ್ಟ್ರೀಯ ಆಪರೇಟರ್ (ಎಸ್ ಎನ್ ಒ) ಸ್ಥಿರ ಲೈನ್ ದೂರಸಂಪರ್ಕ ಸೇವೆಗಳಿಗೆ ನಿಯೋಟೆಲ್ ನ ಬಹುಪಾಲು ಷೇರುದಾರರಾಗಿದೆ.

TATA

TATA COMMUNICATIONS

1986 ರಲ್ಲಿ, VSNL ಅನ್ನು ಭಾರತ ಸರ್ಕಾರದ ಸ್ವಾಮ್ಯದ ಕಂಪನಿಯಾಗಿ ರಚಿಸಲಾಯಿತು. 2000 ರಲ್ಲಿ, ಟಾಟಾ ಗ್ರೂಪ್ ವಿಎಸ್‌ಎನ್‌ಎಲ್ ನಲ್ಲಿ ನಿಯಂತ್ರಣ ಪಾಲನ್ನು ಸ್ವಾಧೀನಪಡಿಸಿಕೊಂಡಿತು, ನಂತರ ಅದನ್ನು 46% ಕ್ಕೆ ವಿಸ್ತರಿಸಲಾಯಿತು. ಫೆಬ್ರವರಿ 2008 ರಲ್ಲಿ, ವಿಎಸ್‌ಎನ್‌ಎಲ್ ಅನ್ನು ಟಾಟಾ ಕಮ್ಯುನಿಕೇಷನ್ಸ್ ಲಿಮಿಟೆಡ್ ಎಂದು ಮರುನಾಮಕರಣ ಮಾಡಲಾಯಿತು. ಫೆಬ್ರವರಿ 2008 ರಲ್ಲಿ, ಟಾಟಾ ಕಮ್ಯುನಿಕೇಷನ್ಸ್ US$ 2 ಬಿಲಿಯನ್ ಜಾಗತಿಕ ವಿಸ್ತರಣಾ ಯೋಜನೆಯನ್ನು ಘೋಷಿಸಿತು. ಸೆಪ್ಟೆಂಬರ್ 2008 ರಲ್ಲಿ, ಕೇಬಲ್ ವಿವಾದದ ಕಾರಣ ಫ್ಲ್ಯಾಗ್ ಟೆಲಿಕಾಂಗೆ US$ 19 ಮಿಲಿಯನ್ ಪಾವತಿಸುವಂತೆ ಟಾಟಾ ಕಮ್ಯುನಿಕೇಷನ್ಸ್ ಗೆ ಇಂಟರ್ ನ್ಯಾಷನಲ್ ಚೇಂಬರ್ ಆಫ್ ಕಾಮರ್ಸ್ ನಿರ್ದೇಶನ ನೀಡಿತು.

ಜನವರಿ 15, 2009 ರಂದು, ಟಾಟಾ ಕಮ್ಯುನಿಕೇಷನ್ಸ್ ಈ ಪ್ರಕರಣದಲ್ಲಿ ನ್ಯಾಯಾಲಯದ ಹೊರಗೆ ಇತ್ಯರ್ಥಕ್ಕೆ ಒಪ್ಪಿಕೊಂಡಿತು, ಏಕೆಂದರೆ ಅದು ಈಗಾಗಲೇ $ 19 ಮಿಲಿಯನ್ ನಷ್ಟವನ್ನು ಪಾವತಿಸುವ ಮೂಲಕ ಐದು ವರ್ಷಗಳ ಕಾನೂನು ಹೋರಾಟವನ್ನು ಕೊನೆಗೊಳಿಸಿತು.

## ಟಾಟಾ ಸ್ಕೈ

ಇದು ಟಾಟಾ ಸಮೂಹದ ಜಂಟಿ ಉದ್ಯಮವಾಗಿದ್ದು, ಇದು 80% ಮತ್ತು ಸ್ಟಾರ್ ಟಿವಿ 20% ಪಾಲನ್ನು ಹೊಂದಿದೆ. ಟಾಟಾ ಸ್ಕೈ ಅನ್ನು 2004 ರಲ್ಲಿ ಸಂಯೋಜಿಸಲಾಯಿತು ಆದರೆ 2006 ರಲ್ಲಿ ಮಾತ್ರ ಪ್ರಾರಂಭಿಸಲಾಯಿತು. ಇದು ಪ್ರಸ್ತುತ ಸುಮಾರು 140 ಚಾನೆಲ್ ಗಳು ಮತ್ತು ಕೆಲವು ಸಂವಾದಾತ್ಮಕ ಚಾನೆಲ್ ಗಳನ್ನು ನೀಡುತ್ತದೆ.

ಕಂಪನಿಯು ಬ್ರಿಟಿಷ್ ಸ್ಕೈ ಬ್ರಾಡ್ ಕಾಸ್ಟಿಂಗ್ ಒಡೆತನದ ಸ್ಕೈ ಬ್ರ್ಯಾಂಡ್ ಅನ್ನು ಬಳಸುತ್ತದೆ.

ಅಕ್ಟೋಬರ್ 2008 ರಲ್ಲಿ, ಟಾಟಾ ಸ್ಕೈ ಪಿವಿಆರ್ ಸೇವೆ ಟಾಟಾ ಸ್ಕೈ+ ಅನ್ನು ಪ್ರಾರಂಭಿಸುವುದಾಗಿ ಘೋಷಿಸಿತು, ಇದು MPEG-4 ಹೊಂದಾಣಿಕೆಯ ಸೆಟ್ ಟಾಪ್ ಬಾಕ್ಸ್ ನಲ್ಲಿ 45 ಗಂಟೆಗಳ ರೆಕಾರ್ಡಿಂಗ್ ಗೆ ಅವಕಾಶ ಮಾಡಿಕೊಟ್ಟಿತು.

## ವೋಲ್ಟಾಗಳು

ವೋಲ್ಟಾಸ್ ಲಿಮಿಟೆಡ್ ಭಾರತದ ಮುಂಬೈ ಮೂಲದ ಎಂಜಿನಿಯರಿಂಗ್, ಹವಾನಿಯಂತ್ರಣ ಮತ್ತು ಶೈತ್ಯೀಕರಣ ಕಂಪನಿಯಾಗಿದೆ. ತಾಪನ, ವಾತಾಯನ ಮತ್ತು ಹವಾನಿಯಂತ್ರಣ, ಶೈತ್ಯೀಕರಣ, ಎಲೆಕ್ಟ್ರೋ-ಮೆಕಾನಿಕಲ್ ಯೋಜನೆಗಳು, ಜವಳಿ ಯಂತ್ರೋಪಕರಣಗಳು, ಯಂತ್ರೋಪಕರಣಗಳು, ಗಣಿಗಾರಿಕೆ ಮತ್ತು ನಿರ್ಮಾಣ ಉಪಕರಣಗಳು, ವಸ್ತುಗಳ ನಿರ್ವಹಣೆ, ಮುಂತಾದ ಕ್ಷೇತ್ರಗಳಲ್ಲಿ ವ್ಯಾಪಕ ಶ್ರೇಣಿಯ ಕೈಗಾರಿಕೆಗಳಿಗೆ, ನೀರಿನ ನಿರ್ವಹಣೆ, ಕಟ್ಟಡ ನಿರ್ವಹಣಾ ವ್ಯವಸ್ಥೆಗಳು, ಒಳಾಂಗಣ ಗಾಳಿಯ ಗುಣಮಟ್ಟ ಮತ್ತು ರಾಸಾಯನಿಕಗಳಿಗೆ ಇದು ಎಂಜಿನಿಯರಿಂಗ್ ಪರಿಹಾರಗಳನ್ನು ನೀಡುತ್ತದೆ.

## ಟಾಟಾ ಟೆಕ್ನಾಲಜೀಸ್

ಟಾಟಾ ಗ್ರೂಪ್ ನ ಟಾಟಾ ಟೆಕ್ನಾಲಜೀಸ್ ಲಿಮಿಟೆಡ್, ಎಂಜಿನಿಯರಿಂಗ್ ಮತ್ತು ವಿನ್ಯಾಸ (E&D) ಪರಿಹಾರಗಳನ್ನು ಒದಗಿಸುವ ಆಟೋಮೋಟಿವ್ ಇಂಡಸ್ಟ್ರಿ ಕ್ಷೇತ್ರದಲ್ಲಿ ಕಾರ್ಯನಿರ್ವಹಿಸುತ್ತಿದೆ. ಕಂಪನಿಯು 2005ರಲ್ಲಿ ಯುರೋಪ್ ಮೂಲದ ಇನ್ಕಾಟ್ (INCAT) ಎಂಬ ದೊಡ್ಡ ಕಂಪನಿಯನ್ನು ಸ್ವಾಧೀನಪಡಿಸಿಕೊಂಡಿತು. ಟಾಟಾ ಟೆಕ್ನಾಲಜೀಸ್ ಲಿಮಿಟೆಡ್ ತನ್ನ ಕಾರ್ಪೊರೇಟ್ ಹೆಡ್ ಕ್ವಾರ್ಟರ್ಸ್ ಅನ್ನು ಭಾರತದ ಆಟೋಮೊಬೈಲ್ ಕೇಂದ್ರವಾದ ಪುಣೆಯ ಹೊರಗಿನ ಹಿಂಜೆವಾಡಿಯಲ್ಲಿರುವ ಇನ್ಫೋಟೆಕ್ ಪಾರ್ಕ್ ನಲ್ಲಿ ಹೊಂದಿದೆ. ಕಂಪನಿಯು ಕ್ರಮವಾಗಿ ಡೆಟ್ರಾಯಿಟ್, ಡೆನ್ವರ್ ಮತ್ತು ಲಂಡನ್ ನಲ್ಲಿ ತನ್ನ ಸಂಪೂರ್ಣ ಸ್ವಾಮ್ಯದ ಅಂಗಸಂಸ್ಥೆಗಳ ಮೂಲಕ ಯುಎಸ್ ಮತ್ತು ಯುರೋಪ್ ನಲ್ಲಿ ಕಾರ್ಯನಿರ್ವಹಿಸುತ್ತದೆ. ಇದು ಥೈಲ್ಯಾಂಡ್ ನಲ್ಲೂ ಅಸ್ತಿತ್ವವನ್ನು ಹೊಂದಿದೆ.

## ಟಾಟಾ ಎಐಜಿ

ಟಾಟಾ ಎಐಜಿ ಜನರಲ್ ಇನ್ಶೂರೆನ್ಸ್ ಕಂಪನಿ ಲಿಮಿಟೆಡ್ (ಟಾಟಾ ಎಐಜಿ ಜನರಲ್) ಟಾಟಾ ಗ್ರೂಪ್ ಮತ್ತು ಅಮೇರಿಕನ್ ಇಂಟರ್ ನ್ಯಾಷನಲ್ ಗ್ರೂಪ್, ಇಂಕ್ ರಚಿಸಿದ ಜಂಟಿ ಉದ್ಯಮ ಕಂಪನಿಯಾಗಿದೆ. (AIG). ಟಾಟಾ ಎಐಜಿ ಜನರಲ್ ಭಾರತದಲ್ಲಿ ಟಾಟಾ ಗ್ರೂಪ್ ನ ಪ್ರಮುಖ ನಾಯಕತ್ವ ಸ್ಥಾನ ಮತ್ತು ವಿಶ್ವದ ಪ್ರಮುಖ ಅಂತರರಾಷ್ಟ್ರೀಯ ವಿಮೆ ಮತ್ತು ಹಣಕಾಸು ಸೇವೆಗಳ ಸಂಸ್ಥೆಯಾಗಿ ಎಐಜಿಯ ಜಾಗತಿಕ ಉಪಸ್ಥಿತಿಯನ್ನು ಸಂಯೋಜಿಸುತ್ತದೆ. ಟಾಟಾ ಸಮೂಹವು ವಿಮಾ ಉದ್ಯಮದಲ್ಲಿ 74% ಪಾಲನ್ನು ಹೊಂದಿದ್ದು, ಎಐಜಿ 26% ಪಾಲನ್ನು ಹೊಂದಿದೆ. ಜನವರಿ 22, 2001 ರಂದು ಭಾರತದಲ್ಲಿ ತನ್ನ ಕಾರ್ಯಾಚರಣೆಯನ್ನು ಪ್ರಾರಂಭಿಸಿದ ಟಾಟಾ ಎಐಜಿ

ಜನರಲ್ ಇನ್ಶುರೆನ್ಸ್ ಕಂಪನಿ, ಮೋಟಾರ್, ಮನೆ, ಅಪಘಾತ ಮತ್ತು ಆರೋಗ್ಯ, ಪ್ರಯಾಣ, ಇಂಧನ, ಸಾಗರ, ಆಸ್ತಿ ಮತ್ತು ಅಪಘಾತ ಹೊಣೆಗಾರಿಕೆ ಮತ್ತು ಹಲವಾರು ವಿಶೇಷ ಹಣಕಾಸು ಮಾರ್ಗಗಳಿಗಾಗಿ ಸಂಪೂರ್ಣ ಶ್ರೇಣಿಯ ಸಾಮಾನ್ಯ ವಿಮೆಯನ್ನು ನೀಡುತ್ತದೆ.

ಅಮೇರಿಕನ್ ಇಂಟರ್ನ್ಯಾಷನಲ್ ಗ್ರೂಪ್, ವಿಮೆ ಮತ್ತು ಹಣಕಾಸು ಸೇವೆಗಳಲ್ಲಿ ವಿಶ್ವ ನಾಯಕರಾಗಿರುವ (AIG) 130 ಕ್ಕೂ ಹೆಚ್ಚು ದೇಶಗಳು ಮತ್ತು ನ್ಯಾಯವ್ಯಾಪ್ತಿಯಲ್ಲಿ ಕಾರ್ಯಾಚರಣೆಗಳನ್ನು ಹೊಂದಿರುವ ಪ್ರಮುಖ ಅಂತರರಾಷ್ಟ್ರೀಯ ವಿಮಾ ಸಂಸ್ಥೆಯಾಗಿದೆ. ಎಐಜಿ ಕಂಪನಿಗಳು ಯಾವುದೇ ವಿಮಾದಾರರ ವ್ಯಾಪಕವಾದ ವಿಶ್ವಾದ್ಯಂತ ಆಸ್ತಿ-ಅಪಘಾತ ಮತ್ತು ಜೀವ ವಿಮಾ ನೆಟ್ ವರ್ಕ್ ಗಳ ಮೂಲಕ ವಾಣಿಜ್ಯ, ಸಾಂಸ್ಥಿಕ ಮತ್ತು ವೈಯಕ್ತಿಕ ಗ್ರಾಹಕರಿಗೆ ಸೇವೆ ಸಲ್ಲಿಸುತ್ತವೆ. ಇದರ ಜೊತೆಗೆ, ಎಐಜಿ ಕಂಪನಿಗಳು ವಿಶ್ವದಾದ್ಯಂತ ನಿವೃತ್ತಿ ಸೇವೆಗಳು, ಹಣಕಾಸು ಸೇವೆಗಳು ಮತ್ತು ಆಸ್ತಿ ನಿರ್ವಹಣೆಯ ಪ್ರಮುಖ ಪೂರೈಕೆದಾರರಾಗಿದ್ದಾರೆ. AIG ಯ ಸಾಮಾನ್ಯ ಸ್ಟಾಕ್ ಅನ್ನು ನ್ಯೂಯಾರ್ಕ್ ಸ್ಟಾಕ್ ಎಕ್ಸ್ ಚೇಂಜ್ ನಲ್ಲಿ ಮತ್ತು ಪ್ಯಾರಿಸ್, ಸ್ವಿಟ್ಜರ್ಲೆಂಡ್ ಮತ್ತು ಟೋಕಿಯೊದಲ್ಲಿನ ಸ್ಟಾಕ್ ಎಕ್ಸ್ ಚೇಂಜ್ ಗಳಲ್ಲಿ ಪಟ್ಟಿ ಮಾಡಲಾಗಿದೆ.

15

# ಟಾಟಾ ಅನ್ ಬೌಂಡ್

*ರತನ್ ಎನ್. ಟಾಟಾ ಅವರೊಂದಿಗಿನ ಮಾತುಕತೆಯು ಟಾಟಾ ಗ್ರೂಪ್ ನ ವಿಸ್ತರಣಾ ಯೋಜನೆಗಳಿಂದ ಹಿಡಿದು ಅತಿಯಾದ ವಿಸ್ತರಣೆಯವರೆಗೆ, ಉತ್ತರಾಧಿಕಾರಿಯನ್ನು ಆಯ್ಕೆ ಮಾಡುವವರೆಗೆ ಎಲ್ಲದರ ಬಗ್ಗೆ ತಾನು ತೆಗೆದುಕೊಂಡ ನಿರ್ಧಾರವನ್ನು ಬಹಿರಂಗಪಡಿಸುತ್ತದೆ.*

ಕಳೆದ ನಾಲ್ಕು ವರ್ಷಗಳಿಂದ, ರತನ್ ಎನ್. ಟಾಟಾ ಭಾರತದ ಅತ್ಯಂತ ಹಳೆಯ ಮತ್ತು ಅತಿದೊಡ್ಡ ಸಂಘಟಿತ ಸಂಸ್ಥೆಗಳಲ್ಲಿ ಒಂದಾದ ಟಾಟಾ ಗ್ರೂಪ್ ಅನ್ನು ಉಕ್ಕು ಮತ್ತು ಕಾರುಗಳಿಂದ ಹಿಡಿದು ಹೋಟೆಲ್ ಗಳು ಮತ್ತು ಮಾಹಿತಿ ತಂತ್ರಜ್ಞಾನ ಸೇವೆಗಳವರೆಗೆ ಎಲ್ಲದರಲ್ಲೂ ಪ್ರಮುಖ ಜಾಗತಿಕ ಸಂಸ್ಥೆಯಾಗಿ ಸ್ಥಾಪಿಸುವ ಅವಕಾಶಗಳನ್ನು ಪಡೆದುಕೊಳ್ಳಲು ಸ್ಪರ್ಧಿಸುತ್ತಿದ್ದಾರೆ. ಆಂಗ್ಲೋ-ಡಚ್ ಉಕ್ಕಿನ ದೈತ್ಯ ಕೋರಸ್ ಗ್ರೂಪ್ ಮತ್ತು ಬೋಸ್ಟನ್ ನಲ್ಲಿರುವ ರಿಟ್ಜ್ ಕಾರ್ಲ್ಟನ್ ಹೋಟೆಲ್ ನಂತಹ ದೊಡ್ಡ ಸ್ವಾಧೀನಗಳನ್ನು ಮಾಡುವುದರ ಜೊತೆಗೆ, ಟಾಟಾ ಗ್ರೂಪ್ ಮುಂದಿನ ಐದು ವರ್ಷಗಳಲ್ಲಿ $ 28 ಶತಕೋಟಿ ಹಣವನ್ನು ಮನೆಯಲ್ಲಿಯೇ ಕೈಗಾರಿಕೆಗಳ ಶ್ರೇಣಿಯಲ್ಲಿ ಬಂಡವಾಳ ಹೂಡಿಕೆ ಮಾಡಲು ಉಳುಮೆ ಮಾಡುತ್ತಿದೆ.

ಆದರೆ 69 ನೇ ವಯಸ್ಸಿನಲ್ಲಿ, ದೂರದೃಷ್ಟಿಯ ಉದ್ಯಮಿ ತನ್ನ ಪರಂಪರೆಯನ್ನು ಪರಿಗಣಿಸಲು ಪ್ರಾರಂಭಿಸುವ ಸಮಯ ಇದಾಗಿದೆ. ಮುಂಬೈನಲ್ಲಿರುವ ಟಾಟಾ ಗ್ರೂಪ್ ನ *ಆಕರ್ಷಕ, ವಸಾಹತುಶಾಹಿ ಯುಗದ ಪ್ರಧಾನ ಕಚೇರಿಯಾದ ಬಿಸಿನೆಸ್ ವೀಕ್* ನ ಪೀಟ್ ಎಂಗಾರ್ಡಿಯೊ ಮತ್ತು ಬ್ಯಾಂಡಿಂಗ್ ಲಕ್ಷ್ಮಣ್ ಅವರೊಂದಿಗಿನ ಆಶ್ಚರ್ಯಕರವಾದ ಪ್ರಾಮಾಣಿಕ ಮತ್ತು ಆತ್ಮಾವಲೋಕನ ಸಂದರ್ಶನದಲ್ಲಿ ಟಾಟಾ ಗ್ರೂಪ್ ನ ಜಾಗತಿಕ ಕಾರ್ಯತಂತ್ರದ ರಚನೆ ಮತ್ತು ಅದರ ಪ್ರಮುಖ ಸವಾಲುಗಳ ಬಗ್ಗೆ ಚರ್ಚಿಸಿದರು. ಅವರು ತಮ್ಮ ಸಾಧನೆಗಳು, ನಿರಾಶೆಗಳು ಮತ್ತು ಅಪೂರ್ಣ ಕಾರ್ಯಸೂಚಿಗಳ ಬಗ್ಗೆಯೂ ಮಾತನಾಡಿದರು. ಆಯ್ದ ಭಾಗಗಳು ಹೀಗಿವೆ:

**ನಿಮ್ಮ ದೊಡ್ಡ ಜಾಗತಿಕ ಪ್ರಚೋದನೆ ಮೂಲಗಳು ಯಾವುವು?**

ಸುಮಾರು ಎಂಟು ವರ್ಷಗಳ ಹಿಂದೆ ನಾವು ನಮ್ಮ ಕಂಪನಿಗಳಿಗೆ ಭಾರತದಲ್ಲಿನ ಅತ್ಯುತ್ತಮ ತಳಿಗಳ ವಿರುದ್ಧ ತಮ್ಮನ್ನು ತಾವು ಬೆಂಚ್ ಮಾರ್ಕ್ ಮಾಡಿಕೊಳ್ಳುವಂತೆ ಕೇಳಿದೆವು. ಅಗ್ರ ಮೂರು ಮಾರುಕಟ್ಟೆ ಸ್ಥಾನದಲ್ಲಿ ಅವರು ಏನು ಇರಬೇಕೆಂಬುದನ್ನು ನಾವು ತಿಳಿದುಕೊಳ್ಳಲು ಬಯಸಿದ್ದೇವೆ ಮತ್ತು ಅಲ್ಲಿಗೆ ಹೋಗಲು ಮಾರ್ಗವನ್ನು

ಹೊಂದಿದ್ದೇವೆ.

ಸುಮಾರು ನಾಲ್ಕು ವರ್ಷಗಳ ಹಿಂದೆ, ನಾವು ನಮ್ಮನ್ನು ಮತ್ತು ನಮ್ಮ ಗುರಿಗಳನ್ನು ಈ ಹಿಂದೆ ಹೊಂದಿದ್ದಕ್ಕಿಂತ ದೊಡ್ಡ ಮತ್ತು ಧೈರ್ಯಶಾಲಿ ರೀತಿಯಲ್ಲಿ ನೋಡಲು ನಿರ್ಧರಿಸಿದ್ದೇವೆ. ಇದರ ಉಗಮ ನಾವು ಭಾರತ ಮತ್ತು ಚೀನಾದ ಬಗ್ಗೆ ಮಾಡಿದ ಸ್ವಲ್ಪ ತುಲನಾತ್ಮಕ ಅಧ್ಯಯನದಿಂದ ತಿಳಿದು ಬಂದಿದೆ. ವ್ಯತ್ಯಾಸವೆಂದರೆ ಅವರು ಕೈಗೊಂಡ ಪ್ರತಿಯೊಂದು ವಸ್ತುವಿನ ಪ್ರಮಾಣ ಎಂದು ನಾನು ಅರಿತುಕೊಂಡೆ. ನೀವು ದೂರಪ್ರಾಚ್ಯಕ್ಕೆ ಹೋದಾಗ, ನಿಮಗೆ ಮುಗಿಬಿದ್ದಂತಾಗುತ್ತದೆ. ಅವರು ಬಂದರು ಅಥವಾ ಇನ್ನಾವುದೇ ಮೂಲಸೌಕರ್ಯವನ್ನು ನಿರ್ಮಿಸುತ್ತಿರಲಿ, ಪ್ರಪಂಚದಾದ್ಯಂತದ ಸಂದೇಹವಾದಿಗಳು, "ನನ್ನ ದೇವರೇ, ಇದು ಕೇವಲ ಮೇಲ್ಭಾಗದಲ್ಲಿದೆ" ಎಂದು ಹೇಳುತ್ತಾರೆ. ಚೀನಾವು ಬಹುತೇಕ ಎಲ್ಲವನ್ನೂ ದೊಡ್ಡದಾಗಿ ಮಾಡಿರುವುದರಿಂದ, ಅವರು ಬಹಳ ಬೇಗನೆ ಅದರಲ್ಲಿ ಬೆಳೆದರು ಎಂದು ನಾನು ಅರಿತುಕೊಂಡೆ. ಅವರ ಬೆಳವಣಿಗೆಯ ದರ ಆವೇಗವು ಅದನ್ನು ಬೆಂಬಲಿಸಿತು.

ಸಾವಯವ ಬೆಳವಣಿಗೆ ಮಾತ್ರವಲ್ಲದೆ ಅಜೈವಿಕ ಬೆಳವಣಿಗೆಯೂ ಸೇರಿದಂತೆ ನಮ್ಮ ಬೆಳವಣಿಗೆಯ ದೃಷ್ಟಿಯಿಂದ ನಾವು ನಮ್ಮ ಚಿಂತನೆಯನ್ನು ಮರುಪಡೆಯುತ್ತೇವೆ ಮತ್ತು ದೇಶೀಯ ಪ್ರಮಾಣದ ಬದಲು ಜಾಗತಿಕ ಮಟ್ಟವನ್ನು ನೋಡುತ್ತೇವೆ ಎಂದು 2003ರ ಸುಮಾರಿಗೆ ಆದೇಶಿಸಲು ಇದು ನನಗೆ ಕಾರಣವಾಯಿತು. ನಂತರ ನಾವು ಕಂಪನಿಗಳ ವ್ಯವಹಾರ ಯೋಜನೆಗಳಲ್ಲಿ ಇದು ಸಂಭವಿಸುವಂತೆ ಒತ್ತಾಯಿಸಿದೆವು.

ಈಗ ಎಲ್ಲಾ ಸ್ವಾಧೀನಗಳು ಏಕೆ?

ಮೊದಲನೆಯದಾಗಿ, ನಮ್ಮ ಕಂಪನಿಗಳು ಅವರಿಗಿಂತ ಹೆಚ್ಚು ಸಮೃದ್ಧವಾಗಿವೆ. ಅಂತರರಾಷ್ಟ್ರೀಯ ನಿಧಿಗಳಿಗೆ ಪ್ರವೇಶವು ಖಂಡಿತವಾಗಿಯೂ ಒಂದು ಅಂಶವಾಗಿದೆ. ಒಂದು ಕಾರ್ಯತಂತ್ರದ ಸನ್ನಿವೇಶವೂ ಇದೆ, ಅದು

ಕೆಲವೊಮ್ಮೆ ದೇಶೀಯವಾಗಿರುವುದಕ್ಕಿಂತ ಅಂತರರಾಷ್ಟ್ರೀಯ ಮಟ್ಟದಲ್ಲಿ ಬೆಳೆಯುವುದನ್ನು ಸುಲಭಗೊಳಿಸುತ್ತದೆ. ಆಟೋ ಮಾರುಕಟ್ಟೆಯು ಈಗ ಭಾರತದಲ್ಲಿ ಪ್ರವರ್ಧಮಾನಕ್ಕೆ ಬರಬಹುದು, ಉದಾಹರಣೆಗೆ, ಆದರೆ ನಾವು ಬೇರೆಡೆ ದುರ್ಬಲರಾಗಿರಬಹುದು.

**ನಿಮ್ಮ ಸ್ವಾಧೀನಗಳು ನಕ್ಷೆಯಾದ್ಯಂತ ಇವೆ. ವ್ಯಾಪಕವಾದ ಕಾರ್ಯತಂತ್ರವಿದೆಯೇ?**

ನಮಗೆ ಅರ್ಥವಾಗುವಲ್ಲೆಲ್ಲಾ ನಮ್ಮ ಹೆಜ್ಜೆಗುರುತನ್ನು ಸಾಗರೋತ್ತರದಲ್ಲಿ ವಿಸ್ತರಿಸಲು ನಾವು ಬಯಸುತ್ತೇವೆ. ನಾವು ಅರ್ಥಪೂರ್ಣ ರೀತಿಯಲ್ಲಿ ಒಂದು ಸ್ಥಳದಲ್ಲಿರಲು ಬಯಸುತ್ತೇವೆ, ನಾವು ಇಲ್ಲಿದ್ದೇವೆ ಎಂದು ಹೇಳಲು ನಕ್ಷೆಯಲ್ಲಿ ಕೆಂಪು ಚುಕ್ಕೆಗಳಂತೆ ಅಲ್ಲ.

ಪ್ರತಿ ಸ್ವಾಧೀನಕ್ಕೂ ಒಂದು ಕಾರ್ಯತಂತ್ರದ ಕಾರಣವಿತ್ತು. ಟೆಟ್ಲಿ (2001ರಲ್ಲಿ ಟಾಟಾ ಟೀ ಖರೀದಿಸಿದ ಬ್ರಿಟಿಷ್ ಕಂಪನಿ) ಬ್ರಾಂಡ್ ಅನ್ನು ಪಡೆಯಬೇಕಿತ್ತು. ಡೇವೂ ಮೋಟಾರ್ಸ್ ಭಾರೀ ಟ್ರಕ್ ಗಳನ್ನು ಹೊಂದಿತ್ತು, ಅದು ನಮ್ಮ ಬಳಿ ಇರಲಿಲ್ಲ. (ಯುರೋಪಿಯನ್ ಸ್ಟೀಲ್ ದೈತ್ಯ) ಕೋರಸ್ ಮೂಲತಃ ಉತ್ತಮ ಆಯ್ಕೆ ಆಗಿತ್ತು. ಇದು ಪೂರಕ ಉತ್ಪನ್ನಗಳನ್ನು ಹೊಂದಿದೆ ಮತ್ತು ಒಂದೇ ಕಂಪನಿಯೊಂದಿಗೆ ನಾವು ಪಡೆಯಬಹುದಾದ 19 ಮಿಲಿಯನ್ ಟನ್ ಸಾಮರ್ಥ್ಯವನ್ನು ಹೊಂದಿದೆ ಮತ್ತು ಯುರೋಪ್ ನಲ್ಲಿ ಹೆಜ್ಜೆಗುರುತನ್ನು ಹೊಂದಿದೆ.

ಹೋಟೆಲ್ ಗಳಲ್ಲಿ, ನಾವು ಭೌಗೋಳಿಕ ಯೋಜನೆಯನ್ನು ಹೊಂದಿದ್ದೇವೆ. ನಾವು ಕಾರ್ಯತಂತ್ರದ ಸ್ಥಳಗಳಲ್ಲಿ ಸಾಂಪ್ರದಾಯಿಕ ಹೋಟೆಲ್ ಗಳನ್ನು ನೋಡುತ್ತಿದ್ದೇವೆ. ನಾವು ಸರಪಳಿಯನ್ನು ಪಡೆದುಕೊಳ್ಳಬೇಕಾಗಿಲ್ಲ. ನಾವು ಯುಎಸ್ ನಲ್ಲಿ ಮೂರು ಅಥವಾ ನಾಲ್ಕು ಸ್ಥಳಗಳು, ಯುರೋಪ್ ನಲ್ಲಿ ಒಂದು ಅಥವಾ ಎರಡು, ದಕ್ಷಿಣ ಆಫ್ರಿಕಾ ಮತ್ತು ಹಿಂದೂ ಮಹಾಸಾಗರವನ್ನು ನೋಡಿದ್ದೇವೆ. ನೀವು ಇನ್ನೊಂದನ್ನು ನೋಡಬಹುದು.

**ನೀವು ಈಗಾಗಲೇ ತಾಜ್ ನಲ್ಲಿ ಬಲವಾದ ಹೆಸರನ್ನು ಹೊಂದಿರುವಾಗ ರಿಟ್ಜ್ ಅಥವಾ ಪಿಯರೆ ಹೆಸರಿನ ಹೋಟೆಲ್ ಗಳನ್ನು ಏಕೆ ಸ್ವಾಧೀನಪಡಿಸಿಕೊಳ್ಳಬೇಕು?**

[ವಿಸ್ತರಿಸಲು] ಎರಡು ಮಾರ್ಗಗಳಿವೆ. ಎಲ್ಲೆಡೆಯೂ ತಾಜ್ ಬ್ರಾಂಡ್ ಅನ್ನು ಹೊಂದಿರುವುದು ಒಂದು. ಇನ್ನೊಂದು, ತಮ್ಮದೇ ಬ್ರಾಂಡ್ ಗಳೊಂದಿಗೆ ಸಾಂಪ್ರದಾಯಿಕ ಹೋಟೆಲ್ ಗಳನ್ನು ಪಡೆಯುವುದು. ಅವರು ನಿಮ್ಮ ಹೋಟೆಲ್ ಗಳು ಎಂದು ಜನರು ಅರಿತುಕೊಳ್ಳುತ್ತಾರೆ. ನಾವು ಆ ಬ್ಯಾಂಡ್ ಗಳನ್ನು ಸ್ವಲ್ಪ ಸಮಯದವರೆಗೆ ಉಳಿಸಿಕೊಳ್ಳಬಹುದು ಮತ್ತು ಸ್ವಲ್ಪ ಸಮಯದವರೆಗೆ ಅವುಗಳನ್ನು ಬದಲಾಯಿಸಬಹುದು. ಬೋಸ್ಟನ್ ನಲ್ಲಿರುವ ರಿಟ್ಜ್ ಈಗ ತಾಜ್ ಬಾಸ್ಟನ್ ಆಗಿದೆ ಮತ್ತು ನಾವು ಸ್ಯಾನ್ ಫ್ರಾನ್ಸಿಸ್ಕೋದ ಕ್ಯಾಮ್ಡನ್ ಪ್ಲೇಸ್ ನೊಂದಿಗೆ ಒಪ್ಪಂದಕ್ಕೆ ಸಹಿ ಹಾಕಿದ್ದೇವೆ, ಅಲ್ಲಿ ನಾವು ಆ ಬ್ರಾಂಡ್ ಅನ್ನು ಸ್ವಲ್ಪ ಸಮಯದವರೆಗೆ ಉಳಿಸಿಕೊಳ್ಳುತ್ತೇವೆ. ನಾವು ಪಿಯರ್ ನ ಮಾಲೀಕತ್ವವನ್ನು ಹೊಂದಿಲ್ಲ. ಇದು ಗುತ್ತಿಗೆ. ಆದರೆ ನಾಲ್ಕು ಋತುಗಳು ಇದ್ದಾಗಲೂ, ಅದು ಪಿಯರೆ ಆಗಿತ್ತು.

**ಅದೇ ಸಮಯದಲ್ಲಿ ನೀವು ಐಷಾರಾಮಿ ಹೋಟೆಲ್ ಗಳನ್ನು ಖರೀದಿಸುತ್ತಿದ್ದೀರಿ, ಟಾಟಾ ಗ್ರೂಪ್ ಪಿರಮಿಡ್ ನ ಕೆಳಭಾಗವನ್ನು ಕಡಿಮೆ ಬೆಲೆಯ ಕೈಗಡಿಯಾರಗಳಿಂದ ಹಿಡಿದು ಕಾರುಗಳವರೆಗೆ ಎಲ್ಲವನ್ನೂ ಅನುಸರಿಸುತ್ತಿದೆ. ಏಕೆ?**

ಎಲ್ಲಾ ಭಾರತೀಯ ಕೈಗಾರಿಕೆಗಳು ಪಿರಮಿಡ್ ನ ತುದಿಯನ್ನು (ಉನ್ನತ ಮಟ್ಟದ ಗ್ರಾಹಕರು) ಗುರಿಯಾಗಿರಿಸಿಕೊಂಡಿವೆ. ಆದರೆ ನೀವು ಪಿರಮಿಡ್ ನ ಈ ಬೃಹತ್ ಅಡಿಪಾಯವನ್ನು ಹೊಂದಿದ್ದೀರಿ, ಅದನ್ನು ಪರಿಹರಿಸಲಾಗಿಲ್ಲ. ಭಾರತದಲ್ಲಿ, ಬಹುಶಃ ನಾವು ಸಂಪ್ರದಾಯವನ್ನು ಮುರಿಯಬೇಕು ಮತ್ತು ಭವಿಷ್ಯದಲ್ಲಿ 600 ಮಿಲಿಯನ್ ಜನರು ಇರುವ ಮಾರುಕಟ್ಟೆಗೆ ಹೋಗಬೇಕು ಎಂದು ನಾವು ಹೇಳಿದ್ದೇವೆ. ಆ ಮಟ್ಟದಲ್ಲಿ ಉತ್ಪನ್ನಗಳ ಗುಣಮಟ್ಟವನ್ನು ನಾವು ಹೆಚ್ಚಿಸಬಹುದೇ ಎಂದು ನಾವು ಕೇಳಿದೆವು. ನಾವು $ 2,000 ಕಾರನ್ನು ಉತ್ಪಾದಿಸಬಹುದೇ? ನಾವು $ 25-ಎ-ನೈಟ್ ಹೋಟೆಲ್ ಅನ್ನು ತಯಾರಿಸಬಹುದೇ? ಅತ್ಯಂತ ಅಗ್ಗದ ಗಡಿಯಾರ?

**ಕಡಿಮೆ-ವೆಚ್ಚದ ಹೋಟೆಲ್ ಗಳಂತಹ ಉತ್ಪನ್ನಗಳನ್ನು ಯುಎಸ್ ಗೆ ತರಲು ನೀವು ಯೋಜಿಸುತ್ತೀರಾ?**

ಯಾವುದೇ ಉತ್ಪನ್ನಗಳಿಲ್ಲದೆ ನಾವು ಯುಎಸ್ ಗೆ ಹೋಗುವುದು ತಾತ್ವಿಕವಾಗಿ ತಪ್ಪು. ನಾವು ಮಾರುಕಟ್ಟೆಯ ಕೆಳಭಾಗಕ್ಕೆ ಹೋದರೆ, ನಾವು ಆ ಸ್ವಭಾವದ ಚಿತ್ರವನ್ನು ನಿರ್ಮಿಸುತ್ತೇವೆ. ತಾಜ್ ಗ್ರೂಪ್ ಆಫ್ ಹೊಟೇಲ್ ಗಳು ಭಾರತದಲ್ಲಿ ಹೊಂದಿರುವ ಉನ್ನತ ಸ್ಥಾನಮಾನದ ಮೂಲಕ ಸಾಗಬೇಕು.

**ಪಿರಮಿಡ್ ನ ಕೆಳಭಾಗದಲ್ಲಿ ಭಾರತದಲ್ಲಿ ನಿಮ್ಮ ಪ್ರಗತಿಯ ಬಗ್ಗೆ ನಿಮಗೆ ತೃಪ್ತಿ ಇದೆಯೇ?**

ನಾವು ಅಷ್ಟೊಂದು ಯಶಸ್ವಿಯಾಗಿಲ್ಲ. ನಾವು ಉತ್ಪನ್ನಗಳನ್ನು ಮರುಶೋಧಿಸಲು ಪ್ರಯತ್ನಿಸುತ್ತಿದ್ದೇವೆ. ಆದರೆ ನಾವು ವ್ಯವಹಾರಗಳನ್ನು ಮರುಶೋಧಿಸಿಲ್ಲ, ಇದು ನಾವು ಮಾಡಬೇಕಾದ ಕೆಲಸ. ಈ ಉತ್ಪನ್ನಗಳನ್ನು ಮಾರಾಟ ಮಾಡುವ ವಿಭಿನ್ನ ವಿಧಾನಗಳನ್ನು ನಾವು ನೋಡಬೇಕು. ಉದಾಹರಣೆಗೆ, ಕಾರಿನೊಂದಿಗೆ, ನಾವು ವಿಮಾ ಏಜೆಂಟರಂತೆ ವರ್ತಿಸಬಹುದಾದ ಅದ್ವಿತೀಯ ಸೇವೆಗಳ ಹುಡುಗರ ಮೂಲಕ ಮಾರಾಟ ಮಾಡಲು ನೋಡುತ್ತಿದ್ದೇವೆ - ಉಪಗ್ರಹ ಸೇವಾ ಕೇಂದ್ರಗಳನ್ನು ಬಳಸಿಕೊಂಡು ತಮ್ಮದೇ ಆದ ರೀತಿಯಲ್ಲಿ ಕಾರ್ಯನಿರ್ವಹಿಸುತ್ತೇವೆ.

**ನಿಸ್ಸಾನ್ ನ ಕಾರ್ಲೋಸ್ ಘೋಸ್ನ್ (Carlos Ghosn) ಈಗ ಭಾರತದಲ್ಲಿ ಕಡಿಮೆ ಬೆಲೆಯ ಕಾರನ್ನು ತಯಾರಿಸಲು ಬಯಸಿದೆ. ಇದು ಕಾಳಜಿಯೇ?**

ಇದು ಕಾಳಜಿಯಲ್ಲ. ಕನಿಷ್ಠ ಅವರು ಅದರ ಬಗ್ಗೆ ಮಾತನಾಡುತ್ತಿದ್ದಾರೆ ಏಕೆಂದರೆ ಅವರು ಅದನ್ನು ನಂಬುತ್ತಾರೆ. ಶ್ರೀ [ಒಸಾಮು] ಸುಜುಕಿ [ಸುಜುಕಿ ಮೋಟಾರ್ಸ್‌ ‌ನ ಅಧ್ಯಕ್ಷರು] ಇದನ್ನು ಮಾಡಲು ಸಾಧ್ಯವಿಲ್ಲ ಎಂದು ಹೇಳುತ್ತಾರೆ.ನಾವು ಇಂಡಿಕಾವನ್ನು ತಯಾರಿಸಿದಾಗ, ಅದು $ 4,000 ಕಾರು ಆಗಿರಬೇಕು, ಆದರೆ ಇದು $ 7,000 ಕಾರು ಆಗಿರಬೇಕು ಎಂದು ಇತರರು ಭಾವಿಸಿದರು. ಈಗ $ 2,000 ಕಾರು ಏಕೆ ಮಿತಿಯಾಗಿರಬೇಕು?

ವಿನ್ಯಾಸದ ಬಗ್ಗೆ ನಿಮಗೆ ಸಂತೋಷವಿದೆಯೇ?

ವಿನ್ಯಾಸದಲ್ಲಿ ಇದು ಸಂಪೂರ್ಣವಾಗಿ ಅಸಾಂಪ್ರದಾಯಿಕ ಎಂದು ನಾನು ಭಾವಿಸಿದ್ದೆ. ಆದರೆ ಇದು ಇನ್ನೂ ಒಂದು ಕಾರು. ನಾವು ಪ್ಲಾಸ್ಟಿಕ್ ಅಲ್ಲ, ಉಕ್ಕಿನಂತಹ ಸಾಂಪ್ರದಾಯಿಕ ವಸ್ತುಗಳನ್ನು ಬಳಸಿದ್ದೇವೆ ಎಂದು ನನಗೆ ನಿರಾಶೆಯಾಗಿದೆ. ವಾಸ್ತವವಾಗಿ, ನಾವು ಪ್ಲಾಸ್ಟಿಕ್ ಕಾರನ್ನು ಅಭಿವೃದ್ಧಿಪಡಿಸಲು ಜನರಲ್ ಎಲೆಕ್ಟ್ರಿಕ್ ಸಹ ಬಹಳ ಉತ್ಸುಕರಾಗಿದ್ದೇವೆ. ಆದರೆ ಪ್ಲಾಸ್ಟಿಕ್‌ ‌ನ ಬೆಲೆ ಉಕ್ಕಿಗಿಂತ ಹೆಚ್ಚಾಗಿತ್ತು, ಆದ್ದರಿಂದ ಇದು ಸಾಂಪ್ರದಾಯಿಕ ವಸ್ತು ಕಾರ್ ಆಯಿತು.

ಮೊದಲಿಗೆ, ನಾನು ಸಾಮಾನ್ಯ ಕಾರಿನಿಂದ ಬಹಳ ಭಿನ್ನವಾದ ಯಾವುದನ್ನಾದರೂ ಕುರಿತು ಯೋಚಿಸಿದೆ, ಆದರೆ ನಾನು ನಿರ್ದಿಷ್ಟವಾಗಿರಲಿಲ್ಲ. ನೀವು ಆ ಮೋಡ್‌ ‌ಗೆ ಪ್ರವೇಶಿಸಿದಾಗ, ಇಂದು ಇರುವ ಯಾವುದನ್ನೂ ನೀವು ಸ್ವೀಕರಿಸುವುದಿಲ್ಲ. ಆರಂಭಿಕ ಚಿಂತನೆಯಲ್ಲಿ ಕಾರು ಬಾಗಿಲುಗಳನ್ನು ಹೊಂದಿರಲಿಲ್ಲ. ನಾವು ಇದನ್ನು ಮೂಲ ಮೋಟಾರು ಸಾರಿಗೆಯಿಂದ ಮೋಟಾರು ಚಾಲಿತ ಮತ್ತು ಕುಟುಂಬವನ್ನು ತೆಗೆದುಕೊಳ್ಳುವ ಯಾವುದೋ ಒಂದು

ಪ್ರಗತಿಯಾಗಿ ನೋಡಿದ್ದೇವೆ. ಜನರು ಅದನ್ನು ಕಾರು ಎಂದು ಪರಿಗಣಿಸುವುದಿಲ್ಲ ಆದರೆ ಬೇರೆ ಯಾವುದೋ ಪ್ರಾಣಿ ಎಂದು ಪರಿಗಣಿಸಲಿದ್ದಾರೆ ಎಂದು ನಾವು ಅರಿತುಕೊಂಡೆವು. ನಮಗೆ ಬಾಗಿಲುಗಳು ಮತ್ತು ರೋಲ್-ಅಪ್ ವಿಂಡೋ ಬೇಕು ಎಂದು ನಾವು ಅರಿತುಕೊಂಡಿದ್ದೇವೆ.

**1991ರಲ್ಲಿ ನೀವು ಗುಂಪನ್ನು ವಹಿಸಿಕೊಂಡಾಗ, ಅದರ ಗಾತ್ರವನ್ನು ಆಮೂಲಾಗ್ರವಾಗಿ ಕಡಿಮೆ ಮಾಡಲು ಬಯಸಿದ್ದೀರಿ. ಈಗ ಮೊದಲಿಗಿಂತ ಹೆಚ್ಚಿನ ಕಂಪನಿಗಳು ಇವೆ. ನೀವು ತುಂಬಾ ದೊಡ್ಡವರಾಗಿದ್ದೀರಾ?**

ನಾನು ಏನು ಮಾಡಲು ಹೊರಟಿದ್ದೇನೆಯೋ ಅದರಲ್ಲಿ ನಾನು ಯಶಸ್ವಿಯಾಗಿಲ್ಲ. ನಾವು 40 ವ್ಯವಹಾರಗಳಲ್ಲಿ ಸುಮಾರು 80 ರಿಂದ 90 ಕಂಪನಿಗಳು ಮತ್ತು ಸುಮಾರು 300 ಅಂಗಸಂಸ್ಥೆಗಳನ್ನು ಹೊಂದಿದ್ದೇವೆ. ನಾವು ಅದನ್ನು 15 ಅಥವಾ ಅದಕ್ಕಿಂತ ಕಡಿಮೆಗೆ ತರುತ್ತೇವೆ ಎಂದು ಹೇಳಿದ್ದೆವು.

ನಾವು ಆಂತರಿಕ ವಿಲೀನಗಳ ಮೂಲಕ ಸ್ವಲ್ಪಮಟ್ಟಿಗೆ ಮಾಡಿದ್ದೇವೆ ಮತ್ತು ಕೆಲವು ವ್ಯವಹಾರಗಳಿಂದ ಹೊರಬಂದಿದ್ದೇವೆ. ಆದರೆ ನಾವು ಕೆಲವನ್ನು ಸೇರಿಸಿದ್ದೇವೆ.

ಪ್ರತಿ ವ್ಯವಹಾರದಲ್ಲಿ ಬಲವಾದ ಕಂಪನಿಗಳ ಸುತ್ತ ಕ್ಲಸ್ಟರ್ ಗಳನ್ನು ರಚಿಸುವುದು ನಮ್ಮ ಉದ್ದೇಶವಾಗಿದೆ. ಅವರು ಮಾತ್ರ ಕಂಪನಿಗಳಂತೆ. ನಾವು ಹಿಂದೆಂದಿಗಿಂತಲೂ ಕಡಿಮೆ ವ್ಯವಹಾರದಲ್ಲಿರುವ ಮಿನಿ ಗುಂಪುಗಳ ಗುಂಪನ್ನು ರಚಿಸಿದ್ದೇವೆ. ಆದರೆ ನೀವು ಅವುಗಳನ್ನು ಒಟ್ಟಿಗೆ ನೋಡಿದರೆ ನಾವು ಇನ್ನೂ ತುಂಬಾ ವೈವಿಧ್ಯಮಯರಾಗಿದ್ದೇವೆ ಮತ್ತು ತುಂಬಾ ದೊಡ್ಡವರಾಗಿದ್ದೇವೆ.

**ಇಳಿಕೆಗೆ ಕಾರಣವೇನು ?**

ತಮ್ಮ ಮಾರುಕಟ್ಟೆಗಳಲ್ಲಿ ಅಗ್ರ ಮೂರು ಸ್ಥಾನಗಳಲ್ಲಿರಬೇಕು ಎಂದು ನಾವು ಕಂಪನಿಗಳಿಗೆ ಹೇಳಿದ್ದೇವೆ. ಮತ್ತು ಅನೇಕರು ಇದ್ದರು. ಅವರು ಸವಾಲುಗಳನ್ನು ಎದುರಿಸಿದರು. ಆದ್ದರಿಂದ ಪ್ರಶ್ನೆ ಬಂದಿತು, "ನೀವು ಇದನ್ನು ನಮಗೆ ಏಕೆ ಮಾಡುತ್ತಿದ್ದೀರಿ ಮತ್ತು ಅವರಿಗೆ ಅಲ್ಲ?" ಅದಕ್ಕೆ ನಮ್ಮ ಬಳಿ ಉತ್ತರವಿರಲಿಲ್ಲ.

**ಈ ಎಲ್ಲ ವ್ಯವಹಾರಗಳಿಗೆ ನೀವು ಸಾಕಷ್ಟು ನಿರ್ವಹಣಾ ಬ್ಯಾಂಡ್ ವಿಡ್ತ್ ಹೊಂದಿದ್ದೀರಾ?**

ಇದು ಒಂದು ಸಮಸ್ಯೆಯಾಗಿದೆ. ನಾವು ನಿರ್ವಹಣಾ ಬ್ಯಾಂಡ್ ವಿಡ್ತ್ ಅನ್ನು ಅದೇ ನೈತಿಕ ಮಾನದಂಡಗಳು ಮತ್ತು ಮೌಲ್ಯಗಳೊಂದಿಗೆ ಹೆಚ್ಚಿಸಬೇಕು. ಆ ವ್ಯಕ್ತಿಯು ನಿಮ್ಮೊಂದಿಗೆ ಇರುವವರೆಗೆ ನೀವು ಖಚಿತಪಡಿಸಲಾಗದ ಸಂಗತಿಯಾಗಿದೆ. ನಾವು ಹೆಚ್ಚು ಯುವಕರನ್ನು ಸಬಲೀಕರಣಗೊಳಿಸಬೇಕಾಗಿದೆ. ನಮ್ಮ ಗುಂಪಿನಲ್ಲಿ ಇನ್ನೂ ವರ್ಷಗಳ ಅನುಭವದ ಸಿಂಡ್ರೋಮ್ ಇದೆ.

**ನೀವು ವಯಕ್ತಿಕವ್ವಾಗಿ ಹೇಗೆ? ನೀವು ಅತಿಯಾಗಿ ಚಾಚಿಲ್ಲವೇ?**

ನಾನು ಇರಬೇಕೆಂದು ಭಾವಿಸುವುದಕ್ಕಿಂತ ಹೆಚ್ಚಿನ ವಿಷಯಗಳಲ್ಲಿ ನಾನು ಭಾಗಿಯಾಗಿದ್ದೇನೆ. ನನ್ನ ಕೆಲವು ಜನರು ಬಹುಶಃ ಒಪ್ಪುತ್ತಾರೆ.

**ಇದು ಭವಿಷ್ಯದ ಜಾಗತಿಕ ನಿಗಮಕ್ಕೆ ಮಾದರಿಯಾಗಬಹುದು ಎಂದು ನೀವು ಭಾವಿಸುತ್ತೀರಾ?**

ಭಾರತದಲ್ಲಿನ ಷೇರುದಾರರು (ಕಾರ್ಪೊರೇಟ್ ಜವಾಬ್ದಾರಿಗಾಗಿ ಖರ್ಚು ಮಾಡಿದ ಹಣ) ಅವರಿಗೆ ಸೇರಿದ ಹಣವೆಂದು ಕಾಣುವುದಿಲ್ಲ ಮತ್ತು ಅದನ್ನು ಅವರಿಗೆ ವಿತರಿಸಬೇಕು. ಬ್ರೆಜಿಲ್, ಕೀನ್ಯಾ ಅಥವಾ ಮಧ್ಯ ಅಮೆರಿಕಾದಲ್ಲಿ ನೀವು ನೋಡಬೇಕಾದ ರೀತಿಯ ಕಂಪನಿ ಇದು ಎಂದು ನಾನು ಭಾವಿಸುತ್ತೇನೆ. ಮತ್ತು ಇದು ಯುಎಸ್ ನ ಕೆಲವು ದಕ್ಷಿಣ ರಾಜ್ಯಗಳ ಮೇಲೆ ಪರಿಣಾಮ ಬೀರಬಹುದು.

**ನೀವು ಉತ್ತರಾಧಿಕಾರಿಯನ್ನು ನೇಮಿಸಿಲ್ಲ ಎಂಬ ಕಳವಳಕ್ಕೆ ನೀವು ಏನು ಹೇಳುತ್ತೀರಿ?**

ಸಮಸ್ಯೆ ಇದೆ. ನಾನು ಇಲ್ಲಿದ್ದಾಗ ನಾನು ಮಾಡಲು ಬದ್ಧನಾಗಿರುತ್ತೇನೆ ಮತ್ತು ಹಿಂದೆ ಸಂಭವಿಸಿದಂತೆ ಅಂತ್ಯವಿಲ್ಲದೆ ಮುಂದುವರಿಯುವುದಿಲ್ಲ. ಕೆಲವು ಸ್ಪರ್ಧಿಗಳಿದ್ದಾರೆ. ಗುಂಪಿನ ಹೊರಗೆ ಮತ್ತು ಒಳಗೆ, ಆದರೆ ಅಭಿಷಿಕ್ತ ವ್ಯಕ್ತಿಗಳು ಇಲ್ಲ. ನಾನು ನಿರ್ಗಮಿಸುವ 24 ತಿಂಗಳ ಮೊದಲು ಇದನ್ನು ವ್ಯಾಖ್ಯಾನಿಸುತ್ತೇನೆ. ಮತ್ತು ಆ ನಿರ್ಗಮನವು 75 ಆಗಿರಬೇಕಾಗಿಲ್ಲ, ಆದರೆ ಅದಕ್ಕಿಂತ ಮುಂಚೆಯೇ. ಅದು ಯಾರೇ ಆಗಿರಲಿ, ಎಲ್ಲರಿಗೂ ಆಶ್ಚರ್ಯವನ್ನುಂಟು ಮಾಡುವ ಸರಿಯಾದ ವ್ಯಕ್ತಿಯನ್ನು ನಾನು ಆಯ್ಕೆ ಮಾಡಬಹುದು ಎಂದು ನಾನು ಭಾವಿಸುತ್ತೇನೆ.

**ಈಗ ನಿಮ್ಮ ದೊಡ್ಡ ಸವಾಲುಗಳು ಯಾವುವು?**

ಜನರು ಎಂದು ನಾನು ಭಾವಿಸುತ್ತೇನೆ. ಇನ್ನೊಂದು, ನಾವು ದೊಡ್ಡದಾಗಿ, ವೈವಿಧ್ಯಮಯವಾಗಿ ಮತ್ತು ಸಾಗರೋತ್ತರಕ್ಕೆ ಹೋಗುವುದರಿಂದ ಮೌಲ್ಯ ವ್ಯವಸ್ಥೆಗಳನ್ನು ಉಳಿಸಿಕೊಳ್ಳುತ್ತಿದ್ದೇವೆ. ನಾವು ಸ್ವಾಧೀನಪಡಿಸಿಕೊಳ್ಳುವ ಮೊದಲು, ನಿರ್ವಹಣೆ ಮತ್ತು ಅವರ ನೈತಿಕತೆಯೊಂದಿಗೆ ಆರಾಮದಾಯಕವಾಗಲು ನಾವು ನ್ಯಾಯಯುತವಾದ ಸಮಯ ಮತ್ತು ಶ್ರಮವನ್ನು ಕಳೆಯುತ್ತೇವೆ. ಅದು ಇಲ್ಲದಿದ್ದರೆ, ನಾವು ಮುಂದುವರಿಯುವುದಿಲ್ಲ, ಏಕೆಂದರೆ ಹಲವಾರು ಸಾವಿರ ಮೈಲುಗಳಷ್ಟು ದೂರದಿಂದ ಸಂಸ್ಕೃತಿಯನ್ನು ಬದಲಾಯಿಸುವುದು ತುಂಬಾ ಕಷ್ಟ.

ಕೋರಸ್ ನೊಂದಿಗೆ, ನಾವು ಮುಂದೆ ಹೋಗದಿದ್ದರೂ ಸಹ, ನಾವು ಕನಿಷ್ಠ ಸ್ನೇಹವನ್ನು ನೋಡಿದ್ದೇವೆ ಎಂದು ತೀರ್ಮಾನಿಸಲು ನಾವು ನಿಜವಾಗಿಯೂ ಅಗ್ರ ಮೂರು ಅಥವಾ ನಾಲ್ಕು ಜನರನ್ನು ಚೆನ್ನಾಗಿ ತಿಳಿದುಕೊಂಡಿದ್ದೇವೆ.

ನಾವು ಅವರೊಂದಿಗೆ ಎಂಟು ಅಥವಾ ಒಂಬತ್ತು ತಿಂಗಳುಗಳ ಕಾಲ ಸಂವಾದ ನಡೆಸಿದ್ದೇವೆ. ನಾವು ಕಂಪನಿಯನ್ನು ಸ್ವಾಧೀನಪಡಿಸಿಕೊಳ್ಳುತ್ತೇವೆ ಎಂದು ಭಾವಿಸಿದ್ದೇವೆ. ನಾವು ಕೇವಲ ಮೈತ್ರಿ ಹೊಂದಿರಬಹುದು ಎಂದು ನಾವು ಭಾವಿಸಿದ್ದೇವೆ.

**ನಿಮ್ಮ ಕಾರ್ಪೊರೇಟ್ ಜವಾಬ್ದಾರಿ ವೆಚ್ಚವು ಶ್ಲಾಘನೀಯವಾಗಿದ್ದರೂ, ಜಾಗತಿಕ ಸಾರ್ವಜನಿಕ ಕಂಪನಿಗೆ ಇದು ವಿಪರೀತವಾಗಿದೆ ಎಂದು ಕೆಲವರು ಹೇಳಬಹುದು. ಭವಿಷ್ಯದ ವ್ಯವಸ್ಥಾಪಕರ ಅಡಿಯಲ್ಲಿ ಇದು ಕಡಿಮೆಯಾಗುವ ಅಪಾಯವಿದೆಯೇ?**

ಇದು ಉಳಿದುಕೊಳ್ಳುತ್ತದೆ ಎಂದು ನಾನು ಖಾತರಿಪಡಿಸಲಾರೆ. ನಾನು ತೆಗೆದುಕೊಳ್ಳುವ ದೃಷ್ಟಿಕೋನವೆಂದರೆ, ನಾನು ಲಾಭಾಂಶ ಪಾವತಿಗಳು ಮತ್ತು ಬಾಟಮ್ ಲೈನ್ ವಿಷಯದಲ್ಲಿ ಬಾಲ್ ಪಾರ್ಕ್ ನಲ್ಲಿದ್ದರೆ ಮತ್ತು ನಾವು ಇನ್ನೂ ಸ್ಪರ್ಧಾತ್ಮಕವಾಗಿ ಉಳಿದಿದ್ದರೆ ಯಾವುದೇ ಸಮಸ್ಯೆಯಿಲ್ಲ. ಉದಾಹರಣೆಗೆ, ನೀವು ಟಾಟಾ ಸ್ಟೀಲ್ ಗೆ ಹೋದರೆ, ನೀವು ಈ ಬಹಳಷ್ಟು ವೆಚ್ಚಗಳನ್ನು [ಉದಾಹರಣೆಗೆ ಜಮ್ಶೆಡ್ ಪುರದಲ್ಲಿ ಪುರಸಭೆಯ ಸೇವೆಗಳನ್ನು ನಿರ್ವಹಿಸುವುದು] ತೆಗೆದುಕೊಳ್ಳಬಹುದು ಮತ್ತು ಅದನ್ನು ಹೆಚ್ಚು ಸಾಂಪ್ರದಾಯಿಕ ಕಂಪನಿಯಾಗಿ ಪರಿವರ್ತಿಸಬಹುದು. ಆದರೆ ನೀವು ಅತೃಪ್ತರಾಗಿರುತ್ತೀರಿ. ಮತ್ತು ಇದು ಪರಿಸರ ಮತ್ತು ವಾತಾವರಣವನ್ನು ಬದಲಾಯಿಸುತ್ತದೆ ಎಂದು ನಾನು ಭಾವಿಸುತ್ತೇನೆ. ನಾವು ಖಂಡಿತವಾಗಿಯೂ ಇತರ ದೇಶಗಳಲ್ಲಿ ಈ ಎಲ್ಲ ಕೆಲಸಗಳನ್ನು ಮಾಡುವುದಿಲ್ಲ. ಆದರೆ ಇಲ್ಲಿ, ನಮಗೆ ಈ ಜವಾಬ್ದಾರಿ ಇದೆ. ಟಾಟಾ ಸ್ಟೀಲ್ ಯಾವುದೇ ಕಾರ್ಮಿಕ ಅಶಾಂತಿಯಿಲ್ಲದೆ [1994ರಲ್ಲಿ] 78,000 ಉದ್ಯೋಗಿಗಳಿಂದ ಇಂದು 38,000 ಕ್ಕೆ ಏರಿದೆ ಎಂಬುದನ್ನು ನೆನಪಿನಲ್ಲಿಡಿ.ಉದ್ಯೋಗದಾತ ಮತ್ತು ಉದ್ಯೋಗಿಗಳ ನಡುವೆ ನಂಬಿಕೆ ಇಲ್ಲದಿದ್ದರೆ ನೀವು ಅದನ್ನು ಎಂದಿಗೂ ಮಾಡಲು ಸಾಧ್ಯವಿಲ್ಲ.

**ನಿಮ್ಮ ಪರಂಪರೆಯಾಗಿ ನೀವು ಬಿಡಲು ಬಯಸುವ ಕೆಲವು ವಿಷಯಗಳು ಯಾವುವು?**

ನಾವು ಇಂದು ಮಾಡುತ್ತಿರುವುದಕ್ಕಿಂತ ಹೆಚ್ಚು ಕೆಳಮಟ್ಟದ, ದುರ್ಬಲರಿಗೆ ಸೇವೆ ಸಲ್ಲಿಸುತ್ತಿರುವುದನ್ನು ನೋಡಲು ನಾನು ನಿಜವಾಗಿಯೂ ಬಯಸುತ್ತೇನೆ. ನೀರು ಸರಬರಾಜು ಮಾಡಲು ಸಹಾಯ ಮಾಡುವುದು, ಬರಿಯ ಅಗತ್ಯತೆಗಳು ಮುಂತಾದ ಕೆಲವು ಕ್ಷೇತ್ರಗಳಲ್ಲಿ ನಾವು ಪ್ರಗತಿಯನ್ನು ಸಾಧಿಸಬಹುದು ಎಂದು ನಾನು ಭಾವಿಸುತ್ತೇನೆ. ನಮ್ಮ ಕಂಪನಿಯು ಈ ರೀತಿಯ ವಿಷಯಗಳನ್ನು ಮುನ್ನಡೆಸಲು ಸಾಧ್ಯವಾದರೆ, ಅದು ನನಗೆ ಹೆಚ್ಚಿನ ಸಂತೋಷವನ್ನು ನೀಡುತ್ತದೆ. ನಮ್ಮ ಸುತ್ತಮುತ್ತಲಿನ ಪರಿಸರದ ವಿನಾಶದ ಬಗ್ಗೆ ಜಾಗೃತಿ ಮೂಡಿಸಲು ಸಾಧ್ಯವಾದರೆ ನನಗೆ ತುಂಬಾ ಸಂತೋಷವಾಗುತ್ತದೆ.

❐

┌──────┐
│  16  │
└──────┘

# ಭಾರತದ ಕೋಹಿನೂರ್

*ಟಾಟಾ ಕುಟುಂಬದ ಪರವಾಗಿ ರತನ್ ಟಾಟಾ ಅವರು 2007ನೇ ಸಾಲಿನ ಕಾರ್ನೆಗೀ ಪದಕವನ್ನು ಪಡೆದರು*

ಲೋಕೋಪಕಾರಿ ಕಾರಣಗಳಿಗಾಗಿ ದೀರ್ಘಕಾಲದ ಬದ್ಧತೆಯನ್ನು ಗುರುತಿಸಿ ಟಾಟಾ ಕುಟುಂಬಕ್ಕೆ *ಕಾರ್ನೆಗೀ ಪದಕವನ್ನು* ನೀಡಲಾಗಿದೆ. ಟಾಟಾ ಸಮೂಹದ ಮೂಲ ಸಂಸ್ಥೆಯಾದ ಟಾಟಾ ಸನ್ಸ್ ಲಿಮಿಟೆಡ್ ನ ಸುಮಾರು ಮೂರನೇ ಎರಡರಷ್ಟು ಷೇರುಗಳನ್ನು ಲೋಕೋಪಕಾರಿ ಟ್ರಸ್ಟ್ ಗಳು ಹೊಂದಿದ್ದು, ಇದನ್ನು ಮೂಲತಃ ಕಂಪನಿಯ ಸಂಸ್ಥಾಪಕ ಜಮ್ಸೆಟ್ಜಿ ಟಾಟಾ ಅವರ ಇಬ್ಬರು ಪುತ್ರರು ಹೊಂದಿದ್ದಾರೆ. ಈ ಟ್ರಸ್ಟ್ ಗಳ ಮೂಲಕ, ಟಾಟಾ ಸನ್ಸ್ ಪ್ರತಿವರ್ಷ ತನ್ನ ನಿವ್ವಳ ಲಾಭದ ಸರಾಸರಿ ಎಂಟು ಮತ್ತು ಹದಿನಾಲ್ಕು ಪ್ರತಿಶತದ ನಡುವೆ ನೀಡುತ್ತದೆ. ಈ ಪ್ರಶಸ್ತಿಯನ್ನು ಭಾರತದ ಪ್ರಭಾವಶಾಲಿ ಕೈಗಾರಿಕಾ ಸಂಘಟನೆಯ ಅಧ್ಯಕ್ಷ ರತನ್ ಟಾಟಾ, ಟಾಟಾ ಗ್ರೂಪ್ ಮತ್ತು ಆ ದೇಶದ ಅಗ್ರಗಣ್ಯ ಲೋಕೋಪಕಾರಿ ನಾಯಕರಲ್ಲಿ ಒಬ್ಬರು ಸ್ವೀಕರಿಸಲಿದ್ದಾರೆ.

*ರಾಷ್ಟ್ರದ ಹೆಮ್ಮೆ : ರತನ್ ಟಾಟಾ* ────────────────────── **102**

ಟಾಟಾ ಗ್ರೂಪ್ ನ ವಿವಿಧೋದ್ದೇಶ ಟ್ರಸ್ಟ್ ಗಳ ಅಧ್ಯಕ್ಷತೆಯನ್ನು ರತನ್ ಟಾಟಾ ವಹಿಸಿದ್ದಾರೆ. ಇದರಲ್ಲಿ ಭಾರತದ ಅತ್ಯಂತ ಹಳೆಯ ಮತ್ತು ಅತಿದೊಡ್ಡ ಖಾಸಗಿ ಅನುದಾನ ನೀಡುವ ಸಂಸ್ಥೆಗಳೂ ಸೇರಿವೆ. "ರಚನಾತ್ಮಕ ಲೋಕೋಪಕಾರ" ದ ಟ್ರಸ್ಟ್ ಗಳ ತತ್ತ್ವಶಾಸ್ತ್ರವು ಲಾಭೋದ್ದೇಶವಿಲ್ಲದ ಟಾಟಾ ಗ್ರೂಪ್ ನ ಮೌಲ್ಯಗಳಲ್ಲಿ ಹುದುಗಿದೆ ಮತ್ತು ಭಾರತದಾದ್ಯಂತ ಸಾಂಪ್ರದಾಯಿಕ ದತ್ತಿ ಪರಿಕಲ್ಪನೆಯನ್ನು ಬದಲಾಯಿಸುವಲ್ಲಿ ಪಾತ್ರ ವಹಿಸಿದೆ. ವೈಯಕ್ತಿಕ, ಸ್ಥಳೀಯ ಮತ್ತು ರಾಷ್ಟ್ರೀಯ ಅಭಿವೃದ್ಧಿಗೆ ಬೆದರಿಕೆ ಹಾಕುವ ಸಮಸ್ಯೆಗಳ ಮೇಲೆ ಸಹಕಾರಿ ಕ್ರಮವನ್ನು ಸುಲಭಗೊಳಿಸುವ ಸಾಮರ್ಥ್ಯವನ್ನು ಹೊಂದಿರುವ ದೇಶದ ಕೆಲವೇ ಲೋಕೋಪಕಾರಿ ಶಕ್ತಿಗಳಲ್ಲಿ ಟಾಟಾ ಕುಟುಂಬವೂ ಒಂದಾಗಿದೆ.

1898ರಲ್ಲಿ ಬೆಂಗಳೂರಿನಲ್ಲಿರುವ ಇಂಡಿಯನ್ ಇನ್ಸ್ಟಿಟ್ಯೂಟ್ ಆಫ್ ಸೈನ್ಸ್ ಗೆ ಭೂಮಿ ದಾನ ಮಾಡಿದಾಗಿನಿಂದ,

## ರತನ್ ಟಾಟಾ ಉಲ್ಲೇಖಗಳು

- ಇಂದಿನಿಂದ ನೂರು ವರ್ಷಗಳ ನಂತರ, ಟಾಟಾಗಳು ಈಗಿರುವುದಕ್ಕಿಂತ ದೊಡ್ಡದಾಗಿರುತ್ತವೆ ಎಂದು ನಾನು ನಿರೀಕ್ಷಿಸುತ್ತೇನೆ. ಹೆಚ್ಚು ಮುಖ್ಯವಾಗಿ, ಈ ಗುಂಪನ್ನು ಭಾರತದಲ್ಲಿ ಅತ್ಯುತ್ತಮವೆಂದು ಪರಿಗಣಿಸಲಾಗುತ್ತದೆ ಎಂದು ನಾನು ಪರಿಕಲ್ಪಿಸುತ್ತೇನೆ. ನಾವು ಕಾರ್ಯನಿರ್ವಹಿಸುವ ರೀತಿಯಲ್ಲಿ ಉತ್ತಮವಾಗಿದೆ, ನಾವು ತಲುಪಿಸುವ ಉತ್ಪನ್ನಗಳಲ್ಲಿ ಸಂಪೂರ್ಣತೆಯಿದೆ ಮತ್ತು ನಮ್ಮ ಮೌಲ್ಯ ವ್ಯವಸ್ಥೆಗಳು ಮತ್ತು ನೈತಿಕತೆಗಳಲ್ಲಿ ಸಬಲೀಕರಣವಿದೆ. ಹೀಗೆ ಹೇಳಿದ ನಂತರ, ಇಂದಿನಿಂದ ನೂರು ವರ್ಷಗಳ ನಂತರ ನಾವು ನಮ್ಮ ರೆಕ್ಕೆಗಳನ್ನು ಭಾರತವನ್ನು ಮೀರಿ ಹರಡುತ್ತೇವೆ ಎಂದು ನಾನು ಭಾವಿಸುತ್ತೇನೆ.
- ನನ್ನ ದೇಶದ ಬಗ್ಗೆ ನನಗೆ ಹೆಮ್ಮೆ ಇದೆ ಆದರೆ ಕೋಮುವಾದ ಮತ್ತು ಜಾತಿವಾದದಿಂದ ಮುಕ್ತವಾದ ಏಕೀಕೃತ ಭಾರತವನ್ನು ನಿರ್ಮಿಸಲು ನಾವು ಒಗ್ಗೂಡಬೇಕಾಗಿದೆ. ನಾವು ಭಾರತವನ್ನು ಸಮಾನ ಅವಕಾಶಗಳ ಭೂಮಿಯಾಗಿ ನಿರ್ಮಿಸಬೇಕಾಗಿದೆ ಎಲ್ಲಾ: ನಾವು ನಮ್ಮ ದೃಷ್ಟಿಕೋನಗಳನ್ನು ಎತ್ತರಕ್ಕೆ ಇಟ್ಟುಕೊಂಡು ಮುಂದುವರಿದ ಬೆಳವಣಿಗೆ, ಸಮೃದ್ಧಿ ಮತ್ತು ಸಮಾನ ಅವಕಾಶದ ಫಲವನ್ನು ಜನರಿಗೆ ತಲುಪಿಸಿದರೆ ನಾವು ನಿಜವಾದ ಶ್ರೇಷ್ಠ ರಾಷ್ಟ್ರವಾಗಬಹುದು.
- ದೇಶವು ಈಗ ಸಾರ್ವತ್ರಿಕವಾಗಿ ರಾಷ್ಟ್ರವಾಗಿ ಗುರುತಿಸಲ್ಪಟ್ಟಿದೆ ಮತ್ತು ಈ ಪ್ರದೇಶದ ಯಶಸ್ವಿ ಆರ್ಥಿಕತೆಗಳಲ್ಲಿ ತನ್ನ ಸ್ಥಾನವನ್ನು ಪಡೆದುಕೊಂಡಿದೆ. ಭವಿಷ್ಯದ ಸಾಮರ್ಥ್ಯವು ಅಗಾಧವಾಗಿದೆ. ಆದರೆ ದೇಶದ ಭವಿಷ್ಯವು ನಮ್ಮ ಕೈಯಲ್ಲಿದೆ. ಸಣ್ಣ ಏರಿಕೆಗಳಿಂದ ದಿಟ್ಟ, ದೊಡ್ಡ ಉಪಕ್ರಮಗಳಿಗೆ ಸಾಗುವ ಸಮಯ ಬಂದಿದೆ. ಹೊದಿಕೆಯನ್ನು ವಿಸ್ತರಿಸಲು ಮತ್ತು ಈ ಹಿಂದೆ ಸಾಧ್ಯವಾಗದ ಗುರಿಗಳನ್ನು ಹೊಂದಿಸಲು ಸಮಯ ಬಂದಿದೆ. ಕಾರ್ಯಕ್ಷಮತೆಯನ್ನು ಅಳೆಯಲು ಮತ್ತು ಸರ್ಕಾರದ ಹಂಚಿಕೆಯಾದ ಹಣವನ್ನು ಅವರು ಉದ್ದೇಶಿಸಿರುವ ಜನರನ್ನು ತಲುಪಲು ಸಮಯ ಬಂದಿದೆ.

ಕುಟುಂಬ ಮತ್ತು ಅದರ ಟ್ರಸ್ಟ್ ಗಳು ಅಸಂಖ್ಯಾತ ಕಾರಣಗಳಿಗೆ ದೊಡ್ಡ ಮತ್ತು ಸಣ್ಣ ಅನುದಾನಗಳ ಮೂಲಕ ಬೆಂಬಲವನ್ನು ನೀಡಿವೆ. ವಿಜ್ಞಾನ, ಔಷಧ, ಸಾಮಾಜಿಕ ಸೇವೆಗಳು, ಆರೋಗ್ಯ, ನಾಗರಿಕ ಸಮಾಜ ಮತ್ತು ಆಡಳಿತ, ಗ್ರಾಮೀಣ ಕಲ್ಯಾಣ, ಪ್ರದರ್ಶನ ಕಲೆಗಳು, ಶಿಕ್ಷಣ ಮತ್ತು ಮಕ್ಕಳ ಅಗತ್ಯಗಳು. ಟಾಟಾ ಫ್ಯಾಮಿಲಿ ಫಂಡಿಂಗ್ ಸಾಮಾಜಿಕ ವಿಜ್ಞಾನಗಳು, ಕ್ಯಾನ್ಸರ್ ಸಂಶೋಧನೆ ಮತ್ತು ಚಿಕಿತ್ಸೆ ಮತ್ತು ಉಷ್ಣವಲಯದ ಕಾಯಿಲೆ ಸಂಶೋಧನೆಯಲ್ಲಿ ಪ್ರವರ್ತಕ ಸಂಸ್ಥೆಗಳನ್ನು ಸ್ಥಾಪಿಸಿದೆ.

ಸಾಂಸ್ಥಿಕ ಸಾಮಾಜಿಕ ಜವಾಬ್ದಾರಿಯ ಬಲವಾದ ಪ್ರತಿಪಾದಕರಾದ ರತನ್ ಟಾಟಾ ಅವರು ತಮ್ಮ ಕಂಪನಿಯ ಲೋಕೋಪಕಾರಿ ಉಪಕ್ರಮಗಳತ್ತ ಗಮನ ಹರಿಸಲು ಮತ್ತು ಇತರ ತಳಮಟ್ಟದ ಸಮುದಾಯದ ಉಪಕ್ರಮಗಳಲ್ಲಿ ಸಾಕ್ಷರತೆ, ಸೂಕ್ಷ್ಮ ಹಣಕಾಸು ಮತ್ತು ಜಲ ಸಂರಕ್ಷಣೆಯಂತಹ ಪ್ರಮುಖ ವಿಷಯಗಳ ಬಗ್ಗೆ ಜಾಗೃತಿ ಮೂಡಿಸಲು ಶ್ರಮಿಸುತ್ತಾರೆ. ಕುಟುಂಬ ಟ್ರಸ್ಟ್ ಗಳಲ್ಲಿ ಅವರ ನಾಯಕತ್ವದ ಪಾತ್ರದ ಜೊತೆಗೆ, ಬಿಲ್ ಮತ್ತು ಮೆಲಿಂಡಾ ಗೇಟ್ಸ್ ಫೌಂಡೇಶನ್ನ ಇಂಡಿಯಾ ಏಡ್ಸ್ ಇನಿಶಿಯೇಟಿವ್ ನ ಕಾರ್ಯಕ್ರಮ ಮಂಡಳಿ ಸೇರಿದಂತೆ ಹಲವಾರು ಪ್ರಭಾವಶಾಲಿ ವೈದ್ಯಕೀಯ ಮತ್ತು ಕಲಾ ಸಂಸ್ಥೆಗಳ ಮಂಡಳಿಯಲ್ಲಿ ಟಾಟಾ ಸೇವೆ ಸಲ್ಲಿಸುತ್ತಿದ್ದಾರೆ.

17

# ಎ ವರ್ಲ್ಡ್ ಐಕಾನ್

ಅವರು ಭಾರತದ ಐಕಾನ್ ಮಾತ್ರವಲ್ಲ, ಅವರು ವಿಶ್ವ ಐಕಾನ್ ಆಗಿದ್ದಾರೆ, ಅವರು ಭಾರತವನ್ನು ಅಂತರರಾಷ್ಟ್ರೀಯ ಗಮನ ಸೆಳೆದಿದ್ದಾರೆ. ಅವರನ್ನು **ಕಾರ್ಪೊರೇಟ್ ಇಂಡಿಯಾದ ಅಧ್ಯಕ್ಷರೆಂದು ವಿವರಿಸಲಾಗಿದೆ.** ಟಾಟಾ ಕಾಂಡಿಮೆಂಟ್ಸ್, ಟಾಟಾ ಟೀ ಕುಡಿಯಿರಿ, ಟಾಟಾ ಫ್ಯಾಬ್ರಿಕ್ ನಿಂದ ತಯಾರಿಸಿದ ಬಟ್ಟೆಗಳನ್ನು ಧರಿಸಿ, ಟಾಟಾ ಕಾರುಗಳಲ್ಲಿ ಟಾಟಾ ಸ್ಟೀಲ್ ನಿಂದ ನಿರ್ಮಿಸಲಾದ ಸೇತುವೆಗಳ ಮೇಲೆ ಚಾಲನೆ ಮಾಡಿ, ಟಾಟಾ ಫೋನ್ ಗಳ ಮೂಲಕ ಮಾತನಾಡಿ, ಟಾಟಾ ಇಂಟರ್ನೆಟ್ ಗಳ ಮೂಲಕ ಸಂವಹನ ನಡೆಸಿ, ಟಾಟಾ ಹೋಟೆಲ್ ಗಳಲ್ಲಿ ಉಳಿಯಿರಿ.

ಕನಿಷ್ಠ ಕಳೆದ ಇಪ್ಪತ್ತು ವರ್ಷಗಳಿಂದ, ಅವರು ಮುಂಬೈನ ಹೊರಗಿನ ಸಾಧಾರಣ, ಪುಸ್ತಕ ತುಂಬಿದ ಸೀಫ್ರಂಟ್ ಮನೆಯಲ್ಲಿ ಏಕಾಂಗಿಯಾಗಿ ವಾಸಿಸುತ್ತಿದ್ದಾರೆ. ಅಲ್ಲಿಂದ ಅವರು ಸಣ್ಣ ಟಾಟಾ ಕಾರಿನಲ್ಲಿ ಪ್ರತಿದಿನ ಕೆಲಸ ಮಾಡಲು ಮುಂದಾಗುತ್ತಾರೆ. 1962 ರಲ್ಲಿ ಜಮ್ಶೆಡ್ ಪುರದಲ್ಲಿ ಟಾಟಾ ಸ್ಟೀಲ್ ಗೆ ಸೇರಲು ಐಬಿಎಂ ಉದ್ಯೋಗ ಪ್ರಸ್ತಾಪವನ್ನು ತಿರಸ್ಕರಿಸಿದಾಗ ವಿನಮ್ರತೆಯಲ್ಲಿ ಅವರ ಗಮನಾರ್ಹ ಪಾಠವಾಗಿತ್ತು. ಅವರು ಅಮೆರಿಕಾದ ಜೀವನಶೈಲಿಯ ಅವಕಾಶಗಳತ್ತ ಆಕರ್ಷಿತರಾದರು ಮತ್ತು ಐಬಿಎಂ ಪ್ರಸ್ತಾಪವನ್ನು ಸ್ವೀಕರಿಸಲು ಪ್ರಚೋದಿತರಾದರು, ಆದರೆ ಅವರ ಅಜ್ಜಿ ಅನಾರೋಗ್ಯದಿಂದ ಬಳಲುತ್ತಿದ್ದರು ಮತ್ತು ಅವರ ಅಜ್ಜ ಅವರನ್ನು ಭಾರತಕ್ಕೆ ಮರಳಲು ಮತ್ತು ಕುಟುಂಬ ವ್ಯವಹಾರಕ್ಕೆ ಸೇರಲು ಒತ್ತಾಯಿಸಿದರು. ಕುಟುಂಬ ವ್ಯವಹಾರಕ್ಕೆ ಅವರ ಪ್ರವೇಶ,

ಆದಾಗ್ಯೂ, ಅವನನ್ನು ನಮ್ರತೆ ಮತ್ತು ಸಹಿಷ್ಣುತೆಯ ಕಠಿಣ ಪರೀಕ್ಷೆಗೆ ಒಳಪಡಿಸಲಾಯಿತು. ಅವರು ಇತರ ಬ್ಲೂ-ಕಾಲರ್ ಉದ್ಯೋಗಿಗಳೊಂದಿಗೆ ನೆಲದ ಮೇಲೆ ಕೆಲಸ ಮಾಡಿದರು, ಸುಣ್ಣದ ಕಲ್ಲುಗಳನ್ನು ಎಸೆಯುತ್ತಿದ್ದರು ಮತ್ತು ಬ್ಲಾಸ್ಟ್ ಕುಲುಮೆಗಳನ್ನು ನಿರ್ವಹಿಸುತ್ತಿದ್ದರು!

1971ರಲ್ಲಿ, ರತನ್ ಟಾಟಾ ಅವರನ್ನು NELCO (The National Radio & Electronics Co.) ದ ನಿರ್ದೇಶಕರಾಗಿ ನೇಮಿಸಲಾಯಿತು. ಆಗ ಆರ್ಥಿಕ ತೊಂದರೆಗಳನ್ನು ಎದುರಿಸುತ್ತಿತ್ತು. ಅವರು ಗ್ರಾಹಕ ಎಲೆಕ್ಟ್ರಾನಿಕ್ಸ್ ಬದಲಿಗೆ ಉನ್ನತ ತಂತ್ರಜ್ಞಾನದ ಉತ್ಪನ್ನಗಳಲ್ಲಿ ಹೂಡಿಕೆ ಮಾಡಿದರು. 1975 ರ ಹೊತ್ತಿಗೆ, ನೆಲ್ಕೊ 20% ಮಾರುಕಟ್ಟೆ ಪಾಲನ್ನು ಹೊಂದಿತ್ತು ಮತ್ತು ಅದರ ನಷ್ಟವನ್ನು ಮರುಪಡೆಯಿತು. ಆದಾಗ್ಯೂ, ಆ ವರ್ಷದಲ್ಲಿ, ಭಾರತವು ತುರ್ತು ಪರಿಸ್ಥಿತಿಯನ್ನು ಘೋಷಿಸಿತು, ಇದು ಆರ್ಥಿಕ ಹಿಂಜರಿತವನ್ನು ಸೃಷ್ಟಿಸಿತು ಮತ್ತು 1977 ರಲ್ಲಿ ಒಕ್ಕೂಟದ ಸಮಸ್ಯೆಗಳನ್ನು ಹೆಚ್ಚಿಸಿತು. ಈ ಎಲ್ಲ ಸವಾಲುಗಳನ್ನು ನೆಲ್ಕೊ ನಿಭಾಯಿಸಲಾಗಲಿಲ್ಲ.

1977ರಲ್ಲಿ, ಆರ್ಥಿಕ ತೊಂದರೆಗಳನ್ನು ಎದುರಿಸುತ್ತಿದ್ದ ಎಂಪ್ರೆಸ್ ಮಿಲ್ಸ್ ನ ಉಸ್ತುವಾರಿ ರತನ್ ವಹಿಸಿಕೊಂಡರು. ಅವರು ಕಂಪನಿಯನ್ನು ಮರುಸಂಘಟಿಸುವಲ್ಲಿ ಯಶಸ್ವಿಯಾದರು ಮತ್ತು ಲಾಭಾಂಶವನ್ನು ಸಹ ಘೋಷಿಸಿದರು. ಆದಾಗ್ಯೂ, ಕಡಿಮೆ ಕಾರ್ಮಿಕ-ತೀವ್ರ ಕಾರ್ಯಾಚರಣೆಗಳನ್ನು ಹೊಂದಿರುವ ಸ್ಪರ್ಧಿಗಳು ಎಂಪ್ರೆಸ್ ಮಿಲ್ಸ್ ಗೆ ಬಲವಾದ ಸವಾಲನ್ನು ಒಡ್ಡಿದರು. ಕಂಪನಿಯನ್ನು ಪುನರುಜ್ಜೀವನಗೊಳಿಸಲು ಹೆಚ್ಚಿನ ಹಣದ ಅಗತ್ಯವಿದೆ ಆದರೆ ಕೆಲವು ಹಳೆಯ ಟಾಟಾ ನಿರ್ದೇಶಕರು ನಿರಾಕರಿಸಿದರು ಮತ್ತು 1986 ರಲ್ಲಿ ಎಂಪ್ರೆಸ್ ಮಿಲ್ಸ್ ಅನ್ನು ಮುಚ್ಚಲಾಯಿತು, ಇದು ರತನ್ ಅವರ ನಿರಾಶೆಗೆ ಕಾರಣವಾಯಿತು. ಹಿಂದೂಸ್ತಾನ್ ಟೈಮ್ಸ್ ಗೆ ನೀಡಿದ ಪತ್ರಿಕಾ ಸಂದರ್ಶನದಲ್ಲಿ, ಸಾಮ್ರಾಜ್ಞಿಗೆ ಅದನ್ನು ತಿರುಗಿಸಲು ಕೇವಲ 50 ಲಕ್ಷ ರೂ .ಗಳ ಅಗತ್ಯವಿದೆ ಎಂದು ಅವರು ವಿಷಾದಿಸಿದ್ದಾರೆ ಎಂದು ವರದಿಯಾಗಿದೆ!

1981ರಲ್ಲಿ, ರತನ್ ಟಾಟಾ ಇಂಡಸ್ಟ್ರೀಸ್ ನ ಅಧ್ಯಕ್ಷರಾದರು. ಹೈಟೆಕ್ ಅನ್ನು ವ್ಯವಹಾರಕ್ಕೆ ಉತ್ತೇಜಿಸಲು ಅವರು ಟಾಟಾ ಗ್ರೂಪ್ ನ ಥಿಂಕ್-ಟ್ಯಾಂಕ್ ಆಗಿ ರೂಪಾಂತರಗೊಂಡರು.

1991ರಲ್ಲಿ, ರತನ್ ತನ್ನ ಅಜ್ಜ ಜೆ .ಆರ್ .ಡಿ, ಟಾಟಾ ಅವರಿಂದ ಗ್ರೂಪ್ ಚೇರ್ಮನ್ ಆದರು. ಇದು ರತನ್ ಟಾಟಾ ಅವರ "ಮಳೆಬಿಲ್ಲು ಅವಧಿಯ" ಆರಂಭವಾಗಿತ್ತು, ಏಕೆಂದರೆ ಈ ಪ್ರಭಾವಶಾಲಿ ಸ್ಥಾನದೊಂದಿಗೆ, ಅವರು ತಮ್ಮ ಆಲೋಚನೆಗಳನ್ನು ಕಾರ್ಯಗತಗೊಳಿಸಲು ಮತ್ತು ಟಾಟಾ ಗ್ರೂಪ್ ನ ಅದೃಷ್ಟವನ್ನು ಮರುರೂಪಿಸಲು ಸಾಧ್ಯವಾಯಿತು.

ಭಾರತೀಯ ಸ್ಟಾಕ್ ಮಾರುಕಟ್ಟೆಯಲ್ಲಿ ಯಾವುದೇ ವ್ಯಾಪಾರ ಸಂಸ್ಥೆಯ ಅತಿದೊಡ್ಡ ಮಾರುಕಟ್ಟೆ ಬಂಡವಾಳೀಕರಣ.

ಟಾಟಾ ಮೋಟಾರ್ಸ್ ಅನ್ನು ನ್ಯೂಯಾರ್ಕ್ ಸ್ಟಾಕ್ ಎಕ್ಸ್ ಚೇಂಜ್ ನಲ್ಲಿ ಪಟ್ಟಿ ಮಾಡಲಾಗಿದೆ. ಜನವರಿ 31, 2007 ರಂದು, ಟಾಟಾ ಸನ್ಸ್ ಆಂಗ್ಲೋ-ಡಚ್ ಉಕ್ಕು ಮತ್ತು ಅಲ್ಯೂಮಿನಿಯಂ ಉತ್ಪಾದಕ ಕೋರಸ್ ಗ್ರೂಪ್ ಅನ್ನು ಸ್ವಾಧೀನಪಡಿಸಿಕೊಂಡಿತು, ಇದರಿಂದಾಗಿ ಟಾಟಾ ಐದನೇ ಅತಿದೊಡ್ಡ ಉಕ್ಕು ಉತ್ಪಾದನೆಯಾಗಿದೆ, ವಿಶ್ವದ ಅಸ್ತಿತ್ವ, 6.75 ಶತಕೋಟಿ ಡಾಲರ್ ಗಳ ಸ್ವಾಧೀನದ ಬೆಲೆಯನ್ನು ಪಾವತಿಸಿದ ನಂತರ. ಟಾಟಾ ನಂತರ ಫೋರ್ಡ್ ಮೋಟಾರ್ ಕಂನಿಂದ ಬ್ರಿಟನ್ನ ಮೋಟಾರು ಉದ್ಯಮ, ಲ್ಯಾಂಡ್ ರೋವರ್ ಮತ್ತು ಜಾಗ್ವಾರ್ ನ ಪ್ರಮುಖ ಮಾರ್ಕ್ ಗಳಾದ 1 ಬಿಲಿಯನ್ ಡಾಲರ್ ಗೆ ಸ್ವಾಧೀನಪಡಿಸಿಕೊಂಡಿತು.

ಐಷಾರಾಮಿ ಹೋಟೆಲ್ ಗಳು, ಆಭರಣಗಳು ಮತ್ತು ವಾಚ್ ಮೇಕಿಂಗ್ ನಲ್ಲೂ ಟಾಟಾ ತೊಡಗಿಸಿಕೊಂಡಿದ್ದಾರೆ. ಇಲ್ಲಿ ಮಲೇಷ್ಯಾದಲ್ಲಿ DRB-Hicom, ನಾಜಾ ಗ್ರೂಪ್, ಸೈಮ್ ಡಾರ್ಬಿ ಮತ್ತು ಬ್ರೂಕ್ ಲ್ಯಾಂಡ್ ಮೋಟಾರ್ಸ್ ನಂತಹ ಸ್ಥಳೀಯ ಮೋಟಾರು ಉದ್ಯಮದಲ್ಲಿ ನಮ್ಮದೇ ಆದ ದೊಡ್ಡ ಹೆಸರುಗಳು ಟಾಟಾ ಮೋಟಾರ್ಸ್ ನೊಂದಿಗೆ ಸೈನ್ ಅಪ್ ಮಾಡಲು ಸ್ಕ್ರಾಂಬ್ಲಿಂಗ್ ಮಾಡುತ್ತಿರುವುದರಲ್ಲಿ ಆಶ್ಚರ್ಯವೇನಿಲ್ಲ.

1998 ರಲ್ಲಿ ರತನ್ ಟಾಟಾ ತಮ್ಮ ಮೆದುಳಿನ ಚಿಗುರು ಟಾಟಾ ಇಂಡಿಕಾವನ್ನು ಟಾಟಾ ಮೋಟಾರ್ಸ್ ಗೆ ಪರಿಚಯಿಸಿದರು. ಸುಮಾರು US$ 2,200 ವೆಚ್ಚದ ಕಾರನ್ನು ತಯಾರಿಸುವುದು ಅವರ ಬಹುದಿನಗಳ ಕನಸಾಗಿತ್ತು. ಇದರಿಂದ ರಸ್ತೆಯಲ್ಲಿರುವ ವ್ಯಕ್ತಿ ಹೊಂದಬಹುದು. ಪ್ರತಿಸ್ಪರ್ಧಿ ಕಾರು ತಯಾರಕರು ಇದನ್ನು ಅಪಹಾಸ್ಯ ಮಾಡಿದರು, ಇಷ್ಟು ಕಡಿಮೆ ಬೆಲೆಯಲ್ಲಿ ಕಾರನ್ನು ಉತ್ಪಾದಿಸುವುದು ಅಸಾಧ್ಯ ಎಂದು ಹೇಳಿಕೊಂಡರು. ಇದು ಬಹುಶಃ ಸುತ್ತುವರಿದ ಮೋಟಾರ್ ಸೈಕಲ್ ಆಗಿರಬಹುದು ಎಂದು ಅವರು ಹೇಳಿದರು. ಆದಾಗ್ಯೂ, ರತನ್ ಟಾಟಾ ಅವರು ತಮ್ಮ ಕಾರ್ಡ್ ಗಳನ್ನು ಎದೆಯ ಹತ್ತಿರ ಇಟ್ಟುಕೊಂಡಿದ್ದರೂ ಅವರು ನಿಜವಾಗಿಯೂ ಗಂಭೀರವಾಗಿದ್ದಾರೆ ಎಂದು ಅವರು ಶೀಘ್ರದಲ್ಲೇ ಅರಿತುಕೊಂಡರು. ಕಾರಿನ ವಿನ್ಯಾಸ, ವೈಶಿಷ್ಟ್ಯಗಳು ಮತ್ತು ವೆಚ್ಚವನ್ನು ಕಡಿಮೆ ಮಾಡಲು ಅವರು ಹೇಗೆ ನಿರ್ವಹಿಸುತ್ತಾರೆ - ಇವೆಲ್ಲವೂ ಅತ್ಯಂತ ರಹಸ್ಯಗಳಾಗಿವೆ.

ಜನವರಿ 10, 2008 ರಂದು, ಟಾಟಾ ನ್ಯಾನೋ ಕಾರಿನ ಮೂರು ಮಾದರಿಗಳನ್ನು US$ 2,528 ಬೆಲೆಗೆ ಪ್ರಾರಂಭಿಸುವ ಮೂಲಕ ರತನ್ ಟಾಟಾ ತಮ್ಮ ಕನಸನ್ನು ಸಾಕಾರಗೊಳಿಸಿದರು. ಅವರು "ಭರವಸೆಯು ಭರವಸೆಯಾಗಿದೆ" ಎಂದು ಹೇಳಿದರು, ಕಾರನ್ನು ಜನರ ಕಾರು ಎಂದು ಕರೆದರು.

ಟಾಟಾ ನ್ಯಾನೊದ ಯಶಸ್ಸು ಇಡೀ ಭಾರತೀಯ ಆರ್ಥಿಕತೆಯ ಬೆಳವಣಿಗೆಯ ಚಲನಶಾಸ್ತ್ರವನ್ನು ಬದಲಾಯಿಸುತ್ತದೆ. ಇದು ವಿದೇಶಿ ಸಣ್ಣ ಕಾರುಗಳಾದ ವೋಕ್ಸ್ ವ್ಯಾಗನ್ ನ ಗಾಲ್ಫ್, ನಿಸ್ಸಾನ್ ನ ತ್ಸುರು ಮತ್ತು

ರೆನಾಲ್ಟ್ ನ ಕ್ಲಿಯೊ ನಡುಕವನ್ನು ಉಂಟುಮಾಡಿತು. ಪ್ರಸ್ತುತ ಲ್ಯಾಟಿನ್ ಅಮೆರಿಕ ಮತ್ತು ಯುರೋಪ್ ನಲ್ಲಿ ಅಗ್ರ ಮಾರಾಟಗಾರರಾಗಿದ್ದಾರೆ.

2006-11ರ ನಡುವೆ ಆಟೋಮೊಬೈಲ್ ಮಾರಾಟದ ಅರ್ಧದಷ್ಟು ಬ್ರೆಜಿಲ್, ರಷ್ಯಾ, ಭಾರತ ಮತ್ತು ಚೀನಾದಿಂದ ಬರುತ್ತದೆ ಎಂದು ಪ್ರೈಸ್ ವಾಟರ್ ಹೌಸ್ ಭವಿಷ್ಯ ನುಡಿದಿದೆ. ಟಾಟಾ ನ್ಯಾನೋ ಭಾರತದ 10- 20% ಸ್ಕೂಟರ್ ಮತ್ತು ಮೋಟಾರ್ ಬೈಕ್ ಖರೀದಿದಾರರನ್ನು ಕಾರು ಖರೀದಿಸಲು ಪ್ರೋತ್ಸಾಹಿಸಬಹುದು ಎಂದು ಸಂಸ್ಥೆ ಮುನ್ಸೂಚನೆ ನೀಡಿದೆ. ಇದು ಸಂಭವಿಸಿದಲ್ಲಿ, ಇದು ಪ್ರತಿವರ್ಷ ಮಾರಾಟವಾಗುವ ಹೆಚ್ಚುವರಿ 1.8 ಮಿಲಿಯನ್ ಕಾರುಗಳಾಗಿ ಭಾಷಾಂತರಿಸಬಹುದು, ಇದು ಪ್ರಸ್ತುತ ಸಂಪೂರ್ಣ ಭಾರತೀಯ ಪ್ರಯಾಣಿಕ ಕಾರು ಮಾರುಕಟ್ಟೆಗೆ ಸಮನಾಗಿರುತ್ತದೆ!

ಟಾಟಾ ಮೋಟಾರ್ಸ್ ಬೃಹತ್ ಪ್ರಗತಿಯನ್ನು ಸಾಧಿಸುತ್ತಿದೆ ಮತ್ತು ಕಂಪನಿಗೆ ಮತ್ತು ಭಾರತಕ್ಕೆ ಇತಿಹಾಸವನ್ನು ಸೃಷ್ಟಿಸುತ್ತಿದೆ. ಮೊದಲನೆಯದಾಗಿ, ಲ್ಯಾಂಡ್ ರೋವರ್-ಜಗ್ವಾರ್ $ 1 ಬಿಲಿಯನ್ ಸ್ವಾಧೀನ, ನಂತರ ವಿಶ್ವದ ಅಗ್ಗದ ಕಾರು, ಟಾಟಾ ನ್ಯಾನೋ, ಮತ್ತು ಮುಂದಿನ ಬೇಸಿಗೆಯ ವೇಳೆಗೆ, ವಿಶ್ವದ ಮೊದಲ ವಾಯು-ಚಾಲಿತ ಕಾರು, ಟಾಟಾ ಮಿನಿಕಾಟ್ ಅನ್ನು ಉತ್ಪಾದಿಸಲು ಯೋಜಿಸಿದೆ, ಇದು ರಿಫ್ಯೂಯೆಲ್ ಗಳ ನಡುವೆ ಸುಮಾರು 300 ಕಿ .ಮೀ ವ್ಯಾಪ್ತಿಯನ್ನು ಹೊಂದಿರುತ್ತದೆ ಮತ್ತು ಪ್ರತಿ ರಿಫ್ಯೂಯೆಲ್ ಸುಮಾರು US$ 2 ಆಗಿರುತ್ತದೆ!

ರತನ್ ಟಾಟಾ ಅವರು ಅಮೆರಿಕಾ ಸಂಯುಕ್ತ ಸಂಸ್ಥಾನದ ಕಾರ್ನೆಲ್ ಮತ್ತು ಹಾರ್ವರ್ಡ್ ವಿಶ್ವವಿದ್ಯಾಲಯಗಳಲ್ಲಿ ಅಧ್ಯಯನ ಮಾಡಿದರು. ಆರ್ಕಿಟೆಕ್ಚರ್ ಮತ್ತು ಸ್ಟ್ರಕ್ಚರಲ್ ಎಂಜಿನಿಯರಿಂಗ್ ನಲ್ಲಿ ಪದವಿ ಪಡೆದಿದ್ದಾರೆ. ಪಾರ್ಸಿ ಮೂಲದ ಅವರು ಮುಂಬೈನ ಶ್ರೀಮಂತ ಮತ್ತು ಪ್ರಸಿದ್ಧ ಟಾಟಾ ಕುಟುಂಬದಲ್ಲಿ ಜನಿಸಿದರು. ಪಾರ್ಸಿಗಳು ಹೆಚ್ಚಾಗಿ ನೆಲೆಸಿದ ಗುಜರಾತ್ ಪ್ರದೇಶದಲ್ಲಿ, ಅವರು ತಮ್ಮ ವಿಶಿಷ್ಟ ಸಂಸ್ಕೃತಿ ಮತ್ತು ಕಠಿಣ ಧಾರ್ಮಿಕ ಮೌಲ್ಯಗಳಿಗೆ ಬಿಗಿಯಾಗಿ ಅಂಟಿಕೊಂಡಿದ್ದಾರೆ. ಇಂದಿಗೂ, ಅವರು ಭೂಮಿ, ಗಾಳಿ ಅಥವಾ ನೀರನ್ನು ಕಲುಷಿತಗೊಳಿಸುವುದರ ವಿರುದ್ಧ ನಿಷೇಧವನ್ನು ಗಮನಿಸುತ್ತಾರೆ.

ರತನ್ ಅವರ ಮುತ್ತಜ್ಜ, ಜಮ್ಸೆಡ್ಜಿ ಟಾಟಾ ಪೌರೋಹಿತ್ಯವನ್ನು ತಿರಸ್ಕರಿಸಿದರು, ವ್ಯವಹಾರದಲ್ಲಿ ವೃತ್ತಿಜೀವನವನ್ನು ಅನುಸರಿಸಿದರು ಮತ್ತು 1850 ರ ದಶಕದಲ್ಲಿ ಕುಟುಂಬ ಕಂಪನಿಯನ್ನು ಸ್ಥಾಪಿಸಿದರು. ರಾಣಿ ವಿಕ್ಟೋರಿಯಾಳ ಕಾಲದಿಂದಲೂ ಟಾಟಾಗಳು ಭಾರತದ ಶ್ರೀಮಂತವರ್ಗದ ನಡುವೆ ಸ್ಥಳಾಂತರಗೊಂಡಿವೆ. ಕಳೆದ

150 ವರ್ಷಗಳಲ್ಲಿ ಅವರ ಸಂಪತ್ತು ಮತ್ತು ಶಕ್ತಿಯಲ್ಲಿ ಬೆಳವಣಿಗೆ ಕಂಡುಬಂದಿದೆ. ಜಮ್ಸೆಟ್ಜಿ ಟಾಟಾ ಜವಳಿ ಮತ್ತು ಉಕ್ಕಿನ ಕಾರ್ಖಾನೆಗಳು ಮತ್ತು ಹಡಗು ಮಾರ್ಗವನ್ನು ಸ್ಥಾಪಿಸಿದರು. ಅವರು ದೇಶದ ಅತ್ಯಂತ ಪ್ರಸಿದ್ಧ ಹೋಟೆಲ್, ಮುಂಬೈನ ತಾಜ್ ಮಹಲ್ ಅನ್ನು ಸಹ ಸ್ಥಾಪಿಸಿದರು.

ರತನ್ ಟಾಟಾ ಅತ್ಯುನ್ನತ ಸೆಲೆಬ್ರಿಟಿ ಸ್ಥಾನಮಾನವನ್ನು ಪಡೆದುಕೊಳ್ಳಬಹುದು. ಆದರೆ, ಅವರು ಬಹಳ ಖಾಸಗಿ ಜೀವನವನ್ನು ನಡೆಸುತ್ತಾರೆ ಮತ್ತು ಸಾಮಾಜಿಕ ಸಮಾರಂಭಗಳಲ್ಲಿ ಎಂದಿಗೂ ಕಾಣಿಸುವುದಿಲ್ಲ. ಅವರು ಹೆಮ್ಮೆಯ ವ್ಯಕ್ತಿಯಲ್ಲ; ವಾಸ್ತವವಾಗಿ, ಅವರನ್ನು ಕೆಲವೊಮ್ಮೆ ನಾಚಿಕೆ ಉಳ್ಳ ವ್ಯಕ್ತಿಯೆಂದು ಎಂದು ವಿವರಿಸಲಾಗುತ್ತದೆ. ತಮ್ಮ ಪತ್ರಗಳಲ್ಲಿ, ರತನ್ ಬಹಳ ಸಭ್ಯ ಮತ್ತು ದಯಾಪರ ವ್ಯಕ್ತಿಯಾಗಿ ಕಾಣಿಸಿಕೊಳ್ಳುತ್ತಾರೆ. ಅವರು ವಿವಾಹವಾಗಿಲ್ಲ ಮತ್ತು ಅವರ ಉತ್ತಮ ಸ್ನೇಹಿತರು ಅವನ ನಾಯಿಗಳು ಎಂದು ನಂಬಲಾಗಿದೆ.

ಏಳನೇ ವಯಸ್ಸಿನಿಂದ, ಅವರನ್ನು ಅವರ ಅಜ್ಜಿ ಲೇಡಿ ನವಜ್ ಬಾಯಿ ಬೆಳೆಸಿದರು. ಅವರು ಹೀಗೆ ಹೇಳಿದ್ದಾರೆಂದು ವರದಿಯಾಗಿದೆ, "ಕಾಲಕಾಲಕ್ಕೆ ಒಂಟಿತನದ ದೊಡ್ಡ ಪ್ರಜ್ಞೆ ಇದೆ. ನಾನು ಬೇರೆ ರೀತಿಯಲ್ಲಿ ಹೇಳಿದರೆ ನಾನು ಸುಳ್ಳು ಹೇಳುತ್ತೇನೆ ಅಥವಾ ಕಪಟವಾಗಿರುತ್ತೇನೆ, ಆದರೆ ನನ್ನ ಬಳಿ ನನ್ನ ನಾಯಿಗಳಿವೆ ಮತ್ತು ಅವು ನನ್ನ ಜೀವನದ ಒಂದು ಭಾಗವಾಗಿದೆ."

ರತನ್ ಟಾಟಾ ಅವರ ಹೆಚ್ಚಿನ ವ್ಯವಹಾರಗಳು ಅಂತಿಮವಾಗಿ ಚಾರಿಟಬಲ್ ಟ್ರಸ್ಟ್ ಗಳ ಒಡೆತನದಲ್ಲಿದೆ ಎಂದು ಗಮನಸೆಳೆದಿದ್ದಾರೆ. ಅವರ ಬಲವಾದ ಪಾತ್ರ, ಅವರ ದೂರದೃಷ್ಟಿಯ ವ್ಯಾಪಾರದ ಯಶಸ್ಸು, ಅವರ ಕುಟುಂಬದ ವಂಶಾವಳಿಯಿಂದಾಗಿ, ಈ ಜಗತ್ತಿನಲ್ಲಿ ಕೇವಲ ಒಬ್ಬ ರತನ್ ಟಾಟಾ ಮಾತ್ರ ಇದ್ದಾರೆ - ಅಪರೂಪದ ಜಾಗತಿಕ ಐಕಾನ್.

*(ಸೌಜನ್ಯ: ಸ್ಫೂರ್ತಿ)*

❐

# 18

# ಟಾಟಾ ನ್ಯಾನೋ: ದಿ ಡ್ರೀಮ್ ಕಾರ್

ಟಾಟಾ ನ್ಯಾನೋ ಒಂದು ಪ್ರಸ್ತಾವಿತ ನಗರ ಕಾರು - ಸಣ್ಣ, ಕೈಗೆಟುಕುವ, ಹಿಂಭಾಗದ-ಎಂಜಿನ್, ನಾಲ್ಕು ಪ್ರಯಾಣಿಕರ ಕಾರು - ಮುಖ್ಯವಾಗಿ ಭಾರತೀಯ ಮಾರುಕಟ್ಟೆಯನ್ನು ಗುರಿಯಾಗಿಟ್ಟುಕೊಂಡು ಟಾಟಾ ಮೋಟಾರ್ಸ್ 9ನೇ ವಾರ್ಷಿಕ ಆಟೋ ಎಕ್ಸ್ ಪೋದಲ್ಲಿ ಜನವರಿ 10, 2008 ರಂದು ಭಾರತದ ನವದೆಹಲಿಯ ಪ್ರಗತಿ ಮೈದಾನದಲ್ಲಿ ಪ್ರಸ್ತುತಪಡಿಸಿತು.

ಟಾಟಾ ವಿಶ್ವದ ಅತ್ಯಂತ ಕಡಿಮೆ ವೆಚ್ಚದ ಉತ್ಪಾದನಾ ಕಾರು ಎಂಬ ಹೆಗ್ಗಳಿಕೆಗೆ ಪಾತ್ರವಾಗಿದೆ - ಆರಂಭದ ಬೆಲೆ ರೂ. 100,000 (ಅಂದಾಜು US$ 2000).

ನ್ಯಾನೋ ಪರಿಚಯವು ಅದರ ಉದ್ದೇಶಿತ ಕಡಿಮೆ ಬೆಲೆಯಿಂದಾಗಿ ಮಾಧ್ಯಮದ ಗಮನವನ್ನು ಸೆಳೆಯಿತು. ಈ ಕಾರು ಭಾರತೀಯ ಆರ್ಥಿಕತೆಯನ್ನು ಹೆಚ್ಚಿಸುತ್ತದೆ, ಭಾರತದಾದ್ಯಂತ ಉದ್ಯಮಶೀಲತೆಯ ಅವಕಾಶಗಳನ್ನು ಸೃಷ್ಟಿಸುತ್ತದೆ ಮತ್ತು ಭಾರತೀಯ ಕಾರು ಮಾರುಕಟ್ಟೆಯನ್ನು 65% ರಷ್ಟು ವಿಸ್ತರಿಸುವ ನಿರೀಕ್ಷೆಯಿದೆ. ಟಾಟಾ ಸಮೂಹದ ಅಧ್ಯಕ್ಷ ರತನ್ ಟಾಟಾ ಮತ್ತು ಟಾಟಾ ಮೋಟಾರ್ಸ್ ಈ ಕಾರನ್ನು ಪರಿಸರ ಸ್ನೇಹಿ "ಜನರ ಕಾರು" ಎಂದು ಬಣ್ಣಿಸಿದ್ದಾರೆ. ಕಡಿಮೆ ವೆಚ್ಚದ ಮತ್ತು ಪರಿಸರ ಸ್ನೇಹಿ ಉಪಕ್ರಮಗಳಿಗಾಗಿ ನ್ಯಾನೋವನ್ನು ಅನೇಕ ಮೂಲಗಳು ಮತ್ತು ಮಾಧ್ಯಮಗಳು ಹೆಚ್ಚು ಪ್ರಶಂಸಿಸಿವೆ. ಇದರಲ್ಲಿ ಸಂಕುಚಿತ ಗಾಳಿಯನ್ನು ಇಂಧನವಾಗಿ ಬಳಸುವುದು ಮತ್ತು ವಿದ್ಯುತ್ ಆವೃತ್ತಿಯಾಗಿ (ಇ-ನ್ಯಾನೋ) ಬಳಸುವುದು ಒಳಗೊಂಡಿದೆ. ಟಾಟಾ ಸಮೂಹವು ನ್ಯಾನೋವನ್ನು ವಿಶೇಷವಾಗಿ ಎಲೆಕ್ಟ್ರಿಕ್ ಆವೃತ್ತಿಯನ್ನು ಬೃಹತ್ ಪ್ರಮಾಣದಲ್ಲಿ ತಯಾರಿಸುವ ನಿರೀಕ್ಷೆಯಿದೆ ಮತ್ತು ಅವುಗಳನ್ನು ಭಾರತದಲ್ಲಿ ಮಾರಾಟ ಮಾಡುವುದರ ಜೊತೆಗೆ, ಅವುಗಳನ್ನು ವಿಶ್ವಾದ್ಯಂತ ರಫ್ತು ಮಾಡುವ ನಿರೀಕ್ಷೆಯಿದೆ.

ಪ್ರಸ್ತುತ, ಟಾಟಾ ಮೋಟಾರ್ಸ್ ತನ್ನ ಅಸ್ತಿತ್ವದಲ್ಲಿರುವ ಪಂತ್ ನಗರ (ಉತ್ತರಾಖಂಡ) ಸ್ಥಾವರದಲ್ಲಿ ನ್ಯಾನೊವನ್ನು ತಯಾರಿಸುತ್ತಿದೆ ಮತ್ತು ಗುಜರಾತ್ನ ಸಾನಂದ್ ಗೆ ಮಾತ್ರ ಸ್ಥಾವರವನ್ನು ಪ್ರಸ್ತಾಪಿಸಲಾಗಿದೆ ಎಂದು ವರದಿಯಾಗಿದೆ. ಜನವರಿ-ಮಾರ್ಚ್ 2009 ರ ವೇಳೆಗೆ ಪಂತ್ ನಗರದಲ್ಲಿ ದಿನಕ್ಕೆ 50 ನ್ಯಾನೋಗಳನ್ನು ಉತ್ಪಾದಿಸಲು ಕಂಪನಿಯು ಆಶಿಸುತ್ತಿದೆ. ನಿಗದಿತ ಸಮಯದೊಳಗೆ ನ್ಯಾನೋವನ್ನು ತರಲಾಗುವುದು ಎಂದು ರತನ್ ಟಾಟಾ ಹೇಳಿದ್ದಾರೆ. ಮಾರ್ಚ್ 2009 ರವರೆಗೆ ಹೆಚ್ಚಿನ ವಿತರಕರನ್ನು ನೇಮಿಸಲಾಗುವುದಿಲ್ಲ. ಕಂಪನಿಯು ಆರಂಭದಲ್ಲಿ ನ್ಯಾನೊಗಾಗಿ ಅಸ್ತಿತ್ವದಲ್ಲಿರುವ ಡೀಲರ್ ನೆಟ್ವರ್ಕ್ ಮೇಲೆ ಅವಲಂಬಿತವಾಗಿರುತ್ತದೆ . ಹೊಸ ನ್ಯಾನೋ ಸ್ಥಾವರವು 5,00,000 ಯುನಿಟ್ ಗಳ ಸಾಮರ್ಥ್ಯವನ್ನು ಹೊಂದಿರಬಹುದು, ಸಿಂಗೂರ್ ಗೆ 3,00,000 ಯುನಿಟ್ ಗಳಿಗೆ ಹೋಲಿಸಿದರೆ. ಪಶ್ಚಿಮ ಬಂಗಾಳ ಸರ್ಕಾರವು ನೀಡುವ ಎಲ್ಲಾ ಪ್ರೋತ್ಸಾಹಕಗಳನ್ನು ಹೊಂದಿಸಲು ಗುಜರಾತ್ ಸಹ ಒಪ್ಪಿಕೊಂಡಿದೆ.

## ಪರಿಕಲ್ಪನೆ ಮತ್ತು ವಿನ್ಯಾಸ

ವಿಶ್ವದ ಅಗ್ಗದ ಉತ್ಪಾದನಾ ಕಾರನ್ನು ರಚಿಸುವ ಯೋಜನೆಯು 2003 ರಲ್ಲಿ ಟಾಟಾ ಮೋಟಾರ್ಸ್ ಅಧ್ಯಕ್ಷ ರತನ್ ಟಾಟಾ ಅವರ ನೇತೃತ್ವದಲ್ಲಿ ಪ್ರಾರಂಭವಾಯಿತು. ನಾಲ್ಕು ಚಕ್ರಗಳ ಸಾರಿಗೆಯ ಬದಲು ದ್ವಿಚಕ್ರ ವಾಹನಗಳನ್ನು ಹೊಂದಿರುವ ಭಾರತೀಯ ಕುಟುಂಬಗಳ ಸಂಖ್ಯೆಯಿಂದ ಸ್ಫೂರ್ತಿ ಪಡೆದಿದೆ. ಮೇ 2005 ರಲ್ಲಿ ಕಡಿಮೆ ಬೆಲೆಯ 4 ಚಕ್ರಗಳ ಏಸ್ ಟ್ರಕ್ ಅನ್ನು ಉತ್ಪಾದಿಸುವಲ್ಲಿ ಕಂಪನಿಯ ಯಶಸ್ಸಿನಿಂದ ನ್ಯಾನೊದ ಅಭಿವೃದ್ಧಿಯು ಮೃದುವಾಗಿದೆ.

ಕಾರು ಸರಳವಾದ ನಾಲ್ಕು ಚಕ್ರಗಳ ಆಟೋ ರಿಕ್ಷಾ ಆಗಿರಬಹುದು ಎಂಬ ಊಹಾಪೋಹಗಳಿಗೆ ವ್ಯತಿರಿಕ್ತವಾಗಿ, ವಾಹನವು "ಸರಿಯಾಗಿ ವಿನ್ಯಾಸಗೊಳಿಸಿದ ಮತ್ತು ನಿರ್ಮಿಸಿದ ಕಾರು" ಎಂದು ಟೈಮ್ಸ್ ಆಫ್ ಇಂಡಿಯಾ ವರದಿ ಮಾಡಿದೆ. ಅಧ್ಯಕ್ಷರು ಹೀಗೆ ಹೇಳಿದ್ದಾರೆಂದು ವರದಿಯಾಗಿದೆ, "ಇದು ಪ್ಲಾಸ್ಟಿಕ್ ಪರದೆಗಳು ಅಥವಾ ಛಾವಣಿಯಿಲ್ಲದ ಕಾರು ಅಲ್ಲ - ಇದು ನಿಜವಾದ ಕಾರು." ಟಾಟಾ ತನ್ನ ವಿನ್ಯಾಸ ನಿಯತಾಂಕಗಳನ್ನು ಸಾಧಿಸಲು ಉತ್ಪಾದನಾ ಪ್ರಕ್ರಿಯೆಯನ್ನು ಪರಿಷ್ಕರಿಸಿದೆ, ನಾವೀನ್ಯತೆಗೆ ಒತ್ತು ನೀಡಿದೆ ಮತ್ತು ಪೂರೈಕೆದಾರರಿಂದ ಹೊಸ ವಿನ್ಯಾಸ ವಿಧಾನಗಳನ್ನು ಬಯಸಿದೆ. ಇಟಲಿಯ ಇನ್ಸ್ಟಿಟ್ಯೂಟ್ ಆಫ್ ಡೆವಲಪ್ ಮೆಂಟ್ ಇನ್ ಆಟೋಮೋಟಿವ್ ಎಂಜಿನಿಯರಿಂಗ್ ನಲ್ಲಿ ಈ ಕಾರನ್ನು ವಿನ್ಯಾಸಗೊಳಿಸಲಾಗಿದೆ. ಎರಡು ವಿಂಡ್ ಸ್ಕ್ರೀನ್ ವೈಪರ್ ಗಳಲ್ಲಿ ಒಂದನ್ನು ತೆಗೆದುಹಾಕುವಂತಹ ಕೆಲವು ಬದಲಾವಣೆಗಳನ್ನು ರತನ್ ಟಾಟಾ ಕೋರಿದ್ದಾರೆ. ನ್ಯಾನೋ ತನ್ನ ಹತ್ತಿರದ ಪ್ರತಿಸ್ಪರ್ಧಿ ಮಾರುತಿ 800 ಗೆ ಹೋಲಿಸಿದರೆ 21% ಹೆಚ್ಚಿನ ಆಂತರಿಕ ಸ್ಥಳ ಮತ್ತು 8% ಸಣ್ಣ ಬಾಹ್ಯವನ್ನು ಹೊಂದಿದೆ. ಈ ಕಾರು ಒಂದು ಸ್ಟ್ಯಾಂಡರ್ಡ್ ಮತ್ತು ಎರಡು ಡೀಲಕ್ಸ್ ರೂಪಾಂತರಗಳನ್ನು ಒಳಗೊಂಡಂತೆ ವಿಭಿನ್ನ ಆವೃತ್ತಿಗಳಲ್ಲಿ ಬರುತ್ತದೆ. ಡೀಲಕ್ಸ್ ಆವೃತ್ತಿಯು ಹವಾನಿಯಂತ್ರಣವನ್ನು ಹೊಂದಿರುತ್ತದೆ, ಆದರೆ ಪವರ್ ಸ್ಟೀರಿಂಗ್ ಇಲ್ಲ. ಟಾಟಾ ಮೋಟಾರ್ಸ್ ನಿಗದಿಪಡಿಸಿದ ಆರಂಭಿಕ ಉತ್ಪಾದನಾ ಗುರಿ ವರ್ಷಕ್ಕೆ 250,000 ಯುನಿಟ್ ಗಳು.

ಟಾಟಾ ನ್ಯಾನೊ ಬಿಡುಗಡೆಯು ಭಾರತೀಯ ಕಾರು ಮಾರುಕಟ್ಟೆಯನ್ನು 65% ರಷ್ಟು ವಿಸ್ತರಿಸಬಹುದು ಎಂದು ರೇಟಿಂಗ್ ಏಜೆನ್ಸಿ ಕ್ರಿಸಿಲ್ (CRISIL) ತಿಳಿಸಿದೆ. ಕಡಿಮೆ ಬೆಲೆಯು ವರ್ಷಕ್ಕೆ 1 ಲಕ್ಷ ರೂ. ಆದಾಯ ಹೊಂದಿರುವ ಕುಟುಂಬಗಳಿಗೆ ಕಾರನ್ನು ಕೈಗೆಟುಕುವಂತೆ ಮಾಡುತ್ತದೆ ಎಂದು ಸಂಸ್ಥೆ ಹೇಳಿದೆ. ಮಾರುಕಟ್ಟೆಯಲ್ಲಿನ ಹೆಚ್ಚಳವು ಹಿಂದಿನ ವರ್ಷಕ್ಕಿಂತ ಕಾರು ಮಾರಾಟವನ್ನು 20% ಹೆಚ್ಚಿಸುವ ನಿರೀಕ್ಷೆಯಿದೆ. "ವಿಶ್ವದ ಅಗ್ಗದ ಕಾರು ಟಾಟಾ ನ್ಯಾನೊ ಅನಾವರಣವು ಕಾರು ಮಾರುಕಟ್ಟೆಯಲ್ಲಿ ಒಂದು ಪ್ರಮುಖ ಘಟನೆಯನ್ನು ಪ್ರಚೋದಿಸುತ್ತದೆ. ಕಂಪನಿಯ ಅಧಿಕಾರಿಗಳ ಹೇಳಿಕೆಯ ಆಧಾರದ ಮೇಲೆ, CRISIL ಸಂಶೋಧನೆಯು ಕಾರಿನ ಗ್ರಾಹಕರ ಬೆಲೆ ಸುಮಾರು 1.3 ಲಕ್ಷ ರೂ. ಎಂದು ಅಂದಾಜಿಸಿದೆ. ಇದು ಭಾರತದಲ್ಲಿ ಎಂಟ್ರಿ ಲೆವೆಲ್ ಕಾರಿನ ಮಾಲೀಕತ್ವದ ವೆಚ್ಚವನ್ನು 30% ರಷ್ಟು ಕಡಿಮೆ ಮಾಡುತ್ತದೆ "ಎಂದು ಕಂಪನಿಯು ವರದಿಯಲ್ಲಿ ತಿಳಿಸಿದೆ.

## ತಾಂತ್ರಿಕ ವಿಶೇಷಣಗಳು

ಟಾಟಾ ಸಮೂಹದ ಅಧ್ಯಕ್ಷ ರತನ್ ಟಾಟಾ ಅವರ ಪ್ರಕಾರ, ನ್ಯಾನೊ 623 ಸಿಸಿ ಹಿಂಭಾಗದ ಎಂಜಿನ್ ಮತ್ತು ಹಿಂಭಾಗದ ಚಕ್ರ ಡ್ರೈವ್ ನೊಂದಿಗೆ 33 PS (33 hp/24 kW) ಕಾರಾಗಿದೆ ಮತ್ತು ನಗರ ರಸ್ತೆ ಪರಿಸ್ಥಿತಿಗಳಲ್ಲಿ 4.55 L/100 km (21.97 km/L, 51.7 mpg (US), 62 mpg (UK) ಮತ್ತು ಹೆದ್ದಾರಿಗಳಲ್ಲಿ 3.85 L/100 km (25.97 km/L, 61.1 mpg (US), 73.3 mpg (UK) ಇಂಧನ ಆರ್ಥಿಕತೆಯನ್ನು ಹೊಂದಿದೆ. ಒಂದೇ ಬ್ಯಾಲೆನ್ಸ್ ಶಾಫ್ಟ್ ಹೊಂದಿರುವ ಕಾರಿನಲ್ಲಿ ಎರಡು ಸಿಲಿಂಡರ್ ವಿರೋಧವಿಲ್ಲದ ಪೆಟ್ರೋಲ್ ಎಂಜಿನ್ ಅನ್ನು ಬಳಸುತ್ತಿರುವುದು ಇದೇ ಮೊದಲು. ನ್ಯಾನೋ ವಿನ್ಯಾಸದಲ್ಲಿನ ಆವಿಷ್ಕಾರಗಳಿಗೆ ಸಂಬಂಧಿಸಿದಂತೆ ಟಾಟಾ ಮೋಟಾರ್ಸ್ 34 ಪೇಟೆಂಟ್ ಗಳನ್ನು ಸಲ್ಲಿಸಿದೆ ಎಂದು ವರದಿಯಾಗಿದೆ. ಅವುಗಳಲ್ಲಿ ಅರ್ಧಕ್ಕಿಂತ ಹೆಚ್ಚಿನವು ಪವರ್ ಟ್ರೈನ್ ಗಳಾಗಿವೆ.

ನ್ಯಾನೋಗಾಗಿ ಟಾಟಾ ಪೇಟೆಂಟ್ ಗಳು ಬಾಕಿ ಉಳಿದಿರುವುದರಿಂದ ಹೆಚ್ಚಿನದನ್ನು ಮಾಡಲಾಗಿದೆ. ಆದರೂ ನವದೆಹಲಿ ಆಟೋ ಎಕ್ಸ್ ಪೋದಲ್ಲಿ ಸುದ್ದಿಗೋಷ್ಠಿಯಲ್ಲಿ ಮಾತನಾಡಿದ ರತನ್ ಟಾಟಾ, ಇವುಗಳಲ್ಲಿ ಯಾವುದೂ ಕ್ರಾಂತಿಕಾರಕವಲ್ಲ ಅಥವಾ ಭೂಕುಸಿತ ತಂತ್ರಜ್ಞಾನವನ್ನು ಪ್ರತಿನಿಧಿಸುವುದಿಲ್ಲ ಎಂದು ಗಮನಸೆಳೆದರು. ಎರಡು ಸಿಲಿಂಡರ್ ಎಂಜಿನ್ನ ಬ್ಯಾಲೆನ್ಸ್ ಶಾಫ್ಟ್ ಮತ್ತು ಪ್ರಸರಣದಲ್ಲಿ ಗೇರ್ ಗಳನ್ನು ಹೇಗೆ ಕತ್ತರಿಸಲಾಗಿದೆ ಎಂಬಂತಹ ಪ್ರಾಪಂಚಿಕ ವಸ್ತುಗಳಿಗೆ ಹೆಚ್ಚಿನ ಸಂಬಂಧವಿದೆ ಎಂದು ಅವರು ಹೇಳಿದರು.

ಈ ಕಾರನ್ನು ಅನೇಕ ಮೂಲಗಳಿಂದ ಪ್ರಶಂಸಿಸಲಾಗಿದ್ದರೂ, "ಮಾರುಕಟ್ಟೆಯ ಇನ್ನೂ ಬಳಕೆಯಾಗದ ವಿಭಾಗವನ್ನು ಗುರಿಯಾಗಿಸಲು ಅಸ್ತಿತ್ವದಲ್ಲಿರುವ ತಂತ್ರಜ್ಞಾನಗಳನ್ನು ಅದು ತಿರುಚಿದ ರೀತಿ" ಯಿಂದಾಗಿ, ನ್ಯಾನೋ ತನ್ನ ತಂತ್ರಜ್ಞಾನದಲ್ಲಿ ಸಾಕಷ್ಟು "ಕ್ರಾಂತಿಕಾರಿ" ಅಲ್ಲ, ಬೆಲೆಯಲ್ಲಿ ಕಡಿಮೆ ಎಂದು ಅದೇ ಮೂಲಗಳಿಂದ ಹೇಳಲಾಗಿದೆ.

ಇದಲ್ಲದೆ, ಹೊಸ ಮತ್ತು ಇನ್ನೂ ಬಿಡುಗಡೆಯಾಗದ ಕಾರಿನಿಂದ ನಿರೀಕ್ಷಿಸಲಾಗುವ ತಂತ್ರಜ್ಞಾನಗಳಲ್ಲಿ ಕ್ರಾಂತಿಕಾರಿ ಸಂಕುಚಿತ-ವಾಯು ಇಂಧನ ವ್ಯವಸ್ಥೆ ಮತ್ತು ಪರಿಸರ ಸ್ನೇಹಿ ಎಲೆಕ್ಟ್ರಿಕ್-ವರ್ಷ, ಟಾಟಾ ಈಗಾಗಲೇ ಕಾರ್ಯನಿರ್ವಹಿಸುತ್ತಿದೆ ಎಂದು ವರದಿಯಾಗಿರುವ ತಂತ್ರಜ್ಞಾನಗಳು ಸೇರಿವೆ, ಆದರೂ ಹೊಸ ಕಾರಿನಲ್ಲಿ ಈ ತಂತ್ರಜ್ಞಾನಗಳಿಗೆ ಯಾವುದೇ ಅಧಿಕೃತ ಸಂಯೋಜನೆ ದಿನಾಂಕವನ್ನು ಬಿಡುಗಡೆ ಮಾಡಲಾಗಿಲ್ಲ.

ಟಾಟಾ ಪ್ರಕಾರ, ನ್ಯಾನೋ ಭಾರತ್ ಸ್ಟೇಜ್-ಇಲ್ ಮತ್ತು ಯುರೋ- IV ಹೊರಸೂಸುವಿಕೆ ಮಾನದಂಡಗಳನ್ನು ಅನುಸರಿಸುತ್ತದೆ. 'ಕಾರು ಪೂರ್ಣ ಮುಂಭಾಗದ ಅಪಘಾತ ಮತ್ತು ಸೈಡ್ ಇಂಪ್ಯಾಕ್ಟ್ ಕ್ರ್ಯಾಶ್ ಅನ್ನು ದಾಟಿದೆ' ಎಂದು ರತನ್ ಟಾಟಾ ಹೇಳಿದರು. ಟಾಟಾ ನ್ಯಾನೋ ಪುಣೆ ಮೂಲದ ಆಟೋಮೋಟಿವ್ ರಿಸರ್ಚ್ ಅಸೋಸಿಯೇಷನ್ ಆಫ್ ಇಂಡಿಯಾ (ARAI) ದೊಂದಿಗೆ ಅಗತ್ಯವಾದ 'ಹೋಲೊಗೇಶನ್' ಪರೀಕ್ಷೆಗಳಲ್ಲಿ ಉತ್ತೀರ್ಣವಾಗಿದೆ.ಇದರರ್ಥ ಕಾರ್ ಹೊರಸೂಸುವಿಕೆ ಅಥವಾ ಶಬ್ದ ಮತ್ತು ಕಂಪನ ಸೇರಿದಂತೆ ಸರ್ಕಾರವು ನಿಗದಿಪಡಿಸಿದ ರಸ್ತೆ ಯೋಗ್ಯತೆಗಾಗಿ ಎಲ್ಲಾ ನಿರ್ದಿಷ್ಟ ಮಾನದಂಡಗಳನ್ನು ಪೂರೈಸಿದೆ ಮತ್ತು ಈಗ ಭಾರತೀಯ ರಸ್ತೆಗಳಲ್ಲಿ ಚಲಿಸಬಹುದಾಗಿದೆ. ಟಾಟಾ ನ್ಯಾನೋ ARAI ನೊಂದಿಗೆ ನಡೆಸಿದ 'ಹೋಲೊಗೇಶನ್' ಪರೀಕ್ಷೆಗಳಲ್ಲಿ ಪ್ರತಿ ಲೀಟರ್ ಗೆ ಸುಮಾರು 24 ಕಿ .ಮೀ. ಗಳಿಸುವಲ್ಲಿ ಯಶಸ್ವಿಯಾಗಿದೆ. ಇದು ಟಾಟಾ ನ್ಯಾನೋವನ್ನು ಭಾರತದಲ್ಲಿ ಹೆಚ್ಚು ಇಂಧನ ದಕ್ಷತೆಯ ಕಾರನ್ನಾಗಿ ಮಾಡುತ್ತದೆ. ARAI ತನ್ನ ವಿಂಡ್ ಶೀಲ್ಡ್ ನಲ್ಲಿ ನಡೆಸಿದ ಪರೀಕ್ಷೆಗಳಲ್ಲಿ ದಾಖಲಾದ ನಿಜವಾದ ಇಂಧನ ಮೈಲೇಜ್ ಅಂಕಿಅಂಶಗಳನ್ನು ಪ್ರದರ್ಶಿಸಿದ ಭಾರತದ ಮೊದಲ ಕಾರು ನ್ಯಾನೋ ಆಗಿದೆ. ARAI ಪ್ರಕಾರ, ಇದು ಯುರೋ IV ಹೊರಸೂಸುವಿಕೆ ಮಾನದಂಡಗಳಿಗೆ ಅನುಗುಣವಾಗಿರುತ್ತದೆ, ಇದು 2010 ರಲ್ಲಿ ಭಾರತದಲ್ಲಿ ಜಾರಿಗೆ ಬರಲಿದೆ.

## ಹಿಂಭಾಗದ ಮೌಂಟೆಡ್ ಎಂಜಿನ್

ಆಂತರಿಕ ಜಾಗವನ್ನು ಗರಿಷ್ಠಗೊಳಿಸಲು ಸಹಾಯ ಮಾಡಲು ಹಿಂಭಾಗದ ಆರೋಹಿತವಾದ ಎಂಜಿನ್ನ ಬಳಕೆಯು ನ್ಯಾನೊವನ್ನು ಮತ್ತೊಂದು ತಾಂತ್ರಿಕವಾಗಿ ನವೀನ "ಜನರ ಕಾರು" ಆದ ಮೂಲ ಫಿಯೆಟ್ 500 ಗೆ ಹೋಲುತ್ತದೆ. ನ್ಯಾನೋಗೆ ಹೋಲುವ ಕಾನ್ಸೆಪ್ಟ್ ವಾಹನವನ್ನು, ಹಿಂಭಾಗದ ಇಂಜಿನ್ ಲೇಔಟ್ ನೊಂದಿಗೆ ಯುಕೆ ರೋವರ್ ಗ್ರೂಪ್ 1990 ರ ದಶಕದಲ್ಲಿ ಮೂಲ ಮಿನಿಗೆ ಉತ್ತರಾಧಿಕಾರಿಯಾಗಲು ಪ್ರಸ್ತಾಪಿಸಿತು ಆದರೆ ಉತ್ಪಾದನೆಗೆ ತರಲಿಲ್ಲ. ಅಂತಿಮವಾಗಿ ಹೊಸ ಮಿನಿ ಹೆಚ್ಚು ದೊಡ್ಡದಾಗಿತ್ತು ಮತ್ತು ತಾಂತ್ರಿಕವಾಗಿ ಸಂಪ್ರದಾಯಶೀಲವಾಗಿತ್ತು. ಸ್ವತಂತ್ರ ಮತ್ತು ಈಗ ನಿಷ್ಕ್ರಿಯವಾಗಿರುವ ಎಂಜಿ ರೋವರ್ ಗ್ರೂಪ್ ನಂತರ ತಮ್ಮ ರೋವರ್ ಸಿಟಿ ರೋವರ್ ಅನ್ನು ಟಾಟಾ ಇಂಡಿಕಾದಲ್ಲಿ ಆಧರಿಸಿದೆ. ಸಂಕುಚಿತ ಏರ್ ಎಂಜಿನ್ ಅನ್ನು ಒಂದು ಆಯ್ಕೆಯಾಗಿ ನೀಡಲು ಟಾಟಾ ಯೋಚಿಸುತ್ತಿದೆ ಎಂದು ವರದಿಯಾಗಿದ

# ಪ್ರಸ್ತಾವಿತ ಉತ್ಪಾದನಾ ಸೌಲಭ್ಯಗಳು

ಗುಜರಾತ್ ನ ಸಾನಂದ್ ನಲ್ಲಿರುವ ಮದರ್ ಪ್ಲಾಂಟ್ ಮತ್ತು ಪಂತ್ ನಗರದಲ್ಲಿರುವ ಉಪಗ್ರಹ ಸ್ಥಾವರದಲ್ಲಿ ನ್ಯಾನೊವನ್ನು ಉತ್ಪಾದಿಸಲಾಗುವುದು. ಅಲ್ಲಿ ನ್ಯಾನೊಗಳನ್ನು ಉತ್ಪಾದಿಸಲು ಏಸ್ ಟ್ರಕ್ ನ ಅಸೆಂಬ್ಲಿ ಲೈನ್ ಗಳನ್ನು ಮಾರ್ಪಡಿಸಲಾಗಿದೆ.

ಭಾರತದಾದ್ಯಂತ ವಿವಿಧ ಪ್ರದೇಶಗಳಲ್ಲಿ ವಿವಿಧ ಉಪಗ್ರಹ ಸ್ಥಾವರಗಳಿಗೆ ಸರಬರಾಜು ಮಾಡುವ ಮಾತೃ ಸ್ಥಾವರವಾಗಿ ಸಿಂಗೂರ್ ಅನ್ನು ರೂಪಿಸಲಾಗಿತ್ತು. ಆದರೆ ಈಗ ಟಾಟಾ ಪಶ್ಚಿಮ ಬಂಗಾಳದಿಂದ ಮೃದುವಾದ ನಿರ್ಗಮನವನ್ನು ಮಾಡಿದೆ. ಗುಜರಾತ್ನ ಸಾನಂದ್ ನಲ್ಲಿ ಅವರು ಮಾತೃ ಸ್ಥಾವರವನ್ನು ಹೊಂದಲು ನಿರ್ಧರಿಸಲಾಗಿದೆ, ಇದು ಗರಿಷ್ಠ ಪ್ರೋತ್ಸಾಹವನ್ನು ನೀಡುತ್ತದೆ ಮತ್ತು ಭೂಸ್ವಾಧೀನದಲ್ಲಿ ವಿವಾದಕ್ಕೆ ಕನಿಷ್ಠ ಸಾಮರ್ಥ್ಯವನ್ನು ಹೊಂದಿದೆ.

ಅದೇ ಸಮಯದಲ್ಲಿ ಪಂತ್ ನಗರ ಘಟಕವು ಟಾಟಾ ನ್ಯಾನೋಸ್ ಅನ್ನು 25-50 ಸಣ್ಣ ಬ್ಯಾಚ್ ಗಳಲ್ಲಿ ತಯಾರಿಸುತ್ತಿದೆ ಮತ್ತು ಈ ಸಂಖ್ಯೆಯನ್ನು ದಿನಕ್ಕೆ 500 ಕ್ಕೆ ಹೆಚ್ಚಿಸುವ ನಿರೀಕ್ಷೆಯಿದೆ. ಪಶ್ಚಿಮ ಬಂಗಾಳ ಮುಖ್ಯಮಂತ್ರಿ ಬುದ್ಧದೇವ್ ಭಟ್ಟಾಚಾರ್ಯರನ್ನು ಭೇಟಿಯಾದ ನಂತರ, ರತನ್ ಟಾಟಾ ಈ ಪ್ರದೇಶದಲ್ಲಿ ತಮ್ಮ ಉದ್ಯೋಗಿಗಳ ಸುರಕ್ಷತೆಯ ಕೊರತೆಯಿಂದಾಗಿ ಸಿಂಗೂರ್ ನಿಂದ ಹಿಂದೆ ಸರಿಯುವ ಟಾಟಾ ಮೋಟಾರ್ಸ್ ನಿರ್ಧಾರವನ್ನು ಘೋಷಿಸಿದರು.

ಸಿಂಗೂರ್ ನಿಂದ ಹಿಂತೆಗೆದುಕೊಂಡ ನಂತರ, ಟಾಟಾ ಮೋಟಾರ್ಸ್ ಮುಂಡ್ರಾ ಮತ್ತು ರಾಜ್ ಕೋಟ್ ನಂತಹ ಪ್ರಮುಖ ಬಂದರುಗಳ ಸಾಮೀಪ್ಯದಿಂದಾಗಿ ಗುಜರಾತ್ ರಾಜ್ಯದಲ್ಲಿ ಮಾತೃ ಸ್ಥಾವರವನ್ನು ಸ್ಥಾಪಿಸಲು ನಿರ್ಧರಿಸಿತು, ಅಲ್ಲಿ 30% ನ್ಯಾನೋ ಘಟಕಗಳನ್ನು ತಯಾರಿಸಲಾಗುತ್ತದೆ ಮತ್ತು ಪ್ರಸ್ತಾವಿತ ಸ್ಥಾವರ ಸ್ಥಳವು ಸಂಪೂರ್ಣವಾಗಿ ಸರ್ಕಾರದ ಒಡೆತನದಲ್ಲಿದೆ ಆದ್ದರಿಂದ ಭೂ ವರ್ಗಾವಣೆಯಲ್ಲಿ ಯಾವುದೇ ಸಮಸ್ಯೆ ಇರುವುದಿಲ್ಲ. ಗುಜರಾತ್ ರಾಜ್ಯವು ವ್ಯವಹಾರಗಳ ಬಗ್ಗೆ ಗುಜರಾತಿಯ ಸಕಾರಾತ್ಮಕ ಮನೋಭಾವಕ್ಕೂ ಹೆಸರುವಾಸಿಯಾಗಿದೆ.

ಸಾನಂದ್ ಸ್ಥಾವರದಲ್ಲಿ ಮೊದಲ ಬ್ಯಾಚ್ ಅನ್ನು ಯಾವಾಗ ಉತ್ಪಾದಿಸಲಾಗುತ್ತದೆ ಎಂಬುದು ಇನ್ನೂ ತಿಳಿದಿಲ್ಲ. ಏತನ್ಮಧ್ಯೆ, ಟಾಟಾ ಮೋಟಾರ್ಸ್ ಪಂತ್ ನಗರ ಮತ್ತು ಪುಣೆಯ ತನ್ನ ಸ್ಥಾವರದಲ್ಲಿ ನ್ಯಾನೊವನ್ನು ಬಿಡುಗಡೆ ಮಾಡುವ ಗಡುವನ್ನು ಪೂರೈಸಲು ಉತ್ಪಾದಿಸುತ್ತಿದೆ.

ಮಹತ್ವಾಕಾಂಕ್ಷೆಯ ನ್ಯಾನೋ ಕಾರು ಇನ್ನೂ ಟಾಟಾ ಘಟಕಗಳ ಅಸೆಂಬ್ಲಿ ಲೈನ್ ನಿಂದ ಹೊರಬಂದಿಲ್ಲ. ಆದರೆ ಇದು ಈಗಾಗಲೇ ವಿಶ್ವದ ಅಗ್ಗದ ಕಾರು ಎಂದು ಗಿನ್ನಿಸ್ ಪುಸ್ತಕದಲ್ಲಿ ಸ್ಥಾನ ಪಡೆದಿದೆ.

19

# ಕೋರಸ್ ಗಾಗಿ ಬಿಡ್ಡರ್ ಗಳ ಯುದ್ಧ

ಭಾರತೀಯ ಪ್ರತಿಸ್ಪರ್ಧಿ ಟಾಟಾ ಸ್ಟೀಲ್ ನಿಂದ ಬ್ರೆಜಿಲ್ ನ ಸಿಎಸ್ಎನ್ ಕಳೆದ ರಾತ್ರಿ ಸುಧಾರಿತ ಆಫರ್ ಅನ್ನು ಟ್ರಂಪ್ ಮಾಡಿದ ನಂತರ ಸ್ಟೀಲ್ ಗ್ರೂಪ್ ಕೋರಸ್ ಅನ್ನು ಸ್ವಾಧೀನಪಡಿಸಿಕೊಳ್ಳುವ ಯುದ್ಧವನ್ನು ತೀವ್ರಗೊಳಿಸಲಾಯಿತು.

ಕೋರಸ್ ಮಂಡಳಿಯು CSN ನಿಂದ 515-ಪೆನ್ಸ್-ಎ-ಶೇರ್ ಕೊಡುಗೆಯನ್ನು ಬೆಂಬಲಿಸಿತು, ಇದರ ಮೌಲ್ಯ £ 4.9 ಬಿಲಿಯನ್.

ಟಾಟಾದಿಂದ 500 ಪೆನ್ಸ್-ಎ-ಶೇರ್, £ 4.7bn ಬಿಡ್ ಅನ್ನು ಕೋರಸ್ ಅನುಮೋದಿಸಿದ ಕೆಲವೇ ಗಂಟೆಗಳ ನಂತರ ಈ ನಾಟಕೀಯ ಕ್ರಮವು ಜಾರಿಯಾಯಿತು.

ಹಿಂದಿನ 455 ಪೆನ್ಸ್-ಎ-ಶೇರ್ ಕೊಡುಗೆಯಲ್ಲಿ ಟಾಟಾ ಬಿಡ್ ಸ್ವತಃ ಸುಧಾರಣೆಯಾಗಿದೆ ಮತ್ತು ಸಿಎಸ್ಎನ್ 475 ಪೆನ್ಸ್ ಷೇರನ್ನು ನೀಡಲು ಸಿದ್ಧವಾಗಿದೆ ಎಂಬ ವರದಿಗಳಿಗೆ ಪ್ರತಿಕ್ರಿಯೆಯಾಗಿ ಬಂದಿದೆ. ಟಾಟಾ ತಕ್ಷಣವೇ 'ತನ್ನ ಸ್ಥಾನವನ್ನು ಪರಿಗಣಿಸುತ್ತಿದೆ' ಎಂದು ಹೇಳಿದೆ. ಬಿಡ್ಡಿಂಗ್ ಯುದ್ಧದ ಉಲ್ಬಣದಲ್ಲಿ ಹೂಡಿಕೆದಾರರು ಜೂಜಾಡುತ್ತಿದ್ದಂತೆ ಕೋರಸ್ ನಲ್ಲಿನ ಷೇರುಗಳು 5% ರಿಂದ 525 ಪಟ್ಟು ಹೆಚ್ಚಾಗಿದೆ.

1999ರಲ್ಲಿ ಕೋರಸ್ ಅನ್ನು ರಚಿಸಲು ಬ್ರಿಟಿಷ್ ಸ್ಟೀಲ್ ಡಚ್ ಪ್ರತಿಸ್ಪರ್ಧಿ ಹೂಗೊವೆನ್ಸ್ ನೊಂದಿಗೆ ವಿಲೀನಗೊಂಡಾಗ ರೂಪುಗೊಂಡ ಕೋರಸ್ - ಸ್ವಾಧೀನದ ಆಸಕ್ತಿಯ ನಡುವೆ ಈ ವರ್ಷ ಅದರ ಷೇರು ಬೆಲೆ 80% ರಷ್ಟು ಏರಿಕೆಯಾಯಿತು.

ಕೋರಸ್ ಗಾಗಿ ಹೋರಾಟವು ಉಕ್ಕಿನ ಉದ್ಯಮದಲ್ಲಿ ಏಕೀಕರಣದ ಸಮಯದಲ್ಲಿ ಬರುತ್ತದೆ ಮತ್ತು ಲಕ್ಷ್ಮಿ ಮಿತ್ತಲ್ ನ ಮಿತ್ತಲ್ ಸ್ಟೀಲ್ ನಿಂದ ಆರ್ಸೆಲರ್ ಅನ್ನು ಬೇಸಿಗೆಯಲ್ಲಿ ಸ್ವಾಧೀನಪಡಿಸಿಕೊಂಡ ನಂತರ ವರ್ಷಕ್ಕೆ 110 ದಶಲಕ್ಷ ಟನ್ ಗಳಷ್ಟು ಉಕ್ಕಿನ ಉತ್ಪಾದನೆಯೊಂದಿಗೆ ಜಾಗತಿಕ ವಿದ್ಯುತ್ ಕೇಂದ್ರವನ್ನು ಸೃಷ್ಟಿಸುತ್ತದೆ.

ಕೋರಸ್ ಮತ್ತು ಸಿಎಸ್ಎನ್ ನಡುವಿನ ಉದ್ದೇಶಿತ ಒಪ್ಪಂದವು ವರ್ಷಕ್ಕೆ 24 ಮಿಲಿಯನ್ ಟನ್ ಗಳ ಉತ್ಪಾದನೆಯೊಂದಿಗೆ ವಿಶ್ವದ ಐದನೇ ಅತಿದೊಡ್ಡ ಉಕ್ಕಿನ ಸಂಸ್ಥೆಯನ್ನು ರಚಿಸುತ್ತದೆ.

ಇದು ಬ್ರೆಜಿಲ್ ನ ಸಿಎಸ್ಎನ್ ನ ಕಾಸಾ ಡಿ ಪೆಡ್ರಾ ಗಣಿಯಿಂದ ಉತ್ತಮ-ಗುಣಮಟ್ಟದ, ಕಡಿಮೆ-ವೆಚ್ಚದ ಕಬ್ಬಿಣದ ಅದಿರು ಮತ್ತು ದಕ್ಷಿಣದಲ್ಲಿ ವೇಗವಾಗಿ ಬೆಳೆಯುತ್ತಿರುವ ಮಾರುಕಟ್ಟೆಗಳಿಗೆ ಕೋರಸ್ ಗೆ ಪ್ರವೇಶವನ್ನು ನೀಡುತ್ತದೆ.

ಅಮೇರಿಕಾ. CSN ಅಧ್ಯಕ್ಷ ಮತ್ತು ಮುಖ್ಯ ಕಾರ್ಯನಿರ್ವಾಹಕ ಬೆಂಜಮಿನ್ ಸ್ಟೈನ್ ಬ್ರುಚ್ ಹೀಗೆ ಹೇಳಿದರು: ಈ ಸಂಯೋಜನೆಯ ಕಾರ್ಯತಂತ್ರದ ಪ್ರಚೋದನೆಯು ಬ್ರೆಜಿಲ್, ಯುರೋಪ್ ಮತ್ತು ನಮ್ಮ ಸಂಯೋಜಿತ ಕಾರ್ಯಪಡೆಗಳಿಗೆ ಬೆಳವಣಿಗೆಯಾಗಿದೆ.

'ನಮ್ಮ ಕಬ್ಬಿಣದ ಅದಿರಿನ ಸ್ವತ್ತುಗಳ ಮೌಲ್ಯವನ್ನು ಕೋರಸ್ ಮೂಲಕ ಅನ್ ಲಾಕ್ ಮಾಡುವುದು, ಕೋರಸ್ ನ ಸುಧಾರಿತ ಎಂಜಿನಿಯರಿಂಗ್ ಸಾಮರ್ಥ್ಯಗಳು ಮತ್ತು ಅದರ ಅತ್ಯುತ್ತಮ ಯುರೋಪಿಯನ್ ವಿತರಣಾ ವೇದಿಕೆಯನ್ನು ಬಳಸಿಕೊಂಡು ಅವುಗಳನ್ನು ವೆಚ್ಚ-ಪರಿಣಾಮಕಾರಿ, ಉತ್ತಮ-ಗುಣಮಟ್ಟದ ಉಕ್ಕಿನ ಉತ್ಪನ್ನಗಳಾಗಿ ಪರಿವರ್ತಿಸುವುದು ನಮ್ಮ ಗುರಿಯಾಗಿದೆ. ಇದು ಎಲ್ಲಾ ಮಧ್ಯಸ್ಥಗಾರರಿಗೆ ಗೆಲುವಿನ ಸಂಯೋಜನೆಯಾಗಿದೆ."

ಹೊಸ ಟಾಟಾ ಕೊಡುಗೆಯನ್ನು ಬೆಂಬಲಿಸಿದ ಕೋರಸ್ ಅಧ್ಯಕ್ಷ ಜಿಮ್ ಲೆಂಗ್, CSN ಬಿಡ್ ಅನ್ನು ಅನುಮೋದಿಸಿದರು. 'ಈ ಕೊಡುಗೆಯು CSN ನ ಆರಂಭಿಕ ಪ್ರಸ್ತಾವನೆ ಮತ್ತು 500 ಪೆನ್ಸ್ ಷೇರಿನ ಪರಿಷ್ಕೃತ ಟಾಟಾ ಕೊಡುಗೆಗಿಂತ ಹೆಚ್ಚಾಗಿದೆ' ಎಂದು ಅವರು ಹೇಳಿದರು. 'ಇದು ಕಚ್ಚಾ ಸಾಮಗ್ರಿಗಳು, ಕಡಿಮೆ ವೆಚ್ಚದ ಉತ್ಪಾದನೆ ಮತ್ತು ಬೆಳವಣಿಗೆಯ ಮಾರುಕಟ್ಟೆಗಳ ಪ್ರವೇಶವನ್ನು ಭದ್ರಪಡಿಸುವ ನಮ್ಮ ಕಾರ್ಯತಂತ್ರದ ಉದ್ದೇಶದೊಂದಿಗೆ ಸ್ಥಿರವಾಗಿದೆ.

'ಎರಡು ವ್ಯವಹಾರಗಳ ಸಂಯೋಜನೆಯು ಹೆಚ್ಚುತ್ತಿರುವ ಜಾಗತಿಕ ಮಾರುಕಟ್ಟೆಯಲ್ಲಿ ಸ್ಪರ್ಧಿಸಲು ಮತ್ತು ಬೆಳೆಯಲು ಬಲವಾದ ವೇದಿಕೆಯನ್ನು ಸೃಷ್ಟಿಸುತ್ತದೆ.'

ಕೋರಸ್ ಎಂಜಿನಿಯರಿಂಗ್ ಸ್ಟೀಲ್ಸ್ ಪಿಂಚಣಿ ಯೋಜನೆಗೆ £ 138 ಮಿಲಿಯನ್ ಮುಂಗಡ ಪಾವತಿಸುತ್ತದೆ ಮತ್ತು ಬ್ರಿಟಿಷ್ ಸ್ಟೀಲ್ ಪಿಂಚಣಿ ಯೋಜನೆಗೆ ಕೊಡುಗೆ ದರವನ್ನು ಮಾರ್ಚ್ 2009 ರವರೆಗೆ 10% ರಿಂದ 12% ಕ್ಕೆ ಹೆಚ್ಚಿಸುತ್ತದೆ ಎಂದು CSN ಹೇಳಿದೆ.

ಕೋರಸ್ ಎಂಜಿನಿಯರಿಂಗ್ ಸ್ಟೀಲ್ಸ್ ಪಿಂಚಣಿ ಯೋಜನೆಗೆ £ 126 ಮಿಲಿಯನ್ ಚುಚ್ಚುಮದ್ದು ನೀಡುವ ಟಾಟಾ ಪ್ರಸ್ತಾಪವನ್ನು ಸಿಎಸ್ಎನ್ ಸುಧಾರಿಸಬೇಕೆಂದು ಬಯಸಿದ್ದ ಕೋರಸ್ ಪಿಂಚಣಿ ಟ್ರಸ್ಟಿಗಳೊಂದಿಗೆ 'ರಚನಾತ್ಮಕ ಮತ್ತು ತೃಪ್ತಿದಾಯಕ ಚರ್ಚೆಗಳ' ನಂತರ ಒಪ್ಪಿದ ಒಪ್ಪಂದವು ನಡೆದಿದೆ ಎಂದು ಸಿಎಸ್ಎನ್ ಹೇಳಿದೆ.

ಪೋರ್ಟ್ ಟಾಲ್ಬಾಟ್, ಸ್ಕಂತೋರ್ಪ್ ಮತ್ತು ರೋಥರ್ ಹ್ಯಾಮ್ ಸೇರಿದಂತೆ ಯುಕೆ ಯ ಕಾರ್ಯಸ್ಥಳಗಳಲ್ಲಿ 24,000 ಸೇರಿದಂತೆ ವಿಶ್ವಾದ್ಯಂತ 47,300 ಜನರನ್ನು ನೇಮಿಸಿಕೊಂಡಿರುವ ಕೋರಸ್, ಒಂದು ವರ್ಷದಿಂದ ವ್ಯಾಪಾರ ಪಾಲುದಾರರನ್ನು ಹುಡುಕುತ್ತಿದೆ. ಯುಕೆ ಮತ್ತು ನೆದರ್ಲ್ಯಾಂಡ್ಸ್ ನಲ್ಲಿ ಹೆಚ್ಚುತ್ತಿರುವ ಕಚ್ಚಾ ವಸ್ತುಗಳು ಮತ್ತು ಇಂಧನ ವೆಚ್ಚಗಳು ಲಾಭದತ್ತ ಸಾಗುತ್ತಿರುವುದರಿಂದ ಕಡಿಮೆ-ವೆಚ್ಚದ ಪ್ರತಿಸ್ಪರ್ಧಿಯೊಂದಿಗೆ ಸಂಪರ್ಕ ಸಾಧಿಸಲು ಇದು ಒತ್ತಡದಲ್ಲಿದೆ.

ಟಾಟಾ ಅಥವಾ ಸಿಎಸ್ಎನ್  ನೊಂದಿಗಿನ ಒಪ್ಪಂದವು ವಿಶ್ವದ ಐದನೇ ಅತಿದೊಡ್ಡ ಕಂಪನಿಯನ್ನು ಸೃಷ್ಟಿಸುತ್ತದೆ ಮತ್ತು ಬ್ರಿಟಿಷ್ ಸ್ಟೀಲ್ ಕೋರಸ್ ಆದ ನಂತರ ಒಂದು ದಶಕಕ್ಕೂ ಕಡಿಮೆ ಅವಧಿಯಲ್ಲಿ ಯುಕೆ ಉಕ್ಕು ಸ್ಥಾವರಗಳನ್ನು ವಿದೇಶಿ ಮಾಲೀಕತ್ವಕ್ಕೆ ವರ್ಗಾಯಿಸುತ್ತದೆ.

ಬೃಹತ್ ಭಾರತೀಯ ಸಂಘಟನೆಯಾದ ಟಾಟಾ ಗ್ರೂಪ್ ತನ್ನ 455 ಪೆನ್ಸ್-ಎ-ಶೇರ್ ಬಿಡ್ ಅನ್ನು ಅಕ್ಟೋಬರ್ ನಲ್ಲಿ ಪ್ರಾರಂಭಿಸಿದಾಗ ಪ್ರಸ್ತುತ ಸ್ವಾಧೀನದ ಯುದ್ಧವನ್ನು ಪ್ರಾರಂಭಿಸಿತು.

£ 4.3ಬಿಲಿಯನ್  ಬಿಡ್ ಅನ್ನು ಕೋರಸ್ ಮಂಡಳಿಯು ಬೆಂಬಲಿಸಿತು. ಆದರೆ ಬ್ರೆಜಿಲಿಯನ್ ಸಂಸ್ಥೆ CSN ಮತ್ತು ರಷ್ಯಾದ ದೈತ್ಯ ಸೆವೆರ್ ಸ್ಟಾಲ್ ಸಹ ಆಸಕ್ತಿ ಹೊಂದಿದ್ದಾರೆಂದು ಹೇಳಲಾಗಿದೆ.

ಸೆವೆರ್ ಸ್ಟಾಲ್ ಕೋರಸ್ ನಲ್ಲಿ ತನ್ನ ಆಸಕ್ತಿಯನ್ನು ಕೈಬಿಟ್ಟಿತು. ಆದರೆ ಕಳೆದ ತಿಂಗಳು ಸಿಎಸ್ಎನ್ 475 ಪೆನ್ಸ್ ಪಾಲನ್ನು ಪಾವತಿಸಲು ಸಿದ್ಧವಾಗಿದೆ ಎಂದು ಹೇಳಿದೆ. ಷೇರುದಾರರು ಟಾಟಾ ಪ್ರಸ್ತಾಪದ ಮೇಲೆ ಮತ ಚಲಾಯಿಸುವವರೆಗೆ ಕೋರಸ್ ಸಿಎಸ್ಎನ್ ನೀಡಿತು.

ಟಾಟಾ ತನ್ನ ಆಘಾತ 500 ಪೆನ್ಸ್ ಷೇರು ಬಿಡ್ ಅನ್ನು ಪ್ರಾರಂಭಿಸಿದಾಗ ಕೋರಸ್ ನೊಂದಿಗೆ 475 ಪೆನ್ಸ್ ಷೇರು ಪ್ರಸ್ತಾಪದ ನಿಯಮಗಳನ್ನು ಉಲ್ಲಂಘಿಸಿ CSN ವಾರಾಂತ್ಯವನ್ನು ಕಳೆದಿದೆ ಎಂದು ತಿಳಿದುಬಂದಿದೆ.

ಟಾಟಾ ಅವರ ಪೂರ್ವಭಾವಿ ಮುಷ್ಕರವು ಕೋರಸ್ ಮತ್ತು CSN ಎರಡನ್ನೂ ಅಚ್ಚರಿಗೊಳಿಸಿತು. ಆದರೆ CSN ತ್ವರಿತವಾಗಿ ಪ್ರತಿಕ್ರಿಯಿಸಿತು ಮತ್ತು ತನ್ನ 515 ಪೆನ್ಸ್ ಷೇರು ಪ್ರಸ್ತಾಪವನ್ನು ಪ್ರಾರಂಭಿಸಿತು.

❒

20

# ಕೋರಸ್ ಟೇಕ್-ಓವರ್

ಸುಮಾರು £12 ಶತಕೋಟಿ ವಾರ್ಷಿಕ ಆದಾಯ ಮತ್ತು ಮುಖ್ಯವಾಗಿ ಯುಕೆ ಮತ್ತು ನೆದರ್ ಲ್ಯಾಂಡ್ಸ್ ನಲ್ಲಿ 20 ದಶಲಕ್ಷ ಟನ್ ಗಳಷ್ಟು ಕಚ್ಚಾ ಉಕ್ಕಿನ ಉತ್ಪಾದನೆಯನ್ನು ಹೊಂದಿರುವ ಯುರೋಪಿನ ಎರಡನೇ ಅತಿದೊಡ್ಡ ಉಕ್ಕು ಉತ್ಪಾದಕ ಕೋರಸ್ ಆಗಿದೆ.

ಕೋರಸ್ ಮೂರು ಕಾರ್ಯಾಚರಣಾ ವಿಭಾಗಗಳು, ಸ್ಟ್ರಿಪ್ ಉತ್ಪನ್ನಗಳು, ದೀರ್ಘ ಉತ್ಪನ್ನಗಳು ಮತ್ತು ವಿತರಣೆ ಮತ್ತು ಕಟ್ಟಡ ವ್ಯವಸ್ಥೆಗಳನ್ನು ಒಳಗೊಂಡಿದೆ ಮತ್ತು ವಿಶ್ವಾದ್ಯಂತ ಸುಮಾರು 42,000 ಜನರನ್ನು ನೇಮಿಸಿಕೊಳ್ಳುವ ಮಾರಾಟ ಕಚೇರಿಗಳು ಮತ್ತು ಸೇವಾ ಕೇಂದ್ರಗಳ ಜಾಗತಿಕ ನೆಟ್ ವರ್ಕ್ ಅನ್ನು ಹೊಂದಿದೆ.

ನಿರ್ಮಾಣ, ಆಟೋಮೋಟಿವ್, ಪ್ಯಾಕೇಜಿಂಗ್, ಮೆಕ್ಯಾನಿಕಲ್ ಮತ್ತು ಎಲೆಕ್ಟ್ರಿಕಲ್ ಎಂಜಿನಿಯರಿಂಗ್, ಲೋಹದ ಸರಕುಗಳು ಮತ್ತು ತೈಲ ಮತ್ತು ಅನಿಲ ಸೇರಿದಂತೆ ವಿಶ್ವದಾದ್ಯಂತ ಹೆಚ್ಚು ಬೇಡಿಕೆಯಿರುವ ಮಾರುಕಟ್ಟೆಗಳಿಗೆ ಕೋರಸ್ ಪ್ರಮುಖ ಪೂರೈಕೆದಾರರಾಗಿದ್ದಾರೆ. ತನ್ನ ವ್ಯವಹಾರದ ಕಾರ್ಯಕ್ಷಮತೆಯ ಹೃದಯಭಾಗದಲ್ಲಿ ನಾವೀನ್ಯತೆ ಮತ್ತು ನಿರಂತರ ಸುಧಾರಣೆಯೊಂದಿಗೆ, ಅಪ್ರತಿಮ ಗ್ರಾಹಕ ಸೇವೆಯಿಂದ ಬೆಂಬಲಿತವಾದ ವಿಭಿನ್ನ ಉತ್ಪನ್ನ ಶ್ರೇಣಿಯನ್ನು ನೀಡುವ ಮೂಲಕ ಮೌಲ್ಯವನ್ನು ಸೃಷ್ಟಿಸುವ ಗುರಿಯನ್ನು ಕೋರಸ್ ಹೊಂದಿದೆ.

ಕೋರಸ್ ವಿಶ್ವದ ಆರನೇ ಅತಿದೊಡ್ಡ ಉಕ್ಕು ಉತ್ಪಾದಕ ಟಾಟಾ ಸ್ಟೀಲ್ ನ ಅಂಗಸಂಸ್ಥೆಯಾಗಿದೆ. ಸುಮಾರು 50 ದೇಶಗಳಲ್ಲಿ ಸಂಯೋಜಿತ ಉಪಸ್ಥಿತಿಯೊಂದಿಗೆ, ಕೋರಸ್, ಟಾಟಾ ಸ್ಟೀಲ್ ಥೈಲ್ಯಾಂಡ್ ಮತ್ತು ನ್ಯಾಟ್ ಸ್ಟೀಲ್ ಏಷ್ಯಾ ಸೇರಿದಂತೆ ಟಾಟಾ ಸ್ಟೀಲ್ ಗ್ರೂಪ್ ಐದು ಖಂಡಗಳಲ್ಲಿ ಸುಮಾರು 80,000 ಉದ್ಯೋಗಿಗಳನ್ನು ಹೊಂದಿದೆ ಮತ್ತು 28 ದಶಲಕ್ಷ ಟನ್ ಗಳಷ್ಟು ಕಚ್ಚಾ ಉಕ್ಕಿನ ಉತ್ಪಾದನಾ ಸಾಮರ್ಥ್ಯವನ್ನು ಹೊಂದಿದೆ.

ಆಂಗ್ಲೋ-ಡಚ್ ಉಕ್ಕು ತಯಾರಕ ಕೋರಸ್ ನ ನಿರ್ದೇಶಕರ ಮಂಡಳಿಯು ಟಾಟಾ ಸ್ಟೀಲ್ ನಿಂದ $ 7.6 ಬಿಲಿಯನ್ ಸ್ವಾಧೀನ ಬಿಡ್ಅನ್ನು ಸ್ವೀಕರಿಸಿದಾಗ, ಈ ಒಪ್ಪಂದವು ವಿದೇಶಿ ಕಂಪನಿಯ ಅತಿದೊಡ್ಡ ಭಾರತೀಯ ಸ್ವಾಧೀನವಾಗಿದೆ ಮತ್ತು ವಿಶ್ವದ ಐದನೇ ಅತಿದೊಡ್ಡ ಉಕ್ಕಿನ ಗುಂಪನ್ನು ರಚಿಸುತ್ತದೆ.

2005ರಲ್ಲಿ, ಟಾಟಾ ಸ್ಟೀಲ್ ವಿಶ್ವದ 56ನೇ ಅತಿದೊಡ್ಡ ಉಕ್ಕು ಉತ್ಪಾದಕರಾಗಿದ್ದು, ಕೋರಸ್ ಅನ್ನು ಸ್ವಾಧೀನಪಡಿಸಿಕೊಳ್ಳುವುದು ಏಷ್ಯಾದ ಹೊರಗಿನ ತನ್ನ ಮೊದಲ ವಿಸ್ತರಣೆಯನ್ನು ಪ್ರತಿನಿಧಿಸುತ್ತದೆ.

ಟಾಟಾ ಸಮೂಹದ ಅಧ್ಯಕ್ಷ ರತನ್ ಟಾಟಾ ಅವರು ಯುರೋಪಿಯನ್ ಸ್ಟೀಲ್ ಕಂಪನಿಯನ್ನು ಪ್ರತಿ ಷೇರಿಗೆ 455 ಪೆನ್ಸ್ ಗೆ ಸ್ವಾಧೀನಪಡಿಸಿಕೊಳ್ಳಲು ಒಪ್ಪಿಕೊಂಡಿದ್ದಾರೆ ಎಂದು ದೃಢಪಡಿಸಿದರು. ಇದು ಕೋರಸ್ ನ ಉದ್ಯಮ ಮೌಲ್ಯವನ್ನು ಸುಮಾರು $ 10 ಬಿಲಿಯನ್ ಗೆ ಇಳಿಸಿತು.

***ಟಾಟಾ ಸ್ಟೀಲ್ ಮುಖ್ಯಸ್ಥ ಬಿ. ಮುತ್ತರಾಮನ್, ಅಧ್ಯಕ್ಷ ರತನ್ ಟಾಟಾ, ಕೋರಸ್ ಅಧ್ಯಕ್ಷ ಜೇಮ್ಸ್ ಲೆಂಗ್ ಮತ್ತು ಮುಖ್ಯ ಕಾರ್ಯನಿರ್ವಾಹಕ ಫಿಲಿಪ್ ವರಿನ್***

"ಈ ಪ್ರಸ್ತಾವಿತ ಸ್ವಾಧೀನವು ಟಾಟಾ ಸ್ಟೀಲ್ ಗೆ ಒಂದು ನಿರ್ಣಾಯಕ ಕ್ಷಣವನ್ನು ಪ್ರತಿನಿಧಿಸುತ್ತದೆ ಮತ್ತು ಅಂತರರಾಷ್ಟ್ರೀಯ ವಿಸ್ತರಣೆಯ ಮೂಲಕ ನಮ್ಮ ಬೆಳವಣಿಗೆಯ ಕಾರ್ಯತಂತ್ರಕ್ಕೆ ಸಂಪೂರ್ಣವಾಗಿ ಸ್ಥಿರವಾಗಿದೆ" ಎಂದು ಟಾಟಾ ಹೇಳಿದರು.

ಈ ಒಪ್ಪಂದವು "ಸರಿಯಾದ ಸಮಯದಲ್ಲಿ ಮತ್ತು ಸರಿಯಾದ ಬೆಲೆಗೆ" ಒದಗುತ್ತದೆ ಎಂದು ಕೋರಸ್ನ ನಿರ್ದೇಶಕ (ಸಂವಹನ) ಜಾಕ್ಸನ್ ಹೇಳಿದರು ಮತ್ತು ಷೇರುದಾರರು ಮತ್ತು ಕಾರ್ಮಿಕ ಸಂಘಗಳು ಈ ಪ್ರಸ್ತಾಪಕ್ಕೆ ಸಕಾರಾತ್ಮಕವಾಗಿ ಪ್ರತಿಕ್ರಿಯಿಸುತ್ತವೆ ಎಂಬ ವಿಶ್ವಾಸವನ್ನು ವ್ಯಕ್ತಪಡಿಸಿದರು.

ಟಾಟಾ ಸ್ಟೀಲ್ ನ ಅಧ್ಯಕ್ಷರೂ ಆಗಿರುವ ರತನ್ ಟಾಟಾ, ಎರಡು ಕಂಪನಿಗಳು ಪಾಲುದಾರರಿಗೆ ಬದ್ಧತೆಯ ಹೊಂದಾಣಿಕೆಯ ಸಂಸ್ಕೃತಿಯನ್ನು ಹೊಂದಿವೆ ಮತ್ತು ತಂತ್ರಜ್ಞಾನ, ದಕ್ಷತೆ, ಉತ್ಪನ್ನ ಮಿಶ್ರಣ ಮತ್ತು ಭೌಗೋಳಿಕ ಹರಡುವಿಕೆಯಲ್ಲಿ ಪೂರಕ ಸಾಮರ್ಥ್ಯಗಳನ್ನು ಹೊಂದಿವೆ ಎಂದು ಉಲ್ಲೇಖಿಸಲಾಗಿದೆ.

ಒಪ್ಪಂದದ ಪ್ರಕಾರ, 75% ಕೋರಸ್ ಷೇರುದಾರರು ಸ್ವಾಧೀನವು ಪೂರ್ಣಗೊಳ್ಳಲು ತಮ್ಮ ಷೇರುಗಳನ್ನು ಟೆಂಡರ್ ಮಾಡಬೇಕಾಗುತ್ತದೆ.

ಇದು ಪೂರ್ಣಗೊಂಡಾಗ, ಸಾಗರೋತ್ತರದಲ್ಲಿ ಭಾರತೀಯ ಕಂಪನಿಯೊಂದು ಕೈಗೆತ್ತಿಕೊಂಡ ಅತಿ ದೊಡ್ಡ ಸ್ವಾಧೀನವಾಗಲಿದೆ. ಈ ಒಪ್ಪಂದವು ವರ್ಷಕ್ಕೆ ಸುಮಾರು 24 ದಶಲಕ್ಷ ಟನ್ ಗಳ ಒಟ್ಟು ಸಾಮರ್ಥ್ಯವನ್ನು ಹೊಂದಿರುವ ವಿಶ್ವದ ಅತಿದೊಡ್ಡ ಉಕ್ಕಿನ ಕಂಪನಿಗಳಲ್ಲಿ ಸಂಯೋಜಿತ ಘಟಕವನ್ನು ಸಹ ಬದಲಾಯಿಸುತ್ತದೆ.

ಟಾಟಾ ಸ್ಟೀಲ್-ಕೋರಸ್ ನ ಸಂಯೋಜಿತ ಘಟಕವು 2011-12ರ ವೇಳೆಗೆ 40 ಮಿಲಿಯನ್ ಟನ್ ಸಾಮರ್ಥ್ಯವನ್ನು ಹೊಂದಿರುತ್ತದೆ. ಸಂಯೋಜಿತ ಘಟಕವು 2011-12ರ ವೇಳೆಗೆ $ 32 ಶತಕೋಟಿ ವಹಿವಾಟನ್ನು ಹೊಂದಿರುತ್ತದೆ.

ಈ ವಹಿವಾಟು $ 10.26 ಶತಕೋಟಿ ಉದ್ಯಮ ಮೌಲ್ಯವನ್ನು ಆಧರಿಸಿದೆ. ಇದರಲ್ಲಿ, ಟಾಟಾ ಸ್ಟೀಲ್ $ 3.5 ಶತಕೋಟಿಗೆ ಧನಸಹಾಯ ನೀಡುತ್ತದೆ ಮತ್ತು ಉಳಿದವುಗಳನ್ನು ಈ ಉದ್ದೇಶಕ್ಕಾಗಿ ಎಸ್ ಪಿ ವಿ ಮೂಲಕ ಸಂಗ್ರಹಿಸಲಾಗುತ್ತದೆ.

ಕೋರಸ್ ನಿರ್ವಹಣೆಯಲ್ಲಿ ಯಾವುದೇ ಬದಲಾವಣೆ ಇರುವುದಿಲ್ಲ. ಕೋರಸ್ ತನ್ನದೇ ಆದ ಯೋಜನೆಗಳನ್ನು ಪೂರ್ಣಗೊಳಿಸುತ್ತದೆ ಮತ್ತು ಕೋರಸ್ ನಿರ್ವಹಣೆಯಲ್ಲಿ ಯಾವುದೇ ಬದಲಾವಣೆ ಇರುವುದಿಲ್ಲ ಎಂದು ಒಪ್ಪಲಾಯಿತು.

ಏಕೀಕರಣ ಸಮಿತಿಯನ್ನು ಸ್ಥಾಪಿಸಲಾಗುವುದು ಮತ್ತು ಖರೀದಿಯು ಕಂಪನಿಗೆ ಹೊಸ ಮಾರುಕಟ್ಟೆಗಳನ್ನು ತೆರೆಯುತ್ತದೆ.

$ 8 ಬಿಲಿಯನ್ ಟಾಟಾ ಸ್ಟೀಲ್-ಕೋರಸ್ ಒಪ್ಪಂದವು ಕಳೆದ ಒಂದೆರಡು ವರ್ಷಗಳಲ್ಲಿ ಉಕ್ಕಿನ ಉದ್ಯಮವು ಕಂಡ ಪ್ರಮುಖ ಡೀಲ್ ಗಳಲ್ಲಿ 5ನೇ ಸ್ಥಾನದಲ್ಲಿದೆ.

## ಕೋರಸ್

ಲಂಡನ್ ಮೂಲದ ಕೋರಸ್ ಗ್ರೂಪ್ ವಿಶ್ವದ ಅತಿದೊಡ್ಡ ಉಕ್ಕು ಮತ್ತು ಅಲ್ಯೂಮಿನಿಯಂ ಉತ್ಪಾದಕರಲ್ಲಿ ಒಂದಾಗಿದೆ. ಅಕ್ಟೋಬರ್ 6, 1999 ರಂದು ಡಚ್ ಸಮೂಹ ಕೊನಿಂಕ್ಲಿಜ್ಕೆ ಹೂಗೊವೆನ್ಸ್ ಎನ್.ವಿ. ಅನ್ನು UK ಯ ಬ್ರಿಟಿಷ್ ಸ್ಟೀಲ್ ಪಿಎಲ್ ಸಿಯೊಂದಿಗೆ ವಿಲೀನಗೊಳಿಸಿದ ನಂತರ 1999 ರಲ್ಲಿ ಕೋರಸ್ ರಚನೆಯಾಯಿತು. ಇದು ವಿಶ್ವಾದ್ಯಂತ 47,300 ಸಿಬ್ಬಂದಿಯನ್ನ ಮತ್ತು ಯುನೈಟೆಡ್ ಕಿಂಗ್ ಡಮ್ ನಲ್ಲಿ 24,000 ಸಿಬ್ಬಂದಿಯನ್ನ ನೇಮಿಸಿಕೊಂಡಿದೆ.

ಇದನ್ನು ಲಂಡನ್ ಸ್ಟಾಕ್ ಎಕ್ಸ್ ಚೇಂಜ್, ಯೂರೋನೆಕ್ಸ್ಟ್ ಆಮ್ಸ್ಟರ್ ಡ್ಯಾಮ್ ಮತ್ತು ನ್ಯೂಯಾರ್ಕ್ ಸ್ಟಾಕ್ ಎಕ್ಸ್ ಚೇಂಜ್ ನಲ್ಲಿ ಪಟ್ಟಿ ಮಾಡಲಾಗಿದೆ.

ಕೋರಸ್ ನಾಲ್ಕು ವಿಭಾಗಗಳನ್ನು ಹೊಂದಿದೆ: ಸ್ಟ್ರಿಪ್ ಉತ್ಪನ್ನಗಳ ವಿಭಾಗ, ದೀರ್ಘ ಉತ್ಪನ್ನಗಳ ವಿಭಾಗ, ವಿತರಣೆ ಮತ್ತು ಕಟ್ಟಡ ವ್ಯವಸ್ಥೆಗಳ ವಿಭಾಗ ಮತ್ತು ಅಲ್ಯೂಮಿನಿಯಂ ವಿಭಾಗ. ಕೋರಸ್ ವಾರ್ಷಿಕ ವಹಿವಾಟು $ 18 ಬಿಲಿಯನ್ ಆಗಿದೆ.

ಆರ್ಸೆಲರ್-ಮಿತ್ತಲ್ ಸ್ಟೀಲ್ ವಿಲೀನದ ನಂತರ, ಕೋರಸ್ ಕೂಡ ಶೀಘ್ರದಲ್ಲೇ ಜಾಗತಿಕ ಉಕ್ಕಿನ ಉದ್ಯಮದಲ್ಲಿ ಮುಂದಿನ ಸುತ್ತಿನ ಬಲವರ್ಧನೆಯ ಭಾಗವಾಗಲಿದೆ ಮತ್ತು ಟಾಟಾ ಸ್ಟೀಲ್ ಅನ್ನು ಪಾಲುದಾರರು ಒಳಗೊಂಡಿರಬಹುದು.

ಅಕ್ಟೋಬರ್ 5, 2006 ರಂದು, ಕೋರಸ್ ಗ್ರೂಪ್ ಸೇರಿದಂತೆ ವಿವಿಧ ಸ್ವಾಧೀನ ಅವಕಾಶಗಳನ್ನು ನೋಡುತ್ತಿರುವುದಾಗಿ ಟಾಟಾ ಸ್ಟೀಲ್ ಘೋಷಿಸಿತು. ಈ ಪ್ರಕಟಣೆಯ ನಂತರ ಅಕ್ಟೋಬರ್ 17, 2006 ರಂದು ಟಾಟಾ ಕೋರಸ್ ಗ್ರೂಪ್ ನ ಮಂಡಳಿ ಮತ್ತು ನಿರ್ವಹಣೆಯೊಂದಿಗೆ ಚರ್ಚೆಯಲ್ಲಿದೆ ಮತ್ತು ಕೋರಸ್ ಗ್ರೂಪ್ ನಲ್ಲಿ ಪ್ರತಿ ಷೇರಿಗೆ 455 ಪೆನ್ಸ್ ದರದಲ್ಲಿ 100 ಪ್ರತಿಶತದಷ್ಟು ಇಕ್ವಿಟಿಯನ್ನು ಸ್ವಾಧೀನಪಡಿಸಿಕೊಳ್ಳಲು ಸೂಚಕ ನಾನ್-ಬೈಂಡಿಂಗ್ ಪ್ರಸ್ತಾಪವನ್ನು ಮಾಡಿದೆ ಎಂದು ತಿಳಿಸಿತು.

ಆರ್ಸೆಲರ್ ಮಿತ್ತಲ್ (Arcelor Mittal) ರಚನೆಯ ನಂತರ ಆಂಗ್ಲೋ-ಡಚ್ ಸಮೂಹವು ಸ್ವಾಧೀನವನ್ನು ಎದುರಿಸಬಹುದು ಎಂಬ ಊಹಾಪೋಹಗಳ ಮೇಲೆ ಇತ್ತೀಚಿನ ತಿಂಗಳುಗಳಲ್ಲಿ ಕೋರಸ್ ಷೇರುಗಳು ಏರಿಕೆಯಾಗಿವೆ.

ಮಾರ್ಚ್ 2006 ಕ್ಕೆ ಕೊನೆಗೊಂಡ ವರ್ಷದಲ್ಲಿ ಟಾಟಾ ಸ್ಟೀಲ್ ಐದು ದಶಲಕ್ಷ ಟನ್ ಗಳಿಗಿಂತ ಹೆಚ್ಚು ಉತ್ಪಾದಿಸಿದೆ ಮತ್ತು 2008 ರ ವೇಳೆಗೆ 7.5 ದಶಲಕ್ಷ ಟನ್ ಗಳನ್ನು ತಲುಪುವ ಗುರಿಯನ್ನು ಹೊಂದಿದೆ. ಇದು ವಾರ್ಷಿಕ ವಹಿವಾಟಿನಲ್ಲಿ $ 3.8 ಶತಕೋಟಿಯನ್ನು ಹೊಂದಿದೆ.

# 21

# ಕೋರಸ್ ಟೇಕ್-ಓವರ್ ನಂತರ

ಕೋರಸ್ ನಿಯಂತ್ರಣಕ್ಕಾಗಿ ಟಾಟಾ ಸ್ಟೀಲ್ ಸಿಎಸ್ಎನ್ ನ ಬ್ರೆಜಿಲಿಯನ್ನರನ್ನು ಅಭೂತಪೂರ್ವ ಬಹು ಶತಕೋಟಿ ಪೌಂಡ್ ಸಿಟಿ ಶೂಟ್ ಔಟ್ ನಲ್ಲಿ ಸೋಲಿಸಿದ ನಂತರ ಸಾವಿರಾರು ಬ್ರಿಟಿಷ್ ಉಕ್ಕು ಕಾರ್ಮಿಕರು ಇಂದು ಹೊಸ ಭಾರತೀಯ ಸ್ನಾತಕೋತ್ತರರ ಅಡಿಯಲ್ಲಿ ತಮ್ಮ ಭವಿಷ್ಯವನ್ನು ಆಲೋಚಿಸುತ್ತಿದ್ದರು.

ಹಿಂದೆ ಬ್ರಿಟಿಷ್ ಸ್ಟೀಲ್ ಎಂದು ಕರೆಯಲ್ಪಡುತ್ತಿದ್ದ FTSE 100-ಪಟ್ಟಿಮಾಡಿದ ಕಂಪನಿಯ ಕೆಲಸಗಾರರು ಇಂದು ಬೆಳಿಗ್ಗೆ 1 ಗಂಟೆಯ ನಂತರ, ಟಾಟಾ ಅಂತಿಮವಾಗಿ ಕಠಿಣವಾದ ಎಂಟು ಸುತ್ತಿನ ಹರಾಜಿನಲ್ಲಿ ಸಿಎಸ್ಎನ್ ಅನ್ನು ಮೀರಿಸಿದೆ ಎಂಬ ಸುದ್ದಿಗೆ ಎಚ್ಚರಗೊಂಡರು. ಇದರಿಂದ ಭಾರತೀಯರು ಕೋರಸ್ ಗೆ £ 6.7ಬಿಲಿಯನ್ - ಅಥವಾ 608ಪೆನ್ಸ್ ಷೇರುಗಳನ್ನು ಪಾವತಿಸುತ್ತಾರೆ.

ಆದಾಗ್ಯೂ, 1999ರಲ್ಲಿ ನೆದರ್ಲ್ಯಾಂಡ್ ನ ಹೂಗೊವೆನ್ಸ್ ನೊಂದಿಗೆ ಬ್ರಿಟಿಷ್ ಸ್ಟೀಲ್ಅನ್ನು ವಿಲೀನಗೊಳಿಸುವುದರಿಂದ ರಚಿಸಲಾದ ಕಂಪನಿಯನ್ನು ಸ್ವಾಧೀನಪಡಿಸಿಕೊಳ್ಳುವುದು- ಟಾಟಾ ಯುಕೆಯಿಂದ ಭಾರತದ ಕಡಿಮೆ-ವೆಚ್ಚದ ಮಾರುಕಟ್ಟೆಗಳಿಗೆ ಉತ್ಪಾದನೆಯನ್ನು ಸ್ಥಳಾಂತರಿಸಲು ಪ್ರಯತ್ನಿಸಿದರೆ ಮುಂದೆ ತೊಂದರೆ ಉಂಟಾಗುತ್ತದೆ ಎಂದು ಟ್ರೇಡ್ ಯೂನಿಯನಿಸ್ಟ್ ಗಳ ಸ್ಪಷ್ಟ ಎಚ್ಚರಿಕೆಯೊಂದಿಗೆ ಬಂದಿತು.

'ನಾವು ಸ್ವೀಕರಿಸಲು ಸಿದ್ಧರಿಲ್ಲದಿರುವುದು ಯುಕೆ ಉಕ್ಕು ಉದ್ಯಮದ ವೇಗವರ್ಧಿತ ಅಥವಾ ನಿಧಾನಗತಿಯ ನಿಧನವನ್ನು ನೋಡುವುದು' ಎಂದು ಉಕ್ಕಿನ ಕಾರ್ಮಿಕರ ಒಕ್ಕೂಟದ ಸಮುದಾಯದ ಪ್ರಧಾನ ಕಾರ್ಯದರ್ಶಿ ಮೈಕೆಲ್ ಲಾಹಿ ಹೇಳಿದರು. 'ಎಲ್ಲಾ ಸಂಪನ್ಮೂಲಗಳನ್ನು ಬಳಸಿಕೊಂಡು ಇದನ್ನು ಸಾಧಿಸುವ ಯಾವುದೇ ಪ್ರಯತ್ನವನ್ನು ನಾವು ವಿರೋಧಿಸುತ್ತೇವೆ ಎಂಬ ಭ್ರಮೆಯಲ್ಲಿ ಟಾಟಾ ಇರಬಾರದು.'

ಟಾಟಾ ಮತ್ತು ಕೋರಸ್ ಅಧಿಕಾರಿಗಳು ಮಾತನಾಡಿ, ವಿಶ್ವದ ಐದನೇ ಅತಿದೊಡ್ಡ ಉಕ್ಕು ತಯಾರಕ ಕಂಪನಿಯನ್ನು ರಚಿಸುವ ಸ್ವಾಧೀನವು ವಿಸ್ತೃತ ವ್ಯವಹಾರವನ್ನು ವಿಸ್ತರಿಸುವ ಬಗ್ಗೆ ಆಗಿದೆ. 'ಇದು ಬೆಳವಣಿಗೆಯ ಬಗ್ಗೆ, ಹಿಂಪಡೆಯುವಿಕೆಯ ಬಗ್ಗೆ ಅಲ್ಲ ಎಂದು ಕೋರಸ್ ವಕ್ತಾರರು ಹೇಳಿದರು. 'ಇದು ಜಾಗತಿಕ ಮಾರುಕಟ್ಟೆಯಲ್ಲಿ ಸ್ಪರ್ಧಾತ್ಮಕವಾಗುವುದು.'

ಆದರೆ ಸೌತ್ ವೇಲ್ಸ್ ಮತ್ತು ಉತ್ತರ ಇಂಗ್ಲೆಂಡ್ ನಲ್ಲಿ ಉಕ್ಕು ಸ್ಥಾವರಗಳು ಮತ್ತು ಕಾರ್ಮಿಕರ ಭವಿಷ್ಯದ ಬಗ್ಗೆ ನಿರ್ದಿಷ್ಟವಾಗಿ ಪ್ರತಿಕ್ರಿಯಿಸಲು ಕಂಪನಿಗಳು ನಿರಾಕರಿಸಿದವು.

ಸ್ಟಾಕ್ ಮಾರ್ಕೆಟ್ ಮುಚ್ಚಿದಾಗ ಪ್ರಾರಂಭವಾದ ಹರಾಜಿನಲ್ಲಿ ನಗರದ ಹೆಚ್ಚು ಸಂಭಾವನೆ ಪಡೆಯುವ ಅತ್ಯಂತ ಆಕ್ರಮಣಕಾರಿ ಡೀಲರ್ ಗಳ ಕ್ಲಬ್ ಪ್ರಮುಖ ಬ್ರಿಟಿಷ್ ಕಂಪನಿಯ ಮೊದಲ ಡೌನ್-ಟು-ವೈರ್ ಹರಾಜಿನ ಅಧ್ಯಕ್ಷತೆಯನ್ನು ವಹಿಸಿತು.

ಫಲಿತಾಂಶವನ್ನು ಒದಗಿಸಲು ಎಲ್ಲಾ ಎಂಟು ಬಿಡ್ಡಿಂಗ್ ಸುತ್ತುಗಳ ಅಗತ್ಯವಿತ್ತು, ಇದರಲ್ಲಿ ಟಾಟಾ ಅಂತಿಮವಾಗಿ ಸಿಎಸ್ಎನ್ ನ ಅಂತಿಮ 603ಪೆನ್ಸ್ ಕೊಡುಗೆಗಿಂತ 5ಪೆನ್ಸ್ ಪಡೆದರು. ಟಾಟಾ ವಿಜೇತ ಬಿಡ್ ನ ಗಾತ್ರವು ತನ್ನದೇ ಆದ ಹೂಡಿಕೆದಾರರಿಗೆ ಆಘಾತವನ್ನುಂಟುಮಾಡಿತು. ಅವರು ಮುಂಬೈನಲ್ಲಿ ತನ್ನ ಷೇರುಗಳನ್ನು 9% ರಷ್ಟು ಕಡಿಮೆಗೊಳಿಸಿದರು. ಆದರೆ ಕೋರಸ್ ಷೇರುದಾರರನ್ನು ಸಂತೋಷಪಡಿಸಿದರು.

ಅಂತಿಮ ಬೆಲೆ ಕಳೆದ ರಾತ್ರಿ ಲಂಡನ್ ನಲ್ಲಿ ಕೋರಸ್ ಮುಚ್ಚಿದ ಸಾರ್ವಕಾಲಿಕ ಗರಿಷ್ಠ ಬೆಲೆಗಿಂತ 45 ಪಟ್ಟು ಹೆಚ್ಚಾಗಿದೆ. ಇದು ಟಾಟಾದ ಮೂಲ 455ಪೆನ್ಸ್ ಕೊಡುಗೆಗಿಂತ ಮೂರನೆಯದು ಮತ್ತು ಅಕ್ಟೋಬರ್ ನಲ್ಲಿ ಕೋರಸ್ ಬೆಲೆಗಿಂತ 69% ಹೆಚ್ಚಾಗಿದೆ.

ಕೋರಸ್ ಮಾಡಬೇಕಾದ ಒಪ್ಪಂದ ಎಂದು ಟಾಟಾ ಫೈನಾನ್ಸ್ ನಿರ್ದೇಶಕ ಇಶಾತ್ ಹುಸೇನ್ ಒಪ್ಪಿಕೊಂಡರು. 'ಏಕೀಕರಣವು (ಉಕ್ಕಿನ ಉದ್ಯಮದಲ್ಲಿ) ಮುಂದುವರಿಯುತ್ತದೆ. ಈ ಕ್ರೋಢೀಕರಣ ಹಂತದಲ್ಲಿ ಸಂಭವನೀಯ ಸ್ವಾಧೀನವಾಗಿ ನಾವು ನೋಡಬಹುದಾದ ಏಕೈಕ ಮಹತ್ವದ ಆಟಗಾರ ಇದು (ಕೋರಸ್). ಅದಕ್ಕಾಗಿಯೇ ಟಾಟಾ ಸ್ಟೀಲ್ ಗೆ ಕೋರಸ್ ತುಂಬಾ ಮುಖ್ಯವಾಗಿತ್ತು.

# 22

# ಲ್ಯಾಂಡ್ ರೋವರ್-ಜಗ್ವಾರ್ ಡೀಲ್

ಜಾಗ್ವಾರ್ ಲ್ಯಾಂಡ್ ರೋವರ್ ಅಸಾಧಾರಣ ವಿನ್ಯಾಸ ಮತ್ತು ಎಂಜಿನಿಯರಿಂಗ್ ಸಾಮರ್ಥ್ಯಗಳೊಂದಿಗೆ ಎರಡು ಶ್ರೇಷ್ಠ ಬ್ರಿಟಿಷ್ ಕಾರು ಬ್ರಾಂಡ್ ಗಳ ಸುತ್ತಲೂ ನಿರ್ಮಿಸಲಾದ ವ್ಯವಹಾರವಾಗಿದೆ. ಜಾಗ್ವಾರ್ ಲ್ಯಾಂಡ್ ರೋವರ್ ನ ಉತ್ಪಾದನಾ ಸೌಲಭ್ಯಗಳು ಯುಕೆಯಲ್ಲಿವೆ.

1922ರಲ್ಲಿ ಸ್ಥಾಪನೆಯಾದ ಜಾಗ್ವಾರ್ ಕಾರ್ಸ್, ಐಷಾರಾಮಿ ಸಲೂನ್ ಗಳು ಮತ್ತು ಸ್ಪೋರ್ಟ್ಸ್ ಕಾರುಗಳ ವಿಶ್ವದ ಪ್ರಮುಖ ತಯಾರಕರಲ್ಲಿ ಒಂದಾಗಿದೆ. ಲ್ಯಾಂಡ್ ರೋವರ್ 1948 ರಿಂದ 4x4 ಗಳನ್ನು ತಯಾರಿಸುತ್ತಿದೆ. ಅದರ ಉತ್ಪನ್ನಗಳು ಅವು ಕಾರ್ಯನಿರ್ವಹಿಸುವ ವಿಭಾಗಗಳನ್ನು ವ್ಯಾಖ್ಯಾನಿಸಿವೆ.

ಜಾಗ್ವಾರ್ ಲ್ಯಾಂಡ್ ರೋವರ್ ವ್ಯವಹಾರವು 16,000 ಕ್ಕೂ ಹೆಚ್ಚು ಜನರನ್ನು ನೇಮಿಸಿಕೊಂಡಿದೆ, ಮುಖ್ಯವಾಗಿ ಯುಕೆಯಲ್ಲಿ, ಎರಡು ಉತ್ಪನ್ನ ಅಭಿವೃದ್ಧಿ ಕೇಂದ್ರಗಳಲ್ಲಿ ಸುಮಾರು 3,500 ಎಂಜಿನಿಯರ್ ಗಳು ಸೇರಿದಂತೆ, ಕೋವೆಂಟ್ರಿಯ ವಿಟ್ಲೆ ಮತ್ತು ವಾರ್ವಿಕ್ ಷೈರ್ ನ ಗೇಡನ್ ಸ್ಥಳಗಳಲ್ಲಿದೆ.

ಜಾಗ್ವಾರ್ ಎಕ್ಸ್ ಎಫ್, ಎಕ್ಸ್ ಜೆ ಮತ್ತು ಎಕ್ಸ್ ಕೆ ಮಾದರಿಗಳನ್ನು ಯುಕೆಯ ಬರ್ಮಿಂಗ್ ಹ್ಯಾಮ್ ನಲ್ಲಿರುವ ಕಂಪನಿಯ ಕ್ಯಾಸಲ್ ಬ್ರೊಮ್ವಿಚ್ ಸ್ಥಾವರದಲ್ಲಿ ತಯಾರಿಸಲಾಗುತ್ತದೆ, ಆದರೆ ಜಾಗ್ವಾರ್ ಎಕ್ಸ್-ಟೈಪ್ ಯುಕೆಯ ಲಿವರ್ಪೂಲ್ ನ ಹ್ಯಾಲ್ ವುಡ್ ಸ್ಥಾವರದಲ್ಲಿ ಲ್ಯಾಂಡ್ ರೋವರ್ ಫ್ರೀಲ್ಯಾಂಡರ್ 2 ಜೊತೆಗೆ ಉತ್ಪಾದಿಸಲಾಗುತ್ತಿದೆ. ಲ್ಯಾಂಡ್ ರೋವರ್ ನ ಡಿಫೆಂಡರ್, ಡಿಸ್ಕವರಿ 3, ರೇಂಜ್ ರೋವರ್ ಸ್ಪೋರ್ಟ್ ಮತ್ತು ರೇಂಜ್ ರೋವರ್ ಮಾದರಿಗಳನ್ನು ಯುಕೆಯ ಸೋಲಿಹುಲ್ ನಲ್ಲಿ ನಿರ್ಮಿಸಲಾಗಿದೆ.

ಈ ವ್ಯವಹಾರವು ಯುಕೆಗೆ ಪ್ರಮುಖ ಸಂಪತ್ತು ಉತ್ಪಾದಕವಾಗಿದೆ. ಲ್ಯಾಂಡ್ ರೋವರ್ ಗಳಲ್ಲಿ 78% ರಷ್ಟು 169 ದೇಶಗಳಿಗೆ ಮತ್ತು 70% ಜಾಗ್ವಾರ್ ಗಳನ್ನು 63 ದೇಶಗಳಿಗೆ ರಫ್ತು ಮಾಡಲಾಗಿದೆ. ಗ್ರಾಹಕರಿಗೆ ಮಾರಾಟವನ್ನು ಮುಖ್ಯವಾಗಿ ಫ್ರ್ಯಾಂಚೈಸ್ ಮಾಡಿದ ವಿತರಕರು ಮತ್ತು ಆಮದುದಾರರ ಮೂಲಕ ನಡೆಸಲಾಗುತ್ತದೆ.

ಟಾಟಾ ಮೋಟಾರ್ಸ್ ಇಂದು ಜಾಗ್ವಾರ್ ಲ್ಯಾಂಡ್ ರೋವರ್ ವ್ಯವಹಾರಗಳನ್ನು ಫೋರ್ಡ್ ಮೋಟಾರ್ ಕಂಪನಿಯಿಂದ US $ 2.3 ಶತಕೋಟಿ ನಿವ್ವಳ ಪರಿಗಣನೆಗೆ ಮಾರ್ಚ್ 26 ರಂದು ಘೋಷಿಸಿದಂತೆ, ಎಲ್ಲಾ ನಗದು ವಹಿವಾಟಿನಲ್ಲಿ ಸ್ವಾಧೀನಪಡಿಸಿಕೊಂಡಿತು. ಜಾಗ್ವಾರ್ ಲ್ಯಾಂಡ್ ರೋವರ್ ಪಿಂಚಣಿ ಯೋಜನೆಗಳಿಗೆ ಫೋರ್ಡ್ ಸುಮಾರು US $ 600 ಮಿಲಿಯನ್ ಕೊಡುಗೆ ನೀಡಿದೆ.

ಟಾಟಾ ಸನ್ಸ್ ಮತ್ತು ಟಾಟಾ ಮೋಟಾರ್ಸ್ ನ ಅಧ್ಯಕ್ಷ ರತನ್ ಟಾಟಾ ಅವರು ಯುಕೆಯ ಗೇಡನ್ ನಲ್ಲಿ ಜಾಗ್ವಾರ್ ಲ್ಯಾಂಡ್ ರೋವರ್ ನ ಪ್ರಧಾನ ಕಚೇರಿಯಲ್ಲಿ ನಡೆದ ಸಮಾರಂಭದಲ್ಲಿ ಫೋರ್ಡ್ ಮೋಟಾರ್ ಕಂಪನಿಯ ಕಾರ್ಯನಿರ್ವಾಹಕ ಉಪಾಧ್ಯಕ್ಷ ಮತ್ತು ಮುಖ್ಯ ಹಣಕಾಸು ಅಧಿಕಾರಿ ಡಾನ್ ಲೆಕ್ಲೇರ್ ಮತ್ತು ಫೋರ್ಡ್ ಮೋಟಾರ್ ಕಂಪನಿಯ ಕಾರ್ಯನಿರ್ವಾಹಕ ಉಪಾಧ್ಯಕ್ಷ ಲೆವಿಸ್ ಬೂತ್ ಅವರೊಂದಿಗೆ ಹಾಜರಿದ್ದರು. ಅವರು ಫೋರ್ಡ್ ಆಫ್ ಯುರೋಪ್, ವೋಲ್ವೋ ಮತ್ತು ಜಾಗ್ವಾರ್ ಲ್ಯಾಂಡ್ ರೋವರ್ ನ ಜವಾಬ್ದಾರಿಯನ್ನು ಹೊಂದಿದ್ದಾರೆ.

ಈ ಸಂದರ್ಭದಲ್ಲಿ ಮಾತನಾಡಿದ ರತನ್ ಟಾಟಾ, "ಟಾಟಾ ಮೋಟಾರ್ಸ್ ನಲ್ಲಿ ಇದು ನಮ್ಮೆಲ್ಲರಿಗೂ ಮಹತ್ವದ ಸಮಯ. ಜಾಗ್ವಾರ್ ಮತ್ತು ಲ್ಯಾಂಡ್ ರೋವರ್ ವಿಶ್ವದಾದ್ಯಂತ ಬೆಳವಣಿಗೆಯ ನಿರೀಕ್ಷೆಗಳನ್ನು ಹೊಂದಿರುವ ಎರಡು ಸಾಂಪ್ರದಾಯಿಕ ಬ್ರಿಟಿಷ್ ಬ್ರಾಂಡ್ ಗಳಾಗಿವೆ. ಜಾಗ್ವಾರ್ ಲ್ಯಾಂಡ್ ರೋವರ್ ತಂಡಕ್ಕೆ ನಮ್ಮ ಸಂಪೂರ್ಣ ಬೆಂಬಲವನ್ನು ನೀಡಲು ನಾವು ಎದುರು ನೋಡುತ್ತಿದ್ದೇವೆ

ಸ್ಪರ್ಧಾತ್ಮಕ ಸಾಮರ್ಥ್ಯ ಜಾಗ್ವಾರ್ ಲ್ಯಾಂಡ್ ರೋವರ್ ತಮ್ಮ ವಿಶಿಷ್ಟ ಗುರುತುಗಳನ್ನು ಉಳಿಸಿಕೊಳ್ಳುತ್ತದೆ ಮತ್ತು ಹಿಂದಿನಂತೆಯೇ ತಮ್ಮ ವ್ಯವಹಾರ ಯೋಜನೆಗಳನ್ನು ಮುಂದುವರಿಸುತ್ತದೆ. ಎರಡು ಬ್ರಾಂಡ್ ಗಳ ಕಾರ್ಯಕ್ಷಮತೆಯಲ್ಲಿ ಗಮನಾರ್ಹ ಸುಧಾರಣೆಯನ್ನು ನಾವು ಗುರುತಿಸುತ್ತೇವೆ ಮತ್ತು ಮುಂಬರುವ ವರ್ಷಗಳಲ್ಲಿ ಈ ಪ್ರವೃತ್ತಿಯು ಮುಂದುವರಿಯುವುದನ್ನು ಎದುರು ನೋಡುತ್ತಿದ್ದೇವೆ. ಎರಡು ಬ್ರಾಂಡ್ ಗಳ ಯಶಸ್ಸು ಮತ್ತು ಪ್ರಾಮುಖ್ಯತೆಯನ್ನು ನಿರ್ಮಿಸುವಲ್ಲಿ ಜಾಗ್ವಾರ್ ಲ್ಯಾಂಡ್ ರೋವರ್ ತಂಡವನ್ನು ಬೆಂಬಲಿಸಲು ನಿಕಟವಾಗಿ ಕೆಲಸ ಮಾಡುವುದು ನಮ್ಮ ಉದ್ದೇಶವಾಗಿದೆ.

ಜಾಗ್ವಾರ್ ಲ್ಯಾಂಡ್ ರೋವರ್ ನ ಹಂಗಾಮಿ ಮುಖ್ಯ ಕಾರ್ಯನಿರ್ವಾಹಕ ಅಧಿಕಾರಿ ಡೇವಿಡ್ ಸ್ಮಿತ್ ಅವರು ವ್ಯವಹಾರದ ಹೊಸ ಸಿಇಒ ಆಗಲಿದ್ದಾರೆ ಎಂದು ಟಾಟಾ ಮೋಟಾರ್ಸ್ ಖಚಿತಪಡಿಸಿದೆ. ಜಾಗ್ವಾರ್ ಲ್ಯಾಂಡ್ ರೋವರ್ ಮತ್ತು ಫೋರ್ಡ್ ನೊಂದಿಗೆ ಸ್ಮಿತ್ ಗೆ 25 ವರ್ಷಗಳ ಅನುಭವವಿದೆ. ಇತ್ತೀಚೆಗೆ ಜಾಗ್ವಾರ್ ಲ್ಯಾಂಡ್ ರೋವರ್ ನ ಮುಖ್ಯ ಹಣಕಾಸು ಅಧಿಕಾರಿಯಾಗಿ ಹಿಂದಿರುಗುವ ಮೊದಲು, ಅವರು PAG ಮತ್ತು ಫೋರ್ಡ್ ಆಫ್ ಯುರೋಪ್ ನ ಹಣಕಾಸು ಮತ್ತು ವ್ಯವಹಾರ ಕಾರ್ಯತಂತ್ರದ ನಿರ್ದೇಶಕರಾಗಿದ್ದರು.

ಸ್ಮಿತ್ ಹೇಳಿದರು, "ಟಾಟಾ ಮೋಟಾರ್ಸ್ ನೊಂದಿಗಿನ ಒಡನಾಟದಿಂದ ನಮಗೆ ತುಂಬಾ ಸಂತೋಷವಾಗಿದೆ. ಕಂಪನಿ ಮತ್ತು ಅದರ ಮಧ್ಯಸ್ಥಗಾರರಿಗೆ ಸುಸ್ಥಿರ ಉಜ್ವಲ ಭವಿಷ್ಯವನ್ನು ನಾವು ಎದುರು ನೋಡುತ್ತಿದ್ದೇವೆ.

ಜಾಗ್ವಾರ್ ಲ್ಯಾಂಡ್ ರೋವರ್ ಅನ್ನು ನಗದು ರಹಿತ, ಸಾಲ ಮುಕ್ತ ಆಧಾರದ ಮೇಲೆ US$ 2.3 ಶತಕೋಟಿ ವೆಚ್ಚದಲ್ಲಿ ಸ್ವಾಧೀನಪಡಿಸಿಕೊಂಡಿದೆ. ಖರೀದಿ ಪರಿಗಣನೆಯು ಜಾಗ್ವಾರ್ ಮತ್ತು ಲ್ಯಾಂಡ್ ರೋವರ್ ನ ಮಾಲೀಕತ್ವ ಅಥವಾ ಅಗತ್ಯವಿರುವ ಎಲ್ಲ ಬೌದ್ಧಿಕ ಆಸ್ತಿ ಹಕ್ಕುಗಳ ಶಾಶ್ವತ ರಾಯಧನ ರಹಿತ ಪರವಾನಗಿಗಳು, ಉತ್ಪಾದನಾ ಘಟಕಗಳು, ಯುಕೆಯಲ್ಲಿ ಎರಡು ಸುಧಾರಿತ ವಿನ್ಯಾಸ ಕೇಂದ್ರಗಳು ಮತ್ತು ರಾಷ್ಟ್ರೀಯ ಮಾರಾಟ ಕಂಪನಿಗಳ ವಿಶ್ವಾದ್ಯಂತ ನೆಟ್ ವರ್ಕ್ ಅನ್ನು ಒಳಗೊಂಡಿದೆ.

ಜಾಗ್ವಾರ್ ಲ್ಯಾಂಡ್ ರೋವರ್ ಗೆ ಎಂಜಿನ್ ಗಳು, ಸ್ಟ್ಯಾಂಪಿಂಗ್ ಗಳು ಮತ್ತು ಇತರ ಘಟಕಗಳ ಪೂರೈಕೆಗಾಗಿ ದೀರ್ಘಾವಧಿಯ ಒಪ್ಪಂದಗಳನ್ನು ಮಾಡಿಕೊಳ್ಳಲಾಗಿದೆ. ಫೋರ್ಡ್ ನಿಂದ ಪರಿವರ್ತನೆ ಬೆಂಬಲದ ಇತರ ಕ್ಷೇತ್ರಗಳು ಐಟಿ, ಅಕೌಂಟಿಂಗ್ ಮತ್ತು ಪರೀಕ್ಷಾ ಸೌಲಭ್ಯಗಳಿಗೆ ಪ್ರವೇಶವನ್ನು ಒಳಗೊಂಡಿವೆ. ಪ್ಲಾಟ್ ಫಾರ್ಮ್ ಗಳ ಹಂಚಿಕೆ ಮತ್ತು

ಹೈಬ್ರಿಡ್ ತಂತ್ರಜ್ಞಾನಗಳು ಮತ್ತು ಪವರ್ ಟ್ರೈನ್ ಎಂಜಿನಿಯರಿಂಗ್ ನ ಜಂಟಿ ಅಭಿವೃದ್ಧಿಯ ಮೂಲಕ ವಿನ್ಯಾಸ ಮತ್ತು ಅಭಿವೃದ್ಧಿಯಂತಹ ಕ್ಷೇತ್ರಗಳಲ್ಲಿ ಎರಡೂ ಕಂಪನಿಗಳು ಸಹಕಾರವನ್ನು ಮುಂದುವರಿಸುತ್ತವೆ. ಫೋರ್ಡ್ ಮೋಟಾರ್ ಕ್ರೆಡಿಟ್ ಕಂಪನಿ ಜಾಗ್ವಾರ್ ಲ್ಯಾಂಡ್ ರೋವರ್ ವಿತರಕರು ಮತ್ತು ಗ್ರಾಹಕರಿಗೆ ಪರಿವರ್ತನೆಯ ಅವಧಿಗೆ ಹಣಕಾಸು ಒದಗಿಸುವುದನ್ನು ಮುಂದುವರಿಸುತ್ತದೆ,

ಟಾಟಾ ಮೋಟಾರ್ಸ್ ಯುಕೆ, ಯುರೋಪ್ ಮತ್ತು ಯುಎಸ್ ನಲ್ಲಿ ಜಾಗ್ವಾರ್ ಲ್ಯಾಂಡ್ ರೋವರ್ ವ್ಯವಹಾರವನ್ನು ಬೆಂಬಲಿಸಲು ಪ್ರಮುಖ ಆಟೋ ಫೈನಾನ್ಸ್ ಪೂರೈಕೆದಾರರೊಂದಿಗೆ ಮಾತುಕತೆ ನಡೆಸುತ್ತಿದೆ ಮತ್ತು ಶೀಘ್ರದಲ್ಲೇ ಹಣಕಾಸು ಸೇವೆಗಳ ಪಾಲುದಾರರನ್ನು ಆಯ್ಕೆ ಮಾಡುವ ನಿರೀಕ್ಷೆಯಿದೆ.

23

# ಸಿಂಗೂರ್ ವಿವಾದ

ಸಿಂಗೂರ್ ಪಶ್ಚಿಮ ಬಂಗಾಳ ರಾಜ್ಯದ ಹೂಗ್ಲಿ ಜಿಲ್ಲೆಯ ಒಂದು ಸಣ್ಣ ಪಟ್ಟಣವಾಗಿದೆ. ಹೌರಾ- ತಾರಕೇಶ್ವರ ಮಾರ್ಗದಲ್ಲಿ ಹೌರಾ ನಿಲ್ದಾಣದಿಂದ ಸಿಂಗೂರ್ ರೈಲ್ವೆ ನಿಲ್ದಾಣವು 34 ಕಿ.ಮೀ. ದೂರದಲ್ಲಿದೆ. ಇದು ಹೌರಾ-ಬರ್ಧಮಾನ್ ಸ್ವರಮೇಳ ಮತ್ತು ಹೌರಾ-ತಾರಕೇಶ್ವರ ಮಾರ್ಗಗಳ ಕ್ರಾಸಿಂಗ್ ಪಾಯಿಂಟ್ ಆಗಿರುವ ಕಾಮರ್ಕುಂಡು ಜಂಕ್ಷನ್ ನಿಂದ 2 ಕಿ.ಮೀ ದೂರದಲ್ಲಿದೆ. ಇದು ಡಂಕುನಿ-ಶಕ್ತಿಗಢ ದುರ್ಗಾಪುರ ಎಕ್ಸ್ ಪ್ರೆಸ್ ಹೆದ್ದಾರಿಯಿಂದ ಸ್ವಲ್ಪ ದೂರದಲ್ಲಿದೆ.

ಟಾಟಾ ಮೋಟಾರ್ಸ್ ತಮ್ಮ $ 2,500 ಕಾರು, ಟಾಟಾ ನ್ಯಾನೋವನ್ನು ಸಿಂಗೂರ್ ನಲ್ಲಿ ತಯಾರಿಸಲು ಕಾರ್ಖಾನೆಯನ್ನು ನಿರ್ಮಿಸಲು ಪ್ರಾರಂಭಿಸಿದಾಗಿನಿಂದ ಸಿಂಗೂರ್ ಅಂತರರಾಷ್ಟ್ರೀಯ ಮಾಧ್ಯಮಗಳ ಗಮನ ಸೆಳೆದಿದೆ. 2008ರ ವೇಳೆಗೆ ಸಣ್ಣ ಕಾರು ಕಾರ್ಖಾನೆಯಿಂದ ಹೊರಬರಲು ನಿರ್ಧರಿಸಲಾಗಿತ್ತು. ಸಿಂಗೂರ್ ನ ಆಯ್ಕೆಯನ್ನು ರಾಜ್ಯ ಸರ್ಕಾರವು ನೀಡಿದ ಆರು ನಿವೇಶನಗಳಲ್ಲಿ ಸಂಸ್ಥೆ ಆಯ್ಕೆ ಮಾಡಿತು. ಈ ಯೋಜನೆಯು ಸ್ಥಳಾಂತರಗೊಂಡ 12,000 ರೈತರಲ್ಲಿ 2,000 ಜನರಿಂದ ಭಾರಿ ವಿರೋಧವನ್ನು ಎದುರಿಸಿತು. ಇಷ್ಟವಿಲ್ಲದ ರೈತರಿಗೆ ಪಶ್ಚಿಮ ಬಂಗಾಳದ ಫೈರ್ ಬ್ರಾಂಡ್ ವಿರೋಧ ಪಕ್ಷದ ನಾಯಕಿ ಮಮತಾ ಬ್ಯಾನರ್ಜಿ ರಾಜಕೀಯ ಬೆಂಬಲ ನೀಡಿದರು.

ಮಮತಾ ಅವರ "ಸೇವ್ ಫಾರ್ಮ್ ಲ್ಯಾಂಡ್" ಆಂದೋಲನವನ್ನು ಪ್ರಸಿದ್ಧ ಅಭಿವೃದ್ಧಿ ವಿರೋಧಿ ಕಾರ್ಯಕರ್ತರಾದ ಮೇಧಾ ಪಾಟ್ಕರ್, ಅನುರಾಧಾ ತಲ್ವಾರ್ ಮತ್ತು ಅರುಂಧತಿ ರಾಯ್ ಬೆಂಬಲಿಸಿದರು. ಸಿಂಗೂರ್ ಕೈಗಾರೀಕರಣದ ವಿರುದ್ಧ ಮಮತಾ ಅವರ ಚಳವಳಿಯನ್ನು ಅಪರ್ಣಾ ಸೇನ್, ಕೌಶಿಕ್ ಸೇನ್, ಶಾವೊನ್ಲಿ ಮಿತ್ರ ಮತ್ತು ಸುವಪ್ರಸನ್ನರಂತಹ ಕೋಲ್ಕತ್ತಾ ಮೂಲದ ಹಲವಾರು "ಬುದ್ಧಿಜೀವಿಗಳು" ಬೆಂಬಲಿಸಿದರು. ಅಲ್ಟ್ರಾ ಲೆಫ್ಟ್ ಕಾರ್ಯಕರ್ತರು ಮಮತಾ ಅವರ ತೃಣಮೂಲ ಪಕ್ಷದೊಂದಿಗೆ ವೇದಿಕೆಯನ್ನು ಹಂಚಿಕೊಂಡರು. ಅಂತಿಮವಾಗಿ ಟಾಟಾ ಅಂತಿಮವಾಗಿ ಅಕ್ಟೋಬರ್ 3 2008 ರಂದು ಸಿಂಗೂರ್ ನಿಂದ ಹೊರಹೋಗಲು ನಿರ್ಧರಿಸಿತು. ಶ್ರೀ ರತನ್ ಟಾಟಾ ಹಿಂತೆಗೆದುಕೊಳ್ಳುವ ನಿರ್ಧಾರಕ್ಕಾಗಿ ಹಿಂಸಾಚಾರವನ್ನು ದೂಷಿಸಿದರು. ಹಿಂತೆಗೆದುಕೊಳ್ಳುವ ನಿರ್ಧಾರವು ಪಶ್ಚಿಮ ಬಂಗಾಳ ರಾಜ್ಯಕ್ಕೆ ಭಾರಿ ಹೂಡಿಕೆಯ ನಷ್ಟವನ್ನುಂಟು ಮಾಡಿತು. 7 ಅಕ್ಟೋಬರ್ 2008ರಂದು, ಗುಜರಾತ್ನ

ಸಾನಂದ್ ನಲ್ಲಿ ಟಾಟಾ ನ್ಯಾನೋ ಸ್ಥಾವರವನ್ನು ಸ್ಥಾಪಿಸುವುದಾಗಿ ಘೋಷಿಸಿತು. ಟಾಟಾ ಮೋಟಾರ್ಸ್ ಸಾರ್ವಜನಿಕವಾಗಿ ವ್ಯಾಪಾರ ಮಾಡುವ ದೊಡ್ಡ ಸಂಸ್ಥೆಯಾಗಿದೆ. ಪಶ್ಚಿಮ ಬಂಗಾಳದಲ್ಲಿ ಪ್ರಮುಖ ನ್ಯಾನೋ ಯೋಜನೆಯನ್ನು ಪತ್ತೆಹಚ್ಚುವ ಅದರ ನಿರ್ಧಾರವು ಪಶ್ಚಿಮ ಬಂಗಾಳಕ್ಕೆ ಕೈಗಾರಿಕಾ ಬೆಳವಣಿಗೆಗೆ ಮರಳಲು ಅವಕಾಶವನ್ನು ಒದಗಿಸುತ್ತದೆ. ಈ ದಶಕದಲ್ಲಿ ಚೀನಾ, ದಕ್ಷಿಣ ಕೊರಿಯಾ ಮತ್ತು ತಮಿಳುನಾಡಿನ ಅನುಭವವು ಕೃಷಿಗೆ ಹೊಂದಿಕೆಯಾಗದ ದರದಲ್ಲಿ ಕೈಗಾರಿಕೆಗಳು ಉತ್ತಮ ವೇತನದ ಉದ್ಯೋಗಗಳನ್ನು ಸೃಷ್ಟಿಸುತ್ತವೆ ಎಂಬುದನ್ನು ತೋರಿಸುತ್ತದೆ. ನ್ಯಾನೋ ಯೋಜನೆ ಯಶಸ್ವಿಯಾದರೆ, ಹೆಚ್ಚಿನ ಕೈಗಾರಿಕೆಗಳು ಪಶ್ಚಿಮ ಬಂಗಾಳಕ್ಕೆ ಸ್ಥಳಾಂತರಗೊಳ್ಳುತ್ತವೆ ಮತ್ತು ಕಾಲಾನಂತರದಲ್ಲಿ ಅದರ ಗ್ರಾಮೀಣ ಕಾರ್ಮಿಕರ ಬಡತನವು ಇತಿಹಾಸವಾಗಲು ಪ್ರಾರಂಭಿಸುತ್ತದೆ. ಸಿಂಗೂರ್ ನಲ್ಲಿ ಯೋಜನೆಯನ್ನು ತ್ಯಜಿಸಿದರೆ ಟಾಟಾ ಮೋಟಾರ್ಸ್ ಗೆ ಭೂಮಿ ನೀಡಲು ಹಲವಾರು ರಾಜ್ಯಗಳು ಪ್ರಸ್ತಾಪಿಸಿವೆ.

ಟಾಟಾ ಕೈಬಿಟ್ಟ ಸಿಂಗೂರ್ ಸ್ಥಾವರ ಯೋಜನೆಗಾಗಿ ಸ್ವಾಧೀನಪಡಿಸಿಕೊಂಡ ಹೆಚ್ಚಿನ ಜಮೀನು ಸುಗಮವಾಗಿತ್ತು ಮತ್ತು ಅವರ ಭೂಮಾಲೀಕರು ತಾವು ಪಡೆದ ಪರಿಹಾರದಿಂದ ತೃಪ್ತರಾಗಿದ್ದರು. ಗೈರುಹಾಜರಾದ ಭೂಮಾಲೀಕರು, ಅನಕ್ಷರಸ್ಥ ರೈತರು ಮತ್ತು ತೃಣಮೂಲ ಕಾಂಗ್ರೆಸ್ ಬೆಂಬಲಿಗರು ನೀಡುವ ಪರಿಹಾರವನ್ನು ಸ್ವೀಕರಿಸಲು ನಿರಾಕರಿಸಿದರು. ಮನಸ್ಸಿನಲ್ಲಿಟ್ಟುಕೊಳ್ಳಬೇಕಾದ ಇನ್ನೊಂದು ಅಂಶವೆಂದರೆ, ಹೆಚ್ಚಿನ ಭೂಮಾಲೀಕರು ಎಂದಿಗೂ ಭೂಮಿಯನ್ನು ಖರೀದಿಸಲಿಲ್ಲ. ಗ್ರಾಮೀಣ ಪಶ್ಚಿಮ ಬಂಗಾಳದಲ್ಲಿ ಸಾಮಾನ್ಯ ಅರ್ಥದಲ್ಲಿ ಕಾನೂನಿನ ನಿಯಮವಿಲ್ಲ. ಸ್ಥಳೀಯ ಹುಡ್ಲಮ್ ಗಳನ್ನು ಜೋಡಿಸಿ ಕೃಷಿ ಭೂಮಿಯನ್ನು ಪಕ್ಷದ ಬೆಂಬಲಿಗರಿಗೆ "ಭೂ ಸುಧಾರಣೆ" ಹೆಸರಿನಲ್ಲಿ ಪ್ರಮುಖ ಪಕ್ಷಗಳೊಂದಿಗೆ ನೀಡಲಾಗುತ್ತದೆ.

ಭೂಮಿ ಅತ್ಯಂತ ಫಲವತ್ತಾಗಿದೆ ಎಂಬ ಪ್ರತಿಪಕ್ಷಗಳ ಪ್ರತಿಪಾದನೆಯು ಚರ್ಚಾಸ್ಪದವಾಗಿದೆ. ಪಂಜಾಬ್ ಮಟ್ಟದ ಕೃಷಿ ಉತ್ಪಾದನಾ ದಕ್ಷತೆ ಅಥವಾ ಸಮೃದ್ಧಿಯ ಬಳಿ ಭೂಮಾಲೀಕರು ಎಲ್ಲಿಯೂ ಅನುಭವಿಸಿಲ್ಲ.

ಕಂಪನಿಯು ಸಾಕಷ್ಟು ಭರವಸೆಗಳನ್ನು ನೀಡಿತು. ತಮ್ಮ ಹಕ್ಕುಗಳ ಪ್ರಕಾರ, ಸಿಂಗೂರ್ ಮಿನಿ ಆಟೋ ನಗರವಾಗಲಿದೆ ಮತ್ತು ಸುಮಾರು 70 ಮಾರಾಟಗಾರರು ಕಾರ್ಖಾನೆಯೊಂದಿಗೆ ಅಂಗಡಿಯನ್ನು ಸ್ಥಾಪಿಸುವಂತಾಗುತ್ತದೆ . ಯೋಜಿಸಲಾದ ಒಟ್ಟು ಹೂಡಿಕೆ ರೂ. 1,000 ಕೋಟಿ. ಆದಾಗ್ಯೂ, ಈ ಯೋಜನೆಯು ಆರಂಭದಿಂದಲೂ ವಿವಾದವನ್ನು ಸೃಷ್ಟಿಸಿದೆ, ವಿಶೇಷವಾಗಿ ಖಾಸಗಿ ಉದ್ಯಮಗಳಿಗೆ ಫಲವತ್ತಾದ ಕೃಷಿ ಭೂಮಿಯನ್ನು ರಾಜ್ಯ ಸ್ವಾಧೀನಪಡಿಸಿಕೊಳ್ಳುವ ಪ್ರಶ್ನೆಯ ಮೇಲೆ.

## ಭೂಸ್ವಾಧೀನ ವಿವಾದ

ಸೆಪ್ಟೆಂಬರ್ 23, 2008 ರಂದು, ಟಾಟಾ ಸಿಂಗೂರ್ ಅನ್ನು ಪಶ್ಚಿಮ ಬಂಗಾಳದಲ್ಲಿ ಬಿಡಲು ನಿರ್ಧರಿಸಿತು, ಈ ನಿರ್ಧಾರವನ್ನು ಟಾಟಾ ಮ್ಯಾನೇಜ್ ಮೆಂಟ್ ತೆಗೆದುಕೊಂಡಿದೆ ಎಂದು ವರದಿಯಾಗಿದೆ ಮತ್ತು ಬಂಗಾಳ ಸರ್ಕಾರಕ್ಕೆ ಮಾಹಿತಿ ನೀಡಲಾಗಿದೆ. ಅಕ್ಟೋಬರ್ 3ರಂದು, ರತನ್ ಟಾಟಾ ಅವರು ಸಿಂಗೂರ್ (ಡಬ್ಲ್ಯುಬಿ) ತೊರೆಯಲಿದ್ದಾರೆ ಎಂಬುದು ಅಧಿಕೃತವಾಗಿದೆ

ಕೋಲ್ಕತ್ತಾದಲ್ಲಿ ಪತ್ರಿಕಾಗೋಷ್ಠಿಯಲ್ಲಿ ಇದನ್ನು ಘೋಷಿಸಲಾಯಿತು.

ಕಾರ್ ಕಾರ್ಖಾನೆಗೆ ಅಗತ್ಯವಿರುವ 997 ಎಕರೆ ಬಹು ಬೆಳೆ ಭೂಮಿಯನ್ನು ಸ್ವಾಧೀನಪಡಿಸಿಕೊಳ್ಳಲು ಆಡಳಿತ ಪಕ್ಷವು ಎಲ್ಲ ಸಿದ್ಧತೆಗಳನ್ನು ಮಾಡಿಕೊಂಡಿದ್ದರೂ, 1894ರ ವಸಾಹತುಶಾಹಿ ಭೂಸ್ವಾಧೀನ ಕಾಯ್ದೆಯಡಿ ಭಾಗಶಃ ಬಲವಂತವಾಗಿ ಸ್ವಾಧೀನಪಡಿಸಿಕೊಂಡಿರುವ ಬಗ್ಗೆ ಪ್ರಶ್ನೆಗಳು ಎದ್ದಿವೆ. ಈ ಕಾಯಿದೆಯ ನಿಬಂಧನೆಗಳನ್ನು ಸಹ ಪೂರೈಸಲಾಗಿಲ್ಲ ಎಂದು ಆರೋಪಿಸಲಾಗಿದೆ.

ಖಾಸಗಿಯಾಗಿ ಸ್ವಾಧೀನಪಡಿಸಿಕೊಂಡಿರುವ ಭೂಮಿಯನ್ನು ಸಾರ್ವಜನಿಕ ಉದ್ದೇಶಗಳಿಗಾಗಿ ಸ್ವಾಧೀನಪಡಿಸಿಕೊಳ್ಳಲು ಕಾನೂನು ಅವಕಾಶಗಳನ್ನು ಹೊಂದಿದೆ ಆದರೆ ಖಾಸಗಿ ವ್ಯವಹಾರಗಳನ್ನು ಅಭಿವೃದ್ಧಿಪಡಿಸಲು ಅಲ್ಲ. ಸ್ವಾಧೀನದ ಅಕ್ರಮವನ್ನು ಕೋಲ್ಕತಾ ಹೈಕೋರ್ಟ್ ಗಣನೀಯವಾಗಿ ಒಪ್ಪಿಕೊಂಡಿದೆ.

ಟಾಟಾ ಮೋಟಾರ್ಸ್ ತಾಣವು ಇಡೀ ಸಿಂಗೂರ್ ನಲ್ಲಿ ಅತ್ಯಂತ ಫಲವತ್ತಾದ ತಾಣವಾಗಿದೆ ಮತ್ತು ಸಿಂಗೂರ್ ಬ್ಲಾಕ್ ಪಶ್ಚಿಮ ಬಂಗಾಳದಲ್ಲಿ ಹೆಚ್ಚು ಫಲವತ್ತಾದ ಸ್ಥಳಗಳಲ್ಲಿ ಒಂದಾಗಿದೆ. ಪರಿಣಾಮವಾಗಿ, ಬಹುತೇಕ ಇಡೀ ಸ್ಥಳೀಯ ಜನಸಂಖ್ಯೆಯು ಸುಮಾರು 15000 ಜನರೊಂದಿಗೆ ಕೃಷಿಯು ಅವರ ಜೀವನೋಪಾಯವನ್ನು ನೇರವಾಗಿ ಇದರ ಮೇಲೆ ಅವಲಂಬಿತವಾಗಿದೆ.

ನೇರ ಉದ್ಯೋಗಗಳ ಸಂಖ್ಯೆಯು ಸುಮಾರು 1,000 ಕ್ಕಿಂತ ಹೆಚ್ಚಿಲ್ಲದಿರುವುದರಿಂದ, ಅವುಗಳಲ್ಲಿ ಹೆಚ್ಚಿನವು ಹೊರಗಿನವರ ಬಳಿಗೆ ಹೋಗುವ ನಿರೀಕ್ಷೆಯಿದೆ, ಸ್ಥಳೀಯ ಜನರು ತಮ್ಮ ಜೀವನೋಪಾಯಕ್ಕಾಗಿ ಅರ್ಥವಾಗುವ ಬೆದರಿಕೆಯನ್ನು ಅನುಭವಿಸುತ್ತಾರೆ. ಪರಿಸರ ನಾಶದ ಭೀತಿಯೂ ಇದೆ.

ಮುಖ್ಯ ಪ್ರತಿಭಟನಾಕಾರರಲ್ಲಿ ಮಮತಾ ಬ್ಯಾನರ್ಜಿ ನೇತೃತ್ವದ ತೃಣಮೂಲ ಕಾಂಗ್ರೆಸ್ ನೇತೃತ್ವದ ವಿರೋಧ ಪಕ್ಷಗಳು ಮತ್ತು ಭಾರತದ ಸಮಾಜವಾದಿ ಏಕತಾ ಕೇಂದ್ರ ಸೇರ್ಪಡೆಯಾದವು. ನಾಗರಿಕ ಹಕ್ಕುಗಳು ಮತ್ತು ಮಾನವ ಹಕ್ಕುಗಳ ಗುಂಪುಗಳು, ಕಾನೂನು ಸಂಸ್ಥೆಗಳು, ಮೇಧಾ ಪಾಟ್ಕರ್ ಮತ್ತು ಅನುರಾಧಾ ತಲ್ವಾರ್ ನಂತಹ ಸಾಮಾಜಿಕ ಕಾರ್ಯಕರ್ತರು, ಬುಕರ್ ಪ್ರಶಸ್ತಿ ವಿಜೇತ ಲೇಖಕಿ ಅರುಂಧತಿ ರಾಯ್ ಮತ್ತು ಮ್ಯಾಗ್ಸೆಸೆ ಮತ್ತು ಜ್ಞಾನಪೀಠ ಪ್ರಶಸ್ತಿ ವಿಜೇತ ಲೇಖಕಿ ಮಹಾಸ್ವೇತಾ ದೇವಿಗಳಿಂದ ಈ ಚಳವಳಿಗೆ ವ್ಯಾಪಕ ಬೆಂಬಲ ವ್ಯಕ್ತವಾಗಿದೆ. ಇತರ ಬುದ್ಧಿಜೀವಿಗಳು, ಕವಿ ಜಾಯ್ ಗೋಸ್ವಾಮಿಯಂತಹ ಬರಹಗಾರರು, ಸುವಪ್ರಸನ್ನರಂತಹ ಕಲಾವಿದರು, ರಂಗಭೂಮಿ ಮತ್ತು ಚಲನಚಿತ್ರ ವ್ಯಕ್ತಿಗಳಾದ ಸೌನ್ಲಿ ಮಿತ್ರ, ಅಪರ್ಣಾ ಸೇನ್ ಮುಂತಾದವರು ಭಾಗವಹಿಸಿದ್ದಾರೆ. ಈ ಪ್ರದೇಶಕ್ಕೆ ಅವರ ಪ್ರವೇಶವನ್ನು ನಿರ್ಬಂಧಿಸಲು ರಾಜ್ಯ ಪೊಲೀಸ್ ಪಡೆಯನ್ನು ಬಳಸಿಕೊಳ್ಳಲಾಗಿದೆ. ಮತ್ತೊಂದೆಡೆ, ನೊಬೆಲ್ ಪ್ರಶಸ್ತಿ ವಿಜೇತ ಅಮರ್ತ್ಯ ಸೇನ್ ಕಾರ್ಖಾನೆಯನ್ನು ಸ್ಥಾಪಿಸುವ ನಿರ್ಧಾರವನ್ನು ಸಮರ್ಥಿಸಿಕೊಂಡಿದ್ದಾರೆ. ಆದಾಗ್ಯೂ, ಭೂಮಿಯನ್ನು ಬಲವಂತವಾಗಿ ಸ್ವಾಧೀನಪಡಿಸಿಕೊಳ್ಳುವುದನ್ನು ಅವರು ವಿರೋಧಿಸಿದರು.

ಪ್ರತಿಭಟನಾಕಾರರನ್ನು ಸಿಪಿಐ (ಎಂ) ನಾಯಕರು ಮೌಖಿಕವಾಗಿ ಮತ್ತು ಪಕ್ಷದ ಬೆಂಬಲಿಗರು ದೈಹಿಕವಾಗಿ ಕಟುವಾಗಿ ಹಲ್ಲೆ ಮಾಡಿದರು. ಪ್ರತಿಭಟನಾ ನಿರತ ಬುದ್ಧಿಜೀವಿಗಳನ್ನು ಪಕ್ಷದ ಮಹಿಳಾ ಬೆಂಬಲಿಗರು ಸ್ವಾಗತಿಸಲಿದ್ದಾರೆ ಎಂದು ಪಕ್ಷದ ರಾಜ್ಯ ಸಮಿತಿಯ ಸದಸ್ಯ ಬೆನಾಯ್ ಕೋನಾರ್ ಪ್ರಸಿದ್ಧವಾಗಿ ಘೋಷಿಸಿದರು.

ರಾಜ್ಯ ಮತ್ತು ಟಾಟಾ ಮೋಟಾರ್ಸ್ ಅಧಿಕಾರಿಗಳ ಪ್ರಾಥಮಿಕ ಸಮೀಕ್ಷೆಗಳು ಪ್ರತಿಭಟನೆಗಳನ್ನು ಎದುರಿಸಿದವು ಮತ್ತು ತೃಣಮೂಲ ಕಾಂಗ್ರೆಸ್ ತನ್ನ ಮುಖ್ಯ ಘಟಕವನ್ನು ರೂಪಿಸುವ ಮೂಲಕ ಸಿಂಗೂರ್ ಫಾರ್ಮ್ ಲ್ಯಾಂಡ್ ಸಮಿತಿಯ ಅಡಿಯಲ್ಲಿ ಆಯೋಜಿಸಲಾದ ಗ್ರಾಮಸ್ಥರಿಂದ ಒಂದು ಸಂದರ್ಭದಲ್ಲಿ ಕೈಚಳಕವನ್ನು ಎದುರಿಸಿದವು. ಆಂದೋಲನವು ಯಾವ ದಿಕ್ಕಿನಲ್ಲಿ ಸಾಗುತ್ತಿದೆ ಎಂಬುದರ ಮೇಲೆ ನಕ್ಸಲೀಯರು ನಿಯಂತ್ರಣ ಹೊಂದಿದ್ದಾರೆ ಮತ್ತು ತೃಣಮೂಲ ಕಾಂಗ್ರೆಸ್ ಮುಖ್ಯಸ್ಥೆ ಮಮತಾ ಬ್ಯಾನರ್ಜಿ ಅವರೊಂದಿಗೆ ಸಮಾಲೋಚಿಸದೆ ಯಾವುದೇ ನಿರ್ಧಾರಗಳನ್ನು ತೆಗೆದುಕೊಳ್ಳುವುದಿಲ್ಲ ಎಂದು ವರದಿಯಾಗಿದೆ.

ರಾಜ್ಯ ಸರ್ಕಾರವು ಭಾರತೀಯ ದಂಡ ಸಂಹಿತೆಯ ನಿಷೇಧಿತ ಸೆಕ್ಷನ್ 144 ಅನ್ನು ಆರಂಭದಲ್ಲಿ ಒಂದು ತಿಂಗಳವರೆಗೆ ವಿಧಿಸಿತು ಮತ್ತು ನಂತರ ಅದನ್ನು ಅನಿರ್ದಿಷ್ಟವಾಗಿ ವಿಸ್ತರಿಸಿತು. ಈ ವಿಧಿಸುವಿಕೆಯನ್ನು ಕೋಲ್ಕತಾ ಹೈಕೋರ್ಟ್ ಕಾನೂನುಬಾಹಿರ ಎಂದು ಘೋಷಿಸಿದೆ.

ಭೂಹೀನ ರೈತರು ಮತ್ತು ಶೇರು-ಕೊಯ್ಲುದಾರರು ಸಂಪೂರ್ಣವಾಗಿ ಕಳೆದುಹೋಗುತ್ತಾರೆ ಎಂದು ಭಯಪಡುತ್ತಿದ್ದರೆ, ಸ್ಥಳೀಯರ ವಿಭಾಗಗಳು, ವಿಶೇಷವಾಗಿ ಸಿಪಿಐ (ಎಂ) ಗೆ ನಿಷ್ಠೆಯಿಂದಾಗಿ ಕಾರ್ಖಾನೆಯನ್ನು ಸ್ವಾಗತಿಸಿವೆ. ಪರಿಹಾರದಲ್ಲಿ ತಾರತಮ್ಯವನ್ನು ಆರೋಪಿಸಲಾಗಿದ್ದರೂ ಸಹ, ಇವುಗಳು ಮುಖ್ಯವಾಗಿ ಭೂಮಿಯ ದೊಡ್ಡ ಭಾಗಗಳ ಮಾಲೀಕರಲ್ಲಿ ಎಣಿಕೆ ಮಾಡುತ್ತವೆ.

ಕಾರ್ಖಾನೆಯಲ್ಲಿ ಭರವಸೆ ನೀಡಿದ ಉದ್ಯೋಗಗಳಲ್ಲಿ ಒಂದು ಭಾಗವು ಭರವಸೆಯನ್ನು ಹಿಂತೆಗೆದುಕೊಳ್ಳುವುದನ್ನು ವಿರೋಧಿಸಿ ತರಬೇತಿ ನೀಡುತ್ತಿರುವಾಗ ತರಗತಿಗಳನ್ನು ಬಹಿಷ್ಕರಿಸಲಾಯಿತು.

## ಭೂಮಿಯಿಂದ ಬೇಲಿ ಹಾಕುವುದು

ಈ ಯೋಜನೆಗಾಗಿ ಮೀಸಲಿಟ್ಟ ಭೂಮಿಯನ್ನು ಪ್ರತಿಭಟನೆಗಳ ನಡುವೆ ರಾಜ್ಯ ಆಡಳಿತವು ಸ್ವಾಧೀನಪಡಿಸಿಕೊಂಡಿತು ಮತ್ತು ಡಿಸೆಂಬರ್ 1, 2006 ರಂದು ಬೇಲಿ ಹಾಕುವುದು ಪ್ರಾರಂಭವಾಯಿತು. ರಾಜ್ಯ ಪೊಲೀಸರು ಸಿಂಗೂರ್ ಗೆ ಪ್ರವೇಶಿಸುವುದನ್ನು ತಡೆಯುತ್ತಿದ್ದ ಮಮತಾ ಬ್ಯಾನರ್ಜಿ, ತಮ್ಮ ಪಕ್ಷಕ್ಕೆ ಸೇರಿದ ಶಾಸಕರು ವಿಧಾನಸಭೆಯಲ್ಲಿ ಹಿಂಸಾಚಾರಕ್ಕೆ ಇಳಿದು ಪೀಠೋಪಕರಣಗಳಿಗೆ ಹಾನಿಯನ್ನುಂಟುಮಾಡಿದಾಗ ಪ್ರತಿಭಟಿಸಿ ರಾಜ್ಯವ್ಯಾಪಿ ಬಂದ್ ಗೆ ಕರೆ ನೀಡಿದರು. ನಂತರ, ಅವರು 25 ದಿನಗಳ ಉಪವಾಸ ಸತ್ಯಾಗ್ರಹ ನಡೆಸಿದರು. ಈ ಅವಧಿಯಲ್ಲಿ ಅವರು ತಮ್ಮ ಜಮೀನಿನೊಂದಿಗೆ ಭಾಗವಾಗಲು ಇಷ್ಟವಿಲ್ಲದ ರೈತರ ಅಫಿಡವಿಟ್ ಗಳನ್ನು ಮಂಡಿಸಿದರು.

ಸಿಪಿಐ (ಎಂ) ಪಕ್ಷದ ಕಾರ್ಯಕರ್ತರು ಪೊಲೀಸರ ದೊಡ್ಡ ತುಕಡಿಗಳ ಜೊತೆಗೆ ಬೇಲಿ ಇರುವ ಪ್ರದೇಶವನ್ನು ನಿಯಮಿತವಾಗಿ ಕಾವಲು ಕಾಯಲಾಗಿತ್ತು. ಡಿಸೆಂಬರ್ 18, 2006 ರಂದು ಪ್ರತಿಭಟನೆಯಲ್ಲಿ ಸಕ್ರಿಯವಾಗಿದ್ದ ಹದಿಹರೆಯದ ಗ್ರಾಮಸ್ಥ ತಪಸಿ ಮಲಿಕ್ ಅವರನ್ನು ಸುಟ್ಟುಹಾಕಿದ ನಂತರ ಅನೇಕ ಅತ್ಯಾಚಾರಗಳ ಆರೋಪ ಹೊರಿಸಲಾಯಿತು. ಆಕೆಯ ಸಾವಿನ ತನಿಖೆಯಲ್ಲಿ ನಿರ್ಲಕ್ಷ್ಯ ಮತ್ತು ರಾಜಕೀಯ ಹಸ್ತಕ್ಷೇಪದ ಆರೋಪವಿದೆ. ನಂತರ, ಅಪರಾಧಕ್ಕೆ ಸಂಬಂಧಿಸಿದಂತೆ ಸಿಪಿಐ (ಎಂ) ಕಾರ್ಯಕರ್ತ ದೇಬು ಮಲಿಕ್ ಮತ್ತು ಸಿಪಿಐ (ಎಂ) ವಲಯ ಸಮಿತಿ ಕಾರ್ಯದರ್ಶಿ ಸುಹ್ರೀದ್ ದತ್ತಾ ಅವರನ್ನು ಸಿಬಿಐ ಬಂಧಿಸಿತು.

ಅಂದಿನಿಂದ ಗ್ರಾಮಸ್ಥರ ಮಧ್ಯಂತರ ದಾಳಿಗಳು ಬೇಲಿಯಲ್ಲಿ ಮುಂದುವರೆದಿವೆ. ಆದಾಗ್ಯೂ, ಯೋಜನೆಯ ವಿರುದ್ಧದ ನಿರಂತರ ಆಂದೋಲನಗಳು ನಿಷ್ಪರಿಣಾಮಕಾರಿ ಎಂದು ಸಾಬೀತಾಯಿತು ಮತ್ತು ಭೂಮಿಯನ್ನು ಕಳೆದುಕೊಂಡ ರೈತ ಆತ್ಮಹತ್ಯೆ ಮಾಡಿಕೊಂಡರು.

ಮತ್ತೊಂದೆಡೆ, ಸಿಪಿಐ (ಎಂ) ಪರವಾಗಿರುವ ಕಾರ್ಖಾನೆ ಪರ ಗ್ರಾಮಸ್ಥರು ತಮ್ಮ ವಿರುದ್ಧ ಬೆದರಿಕೆಗಳು ಮತ್ತು ಹಿಂಸಾಚಾರದ ಬಗ್ಗೆ 'ಸಿಂಗೂರ್ ಫಾರ್ಮ್ ಲ್ಯಾಂಡ್ ಸಮಿತಿಯನ್ನು ಉಳಿಸಿ' ಎಂಬ ನಕ್ಸಲ್ ಬಣದ ವಿರುದ್ಧ

ಆರೋಪಗಳನ್ನು ಮಾಡಿದರು.

## ಸಸ್ಯದ ನಿರ್ಮಾಣ

ಟಾಟಾ ಸಮಾರಂಭದಲ್ಲಿ 21 ಜನವರಿ 2007 ರಂದು ಸ್ಥಾವರದ ನಿರ್ಮಾಣವನ್ನು ಪ್ರಾರಂಭಿಸಿತು. ಈ ಸ್ಥಾವರದ ನಿರ್ಮಾಣದ ವಿರುದ್ಧ ತೃಣಮೂಲ ಕಾಂಗ್ರೆಸ್ ನ ರಾಜಕೀಯ ಅಶಾಂತಿ ಮತ್ತು ಆಂದೋಲನದಿಂದಾಗಿ 2008ರ ಅಕ್ಟೋಬರ್ 3ರಂದು ಸಿಂಗೂರ್ ನಿಂದ ಹೊರಬರುತ್ತಿರುವುದಾಗಿ ಟಾಟಾ ಗ್ರೂಪ್ ಘೋಷಿಸಿತು.

## ಕಾರ್ಯವಿಧಾನದ ಲಕುನೆ

ತೀವ್ರ ಟೀಕೆಗೆ ಗುರಿಯಾಗಿರುವ ಕಾರ್ಖಾನೆಯನ್ನು ಸ್ಥಾಪಿಸುವ ಪ್ರಕ್ರಿಯೆಯ ಇತರ ಅಂಶಗಳೆಂದರೆ, ಒಪ್ಪಂದದ ವಿವರಗಳ ಬಗ್ಗೆ ಸರ್ಕಾರದ ಗೌಪ್ಯತೆ ಮತ್ತು ವಿಧಾನಸಭೆಯಲ್ಲಿ ಮುಖ್ಯಮಂತ್ರಿಗಳು ಸುಳ್ಳು ಮಾಹಿತಿಯನ್ನು ಒದಗಿಸುವುದು. ನಿರ್ದಿಷ್ಟವಾಗಿ ಹೇಳುವುದಾದರೆ, ಟಾಟಾ ಮೋಟಾರ್ಸ್ ಗೆ ನೀಡಲಾಗುತ್ತಿರುವ ರಿಯಾಯಿತಿಗಳನ್ನು ಸಾರ್ವಜನಿಕವಾಗಿ ಬಹಿರಂಗಪಡಿಸಲಾಗಿಲ್ಲ. ಮುಖ್ಯಮಂತ್ರಿಯವರ ಸುಳ್ಳುಗಳು ಮುಖ್ಯವಾಗಿ ಬಲಪ್ರಯೋಗವಿಲ್ಲದೆ ಮಾಲೀಕರ ಸ್ವಯಂಪ್ರೇರಿತ ಒಪ್ಪಿಗೆಯ ಮೂಲಕ 912 ಎಕರೆಗಳನ್ನು ಸ್ವಾಧೀನಪಡಿಸಿಕೊಂಡಿರುವುದಾಗಿ ಅವರು ಮಾಡಿದ ಹಕ್ಕುಗಳಿಗೆ ಸಂಬಂಧಿಸಿವೆ.

ಕೋಲ್ಕತಾ ಹೈಕೋರ್ಟ್ ಸ್ವಾಧೀನವನ್ನು ಪ್ರಾಥಮಿಕ ಮುಖ ಕಾನೂನುಬದ್ಧವೆಂದು ಘೋಷಿಸಿತು. ಸರಿಯಾದ ಅಂಕಿಅಂಶಗಳನ್ನು ಸಲ್ಲಿಸುವಂತೆ ಹೈಕೋರ್ಟ್ ರಾಜ್ಯ ಸರ್ಕಾರಕ್ಕೆ ಆದೇಶಿಸಿದಾಗ ಗಾಳಿಯು ಸ್ವಲ್ಪ ಮಟ್ಟಿಗೆ ತೆರವುಗೊಂಡಂತೆ ತೋರುತ್ತಿದೆ, ಅದರ ನಂತರ ಅಫಿಡವಿಟ್ ಸಲ್ಲಿಸಲಾಗಿದೆ ಆದರೆ ಫಲಿತಾಂಶದಿಂದ ತೃಪ್ತರಾಗಿಲ್ಲ. ಜೂನ್ 2007ರಲ್ಲಿ ಸಲ್ಲಿಸಲಾದ ಹೊಸ ಅಫಿಡವಿಟ್ ನಲ್ಲಿ ಶೇಕಡಾ 30ರಷ್ಟು ಭೂಮಿಯನ್ನು ರೈತರ ಒಪ್ಪಿಗೆಯಿಲ್ಲದೆ ಸ್ವಾಧೀನಪಡಿಸಿಕೊಂಡಿರುವುದನ್ನು ಸರ್ಕಾರ ಒಪ್ಪಿಕೊಂಡಿದೆ. ಒಪ್ಪಿಗೆಯು ಪರಿಹಾರದ ಕೊರತೆ ಅಥವಾ ಒಟ್ಟಾರೆಯಾಗಿ ಮಾರಾಟ ಮಾಡಲು ನಿರಾಕರಿಸುವುದನ್ನು ಆಧರಿಸಿ ಅಫಿಡವಿಟ್ ಅಸ್ಪಷ್ಟವಾಗಿದೆ.

ಅಕ್ಟೋಬರ್ 3, 2008 ರಂದು, ಮುಖ್ಯಮಂತ್ರಿಯವರೊಂದಿಗಿನ ಸಂಕ್ಷಿಪ್ತ ಸಭೆಯ ನಂತರ, ಶ್ರೀ ರತನ್ ಟಾಟಾ ಅವರು ಪಶ್ಚಿಮ ಬಂಗಾಳದಿಂದ ನ್ಯಾನೋ ಯೋಜನೆಯನ್ನು ಸ್ಥಳಾಂತರಿಸುವ ನಿರ್ಧಾರವನ್ನು ಘೋಷಿಸಿದರು. ತೃಣಮೂಲ ಕಾಂಗ್ರೆಸ್ ಮುಖ್ಯಸ್ಥೆ ಮಮತಾ ಬ್ಯಾನರ್ಜಿ ನೇತೃತ್ವದ ಸಿಂಗೂರ್ ಯೋಜನೆಯಲ್ಲಿ ವಿರೋಧ ಪಕ್ಷಗಳ ಆಂದೋಲನದ ಬಗ್ಗೆ ಶ್ರೀ ಟಾಟಾ ನಿರ್ದಿಷ್ಟವಾಗಿ ತಮ್ಮ ಹತಾಶೆಯನ್ನು ಪ್ರಸ್ತಾಪಿಸಿದರು. ಆದಾಗ್ಯೂ, ಶ್ರೀಮತಿ ಬ್ಯಾನರ್ಜಿ ಜವಾಬ್ದಾರಿಗಳನ್ನು ತೆಗೆದುಕೊಳ್ಳಲು ನಿರಾಕರಿಸಿದರು ಮತ್ತು ಬದಲಿಗೆ ಟಾಟಾ ಮತ್ತು ರಾಜ್ಯ ಸರ್ಕಾರಕ್ಕೆ ಬೆರಳು ತೋರಿದರು.

## 24

# ನ್ಯಾನೋ ಗುಜರಾತ್ ಕಡೆಗೆ

ಪಶ್ಚಿಮ ಬಂಗಾಳದ ನಷ್ಟವು ಗುಜರಾತ್ ಗೆ ಲಾಭವಾಯಿತು. ನ್ಯಾನೋ ಅಲ್ಪಾ ಅಗ್ಗದ ಕಾರುಗಾಗಿ ಟಾಟಾ ನ್ಯಾನೋ ಯೋಜನೆಯನ್ನು ಗುಜರಾತ್ ನ ಸಾನಂದ್ ಗೆ ಸ್ಥಳಾಂತರಿಸಲಾಯಿತು. ಗುಜರಾತ್ ಮುಖ್ಯಮಂತ್ರಿ ನರೇಂದ್ರ ಮೋದಿ ಅವರು ಜನರ ಕಾರುಗಾಗಿ ಭವ್ಯ ಸ್ವಾಗತ ಕೋರಿದರು.

ಮಹಾರಾಷ್ಟ್ರ, ಉತ್ತರಾಖಂಡ, ಕರ್ನಾಟಕ ಮತ್ತು ಆಂಧ್ರಪ್ರದೇಶದ ಸಂಭಾವ್ಯ ಸ್ಥಳಗಳನ್ನು ಪರಿಶೀಲಿಸಿದ ನಂತರ ಟಾಟಾ ನ್ಯಾನೋ ಯೋಜನೆಗಾಗಿ ರತನ್ ಟಾಟಾ 30 ಕಿ .ಮೀ ದೂರದಲ್ಲಿರುವ ಸಾನಂದ್ ಅನ್ನು ಆಯ್ಕೆ ಮಾಡಿದರು. ಗುಜರಾತ್ ನ ಒಟ್ಟಾರೆ ಹವಾಮಾನವು ಉದ್ಯಮಕ್ಕೆ ಅತ್ಯಂತ ಅನುಕೂಲಕರವಾಗಿತ್ತು . ಅದು, ಮತ್ತು ರಾಜ್ಯದ ಸಾಮಾನ್ಯ ಜನಸಂಖ್ಯೆಯು ಕೈಗಾರೀಕರಣದ ಪರವಾಗಿದೆ ಎಂಬ ಅಂಶವು ನರೇಂದ್ರ ಮೋದಿಯವರಿಗೆ ನ್ಯಾನೋ ಯೋಜನೆಗಾಗಿ 1100 ಕಿಲೋಮೀಟರ್ ಗಳ ಹಂಚಿಕೆ ಮಾಡಲು ಅನುವು ಮಾಡಿಕೊಟ್ಟ ಪ್ರಮುಖ ಅಂಶಗಳಾಗಿವೆ.

*ರತನ್ ಟಾಟಾ ಮತ್ತು ನರೇಂದ್ರ ಮೋದಿ*

ಸಾನಂದ್ ನಲ್ಲಿರುವ ಟಾಟಾ ನ್ಯಾನೋ ಯೋಜನೆಯ ಸ್ಥಳವು ರಾಜ್ ಕೋಟ್ ಮತ್ತು ಅಹಮದಾಬಾದ್ ಅನ್ನು ಸಂಪರ್ಕಿಸುವ ರಾಷ್ಟ್ರೀಯ ಹೆದ್ದಾರಿ -8 ಗೆ ಹತ್ತಿರದ ಸಂಪರ್ಕವನ್ನು ಹೊಂದಿದೆ. ನ್ಯಾನೋ ಸೈಟ್ ದೆಹಲಿ-ಮುಂಬೈ

ಸರಕು ಕಾರಿಡಾರ್ ಅನುಷ್ಠಾನದ ಭಾಗವಾಗಿ ಕೈಗಾರಿಕಾ ಅಭಿವೃದ್ಧಿ ಯೋಜನೆಯಾಗಿ ಸ್ಥಾಪಿಸಲಾಗುತ್ತಿರುವ ಉದ್ದೇಶಿತ ಧೋಲೇರಾ ಬಂದರಿಗೆ ಹತ್ತಿರದಲ್ಲಿದೆ. ಇದರರ್ಥ ಟಾಟಾ ನ್ಯಾನೋವನ್ನು ರಫ್ತು ಮಾಡಬೇಕಾದರೆ ಅವರು ಹೆಚ್ಚು ದೂರ ಹೋಗಬೇಕಾಗಿರಲಿಲ್ಲ.

ಸೈಟ್ ಗೆ ಅಪ್ರೋಚ್ ರಸ್ತೆಗಳ ನಿರ್ಮಾಣಕ್ಕಾಗಿ ತಮ್ಮ ಭೂಮಿಯನ್ನು ನೀಡಲು ಸಿದ್ಧರಿದ್ದೇವೆ ಎಂದು ರೈತರಿಂದ ಕಂಪನಿಯು ಪಡೆದ ಸ್ವಾಗತವು ಟಾಟಾಗಳಿಗೆ ಅಷ್ಟೇ ರೋಮಾಂಚನಕಾರಿಯಾಗಿದೆ. ಟಾಟಾ ಮೋಟಾರ್ಸ್ ಗೆ ಲಭ್ಯವಿರುವ ಜಮೀನು ಆನಂದ್ ಅಗ್ರಿಕಲ್ಚರಲ್ ಯೂನಿವರ್ಸಿಟಿಯಿಂದ ಬಂದಿದೆ.

ಸಾನಂದ್ ಸ್ಥಾವರವು ರಾಜ್ ಕೋಟ್ ಗೆ ಹತ್ತಿರವಿರುವ ಅನುಕೂಲತೆಯನ್ನು ಹೊಂದಿರುತ್ತದೆ. ಅಲ್ಲಿ ವಿವಿಧ ಪೂರಕ ಘಟಕಗಳಲ್ಲಿ ನ್ಯಾನೊ ಘಟಕಗಳನ್ನು ತಯಾರಿಸಲಾಗುತ್ತದೆ. ಸಿಂಗೂರ್ ನಲ್ಲಿನ ಪರಿಸ್ಥಿತಿಗಿಂತ ಭಿನ್ನವಾಗಿ, ಸ್ಥಳೀಯ ಜನರು ಮತ್ತು ರಾಜಕೀಯ ನಾಯಕತ್ವವು ತಮ್ಮ ಮನೆ ಬಾಗಿಲಿಗೆ ಬರಲು ಉತ್ತಮವಾದದ್ದನ್ನು ನಿರೀಕ್ಷಿಸುತ್ತವೆ. ನ್ಯಾನೋ ಹೊರಹೊಮ್ಮಲು ಸಿದ್ಧವಾಗುತ್ತಿದ್ದಂತೆ ಆರ್ಥಿಕತೆಯ ಉತ್ಕರ್ಷದ ಅವಕಾಶವು ಅವರು ಯೋಚಿಸಿದ್ದಕ್ಕಿಂತ ಹೆಚ್ಚಾಗಿದೆ.

ಸಾನಂದ್ ನಲ್ಲಿರುವ ನ್ಯಾನೋ ಯೋಜನೆಯು ಆರಂಭದಲ್ಲಿ ಒಂದು ವರ್ಷದಲ್ಲಿ 250,000 ಕಾರುಗಳ ಉತ್ಪಾದನಾ ಸಾಮರ್ಥ್ಯವನ್ನು ಹೊಂದಿದೆ.

ಪ್ರತಿಪಕ್ಷ ತೃಣಮೂಲ ಕಾಂಗ್ರೆಸ್ ಪಕ್ಷಕ್ಕೆ ಸೇರಿದ ಪ್ರತಿಭಟನಾ ನಿರತ ರೈತರು ಯೋಜನೆಯನ್ನು ಯಶಸ್ವಿಯಾಗಿ ಸ್ಥಗಿತಗೊಳಿಸಿದ ಪಶ್ಚಿಮ ಬಂಗಾಳದ ಸಿಂಗೂರ್ ನ ನಿರಾಶೆಯ ನಂತರ ವೇಗವಾಗಿ ಚಲಿಸುತ್ತಿರುವ ವಿಷಯಗಳ ಬಗ್ಗೆ ರತನ್ ಟಾಟಾ ತಮ್ಮ ಸಂತೋಷವನ್ನು ವ್ಯಕ್ತಪಡಿಸಿದರು. ಗುಜರಾತ್ ಸರ್ಕಾರವು ಟಾಟಾ ಮೋಟಾರ್ಸ್ ಗೆ ನೀಡುವ ಪ್ರಯೋಜನಗಳು ಪಶ್ಚಿಮ ಬಂಗಾಳ ಸರ್ಕಾರವು ಟಾಟಾ ಮೋಟಾರ್ಸ್ ಗೆ ನೀಡಿದ್ದಕ್ಕಿಂತ ಸ್ವಲ್ಪ ಉತ್ತಮವಾಗಿದೆ ಎಂದು ಅವರು ಅಭಿಪ್ರಯಿಸಿದರು.

ಸಾನಂದ್ ನಲ್ಲಿ ಸ್ಥಾವರವನ್ನು ಸ್ಥಾಪಿಸಲು ಮತ್ತು ನಿಜವಾದ ಉತ್ಪಾದನೆಯನ್ನು ಪ್ರಾರಂಭಿಸಲು ಟಾಟಾ ಮೋಟಾರ್ಸ್ ಗೆ ಸ್ವಲ್ಪ ಸಮಯ ತೆಗೆದುಕೊಳ್ಳಬೇಕಾಯಿತು. ಏತನ್ಮಧ್ಯೆ, ಕಂಪನಿಯು ನ್ಯಾನೋ ಸಣ್ಣ ಕಾರಿನ ಉತ್ಪಾದನಾ ಗಡುವನ್ನು ಪೂರೈಸಲು ಪ್ರಯತ್ನಿಸುತ್ತದೆ ಎಂದು ರತನ್ ಟಾಟಾ ಹೇಳಿದರು- ಟಾಟಾ ಮೋಟಾರ್ಸ್ ನ ಪಂತ್ನಗರ ಸ್ಥಾವರದಲ್ಲಿ ಆರಂಭಿಕ ನ್ಯಾನೊಗಳನ್ನು ಉತ್ಪಾದಿಸಲಾಗುವುದು ಎಂದು ನಂಬಲಾಗಿದೆ ಮತ್ತು ಸ್ಥಾವರವನ್ನು ಸ್ಥಾಪಿಸಿದನಂತರ ಮತ್ತು ಪೂರಕ ತಯಾರಕರು ಯಶಸ್ವಿಯಾಗಿ ಸ್ಥಳಾಂತರಗೊಂಡು,

ಕಾರ್ಯಾಚರಣೆಯನ್ನು ಪ್ರಾರಂಭಿಸಿದ ನಂತರವೇ, ಉತ್ಪಾದನೆಯು ಸಾನಂದ್ ಸ್ಥಾವರಕ್ಕೆ ಸ್ಥಳಾಂತರಗೊಳ್ಳುತ್ತದೆ.

ಆರಂಭದಲ್ಲಿ, ಸಾನಂದ್ ಪೆಟ್ರೋಲ್ ಟಾಟಾ ನ್ಯಾನೋ ಕಾರುಗಳ ಉತ್ಪಾದನೆಯನ್ನು ಗಮನಿಸುತ್ತದೆ ಮತ್ತು ನಂತರ ನ್ಯಾನೊದ ಡೀಸೆಲ್, ಎಲೆಕ್ಟ್ರಿಕ್ ಮತ್ತು ಸಿಎನ್ ಜಿ ಆವೃತ್ತಿಗಳಂತಹ ಹೆಚ್ಚಿನ ರೂಪಾಂತರಗಳನ್ನು ಇಲ್ಲಿ ಉತ್ಪಾದಿಸಲಾಗುತ್ತದೆ.

❐

25

# ತಾಜ್ ಮಹಲ್ ಹೋಟೇಲ್ ಗಳು

ಬಾಂಬೆಯ ತಾಜ್ ಮಹಲ್ ಹೋಟೆಲ್ ಜಮ್ಸೆಟ್ಜಿ ಎನ್. ಟಾಟಾ ಅವರ ಮೆದುಳಿನ ಮಗುವಾಗಿತ್ತು. ಭಾರತದ ವಾಣಿಜ್ಯ ರಾಜಧಾನಿಯಾದ ಬಾಂಬೆಗೆ (ಈಗ ಮುಂಬೈ) ಭವ್ಯವಾದ ಹೋಟೆಲ್ ಅಗತ್ಯವಿದೆ ಎಂದು ಜಮ್ಸೆಟ್ಜಿ ನಂಬಿದ್ದರು. ಇದು ವಿಶ್ವದ ಶ್ರೇಷ್ಠ ನಗರಗಳಲ್ಲಿ ತನ್ನ ಖ್ಯಾತಿಯನ್ನು ಹೆಚ್ಚಿಸುತ್ತದೆ. ಜಮ್ಸೆಟ್ಜಿ ಎನ್. ಟಾಟಾ ಭಾರತದ ಪ್ರಮುಖ ವ್ಯಾಪಾರ ಸಂಸ್ಥೆಯಾದ ಟಾಟಾ ಗ್ರೂಪ್ ನ ದೂರದೃಷ್ಟಿಯ ಸಂಸ್ಥಾಪಕರಾಗಿದ್ದರು.

ಕಿಂಗ್ ಜಾರ್ಜ್ V ಮತ್ತು ಕ್ವೀನ್ ಮೇರಿ ಅವರ ಭೇಟಿಯ ನೆನಪಿಗಾಗಿ 1928ರಲ್ಲಿ ಗೇಟ್ ವೇ ಆಫ್ ಇಂಡಿಯಾ ಪೂರ್ಣಗೊಳ್ಳುವ ಮೊದಲೇ, ಮುಂಬೈ ಈಗಾಗಲೇ ಅಷ್ಟೇ ಭವ್ಯವಾದ ಹೆಗ್ಗುರುತನ್ನು ಹೊಂದಿತ್ತು. ರಾಯಲ್ಟಿ, ರಾಜ್ಯಗಳ ಮುಖ್ಯಸ್ಥರು, ಉದ್ಯಮಿಗಳು, ಉದ್ಯಮದ ನಾಯಕರು, ಕಾರ್ಪೊರೇಟ್ ಅಲೆಮಾರಿಗಳು ಮತ್ತು ಜೆಟ್ ಸೆಟ್ಟರ್ ಗಳಾದ ತಾಜ್ ಮಹಲ್ ಪ್ಯಾಲೇಸ್ ಮತ್ತು ಟವರ್ ಮುಂಬೈನ ಕಾಸ್ಮೋಪಾಲಿಟನ್ ನೀತಿಗಳು ಮತ್ತು ಕ್ರಿಯಾತ್ಮಕ ಮನೋಭಾವಕ್ಕೆ ಜೀವಂತ ಗೌರವವೆನಿಸಿದವು.

ಇದು 1903 ರಲ್ಲಿ ಪ್ರಾರಂಭವಾದಾಗಿನಿಂದ, ಮುಂಬೈನ ತಾಜ್ ಮಹಲ್ ಪ್ಯಾಲೇಸ್ ಮತ್ತು ಟವರ್ ತನ್ನದೇ ಆದ ವಿಶಿಷ್ಟ ಇತಿಹಾಸವನ್ನು ಸೃಷ್ಟಿಸಿದೆ. ಮಹಾರಾಜರು ಮತ್ತು ರಾಜಕುಮಾರರಿಂದ ಹಿಡಿದು ವಿವಿಧ ರಾಜರುಗಳು, ಅಧ್ಯಕ್ಷರು, ಸಿಇಒಗಳು ಮತ್ತು ಮನರಂಜಕರವರೆಗೆ, ತಾಜ್ ಪರಿಪೂರ್ಣ ಆತಿಥ್ಯ ವಹಿಸಿದೆ, ಅವರ ಪ್ರತಿಯೊಂದು ಅಗತ್ಯವನ್ನು ಬೆಂಬಲಿಸಿದೆ.

138 ರಾಷ್ಟ್ರದ ಹೆಮ್ಮೆ : ರತನ್ ಟಾಟಾ

1903 ರಲ್ಲಿ ನಿರ್ಮಿಸಲಾದ ಈ ಹೋಟೆಲ್ ವಾಸ್ತುಶಿಲ್ಪದ ಅದ್ಭುತವಾಗಿದೆ ಮತ್ತು ಮೂರಿಶ್, ಓರಿಯಂಟಲ್ ಮತ್ತು ಫ್ಲಾರೆಂಟೈನ್ ಶೈಲಿಗಳನ್ನು ಒಟ್ಟುಗೂಡಿಸುತ್ತದೆ. ಅರೇಬಿಯನ್ ಸಮುದ್ರ ಮತ್ತು ಗೇಟ್ ವೇ ಆಫ್ ಇಂಡಿಯಾದ ವಿಹಂಗಮ ನೋಟವನ್ನು ನೀಡುವ ಈ ಹೋಟೆಲ್ ಮುಂಬೈ ನಗರದ ಆಕರ್ಷಕ ಹೆಗ್ಗುರುತಾಗಿದೆ. ಸುಂದರವಾದ ಕಮಾನಿನ ಅಲಬಾಸ್ಟರ್ ಸೀಲಿಂಗ್ ಗಳು, ಓನಿಕ್ಸ್ ಕಾಲಮ್ ಗಳು, ಆಕರ್ಷಕವಾದ ಕಮಾನುಗಳು, ಕೈಯಿಂದ ನೇಯ್ದ ರೇಷ್ಮೆ ಕಾರ್ಪೆಟ್ ಗಳು, ಸ್ಫಟಿಕ ಗೊಂಚಲುಗಳು, ಭವ್ಯವಾದ ಕಲಾ ಸಂಗ್ರಹ, ಪೀಠೋಪಕರಣಗಳ ಸಾರಸಂಗ್ರಹಿ ಸಂಗ್ರಹ ಮತ್ತು ನಾಟಕೀಯ ಕ್ಯಾಂಟಿಲಿವರ್ ಮೆಟ್ಟಿಲುಗಳ ಜೊತೆಗೆ ಸಮಕಾಲೀನ ಭಾರತೀಯ ಪ್ರಭಾವಗಳನ್ನು ಪ್ರದರ್ಶಿಸುತ್ತದೆ.

1970ರ ದಶಕದಲ್ಲಿ ಟವರ್ ಬ್ಲಾಕ್ ಸೇರ್ಪಡೆಗೊಂಡಿತು, ಇದು ಹೋಟೆಲ್ ನ ಕೋಣೆಯ ದಾಸ್ತಾನುಗಳನ್ನು ದ್ವಿಗುಣಗೊಳಿಸಿತು ಮತ್ತು ಸಾರ್ವಜನಿಕ ಪ್ರದೇಶಗಳು ಮತ್ತು F&B ಮಳಿಗೆಗಳಿಗೆ ಸೇರಿಸಿತು. ಅದರ ಕಮಾನಿನ ಬಾಲ್ಕನಿಗಳು ಜಗ್ಡ್ ಡಯೆಡ್ ನಿಂದ ಅಗ್ರಸ್ಥಾನದಲ್ಲಿರುವುದರಿಂದ, ಹೊಸ ವಿಭಾಗವು ಹೆರಿಟೇಜ್ ಕಟ್ಟಡಕ್ಕೆ ಸಾಮರಸ್ಯದಿಂದ ವ್ಯತಿರಿಕ್ತವಾಗಿದೆ. ಟವರ್ವಿಂಗ್ ಅನ್ನು ಅಮೆರಿಕದ ಖ್ಯಾತ ವಾಸ್ತುಶಿಲ್ಪಿ ಮೆಲ್ಟನ್ ಬೆಕ್ಕರ್ ಕಲ್ಪಿಸಿಕೊಂಡರು.

ಟವರ್ ವಿಂಗ್ ನ ಒಳಾಂಗಣವನ್ನು ಹಾಂಗ್ ಕಾಂಗ್ ಮೂಲದ ಸ್ವಿಸ್ ಡಿಸೈನರ್ ಡೇಲ್ ಕೆಲ್ಲರ್ ಅವರು ಕಲ್ಪಿಸಿಕೊಂಡಿದ್ದಾರೆ. ಉದಯಪುರ ಶೈಲಿಯಲ್ಲಿ ಪರಿಹಾರ ಫಲಕ, ಭಾರತೀಯ ರೆಸ್ಟೋರೆಂಟ್ ನಲ್ಲಿರುವ ತಂಜಾವೂರು ಸ್ತಂಭಗಳು ಮತ್ತು ಮುಂತಾದವುಗಳನ್ನು ವಿವರಿಸುವ ಮೂಲಕ ಹೊಸ ಕಟ್ಟಡದಲ್ಲಿ 'ಭಾರತೀಯತೆ'

ಕಾಣಿಸಿಕೊಂಡಿದೆ ಎಂದು ಅವರು ಖಚಿತಪಡಿಸಿದರು.

1990ರ ದಶಕದ ಉತ್ತರಾರ್ಧದಲ್ಲಿ ಟವರ್ ವಿಂಗ್ ಒಂದು ಬದಲಾವಣೆಯನ್ನು ಪಡೆಯಿತು. ನವೀಕರಣಕ್ಕಾಗಿ ವಿವಿಧ ಪ್ರದೇಶಗಳನ್ನು ತೆಗೆದುಕೊಳ್ಳಲಾಯಿತು. ನಾಲ್ಕು ಮಹಡಿಗಳಲ್ಲಿರುವ ಕೊಠಡಿಗಳನ್ನು ಕ್ಲೀನರ್ ಲೈನ್ ಗಳು, ದಕ್ಷತಾಶಾಸ್ತ್ರದ ಪೀಠೋಪಕರಣಗಳು ಮತ್ತು ಆಧುನಿಕ ಸಂವಹನ ಸೌಲಭ್ಯಗಳೊಂದಿಗೆ ಆಧುನೀಕರಿಸಲಾಗಿದೆ.

ಕಳೆದ ಶತಮಾನದಲ್ಲಿ, ಮುಂಬೈನ ತಾಜ್ ಮಹಲ್ ಅರಮನೆ ಮತ್ತು ಗೋಪುರವು ವೈವಿಧ್ಯಮಯ ವರ್ಣಚಿತ್ರಗಳು ಮತ್ತು ಕಲಾಕೃತಿಗಳ ಸಂಗ್ರಹವನ್ನು ಸಂಗ್ರಹಿಸಿದೆ ಮತ್ತು ಇದು ಯುಗದ ಕಲಾಕೃತಿಗಳು ಮತ್ತು ಕಲೆಯ ನಿಜವಾದ ಪ್ರದರ್ಶನವಾಗಿದೆ. ಬೆಲ್ಜಿಯನ್ ಗೊಂಚಲುಗಳಿಂದ ಹಿಡಿದು ಗೋವನ್ ಕ್ರಿಶ್ಚಿಯನ್ ಕಲಾಕೃತಿಗಳವರೆಗೆ, ಹೋಟೆಲ್ ಅಸಂಖ್ಯಾತ ಕಲಾತ್ಮಕ ಶೈಲಿಗಳು ಮತ್ತು ಅಭಿರುಚಿಗಳನ್ನು ಒಳಗೊಂಡಿದೆ.

**ತಾಜ್ ಅರಮನೆಯಲ್ಲಿ ಸೌಲಭ್ಯಗಳು**

ತಾಜ್ ಮಹಲ್ ಹೋಟೆಲ್ ಭಾರತದ ಅತ್ಯಂತ ಹಳೆಯ ಹೋಟೆಲ್ ಗಳಲ್ಲಿ ಒಂದಾಗಿದೆ. ಆದರೆ ಇದು 7-ಸ್ಟಾರ್ ಹೋಟೆಲ್ ಒದಗಿಸುವ ಎಲ್ಲಾ ಸೌಲಭ್ಯಗಳನ್ನು ಹೊಂದಿದೆ. ಹೋಟೆಲ್ ತಾಜ್ ನಲ್ಲಿ ಲಭ್ಯವಿರುವ ಪ್ರಮುಖ ಸೌಲಭ್ಯಗಳು ಈ ಕೆಳಗಿನಂತಿವೆ-

**46 ಸೂಟ್ ಗಳನ್ನು ಒಳಗೊಂಡಂತೆ 565 ಕೊಠಡಿಗಳು**: ಮುಂಬೈನ ತಾಜ್ ಮಹಲ್ ಪ್ಯಾಲೇಸ್ ಮತ್ತು ಟವರ್ ಉದಾರವಾಗಿ ನೇಮಕಗೊಂಡ ಸೂಟ್ ಗಳು ಮತ್ತು ಕೊಠಡಿಗಳನ್ನು ನೀಡುತ್ತದೆ. ಪ್ರತಿಯೊಂದೂ ಮೂಲ ವರ್ಣಚಿತ್ರಗಳು ಮತ್ತು ಪೀಠೋಪಕರಣಗಳಿಂದ ಅಲಂಕರಿಸಲ್ಪಟ್ಟಿದ್ದು, ಹಳೆಯ-ಪ್ರಪಂಚದ ಮೋಡಿ ಮತ್ತು ಸೊಬಗುಗಳ ಸೆಳವು ಹೊಂದಿದೆ. ಈ ಮರೆಯಲಾಗದ ಕೊಠಡಿಗಳು ಮತ್ತು ಸೂಟ್ ಗಳು ರಾಜಮನೆತನದ ವೈಭವದ ಕಲ್ಪನೆಗೆ ತಕ್ಕಂತೆ ಬದುಕುತ್ತವೆ.

ಮುಂಬೈನ ತಾಜ್ ಮಹಲ್ ಅರಮನೆ ಮತ್ತು ಗೋಪುರವು ತನ್ನ ತಾಜ್ ಕ್ಲಬ್ ಕೊಠಡಿಗಳು ಮತ್ತು ಸೂಟ್ ಗಳಲ್ಲಿ ವೈಯಕ್ತೀಕರಿಸಿದ ಬಟ್ಲರ್ ಸೇವೆಯನ್ನು ಸಹ ನೀಡುತ್ತದೆ. ಅಲ್ಲಿ ಬಟ್ಲರ್ ಮಾರ್ಗದರ್ಶಿ ಮತ್ತು ಸಹಾಯಕನಾಗಿ ಪ್ರಮುಖ ಪಾತ್ರ ವಹಿಸುತ್ತಾರೆ. ಹೋಟೆಲ್ ವ್ಯಾಪಾರ ಸೇವೆಗಳು ಸೇರಿವೆ. ವೈರ್ ಲೆಸ್ ಇಂಟರ್ನೆಟ್ ಸೌಲಭ್ಯ ಬ್ರಾಡ್ ಬ್ಯಾಂಡ್ ಇಂಟರ್ನೆಟ್ ಸೌಲಭ್ಯ ಬಣ್ಣ ಕಾಪಿಯರ್ ಇನ್-ಹೌಸ್ ವೀಡಿಯೊ-ಕಾನ್ಫರೆನ್ಸಿಂಗ್ ಲ್ಯಾಪ್ಟಾಪ್ ಕಂಪ್ಯೂಟರ್ ಗಳು ಬಾಡಿಗೆಗೆ, ಪೋರ್ಟಬಲ್ ಪ್ರಿಂಟರ್ ಗಳಲ್ಲಿ ಬಾಡಿಗೆಗೆ ಮೊಬೈಲ್ ಫೋನ್ ಗಳಲ್ಲಿ ಸೆಕ್ರೆಟರಿಯಲ್ ಸೇವೆಗಳು ಭಾಷಾಂತರ/ವ್ಯಾಖ್ಯಾನ ಸೇವೆಗಳು ಮಲ್ಟಿಮೀಡಿಯಾ ಕಂಪ್ಯೂಟರ್ ಗಳೊಂದಿಗೆ ಕಾರ್ಯಸ್ಥಳಗಳು ಹೋಟೆಲ್ ವಿರಾಮ ಮತ್ತು ಇತರ ಸೇವೆಗಳು ಸೇರಿವೆ. 24-ಗಂಟೆಗಳ ಇನ್-ರೂಮ್ ಡೈನಿಂಗ್ ಬೇಬಿಸಿಟಿಂಗ್ ಬ್ಯೂಟಿ ಸಲೂನ್ ಪ್ಯಾಟಿಸೆರಿ ಕಾರು ಬಾಡಿಗೆ ಸೇವೆ ಕನ್ಸರ್ಜ್ ಸೇವೆ ಕರೆನ್ಸಿ ವಿನಿಮಯ ಎಕ್ಸ್ ಪ್ರೆಸ್ ಲಾಂಡ್ರಿ / ಡ್ರೈ ಕ್ಲೀನಿಂಗ್ ಫ್ಲೋರಿಸ್ಟ್ ಹೌಸ್ ಡಾಕ್ಟರ್ ಲಾಂಡ್ರಿ ಸೇವೆಗಳು ಪ್ರಯಾಣ ಸೇವೆಗಳು ಒದಗಿಸಲಾಗಿವೆ.

❐

26

# ತಾಜ್ ಗೆ ಭಯೋತ್ಪಾದಕ ದಾಳಿಯ ಬಗ್ಗೆ ಎಚ್ಚರಿಕೆ ನೀಡಲಾಯಿತು

ಮುಂಬೈನ ತಾಜ್ ಮಹಲ್ ಪ್ಯಾಲೇಸ್ ಮತ್ತು ಟವರ್ ಹೋಟೆಲ್ ನಲ್ಲಿ ಭಯೋತ್ಪಾದಕ ದಾಳಿಯ ಸಾಧ್ಯತೆಯ ಬಗ್ಗೆ ಎಚ್ಚರಿಕೆ ನೀಡಲಾಗಿತ್ತು ಮತ್ತು ತಾತ್ಕಾಲಿಕವಾಗಿ ಭದ್ರತೆಯನ್ನು ಹೆಚ್ಚಿಸಲಾಗಿತ್ತು. ಆದರೆ ಬಂದೂಕುಧಾರಿಗಳನ್ನು ತಡೆಯಲು ಏನೂ ಆಗಲಿಲ್ಲ ಎಂದು ಹೋಟೆಲ್ ಮಾಲೀಕತ್ವದ ಟಾಟಾ ಸಮೂಹದ ಅಧ್ಯಕ್ಷ ರತನ್ ಟಾಟಾ ಭಾನುವಾರ ಸಂದರ್ಶನವೊಂದರಲ್ಲಿ ತಿಳಿಸಿದ್ದಾರೆ.

ಭಯೋತ್ಪಾದಕರು ವಶಪಡಿಸಿಕೊಂಡ ಎರಡು ಐಷಾರಾಮಿ ಹೋಟೆಲ್ ಗಳಲ್ಲಿ ಅಪ್ರತಿಮ ತಾಜ್ ಹೋಟೆಲ್ ಕೂಡ ಒಂದು. ಮುಂಬೈನಲ್ಲಿ 59 ಗಂಟೆಗಳ ಮುತ್ತಿಗೆ ಕೊನೆಗೊಂಡಾಗ 10 ಸ್ಥಳಗಳಲ್ಲಿ ಕನಿಷ್ಠ 183 ಜನರು ಸಾವನ್ನಪ್ಪಿದರು ಮತ್ತು 239 ಜನರು ಗಾಯಗೊಂಡರು.

"ನಾವು ಅಂತಹ ಎಚ್ಚರಿಕೆಯನ್ನು ಹೊಂದಿದ್ದೇವೆ ಮತ್ತು ನಮ್ಮಲ್ಲಿ ಕೆಲವು (ಭದ್ರತೆ) ಕ್ರಮಗಳು ಇದ್ದವು ಎಂಬುದು ವಿಪರ್ಯಾಸ" ಎಂದು ಟಾಟಾ ಅವರು ಫರೀದ್ ಜಕಾರಿಯಾ ಅವರಿಗೆ ನೀಡಿದ ಸಂದರ್ಶನದಲ್ಲಿ ಹೇಳಿದರು.

ಎಚ್ಚರಿಕೆಯ ಸ್ವರೂಪವನ್ನು ಟಾಟಾ ವಿವರಿಸುವುದಿಲ್ಲವಾದರೂ, ಅತಿಥಿಗಳು ಮೆಟಲ್ ಡಿಟೆಕ್ಟರ್ ಮೂಲಕ ಹಾದುಹೋಗುವಂತೆ ಮಾಡುವುದು ಮತ್ತು ಹೋಟೆಲ್ ನ ಪೋರ್ಟಿಕೊದಲ್ಲಿ ಕಾರುಗಳನ್ನು ನಿಲ್ಲಿಸಲು ಅನುಮತಿಸದಿರುವುದು ಮುಂತಾದ ಭದ್ರತಾ ಕ್ರಮಗಳನ್ನು ಬುಧವಾರ ರಾತ್ರಿ ಅವ್ಯವಸ್ಥೆಗೆ ಸ್ವಲ್ಪ ಮುಂಚಿತವಾಗಿ ಸಡಿಲಗೊಳಿಸಲಾಯಿತು ಎಂದು ಅವರು ಹೇಳಿದರು.

ಆದರೆ ಭದ್ರತಾ ವಿವರಗಳು ಜಾರಿಯಲ್ಲಿದ್ದರೂ ಸಹ, ಭಯೋತ್ಪಾದಕರು ಹೋಟೆಲ್ ಗೆ ಪ್ರವೇಶಿಸುವುದನ್ನು ಅದು ತಡೆಯಲಿಲ್ಲ ಎಂದು ಟಾಟಾ ಒಪ್ಪಿಕೊಂಡರು.

**"ಅವರು ಏನು ಮಾಡುತ್ತಿದ್ದಾರೆಂದು ಅವರಿಗೆ ತಿಳಿದಿತ್ತು ಮತ್ತು ಅವರು ಮುಂಭಾಗದಲ್ಲಿ ಹೋಗಲಿಲ್ಲ. ನಮ್ಮ ಎಲ್ಲಾ (ಭದ್ರತೆ) ವ್ಯವಸ್ಥೆಗಳು ಮುಂಭಾಗದಲ್ಲಿವೆ** "ಎಂದು ಅವರು ಹೇಳಿದರು. **"ಅವರು ಎಲ್ಲವನ್ನೂ ಯೋಚಿಸಿದ್ದಾರೆ. ಅವರು ಮಾಡಿದ ಮೊದಲ ಕೆಲಸವೆಂದರೆ, ಅವರು ಸ್ನಿಫರ್ ನಾಯಿ ಮತ್ತು ಅದರ ಹ್ಯಾಂಡ್ಲರ್ ಗೆ ಗುಂಡು ಹಾರಿಸಿದರು ಎಂದು ನಾನು ನಂಬುತ್ತೇನೆ. ಅವರು ಅಡುಗೆಮನೆಯ ಮೂಲಕ ಪ್ರವೇಶಿಸಿದರು ."**

1903ರಲ್ಲಿ ಪ್ರಾರಂಭವಾದ ತಾಜ್ ಭಾರತದ ಅತ್ಯಂತ ಪ್ರಸಿದ್ಧ ಹೋಟೆಲ್ ಮತ್ತು ಅದರ ಅತ್ಯಂತ ಐಷಾರಾಮಿ ಹೋಟೆಲ್ ಗಳಲ್ಲಿ ಒಂದಾಗಿದೆ. ಈಗ, ಅದರ ಸುಟ್ಟ ಒಳಾಂಗಣಗಳು ಬುಲೆಟ್ ರಂಧ್ರಗಳು ಮತ್ತು ಗ್ರೆನೇಡ್ ಸ್ಫೋಟಗಳಿಂದ ಹಾಳಾಗಿವೆ, ಅದರ ಕಾರಿಡಾರ್ ಗಳು ರಕ್ತದಲ್ಲಿ ಸೋಕಿವೆ .

ಈ ದಾಳಿಗಳು ನಗರದ ಕಾನೂನು ಜಾರಿ ಮತ್ತು ಬಿಕ್ಕಟ್ಟು ನಿರ್ವಹಣೆಯಲ್ಲಿ ಭಾರಿ ಅಂತರವನ್ನು ಬಹಿರಂಗಪಡಿಸಿದವು.

**"ಮೂಲಸೌಕರ್ಯವು ಶೋಚನೀಯವಾಗಿ ಕಳಪೆಯಾಗಿದೆ"** ಎಂದು ಟಾಟಾ ಹೇಳಿದರು, ಬೆಂಕಿ ಕಾಣಿಸಿಕೊಂಡ ನಂತರ **ಹೋಟೆಲ್** ಗೆ ನೀರಿನಿಂದ ತಣಿಸಲು ಅಗ್ನಿಶಾಮಕ ದಳದವರು ಮೂರು ಗಂಟೆಗಳ ಕಾಲ ತೆಗೆದುಕೊಂಡರು ಮತ್ತು ಬುಲೆಟ್ ಪ್ರೂಫ್ ವೆಸ್ಟ್ ಗಳನ್ನು ಧರಿಸಿದ್ದರೂ ಪೊಲೀಸರು ಸಾವನ್ನಪ್ಪಿದರು.

ಸರ್ಕಾರಿ ಸಂಸ್ಥೆಗಳು **"ತುಂಬಾ ಸಂತೃಪ್ತರಾಗಿವೆ, ಏಕೆಂದರೆ ನಾವು ನಿಜವಾಗಿಯೂ ಈ ರೀತಿಯ ಭಯೋತ್ಪಾದನೆಯನ್ನು ನಮ್ಮ ಮೇಲೆ ಹೇರಿಲ್ಲ" ಎಂದು ಟಾಟಾ ಹೇಳಿದರು.**

ಆದರೆ ಅವರು ಮುಂಬೈ ಜನರನ್ನು ಶ್ಲಾಘಿಸಿದರು ಮತ್ತು ಅವರು ಒಗ್ಗಟ್ಟಾಗಿ ಉಳಿಯುತ್ತಾರೆ ಎಂದು ಆಶಿಸಿದರು. **"ಈ ರೀತಿಯ ಭಯೋತ್ಪಾದನೆಗೆ ನಾವು ಬಲಿಯಾಗುವ ಬದಲು,**

**ಅದು ಏನು ಮಾಡಿದೆ ಎಂದರೆ, ಇದನ್ನು ನಮಗೆ ಯಾರೂ ಮಾಡಲು ಸಾಧ್ಯವಿಲ್ಲ ಎಂಬ ಸಂಕಲ್ಪವನ್ನು ನಮಗೆ**

**ನೀಡಿದೆ** "ಎಂದು ಅವರು ಹೇಳಿದರು. **"ನಾವು ಕೋಪಗೊಂಡಿದ್ದೇವೆ, ಆದರೆ ನಾವು ಹೆದರುವುದಿಲ್ಲ."**

ತಾಜ್ ಸಿಬ್ಬಂದಿ ಹೋಟೆಲ್ ಅನ್ನು ತನ್ನ ಹಿಂದಿನ ವೈಭವಕ್ಕೆ ಪುನಃಸ್ಥಾಪಿಸಲು ವಾಗ್ದಾನ ಮಾಡಿದ್ದಾರೆ.

"ಕಟ್ಟಡದಲ್ಲಿ ಸಂಭವಿಸಿದ ಬೆಂಕಿ ಅವಘಡದಲ್ಲಿ ಜನರಲ್ ಮ್ಯಾನೇಜರ್ ತನ್ನ ಇಡೀ ಕುಟುಂಬವನ್ನು ಕಳೆದುಕೊಂಡರು" ಎಂದು ಟಾಟಾ ಹೇಳಿದರು, ಕರಂಬೀರ್ ಕಾಂಗ್ ಅವರನ್ನು ಉಲ್ಲೇಖಿಸಿ ಅವರ ಪತ್ನಿ ಮತ್ತು ಇಬ್ಬರು ಗಂಡು ಮಕ್ಕಳು - 14 ಮತ್ತು 5 ವರ್ಷ ವಯಸ್ಸಿನವರು ಕೊಲ್ಲಲ್ಪಟ್ಟರು ಎಂದು ಟಾಟಾ ಹೇಳಿದರು.

**"ನಾನು ಇಂದು ಅವನ ಬಳಿಗೆ ಹೋಗಿ ನಾನು ಎಷ್ಟು ವಿಷಾದಿಸುತ್ತಿದ್ದೇನೆ ಎಂದು ಹೇಳಿದೆ, ಮತ್ತು ಅವನು, 'ಸರ್, ನಾವು ಇದನ್ನು ಸೋಲಿಸಲಿದ್ದೇವೆ. ನಾವು ಈ ತಾಜ್ ಅನ್ನು ಮತ್ತೆ ನಿರ್ಮಿಸಲಿದ್ದೇವೆ 'ಎಂದು ಹೇಳಿದರು.**

## TATA ಬಿಕ್ಕಟ್ಟಿನ ಮೂಲಸೌಕರ್ಯವನ್ನು ಬಯಸುತ್ತದೆ

ಟಾಟಾ ಸಮೂಹದ ಮುಖ್ಯಸ್ಥ ರತನ್ ಟಾಟಾ ಅವರು ಗುರುವಾರ ನಗರದಲ್ಲಿ ಭಯೋತ್ಪಾದಕ ದಾಳಿಯ ನಂತರ ಸಕ್ರಿಯಗೊಳಿಸಬಹುದಾದ ಬಿಕ್ಕಟ್ಟಿನ ಮೂಲಸೌಕರ್ಯವನ್ನು ಸ್ಥಾಪಿಸಲು ವಿಫಲರಾಗಿದ್ದಾರೆ ಎಂದು ಸರ್ಕಾರವನ್ನು ಟೀಕಿಸಿದರು.

**"ನಾವು ಕೆಲವು ವರ್ಷಗಳ ಹಿಂದೆ ಬಾಂಬ್ ಸ್ಫೋಟವನ್ನು ಕಂಡಿದ್ದೇವೆ. ಏನಾದರೂ ಸಂಭವಿಸಿದ ಕೂಡಲೇ ನಾವು ಬಿಕ್ಕಟ್ಟಿನ ಮೂಲಸೌಕರ್ಯವನ್ನು ಪಡೆಯಲು ಕಲಿಯಬೇಕಾಗಿತ್ತು** "ಎಂದು ಅವರು ಟಾಟಾ ಕಂಪನಿಗಳ ಪ್ರಧಾನ ಕಚೇರಿಯಾದ ಬಾಂಬೆ ಹೌಸ್ ಹೊರಗೆ ಸುದ್ದಿಗಾರರಿಗೆ ತಿಳಿಸಿದರು.

**"ನಮ್ಮಲ್ಲಿ ಇದು ಇಲ್ಲದಿದ್ದರೆ, ನಾವು ನಾಗರಿಕರಿಗೆ ಹೆಚ್ಚಿನ ರಕ್ಷಣೆಯ ಕೊರತೆಗೆ ಒಳಗಾಗುತ್ತೇವೆ. ಸಂಪೂರ್ಣವಾಗಿ ನಿರಪರಾಧಿಗಳನ್ನು ಕೊಲ್ಲಲಾಗಿದೆ,"**ಎಂದು ಅವರು ಹೇಳಿದರು.

ಭಯೋತ್ಪಾದಕ ದಾಳಿಯ ಕೇಂದ್ರಬಿಂದುವಾಗಿದ್ದ ಗುಂಪಿನ ಆಸ್ತಿ ತಾಜ್ ಹೋಟೆಲ್ ಆಗಿದ್ದ ಟಾಟಾ, ಮುಗ್ಧ ಜನರ ಮೇಲಿನ "ಭಯಾನಕ ಅಪೇಕ್ಷೆ" ದಾಳಿಗಳು ಮತ್ತು ಭಾರತದ ಪ್ರಮುಖ ಹೆಗ್ಗುರುತುಗಳ ನಾಶವನ್ನು ಖಂಡಿಸಲು ಅರ್ಹವಾಗಿದೆ ಎಂದು ಹೇಳಿದರು. **"ಮುಗ್ಧರಾದ ಅತಿಥಿಗಳು ಕೊಲ್ಲಲ್ಪಟ್ಟಿದ್ದಾರೆ. ಹೋಟೆಲ್ ನಲ್ಲಿ ಜನರು ಸಾವನ್ನಪ್ಪಿದ್ದಾರೆ. ರಸ್ತೆಯಲ್ಲಿ ಜನರು ಸಾವನ್ನಪ್ಪಿದ್ದಾರೆ** "ಎಂದು ಟಾಟಾ ಹೇಳಿದರು.

ತಾಜ್ ಸ್ಫೋಟದ ಅತಿಥಿಗಳಲ್ಲಿ ಒಬ್ಬರಾದ ಪ್ರಸಿದ್ಧ ಆಡ್ಮನ್ ಸುಹೇಲ್ ಸೇಠ್, "ಹೋಟೆಲ್ ಮ್ಯಾನೇಜ್ ಮೆಂಟ್ ಬಿಕ್ಕಟ್ಟನ್ನು ನಿರ್ವಹಿಸಲು ಬಹಳ ಪರಿಣಾಮಕಾರಿಯಾಗಿ ಕೆಲಸ ಮಾಡಿದೆ ಮತ್ತು ಕಾನೂನು ಮತ್ತು ಸುವ್ಯವಸ್ಥೆ ಸಮಸ್ಯೆಯ ಬಗ್ಗೆ ಅತಿಥಿಗಳಿಗೆ ಸಂದೇಶ ಕಳುಹಿಸಿದೆ, ಅದು ಅನೇಕರಿಗೆ ಸಮಯಕ್ಕೆ ಹೊರಬರಲು ಸಹಾಯ ಮಾಡಿತು" ಎಂದು ಹೇಳಿದರು.

ಹಾನಿಯ ವ್ಯಾಪ್ತಿಯ ಬಗ್ಗೆ, ಟಾಟಾ ತನ್ನ ಸಿಬ್ಬಂದಿಗೆ ಮೌಲ್ಯಮಾಪನ ಮಾಡುವವರೆಗೆ ಪ್ರತಿಕ್ರಿಯಿಸಲು ಸಾಧ್ಯವಾಗುವುದಿಲ್ಲ ಎಂದು ಹೇಳಿದರು.

"ನಾವು ಮೌಲ್ಯಮಾಪನವನ್ನು ಮಾಡಿಲ್ಲ. ನಮಗೆ ಸಾಧ್ಯವಾಗಲಿಲ್ಲ, ನಮ್ಮನ್ನು ಹೋಟೆಲ್ ನಿಂದ ಸ್ಥಳಾಂತರಿಸಲಾಗಿದೆ "ಎಂದು ಟಾಟಾ ಹೇಳಿದರು.

# 27

# ತಾಜ್ ಮಹಲ್ ಅರಮನೆ ಮತ್ತು ಗೋಪುರವನ್ನು ಪುನಃ ತೆರೆದಾಗ

ಡಿಸೆಂಬರ್ 21, 2008 ರ ಭಾನುವಾರ ರಾತ್ರಿ 7:00 ಗಂಟೆಗೆ ಮೊದಲ ಅತಿಥಿಗಳು ತಾಜ್ ಮಹಲ್ ಅರಮನೆ ಮತ್ತು ಗೋಪುರಕ್ಕೆ ಮರಳಿದರು. ಹೋಟೆಲ್ ತನ್ನ ಪ್ರಸಿದ್ಧ ರೆಸ್ಟೋರೆಂಟ್ ಗಳಿಗೆ ಭಾರಿ ಬೆಂಬಲವನ್ನು ನೀಡಿತು, ಅವುಗಳಲ್ಲಿ 5 ಡಿಸೆಂಬರ್ 21 ರಂದು ರಾತ್ರಿ 7:30 ಕ್ಕೆ ತಮ್ಮ ಮೊದಲ ರಾತ್ರಿ ಭೋಜನವನ್ನು ಸ್ವಾಗತಿಸಿದವು. ಈ ಪ್ರತಿಯೊಂದು ರೆಸ್ಟೋರೆಂಟ್ ಗಳು ಸಂಜೆಯ ಹೊತ್ತಿಗೆ ಪೂರ್ಣ ಬುಕಿಂಗ್ ಗಳನ್ನು ಸ್ವೀಕರಿಸಿದ್ದವು . ಮುಂಬೈ ನಗರದ ಮೇಲೆ ಭಯೋತ್ಪಾದಕ ದಾಳಿ ನಡೆದ 24 ದಿನಗಳ ನಂತರ ಹೋಟೆಲ್ ನ ಟವರ್ ವಿಂಗ್ ಅನ್ನು ಪುನಃ ತೆರೆಯಲಾಯಿತು.

ಈ ಸಂದರ್ಭದಲ್ಲಿ ಮಾತನಾಡಿದ ಇಂಡಿಯನ್ ಹೊಟೇಲ್ ಕಂಪನಿ ಲಿಮಿಟೆಡ್ ನ ಅಧ್ಯಕ್ಷರಾದ ಶ್ರೀ ರತನ್ ಎನ್. ಟಾಟಾ, **"ಇಂದು ನಂಬಲಾಗದಷ್ಟು ಚಲಿಸುವ ದಿನವಾಗಿದೆ. ಮುಂಬೈ ಮೇಲಿನ ದಾಳಿಯಲ್ಲಿ ಪ್ರಾಣ ಕಳೆದುಕೊಂಡ ಎಲ್ಲರಿಗೂ ಸಮರ್ಪಣೆಯಾಗಿ, ಬೃಹತ್ ಸಂಘಟಿತ ಪ್ರಯತ್ನದ ನಂತರ ತಾಜ್ ಅನ್ನು ಮತ್ತೆ ತೆರೆಯಲಾಗಿದೆ.**

**"ಭವ್ಯವಾದ ಧೈರ್ಯ ಮತ್ತು ನಿಸ್ವಾರ್ಥ ಸೇವೆಯ ಅನೇಕ ಕಥೆಗಳನ್ನು ನಾವು ಕೇಳಿದ್ದೇವೆ, ಕೇವಲ ಪೊಲೀಸ್ ಮತ್ತು ಭದ್ರತಾ ಪಡೆಗಳ ಕಾರ್ಯಗಳಲ್ಲಿ ಮಾತ್ರವಲ್ಲ, ಹೋಟೆಲ್ ನ ಸಿಬ್ಬಂದಿಗಳೂ ಸಹ ಹೊಸ ಮಾನದಂಡಗಳನ್ನು ನಿಗದಿಪಡಿಸಿದ್ದಾರೆ, ಅದನ್ನು ನಾವು ಆಶಿಸಬಹುದು "ಎಂದು ಹೇಳಿದರು.**

ನವೆಂಬರ್ 26, 2008ರ ರಾತ್ರಿ ಪ್ರಾರಂಭವಾದ ಭಯೋತ್ಪಾದಕ ದಾಳಿಯಲ್ಲಿ ಹೋಟೆಲ್ ನಲ್ಲಿ ಪ್ರಾಣ ಕಳೆದುಕೊಂಡ ಎಲ್ಲರಿಗೂ ವಂದನೆಯ ಸ್ಮಾರಕವಾದ **ಟ್ರೀ ಆಫ್ ಲೈಫ್** ಅನ್ನು ಇಂದು ಹೋಟೆಲ್ ನಲ್ಲಿ ಅನಾವರಣಗೊಳಿಸಲಾಗಿದೆ. ಆ ವೀರ ಮತ್ತು ಮುಗ್ಧ ಜನರಿಗೆ ಶಾಶ್ವತ ಸಾಕ್ಷಿಯಾಗಲು ಮೂವತ್ತೊಂದು ಬಿದ್ದವರ ಹೆಸರನ್ನು ಅದರ ತಳದಲ್ಲಿ ಕೆತ್ತಲಾಗುತ್ತದೆ.

"ದಾಳಿಯ ಸಮಯದಲ್ಲಿ ಮುಂಬೈ ನಗರದಾದ್ಯಂತ ಸಂಭವಿಸಿದ ಜೀವಹಾನಿಯು ಗ್ರಹಿಸಲಾಗದ ದುರಂತವಾಗಿದೆ. ನಮ್ಮ ಮೇಲೆ ನಡೆದ ದಾಳಿಯಲ್ಲಿ ಮೂವತ್ತೊಂದು ಜನರು ಸಾವನ್ನಪ್ಪಿದ್ದಾರೆ.

ಹೋಟೆಲ್ ಕೆಲವರು ನಮ್ಮ ಮುಗ್ಧ ಅತಿಥಿಗಳು, ಕೆಲವರು ನಮ್ಮ ನಿಸ್ವಾರ್ಥ ಸಿಬ್ಬಂದಿ ಮತ್ತು ಕೆಲವರು ಪೊಲೀಸ್ ಮತ್ತು ಭದ್ರತಾ ಪಡೆಗಳ ಧೈರ್ಯಶಾಲಿ ಸದಸ್ಯರು. ಕಟ್ಟಡದೊಳಗೆ ಸಿಲುಕಿದ ಎಲ್ಲರಿಗೂ ಶಾಶ್ವತ ನೆನಪಿನ ಸಂಕೇತವಾಗಿರುವುದು ಅನುಗುಣ ಮತ್ತು ಸೂಕ್ತವೆಂದು ನಾವು ಭಾವಿಸಿದ್ದೇವೆ "ಎಂದು ತಾಜ್ ಹೋಟೆಲ್ , ರೆಸಾರ್ಟ್ ಗಳ ಮತ್ತು ಅರಮನೆಗಳ ಎಂಡಿ ಮತ್ತು ಸಿಇಒ ರೇಮಂಡ್ ಬಿಕ್ಸನ್ ಹೇಳಿದರು.

ಸ್ಮಾರಕದ ಆಧಾರವು ಜೈದೇವ್ ಬಘೇಲ್ ವಿನ್ಯಾಸಗೊಳಿಸಿದ ಕಲಾಕೃತಿಯಾಗಿದೆ. *ಟ್ರೀ ಆಫ್ ಲೈಫ್* ಹೋಟೆಲ್ ನ ಕಲಾ ಸಂಗ್ರಹದ ಭಾಗವಾಗಿತ್ತು ಮತ್ತು ಮೂಲತಃ ಗ್ರ್ಯಾಂಡ್ ಸ್ಟೇರ್ ಕೇಸ್ ಪ್ರದೇಶದ ಐದನೇ ಮಹಡಿಯಲ್ಲಿತ್ತು, ಗುಮ್ಮಟದ ಅಡಿಯಲ್ಲಿ ನಿಂತು ದಾಳಿಯನ್ನು ತಡೆದುಕೊಳ್ಳದೆ ಬದುಕುಳಿದರು. ಸುಮಾರು ಆರು ಅಡಿ ಎತ್ತರದ ಈ ಶಿಲ್ಪವು ಹಿತ್ತಾಳೆ, ಕಂಚು ಮತ್ತು ಮಿಶ್ರಲೋಹದಿಂದ ಮಾಡಲ್ಪಟ್ಟಿದೆ. *ದಿ ಟ್ರೀ ಆಫ್ ಲೈಫ್* ಅನೇಕ ಸಂಸ್ಕೃತಿಗಳಿಗೆ ಪ್ರಬಲ ಸಂಕೇತವಾಗಿದೆ ಮತ್ತು ಇದು ಅಮರತ್ವಕ್ಕೆ ಸಂಬಂಧಿಸಿದೆ. ಆದ್ದರಿಂದ ಹೋಟೆಲ್ ನಲ್ಲಿ ಪ್ರಾಣ ಕಳೆದುಕೊಂಡ ಜನರಿಗೆ ಸ್ಮಾರಕವು ನಷ್ಟದ ಸಂಕೇತವಲ್ಲ, ಆದರೆ ಅದರ ಎಲ್ಲಾ ಸಾಮರ್ಥ್ಯದಲ್ಲಿ ಜೀವನದ ಸಂಕೇತವಾಗಿದೆ.

"ಇಡೀ ನಗರವು ಎದುರಿಸುತ್ತಿರುವ ಬಿಕ್ಕಟ್ಟಿನ ಸಮಯದಲ್ಲಿ ವಿವಿಧ ಏಜೆನ್ಸಿಗಳು ಪ್ರದರ್ಶಿಸಿರುವ ಪ್ರಯತ್ನಗಳು, ಸಮರ್ಪಣೆ ಮತ್ತು ಧೈರ್ಯದ ನಿದರ್ಶನಗಳನ್ನು ನಾವು ನಿಜವಾಗಿಯೂ ಪ್ರಶಂಸಿಸುತ್ತೇವೆ ಮತ್ತು ಹೋಟೆಲ್ ಅನ್ನು ಮರುಪಡೆಯಲು ಮತ್ತು ಹಿಂದಿರುಗಿಸಲು ತೊಡಗಿರುವ ಎಲ್ಲಾ ಪೊಲೀಸರು, ಅಗ್ನಿಶಾಮಕ ಸಿಬ್ಬಂದಿ, ವೈದ್ಯಕೀಯ ಸೇವೆಗಳು, ನೌಕಾಪಡೆ ಮತ್ತು ಎನ್ ಎಸ್ ಜಿ ಕಮಾಂಡೋಗಳನ್ನು ನಾನು ಶ್ಲಾಘಿಸುತ್ತೇನೆ. ಅಂತಹ ಭವ್ಯವಾದ ಮತ್ತು ಗೌರವಾನ್ವಿತ ಶೈಲಿಯಲ್ಲಿ ಮತ್ತೆ ತೆರೆಯಲು ನಮಗೆ ಅವಕಾಶ ನೀಡುವ ನಮ್ಮ ಸಿಬ್ಬಂದಿಯ ಪ್ರಯತ್ನಗಳು ಸಹ ಸಂಪೂರ್ಣವಾಗಿ ಭವ್ಯವಾಗಿವೆ ಎಂದು ಶ್ರೀ ಟಾಟಾ ಹೇಳುತ್ತಾರೆ.

ದಾಳಿಯ ಪರಿಣಾಮವಾಗಿ, ತಾಜ್ ಮಹಲ್ ಪ್ಯಾಲೇಸ್ ಮತ್ತು ಟವರ್ ನಲ್ಲಿ ಮಾತ್ರವಲ್ಲ, ಇಡೀ ನಗರದಾದ್ಯಂತ ದಾಳಿಯ ಸಂತ್ರಸ್ತರನ್ನು ಬೆಂಬಲಿಸಲು ತಾಜ್ ನಿಧಿಯನ್ನು ಪ್ರಾರಂಭಿಸಿತು.

ತಮ್ಮ ಹೇಳಿಕೆಯನ್ನು ಮುಕ್ತಾಯಗೊಳಿಸಿದ ಶ್ರೀ ರತನ್ ಎನ್. ಟಾಟಾ ಅವರು, **"ಇನ್ನೂ ಹೆಚ್ಚಿನ ಕೆಲಸಗಳಿವೆ, ಆದರೆ ತಾಜ್ ಇಟ್ಟಿಗೆಯನ್ನು ಅದರ ಹಿಂದಿನ ವೈಭವಗಳನ್ನು ಮೀರಿಸುವವರೆಗೆ ಇಟ್ಟಿಗೆಯಿಂದ ಪುನರ್ನಿರ್ಮಿಸಲು ನಾವೆಲ್ಲರೂ ನಿರ್ಧರಿಸಿದ್ದೇವೆ" ಎಂದು ಹೇಳಿದರು.**

ನವೆಂಬರ್ 26 ಮತ್ತು 29, 2008ರ ನಡುವೆ ಮುಂಬೈ ಮೇಲೆ ನಡೆದ ಅಭೂತಪೂರ್ವ ದಾಳಿಯ ಸಂದರ್ಭದಲ್ಲಿ, ಭದ್ರತಾ ಪಡೆಗಳು, ಪೊಲೀಸ್, ಅಗ್ನಿಶಾಮಕ ಸೇವೆಯ ಅನೇಕ ಜನರು,

ಹೋಟೆಲ್ ಉದ್ಯೋಗಿಗಳು, ತಾಜ್ ಮಹಲ್ ನ ಅತಿಥಿಗಳು ಮತ್ತು ಸಾರ್ವಜನಿಕರು ಸಾವನ್ನಪ್ಪಿದರು ಅಥವಾ ಗಾಯಗೊಂಡರು. ಈ ಭಯೋತ್ಪಾದಕ ದಾಳಿಯ ನಂತರ, ತಾಜ್ ಸಮೂಹವು ಹೋಟೆಲ್ ನ ಪುನಃಸ್ಥಾಪನೆಗಾಗಿ ಮತ್ತು ದಾಳಿಯಿಂದ ಬಾಧಿತರಾದವರಿಗೆ ಪರಿಹಾರವನ್ನು ನೀಡಲು ಭಾರತ ಮತ್ತು ಜಗತ್ತಿನಾದ್ಯಂತದ ಹಿತೈಷಿಗಳ ಭಾವನಾತ್ಮಕ ಬೆಂಬಲವನ್ನು ಪಡೆದುಕೊಂಡಿದೆ. ಇದಕ್ಕೆ ಪ್ರತಿಕ್ರಿಯೆಯಾಗಿ, ತಾಜ್ ಗ್ರೂಪ್ "ತಾಜ್ ಪಬ್ಲಿಕ್ ಸರ್ವಿಸ್ ವೆಲ್ಫೇರ್ ಟ್ರಸ್ಟ್" (TPS ವೆಲ್ಫೇರ್ ಟ್ರಸ್ಟ್) ಎಂಬ ಸಾರ್ವಜನಿಕ ಸೇವಾ ಕಲ್ಯಾಣ ಟ್ರಸ್ಟ್ ನಿಧಿಯನ್ನು ಸ್ಥಾಪಿಸಿದೆ.

ಸಾರ್ವಜನಿಕರು, ಭದ್ರತಾ ಪಡೆಗಳು, ತಾಜ್ ನ ಉದ್ಯೋಗಿಗಳು ಅಥವಾ ಭಯೋತ್ಪಾದಕರಿಂದ ಬಾಧಿತರಾದ ಇತರ ಸಂಸ್ಥೆಗಳ ಉದ್ಯೋಗಿಗಳು, ಕೊಲ್ಲಲ್ಪಟ್ಟವರ ಕುಟುಂಬಗಳು ಸೇರಿದಂತೆ, ಇತ್ತೀಚಿನ ದಾಳಿಯ ಎಲ್ಲ ಬಲಿಪಶುಗಳಿಗೆ ತಕ್ಷಣದ ಪರಿಹಾರವನ್ನು ನೀಡುವುದು ತಾಜ್ ಸಾರ್ವಜನಿಕ ಸೇವಾ ಕಲ್ಯಾಣ ಟ್ರಸ್ಟ್ ನ ಉದ್ದೇಶವಾಗಿದೆ. ಈ ಟ್ರಸ್ಟ್ ಮುಂಬರುವ ವರ್ಷಗಳಲ್ಲಿ ತನ್ನ ಆದೇಶವನ್ನು ಮುಂದುವರಿಸುತ್ತದೆ, ನಿರ್ದಿಷ್ಟವಾಗಿ ಹಠಾತ್ ಹಿಂಸಾಚಾರ, ನೈಸರ್ಗಿಕ ವಿಪತ್ತುಗಳು ಮತ್ತು ಜೀವನ ಮತ್ತು ಆಸ್ತಿಗೆ ಹಾನಿಯನ್ನುಂಟುಮಾಡುವ ಇತರ ದುರಂತ ಘಟನೆಗಳ ಸಂತ್ರಸ್ತರಿಗೆ ಪರಿಹಾರವನ್ನು ನೀಡುತ್ತದೆ. ವಿದೇಶಿ ದೇಣಿಗೆಗಳನ್ನು ಸ್ವೀಕರಿಸಲು ಸರ್ಕಾರದ ಅನುಮೋದನೆಗಳು ಸೇರಿದಂತೆ ವಿವಿಧ ಅನುಮೋದನೆಗಳನ್ನು ಪಡೆಯಲು ಅರ್ಜಿಗಳನ್ನು ಸಲ್ಲಿಸಲಾಗುತ್ತಿದೆ, ಇದರಿಂದಾಗಿ ಟ್ರಸ್ಟ್ ತಕ್ಷಣದ ಪರಿಹಾರ ಕ್ರಮಗಳನ್ನು ಪ್ರಾರಂಭಿಸಬಹುದು.

IHCL ಜೊತೆಗೆ, ಸರ್ ದೊರಬ್ ಟಾಟಾ ಟ್ರಸ್ಟ್ ಮತ್ತು ಸರ್ ರತನ್ ಟಾಟಾ ಟ್ರಸ್ಟ್ ಗೆ ಗಮನಾರ್ಹ ಆರಂಭಿಕ ಕೊಡುಗೆಯನ್ನು ನೀಡಿವೆ. ಈ ಟ್ರಸ್ಟ್ ಗಾಗಿ ಟ್ರಸ್ಟಿಗಳ ಮಂಡಳಿಯನ್ನು ರಚಿಸಲಾಗಿದೆ:

| | |
|---|---|
| ರತನ್ ಟಾಟಾ | ಆರ್ .ಕೆ .ಕೃಷ್ಣ ಕುಮಾರ್ |
| ಎನ್ .ಎ .ಸೂನವಾಲಾ | ಆರ್ .ಎನ್. ಬಿಕ್ಸನ್ |
| ಎ.ಪಿ. ಗೋಯೆಲ್ | ಎ. ಮುಖರ್ಜಿ |

❐

28

# ಸ್ವಂತ ಭಯೋತ್ಪಾದನಾ ವಿರೋಧಿ ಯಂತ್ರೋಪಕರಣಗಳನ್ನು ಯೋಜಿಸುವುದು

ತಾಜ್ ಹೋಟೆಲ್ ಗಳ ಸಮೂಹವನ್ನು ಹೊಂದಿರುವ ಟಾಟಾ ಸನ್ಸ್ ಅಧ್ಯಕ್ಷ ರತನ್ ಟಾಟಾ, ತನ್ನ ಜನರು ಮತ್ತು ಆಸ್ತಿಗಳನ್ನು ರಕ್ಷಿಸಲು ತನ್ನದೇ ಆದ ಭಯೋತ್ಪಾದನಾ ವಿರೋಧಿ ಕಾರ್ಯವಿಧಾನವನ್ನು ಸ್ಥಾಪಿಸಲು ಯೋಜಿಸುತ್ತಿರುವುದಾಗಿ ಹೇಳುತ್ತಾರೆ. ಮುಂಬೈ ಭಯೋತ್ಪಾದಕ ದಾಳಿಯನ್ನು ನಿಭಾಯಿಸಲು ಪೊಲೀಸ್ ಪಡೆ ಅಸಮರ್ಪಕವಾಗಿದೆ ಎಂದು ಟಾಟಾ ಉಲ್ಲೇಖಿಸಿದರು.

"ಏನಾದರೂ ಸಂಭವಿಸಿದ ನಂತರ ನೀವು ನಿರಂತರವಾಗಿ ಪ್ರತಿಕ್ರಿಯಿಸಲು ಸಾಧ್ಯವಿಲ್ಲ ಎಂದು ನೀವು ಒಪ್ಪಿಕೊಳ್ಳಬೇಕು. ನೀವು ನಿರೋಧಕವನ್ನು ರಚಿಸುವತ್ತ ಗಮನಹರಿಸಬೇಕು ಮತ್ತು ಅದು ಉತ್ತಮ ಬುದ್ಧಿವಂತಿಕೆ ಮತ್ತು ನಿರಂತರ ಚಾಕಚಕ್ಯತೆಯಿಂದ ಪ್ರಾರಂಭವಾಗುತ್ತದೆ. ಇದು ವಿಮಾನ ನಿಲ್ದಾಣವನ್ನು ಮುಚ್ಚುವ - ವ್ಯವಹರಿಸುವ ಯೋಜನೆಯನ್ನು ಕಾರ್ಯರೂಪಕ್ಕೆ ತರುವ ಸಾಮರ್ಥ್ಯದೊಂದಿಗೆ ಪ್ರಾರಂಭವಾಗುತ್ತದೆ, ಈವೆಂಟ್ ನ ನಂತರ ನಿಮ್ಮ ಕಾಲುಗಳ ಮೇಲೆ ಯೋಚಿಸುವ ಬದಲು ಅವರು ಏನು ಮಾಡಬೇಕೆಂದು ಪ್ರತಿಯೊಬ್ಬರಿಗೂ ತಿಳಿದಿದೆ. ಅದು ಸಂಭವಿಸುವಂತೆ ಕಾರ್ಯವಿಧಾನಗಳಿಗೆ ಕರೆ ನೀಡುತ್ತದೆ "ಎಂದು ಟಾಟಾ ಹೇಳುತ್ತಾರೆ.

ತಾಜ್ ಹೋಟೆಲ್ ನಲ್ಲಿ ಗುಂಡಿನ ದಾಳಿ ನಡೆದಾಗ, ಸ್ವಲ್ಪ ಸಮಯದವರೆಗೆ ಇದು ಸಾಮೂಹಿಕ ಯುದ್ಧ ಮತ್ತು

ಸ್ಥಳೀಯ ಪೊಲೀಸರು ಅದನ್ನು ಎದುರಿಸಬೇಕಾಗಿತ್ತು ಎಂಬ ಅಭಿಪ್ರಾಯವಿತ್ತು ಎಂದು ಅವರು ವಿವರಿಸಿದರು.

"ತಾಜ್ ನಲ್ಲಿ, ಪೊಲೀಸರ ಮೊದಲ ತಂಡವು ಮೂವರು ಪೊಲೀಸರೊಂದಿಗೆ ಬಂದಿತು. ಅವುಗಳನ್ನು ನಿಭಾಯಿಸಲು ಅವರು ಅಸಮರ್ಥರಾಗಿದ್ದರು, ವಾಸ್ತವವಾಗಿ ಅವರಲ್ಲಿ ಒಬ್ಬರು ಕೊಲ್ಲಲ್ಪಟ್ಟರು, ಇನ್ನೊಬ್ಬರು ಕೆಟ್ಟದಾಗಿ ಗುಂಡು ಹಾರಿಸಿದರು ಮತ್ತು ಒಬ್ಬರು ಉಳಿದಿದ್ದಾರೆ. ನೌಕಾ ಮುದ್ರೆಗಳು ಅಥವಾ ಕಮಾಂಡೋಗಳು ಒಂದೆರಡು ಗಂಟೆಗಳ ನಂತರ ಧಾವಿಸಿದರು. ಆದರೆ ಅದನ್ನು ಪಡೆಯಲು ನಾವು ಈ ರಾಜ್ಯ ಯಂತ್ರೋಪಕರಣಗಳ ಮೂಲಕ ಹೋಗಬೇಕಾಯಿತು ಮತ್ತು ಅದಕ್ಕೆ ಸ್ವಲ್ಪ ಸಮಯ ಬೇಕಾಯಿತು. ಆದ್ದರಿಂದ ಇದು ಸುಸಂಘಟಿತವಾಗಿರಲಿಲ್ಲ ಮತ್ತು ಸುಲಭವಾಗಿ ಪ್ರವೇಶಿಸಲಾಗಲಿಲ್ಲ "ಎಂದು ಟಾಟಾ ಹೇಳುತ್ತಾರೆ

ಟಾಟಾ ಪ್ರಕಾರ, ನಾಯಕತ್ವದ ಪ್ರಶ್ನೆಯು ಏನು ಮಾಡಬೇಕೆಂಬುದನ್ನು ತಿಳಿದುಕೊಳ್ಳುವಲ್ಲಿ ನಾಯಕತ್ವ ಇರಬೇಕು ಎಂಬ ಅಂಶದಿಂದ ಬರುತ್ತದೆ. "ಅಗ್ನಿಶಾಮಕ ಇಲಾಖೆಗೆ ಏನು ಮಾಡಬೇಕೆಂದು ತಿಳಿದಿರಲಿಲ್ಲ. ಕಮಾಂಡೋಗಳು ತಡವಾಗಿ ಬಂದರು. ತೊಡಗಿಸಿಕೊಳ್ಳಲು ಪೊಲೀಸರು ಸಜ್ಜುಗೊಂಡಿರಲಿಲ್ಲ. ಬಲವರ್ಧನೆಗಳನ್ನು ಪಡೆಯುವ ವಿಧಾನಗಳು ಕಂಡುಬಂದಿಲ್ಲ. ಆದ್ದರಿಂದ ಒಟ್ಟಾರೆಯಾಗಿ, ಒಬ್ಬ ನಾಯಕನನ್ನು ಹೊಂದಿರದಿರುವ ವಿಷಾದವಿತ್ತು."

"ನಾವು ಈಗ ಭಯೋತ್ಪಾದನೆ-ವಿರೋಧಿ ಅಥವಾ ನಮ್ಮ ಆಸ್ತಿ ಮತ್ತು ನಮ್ಮ ಜನರ ರಕ್ಷಣೆಯನ್ನು ನೋಡುತ್ತೇವೆ ಮತ್ತು ನಾವು ಪ್ರತಿರೋಧವನ್ನು ಸೃಷ್ಟಿಸಲು ಪ್ರಯತ್ನಿಸುತ್ತೇವೆ ಎಂದು ನಾವು ನಿರ್ಧರಿಸಿದ್ದೇವೆ. ನಾವು ಶತ್ರುಗಳಲ್ಲಿ ತೊಡಗಿಸಿಕೊಳ್ಳುವ ವೀರರನ್ನು ರಚಿಸಲು ಪ್ರಯತ್ನಿಸುವುದಿಲ್ಲ, ಆದರೆ ಇದನ್ನು ತಡೆಯುವ, ಅವುಗಳನ್ನು ಒಳಗೊಂಡಿರುವ ಅಥವಾ ಅವರ ಪ್ರಯತ್ನಗಳನ್ನು ತಡೆಯುವ ಅನೇಕ ಅದೃಶ್ಯ ರೂಪಗಳನ್ನು ಪ್ರಯತ್ನಿಸಲು ಮತ್ತು ಕಂಡುಹಿಡಿಯಲು ಶ್ರಮಿಸುತ್ತಿದ್ದೇವೆ ಮತ್ತು ಅದನ್ನೇ ನಾವು ಮಾಡುತ್ತಿದ್ದೇವೆ ಮತ್ತು ಅದನ್ನು ಸ್ಥಾಪಿಸಲು ನಮಗೆ ಸಹಾಯ ಮಾಡಲು ನಾವು ಬಾಹ್ಯ ಪರಿಣತಿಯನ್ನು ಪಡೆಯುತ್ತೇವೆ "ಎಂದು ಅವರು ಹೇಳುತ್ತಾರೆ.

007 ಟಾಟಾ ಗ್ರೂಪ್ ಗೆ ಒಂದು ನಾಕ್ಷತ್ರಿಕ ವರ್ಷವಾಗಿದ್ದರೂ, ಅದರ ಪ್ರಮುಖ ಕಂಪನಿಗಳು ತನ್ನ ದೊಡ್ಡ ಜಾಗತಿಕ ಸ್ವಾಧೀನಗಳಿಗಾಗಿ ಮುಖ್ಯಾಂಶಗಳನ್ನು ಪಡೆದುಕೊಂಡಿವೆ. ಆದಾಗ್ಯೂ, 2008 ರಲ್ಲಿ, ವ್ಯಾಪಾರ ಸಂಘಟನೆಯ ಅದೃಷ್ಟವು ಯು-ಟರ್ನ್ ತೆಗೆದುಕೊಂಡಿತು ಮತ್ತು ಗುಂಪು ಹಿನ್ನಡೆಯಿಂದ ಬಳಲುತ್ತಿದೆ. ಆದಾಗ್ಯೂ, ಆರ್ಥಿಕತೆಯಲ್ಲಿನ ಬೇಡಿಕೆಯು ಬತ್ತಿಹೋಗಿಲ್ಲ ಮತ್ತು ಆರ್ಥಿಕತೆಯನ್ನು ಉತ್ತೇಜಿಸುವ ಅವಶ್ಯಕತೆಯಿದೆ ಎಂದು ಟಾಟಾ ಆಶಾವಾದಿಗಳಾಗಿ ಉಳಿದಿದ್ದಾರೆ."ಹಣಕಾಸು ವಲಯಕ್ಕೆ ಭಾರಿ ಜಾಮೀನು ದೊರೆತಿದೆ. ಏಕೆಂದರೆ, ಅದನ್ನು ಸಾಯಲು ಅನುಮತಿಸಲಾಗುವುದಿಲ್ಲ. ಉಳಿದ ಆರ್ಥಿಕತೆಯು ಈಗ ಹಣವಿಲ್ಲದೆ ಉಳಿದಿದೆ ಮತ್ತು ಅಲ್ಟ್ರಾ ಕನ್ಸರ್ವೇಟಿವ್ ಮತ್ತು ಅಲ್ಟ್ರಾ ರಿಸ್ಕ್-ವಿರೋಧಿ ಹಣಕಾಸು ಸಮುದಾಯವನ್ನು ಹೊಂದಿದೆ. ಪ್ರಾಮಾಣಿಕ ವ್ಯವಹಾರಗಳಿಗೆ ಬೇಡಿಕೆಗಳಿಲ್ಲದ, ಭಾವನೆಯು ನಕಾರಾತ್ಮಕವಾಗಿರುವಂತಹ ಅವಧಿಗೆ ನಾವು ಹೋಗಿದ್ದೇವೆ ಮತ್ತು ಗ್ರಾಹಕರಿಗೆ ಅವರು ವಿಶ್ವಾಸ ಮತ್ತು ಉತ್ಸಾಹವನ್ನು ಒದಗಿಸುವಲ್ಲಿ ಸರ್ಕಾರವು ಮೊದಲ ಬಾರಿಗೆ ಹೆಚ್ಚು ಹೆಚ್ಚು ಪೂರ್ವಭಾವಿ ಪಾತ್ರವನ್ನು ತೆಗೆದುಕೊಳ್ಳಬೇಕು ಎಂದು ನಾನು ಭಾವಿಸುತ್ತೇನೆ. ವಾಸ್ತವವಾಗಿ ಆರ್ಥಿಕತೆಯಲ್ಲಿ ನಿರೀಕ್ಷಿಸಬಹುದು, "ಅವರು ಹೇಳುತ್ತಾರೆ.

# 29

## ರತನ್ ಟಾಟಾ ಆಗಬಹುದು
## ಭಾರತದ ಒಬಾಮಾ: ಫೋರ್ಬ್ಸ್

ಆಘಾತಕಾರಿ ಸಮಯದಲ್ಲಿ ದೇಶವನ್ನು ಒಗ್ಗೂಡಿಸಿ ರಾಷ್ಟ್ರವನ್ನು ಮುನ್ನಡೆಸುವ ಭಾರತದ ಒಬಾಮಾ ಯಾರು? ಯುಎಸ್ ಬಿಸಿನೆಸ್ ಮ್ಯಾಗಜೀನ್ *ಫೋರ್ಬ್ಸ್* ಇಂಡಸ್ಟ್ರಿ ಕ್ಯಾಪ್ಟನ್ ರತನ್ ಟಾಟಾ ಎಂದು ಭಾವಿಸಿದೆ.

"ಇದು (ಭಾರತ) ಪ್ರಪಂಚದ ಸಹಾನುಭೂತಿಯನ್ನು ಹೊಂದಿದ್ದರೂ (ಇತ್ತೀಚಿನ ದಾಳಿಯ ನಂತರ), ಭಾರತವು ಒಬಾಮಾ ಕ್ಷಣವನ್ನು ಹೊಂದಿರಬಹುದು - ಇದರಲ್ಲಿ ಒಬ್ಬ ನಾಯಕ, ಅವರ ವೈಯಕ್ತಿಕ ಇತಿಹಾಸವು ದೇಶದ ತತ್ವಗಳನ್ನು ಸಾಕಾರಗೊಳಿಸುತ್ತದೆ, ಆಘಾತದ ಕ್ಷಣದಲ್ಲಿ ದೇಶವನ್ನು ಒಗ್ಗೂಡಿಸಲು ಮುಂದಾಗುತ್ತದೆ. ಭಾರತಕ್ಕೆ ಈಗ ಅದನ್ನು ಸರಿಪಡಿಸಲು ಅವಕಾಶವಿದೆ, ಆದರೆ ಅದಕ್ಕೆ ಹೆಜ್ಜೆ ಹಾಕಲು ಬಲವಾದ, ವಿಶ್ವಾಸಾರ್ಹ ನಾಯಕನ ಅಗತ್ಯವಿದೆ "ಎಂದು *ಫೋರ್ಬ್ಸ್* ವರದಿಯಲ್ಲಿ ತಿಳಿಸಿದೆ.

"ಅಮೆರಿಕಾದವನಾಗಿ, ನನಗೆ ಭಾರತದಲ್ಲಿ ಮತ ಸಿಗುವುದಿಲ್ಲ, ಆದರೆ ನಾನು ಮಾಡಿದರೆ, ಅದು ರತನ್ ಟಾಟಾಗೆ ಹೋಗುತ್ತದೆ "ಎಂದು *ಫೋರ್ಬ್ಸ್* ನಿಯತಕಾಲಿಕೆಯ ಹಿರಿಯ ಸಂಪಾದಕ (ಏಷ್ಯಾ) ರಾಬಿನ್ ಮೆರೆಡಿತ್ ಬರೆದ ವರದಿಯಲ್ಲಿ ಸೇರಿಸಲಾಗಿದೆ.

"ಅವರು ರಾಜಕಾರಣಿ ಅಲ್ಲ, ಆದರೆ ಅವರು ದೇಶದ ಅತ್ಯಂತ ಗೌರವಾನ್ವಿತ ವ್ಯಾಪಾರ ಮುಖಂಡರಾಗಿದ್ದಾರೆ. ಅವರ ಟಾಟಾ ಗ್ರೂಪ್ ಇದೀಗ ದಾಳಿಗೊಳಗಾದ ತಾಜ್ ಹೋಟೆಲ್ ಅನ್ನು ಹೊಂದಿದೆ, ಆದರೆ ಅವರ ಕುಟುಂಬವು ಭಾರತದ ಹೆಮ್ಮೆಯ ಇತಿಹಾಸದೊಂದಿಗೆ ಸಂಪರ್ಕ ಹೊಂದಿದೆ "ಎಂದು ಮೆರೆಡಿತ್ ಆನ್ ಲೈನ್ ನಲ್ಲಿ ಪ್ರಕಟವಾದ ಸಾಪ್ತಾಹಿಕ ಅಂಕಣದಲ್ಲಿ ಬರೆದಿದ್ದಾರೆ.

ಸರ್ಕಾರದಲ್ಲಿ ಟಾಟಾ ಅವರನ್ನು ಉನ್ನತ ಮಟ್ಟದಲ್ಲಿ ತೊಡಗಿಸಿಕೊಳ್ಳಲು ಯಾವುದೇ ಮಾರ್ಗವಿಲ್ಲವೇ ಎಂಬ ಪ್ರಶ್ನೆಯನ್ನು ಮುಂದಿಟ್ಟ ವರದಿಯು, "ಮುರಿದ ಭಾರತ" ವು ಅವರ ಕುಶಾಗ್ರಮತಿ ಮತ್ತು ರಚನಾತ್ಮಕ

ದೇಶಭಕ್ತಿಯಿಂದ ಅಪಾರ ಪ್ರಯೋಜನವನ್ನು ಪಡೆಯುತ್ತದೆ ಎಂದು ಗಮನಿಸಿದೆ.

ಮೆರೆಡಿತ್ ಹೀಗೆ ಗಮನಸೆಳೆದರು, "ಅವರನ್ನು ಉನ್ನತ ಮಟ್ಟದಲ್ಲಿ ಸರ್ಕಾರದಲ್ಲಿ ತೊಡಗಿಸಿಕೊಳ್ಳಲು ಒಂದು ಮಾರ್ಗವಿದೆಯೇ? ಮುರಿತಕ್ಕೊಳಗಾದ ಭಾರತವು ಅವರ ಕುಶಾಗ್ರಮತಿ, ಅವರ ವ್ಯವಸ್ಥಾಪನಾ ಕೌಶಲ್ಯಗಳಿಂದ ಪ್ರಯೋಜನ ಪಡೆಯುತ್ತದೆ ಮತ್ತು ಅವರ ಸ್ಪಷ್ಟ -ಆದರೆ ಯಾವಾಗಲೂ ರಚನಾತ್ಮಕ ದೇಶಭಕ್ತಿ."

ಅಮೆರಿಕದ ವಿಧಾನವನ್ನು ಹಾದು ಹೋದರೆ, ದೇಶದ ತಂತ್ರಜ್ಞಾನದ ಜಿಗಿತದಂತೆ ರಾಜಕೀಯ ಅಧಿಕವು ಯಶಸ್ವಿಯಾಗಬಹುದೆಂದು ನಿಯತಕಾಲಿಕವು ಗಮನಸೆಳೆದಿದೆ.

"ಕೆಲವು ವರ್ಷಗಳಲ್ಲಿ, ಟೆಲಿಫೋನ್ ಗಾಗಿ 10 ವರ್ಷ ಕಾಯುವ ಭೂಮಿಯಿಂದ ರೈತರು ಸಹ ಸೆಲ್ ಫೋನ್ ಗಳನ್ನು ಸಾಗಿಸುವ ಭೂಮಿಗೆ ಹೋಗಲು ತಂತ್ರಜ್ಞಾನವು ಭಾರತಕ್ಕೆ ಅವಕಾಶ ಮಾಡಿಕೊಟ್ಟಿತು. ಭಾರತವು ತನ್ನ ತಂತ್ರಜ್ಞಾನದ ಜಿಗಿತದಷ್ಟು ಯಶಸ್ವಿಯಾದ ರಾಜಕೀಯ ಅಧಿಕವನ್ನು ಮಾಡಬಹುದು "ಎಂದು *ಫೋರ್ಬ್ಸ್* ಹೇಳಿದೆ.

ಮುಂಬೈ ಭಯೋತ್ಪಾದಕ ದಾಳಿಯ ಪ್ರಮುಖ ಗುರಿಯಾದ ತಾಜ್ ಹೋಟೆಲ್ ಜಮ್ಶೆಡ್ಜಿ ಟಾಟಾ ಅವರ ಕನಸನ್ನು ನನಸು ಮಾಡಿತು. ಬ್ರಿಟಿಷ್ ಒಡೆತನದ ಹೋಟೆಲ್ ಜಮ್ಶೆಡ್ಜಿ ಟಾಟಾ ಪ್ರವೇಶವನ್ನು ನಿರಾಕರಿಸಿದ ನಂತರ, "ಅವರು ಬಿಳಿಯರಲ್ಲ" ಎಂಬ ಕಾರಣಕ್ಕಾಗಿ ಇದು ನಗರದ ನೀರಿನ ಮುಂಭಾಗದಲ್ಲಿ ಬಂದಿತು.

'ಗೇಟ್ ವೇ ಆಫ್ ಇಂಡಿಯಾ' ಅಸ್ತಿತ್ವಕ್ಕೆ ಬರುವ ಮೊದಲೇ ನಿರ್ಮಿಸಲಾದ ಹೋಟೆಲ್ ಕುರಿತು ಬರೆಯುತ್ತಾ, "ಇದು ಕೇವಲ ಒಂದು ಶತಮಾನದ ಹಿಂದೆ ಪ್ರಾರಂಭವಾಯಿತು ಮತ್ತು ಇದು ಮೊದಲ ಭಾರತೀಯ ಸ್ವಾಮ್ಯದ ಐಷಾರಾಮಿ ಹೋಟೆಲ್ ಆಗಿದೆ. ಅದಕ್ಕಾಗಿಯೇ ಆ ಹೋಟೆಲ್ ಮೇಲಿನ ದಾಳಿಯು ತುಂಬಾ ಬಲವಾಗಿ ಪ್ರತಿಧ್ವನಿಸುತ್ತದೆ, ವಸಾಹತುಶಾಹಿ ನಂತರದ ಭಾರತವು ಯಶಸ್ವಿ, ಘನತೆ, ಗೌರವಾನ್ವಿತ, ಬಲವಾದ ಮತ್ತು ವಿಶ್ವದಾದ್ಯಂತ ಮೆಚ್ಚುಗೆ ಪಡೆದ ಎಲ್ಲದಕ್ಕೂ ತಾಜ್ ಹೋಟೆಲ್ ಸಂಕೇತವಾಗಿದೆ.

ಭಾರತವು ಕವಲುದಾರಿಯಲ್ಲಿದೆ ಎಂದು ಗಮನಿಸಿದ ನಿಯತಕಾಲಿಕವು, ರಾಷ್ಟ್ರವು "ಹಿಂದಿನ ಶತ್ರುಗಳಿಗೆ, ನಿನ್ನೆಯ ನೆನಪುಗಳಿಗೆ ತಿರುಗಬಹುದು, ಅಥವಾ ರಾಷ್ಟ್ರದ ಹಿಂದೂಗಳು ಮತ್ತು ಮುಸ್ಲಿಮರನ್ನು ಒಂದುಗೂಡಿಸುವ ಭವಿಷ್ಯ ಮತ್ತು ಹೊಸ ಭರವಸೆಗಳನ್ನು ನೋಡಬಹುದಾಗಿದೆ" ಎಂದು ಹೇಳಿದೆ.

30

# ಪ್ರಶಸ್ತಿಗಳು ಮತ್ತು ಮನ್ನಣೆಗಳು

ಜನವರಿ 26, 2000 ರಂದು ಭಾರತದ 58ನೇ ಗಣರಾಜ್ಯೋತ್ಸವದ ಸಂದರ್ಭದಲ್ಲಿ, ರತನ್ ಟಾಟಾ ಅವರಿಗೆ ನಾಗರಿಕರಿಗೆ ನೀಡಬಹುದಾದ ಮೂರನೇ ಅತ್ಯುನ್ನತ *ನಾಗರಿಕ ಪ್ರಶಸ್ತಿಯಾದ ಪದ್ಮಭೂಷಣ* ನೀಡಿ ಗೌರವಿಸಲಾಯಿತು. 26 ಜನವರಿ 2008 ರಂದು ಅವರಿಗೆ ಎರಡನೇ ಅತ್ಯುನ್ನತ ನಾಗರಿಕ ಪ್ರಶಸ್ತಿಯಾದ *ಪದ್ಮ ವಿಭೂಷಣ* ನೀಡಲಾಯಿತು. ಫೆಬ್ರವರಿ 14, 2008 ರಂದು ಮುಂಬೈನಲ್ಲಿ ನಡೆದ ಸಮಾರಂಭದಲ್ಲಿ ನೀಡಲಾದ *NASSCOM ಗ್ಲೋಬಲ್ ಲೀಡರ್‌ಶಿಪ್ ಅವಾರ್ಡ್ಸ್* -2008 ಸ್ವೀಕರಿಸಿದವರಲ್ಲಿ ಅವರು ಒಬ್ಬರಾಗಿದ್ದರು. ರತನ್ ಟಾಟಾ ಅವರು *2007ರಲ್ಲಿ ಟಾಟಾ ಕುಟುಂಬದ ಪರವಾಗಿ ಕಾರ್ನೆಗೀ ಮೆಡಲ್ ಆಫ್ ಲೋಕೋಪಕಾರವನ್ನು* ಸ್ವೀಕರಿಸಿದರು.

ರತನ್ ಟಾಟಾ ಅವರು ಭಾರತದ ವಿವಿಧ ಸಂಸ್ಥೆಗಳಲ್ಲಿ ಹಿರಿಯ ಹುದ್ದೆಗಳಲ್ಲಿ ಸೇವೆ ಸಲ್ಲಿಸುತ್ತಿದ್ದಾರೆ ಮತ್ತು ಅವರು ಪ್ರಧಾನ ಮಂತ್ರಿಗಳ ವ್ಯಾಪಾರ ಮತ್ತು ಕೈಗಾರಿಕಾ ಮಂಡಳಿಯ ಸದಸ್ಯರಾಗಿದ್ದಾರೆ. ಮಾರ್ಚ್, 2006ರಲ್ಲಿ ಟಾಟಾ ಅವರನ್ನು ಕಾರ್ನೆಲ್ ವಿಶ್ವವಿದ್ಯಾಲಯವು 26ನೇ *ರಾಬರ್ಟ್ ಎಸ್. ಹ್ಯಾಟ್ ಫೀಲ್ಡ್ ಫೆಲೋ ಇನ್ ಎಕನಾಮಿಕ್ ಎಜುಕೇಶನ್,* ಎಂದು ಗೌರವಿಸಿತು, ಇದು ಕಾರ್ಪೊರೇಟ್ ವಲಯದ ಗೌರವಾನ್ವಿತ ವ್ಯಕ್ತಿಗಳಿಗೆ ವಿಶ್ವವಿದ್ಯಾಲಯದ ಪ್ರಶಸ್ತಿಗಳನ್ನು ಅತ್ಯುನ್ನತ ಗೌರವವೆಂದು ಪರಿಗಣಿಸಲಾಗಿದೆ.

ರತನ್ ಟಾಟಾ ಅವರ ವಿದೇಶಿ ಅಂಗಸಂಸ್ಥೆಗಳಲ್ಲಿ ಮಿತ್ಸುಬಿಷಿ ಕಾರ್ಪೊರೇಶನ್, ಅಮೇರಿಕನ್ ಇಂಟರ್ನ್ಯಾಷನಲ್ ಗ್ರೂಪ್, ಜೆಪಿ ಮೋರ್ಗನ್ ಚೇಸ್ ಮತ್ತು ಬೂಜ್ ಅಲೆನ್ ಹ್ಯಾಮಿಲ್ಟನ್ ಅವರ ಅಂತರರಾಷ್ಟ್ರೀಯ ಸಲಹಾ ಮಂಡಳಿಗಳ ಸದಸ್ಯತ್ವವೂ ಸೇರಿದೆ. ಅವರು ರಾಂಡ್ ಕಾರ್ಪೊರೇಶನ್, ದಕ್ಷಿಣ ಕ್ಯಾಲಿಫೋರ್ನಿಯಾ ವಿಶ್ವವಿದ್ಯಾಲಯ ಮತ್ತು ಅವರ ಅಲ್ಮಾ ಮೇಟರ್, ಕಾರ್ನೆಲ್ ವಿಶ್ವವಿದ್ಯಾಲಯದ ಟ್ರಸ್ಟಿಗಳ ಮಂಡಳಿಯ ಸದಸ್ಯರಾಗಿದ್ದಾರೆ. ಅವರು ರಿಪಬ್ಲಿಕ್ ಆಫ್ ದಕ್ಷಿಣ ಆಫ್ರಿಕಾದ ಅಂತರರಾಷ್ಟ್ರೀಯ ಹೂಡಿಕೆ ಮಂಡಳಿಯ ಮಂಡಳಿಯ ಸದಸ್ಯರಾಗಿ ಸೇವೆ ಸಲ್ಲಿಸುತ್ತಿದ್ದಾರೆ ಮತ್ತು ನ್ಯೂಯಾರ್ಕ್ ಸ್ಟಾಕ್ ಎಕ್ಸ್ ೀಂಜ್ ನ ಏಷ್ಯಾ-ಪೆಸಿಫಿಕ್ ಸಲಹಾ ಸಮಿತಿಯ ಸದಸ್ಯರಾಗಿದ್ದಾರೆ. ಟಾಟಾ ಈಸ್ಟ್-ವೆಸ್ಟ್ ಸೆಂಟರ್ ನ ಗವರ್ನರ್ ಗಳ ಮಂಡಳಿಯಲ್ಲಿದ್ದಾರೆ, ರಾಂಡ್ ನ

ಸೆಂಟರ್ ಫಾರ್ ಏಷ್ಯಾ ಪೆಸಿಫಿಕ್ ಪಾಲಿಸಿಯ ಸಲಹಾ ಮಂಡಳಿಯಲ್ಲಿದ್ದಾರೆ ಮತ್ತು ಬಿಲ್ ಮತ್ತು ಮೆಲಿಂಡಾ ಗೇಟ್ಸ್ ಫೌಂಡೇಶನ್ನ ಕಾರ್ಯಕ್ರಮ ಮಂಡಳಿಯಲ್ಲಿದ್ದಾರೆ. ಭಾರತ ಏಡ್ಸ್ ಉಪಕ್ರಮ. ಫೆಬ್ರವರಿ 2004 ರಲ್ಲಿ, ರತನ್ ಟಾಟಾ ಅವರಿಗೆ ಚೀನಾದ ಝಿಜಿಯಾಂಗ್ ಪ್ರಾಂತ್ಯದ ಹ್ಯಾಂಗ್ *ಝೌ ನಗರಕ್ಕೆ ಗೌರವಾನ್ವಿತ ಆರ್ಥಿಕ ಸಲಹೆಗಾರರ* ಗೌರವವನ್ನು ನೀಡಲಾಯಿತು.

ಅವರು ಇತ್ತೀಚೆಗೆ ಲಂಡನ್ ಸ್ಕೂಲ್ ಆಫ್ ಎಕನಾಮಿಕ್ಸ್ ಮತ್ತು ಇಂಡಿಯನ್ ಆಫ್ ಟೆಕ್ನಾಲಜಿ ಖರಗ್ ಪುರದಿಂದ ಗೌರವ ಡಾಕ್ಟರೇಟ್ ಪಡೆದಿದ್ದಾರೆ. ನವೆಂಬರ್ 2007 ರಲ್ಲಿ ಫಾರ್ಚೂನ್ ನಿಯತಕಾಲಿಕೆ ಹೆಸರಿಸಿದ ವ್ಯವಹಾರದಲ್ಲಿ 25 ಅತ್ಯಂತ ಶಕ್ತಿಶಾಲಿ ವ್ಯಕ್ತಿಗಳಲ್ಲಿ ಅವರನ್ನು ಪಟ್ಟಿ ಮಾಡಲಾಗಿದೆ. ಮೇ 2008ರಲ್ಲಿ ಶ್ರೀ ಟಾಟಾ ಅವರು ಟೈಮ್ ನಿಯತಕಾಲಿಕೆಯ *ವಿಶ್ವದ 100 ಪ್ರಭಾವಿ ವ್ಯಕ್ತಿಗಳ 2008ರ ಪಟ್ಟಿಯಲ್ಲಿ ಸ್ಥಾನ ಪಡೆದರು.* ಒಂದು ಲಕ್ಷ ಕಾರು 'ನ್ಯಾನೋ' ಅನಾವರಣಗೊಳಿಸಿದ್ದಕ್ಕಾಗಿ ಟಾಟಾ ಅವರನ್ನು ಪ್ರಶಂಸಿಸಲಾಯಿತು.

29 ಆಗಸ್ಟ್ 2008ರಂದು , ಸಿಂಗಾಪುರದ ಸರ್ಕಾರವು *ರತನ್ ಟಾಟಾ ಅವರಿಗೆ ದ್ವೀಪ ರಾಷ್ಟ್ರದೊಂದಿಗಿನ ಅವರ ನಿರಂತರ ವ್ಯಾಪಾರ ಸಂಬಂಧ ಮತ್ತು ಸಿಂಗಾಪುರದ ಹೈಟೆಕ್ ಕ್ಷೇತ್ರಗಳ ಬೆಳವಣಿಗೆಗೆ ಅವರ ಕೊಡುಗೆಯನ್ನು ಗುರುತಿಸಿ ಗೌರವ ಪೌರತ್ವ*ವನ್ನು ನೀಡಿತು. ರತನ್ ಟಾಟಾ ಈ ಗೌರವವನ್ನು ಪಡೆದ ಮೊದಲ ಭಾರತೀಯರಾಗಿದ್ದಾರೆ.

ನವೆಂಬರ್ 26, 2008ರ ಮುಂಬೈ ದಾಳಿಯ ನಂತರ, ರತನ್ ಟಾಟಾ ಅವರನ್ನು ಭಾರತದ ಅತ್ಯಂತ ಗೌರವಾನ್ವಿತ ಉದ್ಯಮಿ ಎಂದು ಕರೆದು ರಾಜಕೀಯಕ್ಕೆ ತರಬೇಕೆಂದು ಫೋರ್ಬ್ಸ್ ಅಭಿಪ್ರಾಯಪಟ್ಟಿದೆ.

❐

31

# ಸರ್ ರತನ್ ಟಾಟಾ ಟ್ರಸ್ಟ್

ಟಾಟಾ ಸಾಮ್ರಾಜ್ಯದ ಸಂಸ್ಥಾಪಕ ಜಮ್ಷೆಡ್ಜಿ ಟಾಟಾ ನಿಜವಾದ ರಾಷ್ಟ್ರೀಯತಾವಾದಿಯಾಗಿದ್ದು, ಅವರು ಭಾರತಕ್ಕೆ ಕೈಗಾರಿಕಾ ಕ್ರಾಂತಿಯ ಮಹತ್ವವನ್ನು ಮುಂಗಾಣಿದರು. ವಿಶ್ವದ ಪ್ರಮುಖ ಕೈಗಾರಿಕಾ ರಾಷ್ಟ್ರಗಳಲ್ಲಿ ಭಾರತವನ್ನು ಒಂದು ಸ್ಥಾನಕ್ಕೆ ಕೊಂಡೊಯ್ಯುವ ಬಯಕೆಯನ್ನು ಅವರು ಹೊಂದಿದ್ದರು. ಅವರ ಇಬ್ಬರು ಪುತ್ರರಲ್ಲಿ ಕಿರಿಯರಾದ ಸರ್ ರತನ್ ಟಾಟಾ ಅವರು ಜನವರಿ 20, 1871 ರಂದು ಜನಿಸಿದರು. ಅವರು ಬಾಂಬೆಯ ಸೇಂಟ್ ಕ್ಸೇವಿಯರ್ ಕಾಲೇಜಿನಲ್ಲಿ ಶಿಕ್ಷಣ ಪಡೆದರು.

ಟಾಟಾ ಪ್ರವರ್ತಿಸಿದ ಹೆಚ್ಚಿನ ಕಂಪನಿಗಳಲ್ಲಿ ನಿರ್ದೇಶಕರಾಗಿರುವುದರಿಂದ, ಅವರು ಸ್ವಾಭಾವಿಕವಾಗಿ ಅವುಗಳಲ್ಲಿ ತೀವ್ರ ಆಸಕ್ತಿ ವಹಿಸಿದರು. 1904 ರಲ್ಲಿ ಅವರ ತಂದೆಯ ಮರಣದ ನಂತರ, ಸರ್ ರತನ್ ಮತ್ತು ಅವರ ಹಿರಿಯ ಸಹೋದರ ಸರ್ ದೊರಾಬ್ಜಿ ತಮ್ಮ ತಂದೆಯ ಹೆಜ್ಜೆಗುರುತುಗಳನ್ನು ಅನುಸರಿಸಿದರು, ಟಾಟಾ ಕೈಗಾರಿಕಾ ಘಟಕಗಳನ್ನು ರಾಷ್ಟ್ರೀಯ ದೃಷ್ಟಿಕೋನದಿಂದ ನೋಡಿಕೊಂಡರು. ತಮ್ಮ ತಂದೆಯಿಂದ ಪ್ರೇರೇಪಿತರಾಗಿ, ಇಬ್ಬರೂ ಪುತ್ರರು ಹಾಗೆ ಮಾಡುವುದರಿಂದ, ಅವರು ರಾಷ್ಟ್ರೀಯ ಹಿತಾಸಕ್ತಿಯಿಂದ ಭಾರತದ ಕೈಗಾರಿಕಾ ಬೆಳವಣಿಗೆಗೆ ಕೊಡುಗೆ ನೀಡುತ್ತಿದ್ದಾರೆ ಎಂದು ಪ್ರಾಮಾಣಿಕವಾಗಿ ನಂಬಿದ್ದರು. ಹೀಗಾಗಿ, ಟಾಟಾ ಐರನ್ ಮತ್ತು ಸ್ಟೀಲ್ ಕಂ. ಲಿಮಿಟೆಡ್, ಮೂರು ಜಲ ಕಂಪನಿಗಳು ಮತ್ತು ನಾಲ್ಕು ಜವಳಿ ಗಿರಣಿಗಳನ್ನು ಕೈಗಾರಿಕಾ ಅಭಿವೃದ್ಧಿಯಲ್ಲಿ ಭಾರತದ ರಾಷ್ಟ್ರೀಯ ಪ್ರಯತ್ನದ ಉದಾಹರಣೆಗಳಾಗಿ ಸಾರ್ವಜನಿಕರು ಪರಿಗಣಿಸಿದ್ದಾರೆ.

ಸರ್ ರತನ್ ಅತ್ಯಂತ ದಯೆ ಮತ್ತು ಉದಾರರಾಗಿದ್ದರು. ಸಂಕಷ್ಟದಲ್ಲಿರುವ ಯಾವುದೇ ವ್ಯಕ್ತಿ ಅಥವಾ ಸಂಸ್ಥೆಗೆ ಸಹಾಯ ಹಸ್ತ ನೀಡಲು ಯಾವಾಗಲೂ ಸಿದ್ಧರಿದ್ದರು. ಅವರು ರಾಷ್ಟ್ರೀಯತೆಯ ಉತ್ಸಾಹದಿಂದ ನಿಜವಾದ ಭಾರತೀಯ ದೃಷ್ಟಿಕೋನವನ್ನು ಹೊಂದಿದ್ದರು. ಮತ್ತೊಂದೆಡೆ, ಅವರು ಸಮತೋಲಿತ, ವಿಶಾಲ ಮನಸ್ಸಿನ ಮಾನಸಿಕ ದೃಷ್ಟಿಕೋನವನ್ನು ಹೊಂದಿದ್ದರು.

ಗಂಭೀರ ದಾನ ಎಂದರೆ ಆಳವಾಗಿ ಕಾಳಜಿ ವಹಿಸುವ ಕಾರಣವನ್ನು ಗುರುತಿಸುವ ಪ್ರಯತ್ನವನ್ನು ಮಾಡುವುದು, ತದನಂತರ ಸಮಯ ಮತ್ತು ಶ್ರಮ ಮತ್ತು ಹಣವನ್ನು ವಿನಿಯೋಗಿಸುವುದು. ಅವರ ಸಂಕ್ಷಿಪ್ತ, ಆದರೆ ತೃಪ್ತಿಕರವಾದ ಜೀವಿತಾವಧಿಯಲ್ಲಿ, ಸರ್ ರತನ್ ಅವರು ಹಲವಾರು ಸಮಸ್ಯೆಗಳನ್ನು ಗುರುತಿಸಿದ್ದರು, ಇದು ಅವರ ಶ್ರೇಷ್ಠತೆಗೆ ಸಾಕ್ಷಿಯಾಗಿದೆ.

ಅವರ ಜೀವಿತಾವಧಿಯಲ್ಲಿ ಅವರು ಮಾಡಿದ ದೇಣಿಗೆಗಳು ಮತ್ತು ದತ್ತಿಗಳನ್ನು ನೋಡಿದರೆ, ವಿವಿಧ ಅರ್ಹ ಕಾರಣಗಳಿಗಾಗಿ ಅವರ ಕಾಳಜಿಯನ್ನು ಸೂಚಿಸುತ್ತದೆ ಮತ್ತು ಇದು ಟ್ರಸ್ಟ್ ನ ಇಂದಿನ ಅನುದಾನ-ಉತ್ತಮ ನೀತಿಗೆ ಒಳನೋಟವುಳ್ಳ ಪೂರ್ವವರ್ತಿಯಾಗಿದೆ.

## ಸರ್ವೆಂಟ್ಸ್ ಆಫ್ ಇಂಡಿಯಾ ಸೊಸೈಟಿ

1905ರ ಜೂನ್ 12ರಂದು ಪೂನಾದಲ್ಲಿ ಈ ಭ್ರಾತೃತ್ವದ ಸ್ಥಾಪನೆಯು, ಸ್ವತಂತ್ರ ಭಾರತದ ಸಕ್ರಿಯ ಸದಸ್ಯರಾಗಿ ಕಾರ್ಯನಿರ್ವಹಿಸಲು ಜನಸಾಮಾನ್ಯರನ್ನು ಮುಕ್ತಗೊಳಿಸಬೇಕಾದರೆ, ಅವರು ನಿಸ್ವಾರ್ಥ ಮತ್ತು ಬುದ್ಧಿವಂತ ಕಾರ್ಮಿಕರ ತಂಡವನ್ನು ಹೊಂದಿರಬೇಕು ಎಂಬ ಗೋಪಾಲ ಕೃಷ್ಣ ಗೋಖಲೆಯವರ ನಂಬಿಕೆಯ ಫಲಿತಾಂಶವಾಗಿದೆ. ಅವರು ತಮ್ಮ ಜೀವನವನ್ನು ರಾಷ್ಟ್ರದ ಸೇವೆಗಾಗಿ ಅರ್ಪಿಸಿದ್ದರು.

ಸರ್ ರತನ್ ಗೋಖಲೆಯವರ ವೈಯಕ್ತಿಕ ಸ್ನೇಹಿತರಾಗಿದ್ದರು ಮತ್ತು ಅವರ ಕೋರಿಕೆಯ ಮೇರೆಗೆ, ಸಮಾಜದ ದುರ್ಬಲ ವರ್ಗಗಳ ಕಲ್ಯಾಣ ಕಾರ್ಯಗಳಿಗಾಗಿ ಹತ್ತು ವರ್ಷಗಳ ಅವಧಿಗೆ ಸಮಾಜಕ್ಕೆ ವಾರ್ಷಿಕ 10,000 ರೂ ಗಳನ್ನು ನೀಡಿದರು. ಸರ್ ರತನ್ ಅವರ ಈ ಉದಾಹರಣೆಯು ಟ್ರಸ್ಟ್ ನ ಪ್ರಸ್ತುತ ಅನುದಾನ ನೀಡುವ ನೀತಿಗೆ, ಕೈಯಲ್ಲಿರುವ ಸಮಸ್ಯೆಗೆ ಸಂಬಂಧಿಸಿದಂತೆ ಮತ್ತು ಅದನ್ನು ಪರಿಣಾಮಕಾರಿಯಾಗಿ ಪರಿಹರಿಸುವ ವಿಧಾನಕ್ಕೆ ಪೂರ್ವಭಾವಿಯಾಗಿತ್ತು.

## ಮಹಾತ್ಮ ಗಾಂಧಿ ಮತ್ತು ದಕ್ಷಿಣ ಆಫ್ರಿಕಾ

ದಕ್ಷಿಣ ಆಫ್ರಿಕಾದ ಟ್ರಾನ್ಸ್ವಾಲ್ ನಲ್ಲಿ ನ್ಯಾಯವಾದಿಯಾಗಿ ಅಭ್ಯಾಸ ಮಾಡುತ್ತಿದ್ದ ದಿನಗಳಲ್ಲಿ, ಮಹಾತ್ಮ ಗಾಂಧಿ ಅವರು ಅಸಹಕಾರ ಚಳವಳಿಯ ನೇತೃತ್ವ ವಹಿಸಿ, ಚಾಲ್ತಿಯಲ್ಲಿರುವ ಆಡಳಿತದ ಅಡಿಯಲ್ಲಿ ಏಷ್ಯನ್ನರ ಮತ್ತು ವಿಶೇಷವಾಗಿ ಭಾರತೀಯರ ಅವಸ್ಥೆಯ ವಿರುದ್ಧ ಪ್ರತಿಭಟಿಸಿದರು. ಈ ಆಂದೋಲನವು ಅಧಿಕಾರಿಗಳೊಂದಿಗೆ ಒರಟಾದ ವಾತಾವರಣವನ್ನು ಎದುರಿಸಿತು, ಇದು ಭಾರತೀಯ ಸಮುದಾಯದ ಕಿರುಕುಳಕ್ಕೆ ಕಾರಣವಾಯಿತು.

ವಿತ್ತೀಯ ನೆರವು ಈ ಹೊತ್ತಿನ ಅಗತ್ಯವಾಗಿತ್ತು ಮತ್ತು ಗೋಪಾಲಕೃಷ್ಣ ಗೋಖಲೆಯವರ ಮನವಿಗೆ ಸರ್ ರತನ್ ಉದಾರವಾಗಿ ಪ್ರತಿಕ್ರಿಯಿಸಿದರು. 1909 ಮತ್ತು 1913 ರ ನಡುವೆ ರೂ. 1.25 ಲಕ್ಷಗಳನ್ನು ಅವರು ಕಂತುಗಳಲ್ಲಿ ವಿತರಿಸಿದರು, ದಕ್ಷಿಣ ಆಫ್ರಿಕಾದಲ್ಲಿ ಭಾರತೀಯರ ಹಕ್ಕುಗಳಿಗಾಗಿ ಮಹಾತ್ಮರು ತಮ್ಮ ಹೋರಾಟವನ್ನು ಮುಂದುವರಿಸಲು ಅನುವು ಮಾಡಿಕೊಟ್ಟರು.

ಸರ್ ರತನ್ ಮಾಡಿದ ಅಂತಹ ಒಂದು ಕಂತಿನ ಭವ್ಯತೆಯಿಂದ ಪ್ರಭಾವಿತರಾದ ಮಹಾತ್ಮರು, "ಭಾರತವು ಉದಾತ್ತವಾಗಿದೆ ಎಂಬುದು ಶ್ರೀ ರತನ್ಜಿ ಜಮ್ಸೆಡ್ಜಿ ಟಾಟಾ ಅವರ ಉದಾರ ಕೊಡುಗೆಯಿಂದ ಸ್ಪಷ್ಟವಾಗಿದೆ. 25,000 ರೂಗಳ ದೊಡ್ಡ ದೇಣಿಗೆಯ ಮೂಲಕ ಅವರು ನಮ್ಮ ಆಂದೋಲನಕ್ಕೆ ಶಕ್ತಿಯುತವಾದ ಪ್ರಚೋದನೆಯನ್ನು ನೀಡಿದ್ದಾರೆ. ಅವರನ್ನು ಬಹುಶಃ ಇತರ ಭಾರತೀಯರು ಅನುಸರಿಸುತ್ತಾರೆ. ಪಾರ್ಸಿಗಳು ತಮ್ಮ ಉದಾರ ಉಡುಗೊರೆಗಳಿಗಾಗಿ ವಿಶ್ವದಾದ್ಯಂತ ಹೆಸರುವಾಸಿಯಾಗಿದ್ದಾರೆ. ಆ ಔದಾರ್ಯದ ಮನೋಭಾವಕ್ಕೆ ಶ್ರೀ ಟಾಟಾ ಅವರು ನಿಜವಾಗಿದ್ದಾರೆ."

## ಲಂಡನ್ ಸ್ಕೂಲ್ ಆಫ್ ಎಕನಾಮಿಕ್ಸ್ ಮತ್ತು ಪೊಲಿಟಿಕಲ್ ಸೈನ್ಸ್ ನಲ್ಲಿ ಸರ್ ರತನ್ ಟಾಟಾ ಫೌಂಡೇಶನ್

1912ರಲ್ಲಿ, ಸರ್ ರತನ್ ಅವರು ಲಂಡನ್ ವಿಶ್ವವಿದ್ಯಾನಿಲಯಕ್ಕೆ ಹಣಕಾಸಿನ ನೆರವು ನೀಡುವ ಪ್ರಸ್ತಾಪವನ್ನು ಮಾಡಿದರು, ಬಡತನ ಮತ್ತು ಬಡತನದ ಕಾರಣಗಳ ತನಿಖೆ ಮತ್ತು ಸಂಶೋಧನೆಗಾಗಿ ಮತ್ತು ಪರಿಹಾರಕ್ಕಾಗಿ ಸಲಹೆಗಳಿಗಾಗಿ ಅವರು ವಿಶ್ವವಿದ್ಯಾನಿಲಯದಲ್ಲಿ ಕುರ್ಚಿಯನ್ನು ಸ್ಥಾಪಿಸಲು ಸಿದ್ಧರಿದ್ದರೆ. ಪ್ರಾಂಶುಪಾಲರಾದ ಸರ್ ವಿಲಿಯಂ ಮಿಯೆರಾ ಅವರು ಪ್ರೊಫೆಸರ್ ಎಲ್ ಟಿ ಹೊಬ್ ಹೌಸ್ ಮತ್ತು ಪ್ರೊಫೆಸರ್ ಉರ್ವಿಕ್ ಅವರ ಸಹಯೋಗದಲ್ಲಿ ಯೋಜನೆಯನ್ನು ಸಿದ್ಧಪಡಿಸಿದರು, ಇದನ್ನು ಸರ್ ರತನ್ ಅನುಮೋದಿಸಿದರು ಮತ್ತು 1913ರಲ್ಲಿ ಒಂದು ಕುರ್ಚಿ ಸ್ಥಾಪಿಸಲಾಯಿತು.

ಪ್ರತಿಷ್ಠಾನದ ವೆಚ್ಚಗಳಿಗಾಗಿ ಮೂರು ವರ್ಷಗಳ ಅವಧಿಗೆ ವಾರ್ಷಿಕವಾಗಿ £ 1,400 ಪಾವತಿಸಲು ಸರ್ ರತನ್ ಒಪ್ಪಿಕೊಂಡರು. ಈ ವಾರ್ಷಿಕ £ 1,400 ಅನುದಾನವನ್ನು 1916ರಿಂದ ಐದು ವರ್ಷಗಳ ಅವಧಿಗೆ ವಿಸ್ತರಿಸಲಾಯಿತು. 1919ರಲ್ಲಿ ಅವರ ನಿಧನದ ನಂತರ, ಸರ್ ರತನ್ ಟಾಟಾ ಟ್ರಸ್ಟ್ ನ ಟ್ರಸ್ಟಿಗಳು ಈ ವಾರ್ಷಿಕ ಅನುದಾನವನ್ನು 1931ರವರೆಗೆ ಮುಂದುವರಿಸಿದರು.

ಆ ಹತ್ತೊಂಬತ್ತು ವರ್ಷಗಳಲ್ಲಿ, ಲಂಡನ್ ವಿಶ್ವವಿದ್ಯಾಲಯ ಮತ್ತು ಲಂಡನ್ ಸ್ಕೂಲ್ ಆಫ್ ಎಕನಾಮಿಕ್ಸ್ ನ ಹಲವಾರು ವಿದ್ವಾಂಸರು ಮತ್ತು ವಿದ್ಯಾರ್ಥಿಗಳು ವಿವಿಧ ವಹಿವಾಟುಗಳಲ್ಲಿ ಕಾರ್ಮಿಕರ ಪರಿಸ್ಥಿತಿಗಳ ಕುರಿತು ಸಂಶೋಧನಾ ಕಾರ್ಯಗಳನ್ನು ನಡೆಸಿದರು ಮತ್ತು ತಮ್ಮ ಸಂಶೋಧನೆಯನ್ನು ವಿವಿಧ ಪ್ರಕಟಣೆಗಳಲ್ಲಿ ಪ್ರಕಟಿಸಿದರು. ಸರ್ ರತನ್ ಟಾಟಾ ಫೌಂಡೇಶನ್ ಈಗ ಲಂಡನ್ ಸ್ಕೂಲ್ ಆಫ್ ಎಕನಾಮಿಕ್ಸ್ ನಲ್ಲಿ ಶಾಶ್ವತ ಸಂಸ್ಥೆಯಾಗಿದೆ.

## ಪಾಟ್ನಾದ ಪಾಟಲಿಪುತ್ರದಲ್ಲಿ ಪುರಾತತ್ತ್ವ ಶಾಸ್ತ್ರದ ಉತ್ಖನನಗಳು

1912ರಲ್ಲಿ ಸರ್ ರತನ್ ಅವರು ಆಗಿನ ಬಿಹಾರ ಮತ್ತು ಒರಿಸ್ಸಾದ ಲೆಫ್ಟಿನೆಂಟ್ ಗವರ್ನರ್ ಆಗಿದ್ದ ಸರ್ ಹಾರ್ಕೋರ್ಟ್ ಬಟ್ಲರ್ ಅವರಿಗೆ ಪುರಾತತ್ತ್ವ ಶಾಸ್ತ್ರಕ್ಕೆ ಹಣಕಾಸು ನೆರವು ನೀಡುವ ಬಯಕೆಯನ್ನು ವ್ಯಕ್ತಪಡಿಸಿದರು

ಭಾರತ ಸರ್ಕಾರದ ಪುರಾತತ್ವ ಇಲಾಖೆಯು ಕೈಗೊಳ್ಳುವ ಯಾವುದೇ ಪುರಾತತ್ತ್ವ ಶಾಸ್ತ್ರದ ಉತ್ಖನನಗಳಿಗೆ ಹಣಕಾಸು ಒದಗಿಸಲು, ಮ್ಯೂಸಿಯಂ ಮೌಲ್ಯವನ್ನು ಹೊಂದಿರುವ ಪ್ರಾಚೀನ ಅವಶೇಷಗಳನ್ನು ಹೊರತೆಗೆಯಲು.

1913 ಮತ್ತು 1917ರ ನಡುವೆ 75,000 ರೂ ಗಳಿಗೆ ಹಣಕಾಸು ಒದಗಿಸಲಾಯಿತು. ಉತ್ಖನನಗಳು ನಾಣ್ಯಗಳು, ಫಲಕಗಳು ಮತ್ತು ಟೆರಾಕೋಟಾದಂತಹ ಉತ್ತಮ ಸಂಖ್ಯೆಯ ವಸ್ತುಸಂಗ್ರಹಾಲಯಗಳನ್ನು ಪತ್ತೆಹಚ್ಚಿದವು. ಇದು ಅಶೋಕ ಅರಮನೆಯ ಸ್ತಂಭದ ಸಭಾಂಗಣದ ಆವಿಷ್ಕಾರ ಮತ್ತು ಸ್ಥಳಕ್ಕೆ ಕಾರಣವಾಯಿತು. ಈಗ ಇದನ್ನು ಪಾಟ್ನಾದ ವಸ್ತುಸಂಗ್ರಹಾಲಯದಲ್ಲಿ ಪ್ರದರ್ಶಿಸಲಾಗಿದೆ.

## ಸರ್ ರತನ್ ಟಾಟಾ ಆರ್ಟ್ ಕಲೆಕ್ಷನ್

ಸರ್ ರತನ್ ಕಲೆ ಮತ್ತು ಸಂಸ್ಕೃತಿಯ ನಿಪುಣರಾಗಿದ್ದರು. ಅಪರೂಪದ ಭಾರತೀಯ ಶಾಲುಗಳು ಮತ್ತು ಬಾಕು, ಬಂದೂಕುಗಳು ಮತ್ತು ಕತ್ತಿಗಳಂತಹ ಹಳೆಯ ಭಾರತೀಯ ಶಸ್ತ್ರಾಸ್ತ್ರಗಳ ಜೊತೆಗೆ, ಚಿತ್ರಗಳು, ವರ್ಣಚಿತ್ರಗಳು, ಪ್ರಾಚೀನ ಸಾಹಿತ್ಯದ ಹಸ್ತಪ್ರತಿಗಳನ್ನು ಪಡೆಯಲು ಅವರು ಭಾರತದ ಅನೇಕ ಸ್ಥಳಗಳಿಗೆ ಪ್ರವಾಸ ಮಾಡಿದರು.

ಅವರು ಪ್ಯಾರಿಸ್ ಗೆ ಭೇಟಿ ನೀಡಿದಾಗ ಹೂದಾನಿಗಳು, ಸ್ನಫ್ ಬಾಟಲಿಗಳು ಮತ್ತು ಅಲಂಕಾರಿಕ ವ್ಯಕ್ತಿಗಳಿಂದ ಮಾಡಲ್ಪಟ್ಟ ಜೇಡ್ ಸಂಗ್ರಹವನ್ನು ವಿವಿಧ ಬಣ್ಣಗಳಲ್ಲಿ ಖರೀದಿಸಿದರು. ಇಂಗ್ಲೆಂಡ್ ನ ಟ್ವಿಕೆನ್ ಹ್ಯಾಮ್ ನಲ್ಲಿ ಅವರು 17ನೇ ಶತಮಾನದ ಭವ್ಯವಾದ ಮಹಲು ಖರೀದಿಸಿದರು. ಇದು ಸಾಂಪ್ರದಾಯಿಕ ಕೆಂಪು ಇಟ್ಟಿಗೆ ರಚನೆಯಾಗಿದ್ದು, ಅದರ ಸ್ವಂತ ಮೈದಾನದಲ್ಲಿ, ಶೈಲಿಯ ಕೋಟೆ ಮನೆಯೊಂದಿಗೆ ಮುಂಭಾಗ ಹೊಂದಿಸಲಾಗಿದೆ. 'ಯಾರ್ಕ್ ಹೌಸ್' ಎಂದು ಕರೆಯಲ್ಪಡುವ ಇದು ಇಂಗ್ಲೆಂಡ್ ನಲ್ಲಿ ತಂಗಿದ್ದಾಗ ಸರ್ ಮತ್ತು ಲೇಡಿ ಟಾಟಾ ಅವರ ನಿವಾಸವಾಗಿತ್ತು. ಕಲೆಯ ವಿವಿಧ ಸಂಪತ್ತಿನೊಂದಿಗೆ, ಈ ಆಸ್ತಿಯು ನಿಜವಾದ ನಿಧಿ ಎಂಪೋರಿಯಂ ಆಗಿತ್ತು.

ಓರಿಯಂಟ್ ಪ್ರವಾಸದಲ್ಲಿ, ಅವರು ನೀಲಿ ಮತ್ತು ಬಿಳಿ ಚೀನಾ ಮತ್ತು ಜಪಾನಿನ ಗೋಡೆಯ ನೇತಾಡುವ ಆಭರಣಗಳನ್ನು ದಂತಬಣ್ಣದಲ್ಲಿ ಖರೀದಿಸಿದರು. ಈ ಸಂಗ್ರಹವು 1919ರಲ್ಲಿ ಅಂದಾಜು ರೂ. 5 ಲಕ್ಷ ಆಗಿದ್ದು ಸರ್ ರತನ್ ಅವರ ಇಚ್ಛೆಯಂತೆ 1921ರಲ್ಲಿ ಬಾಂಬೆಯ ಪ್ರಿನ್ಸ್ ಆಫ್ ವೇಲ್ಸ್ ಮ್ಯೂಸಿಯಂಗೆ ಹಸ್ತಾಂತರಿಸಲಾಯಿತು. ಇಡೀ ಸಂಗ್ರಹವನ್ನು ವಸ್ತುಸಂಗ್ರಹಾಲಯದ ಫಾರ್ ಈಸ್ಟರ್ನ್ ಆರ್ಟ್ ವಿಭಾಗದಲ್ಲಿ ಪ್ರದರ್ಶಿಸಲಾಗುತ್ತದೆ ಮತ್ತು ಸರ್ ರತನ್ ಅವರ ಕಲೆಯ ಉತ್ತಮ ರುಚಿಗೆ ಮತ್ತು ಸಹಜವಾಗಿ ಅವರ ಔದಾರ್ಯಕ್ಕೆ ಸಾಕ್ಷಿಯಾಗಿದೆ.

ಸರ್ ರತನ್ ಅವರ ಜೀವಿತಾವಧಿಯಲ್ಲಿ ಅವರ ದತ್ತಿ ಕಾರ್ಯವನ್ನು ಎತ್ತಿ ತೋರಿಸಿದ ಕೆಲವು ಅತ್ಯುತ್ತಮ ನಿದರ್ಶನಗಳು ಇವು. ಕಡಿಮೆ ಪ್ರಮಾಣದ ಕ್ಷಾಮಗಳು, ಪ್ರವಾಹಗಳು, ಭೂಕಂಪಗಳು, ಬೆಂಕಿಗಳು ಮತ್ತು ಸಾರ್ವಜನಿಕ ಸ್ಮಾರಕಗಳು, ಆಸ್ಪತ್ರೆಗಳು, ಶಾಲೆಗಳು, ಸಾಮಾಜಿಕ ಕಲ್ಯಾಣ ಸಂಸ್ಥೆಗಳು ಮತ್ತು ಸಾರ್ವಜನಿಕ ಉಪಯುಕ್ತತೆಯ ಹಲವಾರು ಇತರ ವಸ್ತುಗಳಿಂದ ಉಂಟಾಗುವ ಯಾತನೆ ಮತ್ತು ಇತರ ಪ್ರಯೋಜನ ಪರಿಹಾರಕ್ಕಾಗಿ ದೇಣಿಗೆಗಳನ್ನು ಒಳಗೊಂಡಿವೆಟ್ರಸ್ಟ್ ನ ವಿಷಯಾಧಾರಿತ ಪ್ರದೇಶಗಳ ಪ್ರಸ್ತುತ ಸನ್ನಿವೇಶದೊಂದಿಗೆ

ಒಂದು ನಿರ್ದಿಷ್ಟ ಲಿಂಕ್ ಸ್ಪಷ್ಟವಾಗಿದೆ.

ಅವರ ಜೀವಿತಾವಧಿಯಲ್ಲಿ ಅಂತಹ ಉತ್ತಮ ಕೆಲಸದಿಂದಾಗಿ, ಸರ್ ರತನ್ ಅವರು ತಮ್ಮ ಸಂಪತ್ತಿನ ಬಹುಭಾಗವನ್ನು ಚಾರಿಟಬಲ್ ಟ್ರಸ್ಟ್ ಗೆ ಬಿಟ್ಟು ಹೋಗುತ್ತಾರೆ ಎಂದು ನಿರೀಕ್ಷಿಸಲಾಗಿತ್ತು. 1913ರ ತನ್ನ ವಿಲ್ ನಲ್ಲಿ, ಟ್ರಸ್ಟ್ ನಿಧಿಯಿಂದ ಬರುವ ಆದಾಯವನ್ನು ಅವರು ವಿನಿಯೋಗಿಸಬಹುದಾದ ಹಲವಾರು ನಿರ್ದೇಶನಗಳ ಬಗ್ಗೆ ಅವರು ತಮ್ಮ ಟ್ರಸ್ಟಿಗಳಿಗೆ ಸೂಚನೆ ನೀಡಿದರು. "ಅವರ ಎಲ್ಲಾ ಶಾಖೆಗಳಲ್ಲಿ ಶಿಕ್ಷಣ, ಕಲಿಕೆ ಮತ್ತು ಉದ್ಯಮ" ಸರ್ ರತನ್ ಅವರ ಸಲಹೆಗಳಲ್ಲಿ ಪ್ರಮುಖ ಸ್ಥಾನವನ್ನು ಪಡೆಯುತ್ತದೆ. ಈ ಶುಭಾಶಯಗಳನ್ನು ಅರ್ಥೈಸಲು ಸಂಪೂರ್ಣ ವಿವೇಚನೆಯನ್ನು ನೀಡಲಾಗಿದ್ದರೂ, ಹಣವನ್ನು ಹೇಗೆ ಬಳಸಿಕೊಳ್ಳಬೇಕು ಎಂಬುದರ ಕುರಿತು ಅವರು ತಮ್ಮ ವಿಲ್ ನಲ್ಲಿ ವಿವರವಾದ ನಿರ್ದೇಶನಗಳನ್ನು ನೀಡಿದರು.

ನಿಧಿಯಿಂದ ಸಹಾಯ ಪಡೆಯಬೇಕಾದ ವಸ್ತುಗಳು ಸಾಮಾನ್ಯವಾಗಿ ಸಾರ್ವಜನಿಕವಾಗಿರಬೇಕು, ವಿಭಾಗೀಯಕ್ಕೆ ಆದ್ಯತೆ ನೀಡಬೇಕು. ನೆರವು ಪಡೆಯಬೇಕಾದ ಸಂಸ್ಥೆಗಳು ಅಥವಾ ಸಂಸ್ಥೆಗಳು ತಮ್ಮ ಖಾತೆಗಳನ್ನು ಟ್ರಸ್ಟಿಗಳು ನಿಯತಕಾಲಿಕವಾಗಿ ಲೆಕ್ಕಪರಿಶೋಧನೆಗೆ ಒಳಪಡಿಸಬೇಕು. ನೆರವು ಪಡೆಯಬೇಕಾದ ಉದ್ಯಮಗಳು ತಮ್ಮ ಯೋಜನೆಗಳನ್ನು ಸಮರ್ಥ ಸಿಬ್ಬಂದಿ ಎಚ್ಚರಿಕೆಯಿಂದ ಸಿದ್ಧಪಡಿಸಬೇಕಾಗಿತ್ತು. ದೃಷ್ಟಿಕೋನದಿಂದ ನೋಡಿದರೆ, ಈ ದಾನದ ಪರಿಕಲ್ಪನೆಗಳು ಅವರ ಸಮಯಕ್ಕಿಂತ ಮುಂಚೆಯೇ ಇದ್ದವು ಮತ್ತು ಇಂದಿಗೂ ಸಹ, ಲೋಕೋಪಕಾರದ ಸಂದರ್ಭದಲ್ಲಿ ಅಸಾಧಾರಣವೆಂದು ಪರಿಗಣಿಸಲಾಗಿದೆ.

ಸರ್ ರತನ್ ಅವರು ಜುಲೈ 1916 ರ ಸುಮಾರಿಗೆ ಬಹಳ ಅನಾರೋಗ್ಯಕ್ಕೆ ಒಳಗಾದರು. ವೈದ್ಯರ ಸಲಹೆಯ ಮೇರೆಗೆ ಅವರನ್ನು ಅಕ್ಟೋಬರ್ 1916 ರಲ್ಲಿ ಇಂಗ್ಲೆಂಡ್ ಗೆ ಕರೆದೊಯ್ಯಲಾಯಿತು. ಸಾಧ್ಯವಾದಷ್ಟು ಉತ್ತಮವಾದ ಚಿಕಿತ್ಸೆಯ ಹೊರತಾಗಿಯೂ, ಅವರ ಸ್ಥಿತಿ ಸ್ಥಿರವಾಗಿ ಹದಗೆಟ್ಟಿತು. ದೀರ್ಘಕಾಲದ ಅನಾರೋಗ್ಯದ ನಂತರ, ಅವರು ಸೆಪ್ಟೆಂಬರ್ 5, 1918 ರಂದು ಕಾರ್ನ್ ವಾಲ್ ನ ಸೇಂಟ್ ಐವ್ಸ್ ನಲ್ಲಿ ನಿಧನರಾದರು, ತಮ್ಮ ಜೀವ ಸಂಗಾತಿಯಾದ ನವಜ್ ಬಾಯಿ ಅವರನ್ನು ತ್ಯಜಿಸಿದರು.

ಸರ್ ರತನ್ ಟಾಟಾ ಟ್ರಸ್ಟ್ ಅನ್ನು 1919 ರಲ್ಲಿ 8 ಮಿಲಿಯನ್ ಮೂಲ ಧನದೊಂದಿಗೆ ಸ್ಥಾಪಿಸಲಾಯಿತು. ಇಂದು, ಇಂದು, ಇದು ಅಡಿಪಾಯಗಳನ್ನು ನೀಡುವ ಭಾರತದ ಅತ್ಯಂತ ಹಳೆಯ ಅನುದಾನವಾಗಿ ಅಸ್ತಿತ್ವದಲ್ಲಿದೆ.

*(ಸೌಜನ್ಯ: SRTT)*

32

# ಸರ್ ದೊರಬ್ಜಿ ಟಾಟಾ ಟ್ರಸ್ಟ್

ಭಾರತದ ಅತ್ಯಂತ ಹಳೆಯ, ಪಂಥೇತರ ಲೋಕೋಪಕಾರಿ ಸಂಸ್ಥೆಗಳಲ್ಲಿ ಒಂದಾದ ಸರ್ ದೊರಬ್ಜಿ ಟಾಟಾ ಟ್ರಸ್ಟ್ (SDTT) ರಾಷ್ಟ್ರ ನಿರ್ಮಾಣ ಚಟುವಟಿಕೆಗಳಿಗೆ 75 ವರ್ಷಗಳ ಸಮರ್ಪಣೆಯನ್ನು ಆಚರಿಸುತ್ತದೆ. ಎಸ್ ಡಿಟಿಟಿಯ ಟ್ರಸ್ಟಿಗಳು ನಿಜವಾದ ಹೀರೋಗಳು ಮೈದಾನದಲ್ಲಿ, ಸಮುದಾಯದೊಂದಿಗೆ, ಸಮುದಾಯಕ್ಕಾಗಿ, ತಳಮಟ್ಟದಲ್ಲಿ ಕೆಲಸ ಮಾಡುವ ಜನರು ಎಂದು ಯಾವಾಗಲೂ ಸಮರ್ಥಿಸಿಕೊಂಡಿದ್ದಾರೆ.

ಎರಡು ಪ್ರಮುಖ ಟಾಟಾ ಟ್ರಸ್ಟ್ ಗಳಲ್ಲಿ ಒಂದಾದ ಎಸ್ ಡಿಟಿಟಿಯನ್ನು 1932ರಲ್ಲಿ ಟಾಟಾ ಸಮೂಹದ ಸಂಸ್ಥಾಪಕ ಜಮ್ಸೆಟ್ಜಿ ಟಾಟಾ ಅವರ ಪುತ್ರ ಸರ್ ದೊರಾಬ್ಜಿ ಸ್ಥಾಪಿಸಿದರು. ಈ ವರ್ಷ ದೇಶಕ್ಕೆ 75 ವರ್ಷಗಳ ಸೇವೆಯನ್ನು ಆಚರಿಸುತ್ತಿರುವ ಈ ಟ್ರಸ್ಟ್ ಪೂಜ್ಯ ಹಳೆಯ ಸಂಸ್ಥೆಯಾಗಿದೆ. ಆದರೆ ಮೊದಲ ದಿನದಿಂದಲೂ, ಅದರ ದೃಷ್ಟಿಕೋನವು ಪ್ರಗತಿಪರವಾಗಿದೆ ಮತ್ತು ಅದರ ಸಮಯಕ್ಕಿಂತ ಮುಂದಿದೆ. ಇದರ ಉಗಮವು ಸಾಟಿಯಿಲ್ಲದ ಔದಾರ್ಯ ಮತ್ತು ದೂರದೃಷ್ಟಿಯ ಕೃತ್ಯವಾಗಿತ್ತು. ಸರ್ ದೊರಾಬ್ಜಿ ಅವರು ತಮ್ಮ ಎಲ್ಲ ಸಂಪತ್ತನ್ನು ಅಂದಾಜು ರೂ. 1 ಕೋಟಿ ಟಾಟಾ ಸಮೂಹದ ಹಿಡುವಳಿ ಕಂಪನಿಯಾದ ಟಾಟಾ ಸನ್ಸ್ ನಲ್ಲಿ ಪ್ರಖ್ಯಾತ 245 ಕ್ಯಾರೆಟ್ ಜೂಬಿಲಿ ವಜ್ರ ಮತ್ತು ಗಣನೀಯ ಷೇರುಗಳನ್ನು ಒಳಗೊಂಡಿರುತ್ತದೆ.

ಇದು ಟಾಟಾ ಗ್ರೂಪ್ ನ ಅನನ್ಯ ಹಿಡುವಳಿ ರಚನೆಗೆ ಆಧಾರವಾಯಿತು. ಸರ್ ದೊರಬ್ಜಿ ಟಾಟಾ ಟ್ರಸ್ಟ್, ಸರ್ ರತನ್ ಟಾಟಾ ಟ್ರಸ್ಟ್ ಮತ್ತು ಇತರ ಅಲೈಡ್ ಟ್ರಸ್ಟ್ ಗಳು ಒಟ್ಟಾಗಿ ಟಾಟಾ ಸನ್ಸ್ ನ ಶೇ 65.8 ರಷ್ಟು ಷೇರುಗಳನ್ನು ಹೊಂದಿವೆ.

ಎಸ್ ಡಿಟಿಟಿ ಭಾರತದ ಜನರಿಗೆ ಸರ್ ದೊರಾಬ್ಜಿಯ ಭರವಸೆಯ ಪರಂಪರೆಯಾಗಿದೆ. ಎಸ್ ಡಿಟಿಟಿಯ ಕಾರ್ಯದರ್ಶಿ ಮತ್ತು ಮುಖ್ಯ ಅಕೌಂಟೆಂಟ್ ಸರೋಶ್ ಎನ್ ಬಟ್ಲಿವಾಲ್ಲಾ ಹೇಳುವಂತೆ, "ಟ್ರಸ್ಟ್ ಸಂಸ್ಥಾಪಕರ ದೃಷ್ಟಿಕೋನವನ್ನು ಮುನ್ನಡೆಸಿದೆ ಮತ್ತು ರಾಷ್ಟ್ರದ ಅಭಿವೃದ್ಧಿಯಲ್ಲಿ ಪ್ರಗತಿಪರ ಪಾತ್ರವನ್ನು ವಹಿಸಿದೆ."ಅದರ

ಪ್ರಾರಂಭದಿಂದ 2005-06ರವರೆಗೆ, ಟ್ರಸ್ಟ್ ವಿತರಿಸಿದ ಒಟ್ಟು ನಿಧಿಯ ಮೊತ್ತ ರೂ. 379.87 ಕೋಟಿ; 2005-06ರಲ್ಲಿ ಮೊತ್ತವು ರೂ. 76.2 ಕೋಟಿ. ಇದರಿಂದ ಜಮ್ಸೆಟ್ಜಿ ಇದನ್ನು "ರಚನಾತ್ಮಕ ಲೋಕೋಪಕಾರ" ದಲ್ಲಿ ಹೂಡಿಕೆ ಮಾಡಿದ್ದಾರೆ. ಇದರರ್ಥ, ಮೂಲಭೂತವಾಗಿ, ಹಸಿದ ವ್ಯಕ್ತಿಗೆ ಮೀನುಗಳಿಗಿಂತ ಮೀನುಗಾರಿಕಾ ಬಲೆ ನೀಡುವುದು ಉತ್ತಮ ಎಂದರ್ಥ. ಆದರೆ ಟ್ರಸ್ಟ್ ಯಾವ ರೀತಿಯ ಯೋಜನೆಗಳನ್ನು ಕೈಗೆತ್ತಿಕೊಳ್ಳುತ್ತದೆ ಎಂಬುದಕ್ಕೆ ಯಾವುದೇ ಸ್ಥಿರ ಆದೇಶವಿಲ್ಲ. ಭಾಗಶಃ, ಜನರಿಗೆ ಹೆಚ್ಚು ಪ್ರಯೋಜನವಾಗುವ ರೀತಿಯಲ್ಲಿ ಜನರನ್ನು ತಲುಪುವಲ್ಲಿ ಟ್ರಸ್ಟ್ ಯಶಸ್ವಿಯಾಗಿದೆ.

ಟಾಟಾ ಇನ್ಸ್ಟಿಟ್ಯೂಟ್ ಆಫ್ ಸೋಶಿಯಲ್ ಸೈನ್ಸಸ್ (1936); ಟಾಟಾ ಮೆಮೋರಿಯಲ್ ಹಾಸ್ಪಿಟಲ್ (1941); ಟಾಟಾ ಇನ್ಸ್ಟಿಟ್ಯೂಟ್ ಆಫ್ ಫಂಡಮೆಂಟಲ್ ರಿಸರ್ಚ್ (1945); ನ್ಯಾಷನಲ್ ಸೆಂಟರ್ ಫಾರ್ ಪರ್ಫಾರ್ಮಿಂಗ್ ಆರ್ಟ್ಸ್ (1966), ನ್ಯಾಷನಲ್ ಇನ್ಸ್ಟಿಟ್ಯೂಟ್ ಆಫ್ ಅಡ್ವಾನ್ಸ್ ಡ್ ಸ್ಟಡೀಸ್ (1988); ಜೆಆರ್ ಡಿ ಟಾಟಾ ಇಕೋಟೆಕ್ನಾಲಜಿ ಸೆಂಟರ್ (1996); ಸರ್ ದೊರಬ್ಜಿ ಟಾಟಾ ಸೆಂಟರ್ ಫಾರ್ ರಿಸರ್ಚ್ ಇನ್ ಟ್ರಾಪಿಕಲ್ ಡಿಸೀಸ್ (1999); ಟಿಸ್ ಸ್ಕೂಲ್ ಆಫ್ ರೂರಲ್ ಡೆವಲಪ್ ಮೆಂಟ್ (2004) ಮತ್ತು ಕೋಲ್ಕತ್ತಾದ ಟಾಟಾ ಮೆಡಿಕಲ್ ಸೆಂಟರ್.

ಸಂಸ್ಥೆಗಳನ್ನು ಸ್ಥಾಪಿಸುವುದು ಮತ್ತು ಸಾಮಾಜಿಕ ಅಭಿವೃದ್ಧಿ ಯೋಜನೆಗಳಿಗೆ ಧನಸಹಾಯ ನೀಡುವುದರಿಂದ ಹಿಡಿದು ರಾಷ್ಟ್ರೀಯ ವಿಪತ್ತುಗಳಿಗೆ ಪ್ರತಿಕ್ರಿಯಿಸುವವರೆಗೆ, SDTT ಯ ಪೋರ್ಟ್ ಫೋಲಿಯೋ ಅದ್ಭುತ ಶ್ರೇಣಿಯ ಯೋಜನೆಗಳನ್ನು ಒಳಗೊಂಡಿದೆ. ಬಹುಶಃ ಎಸ್ ಡಿಟಿಟಿಯ ಮಾಜಿ ನಿರ್ದೇಶಕ ರುಸ್ಸಿ ಲಾಲಾ ಅವರು ತಮ್ಮ ಪುಸ್ತಕ, *ಹಾರ್ಟ್ ಬೀಟ್ ಆಫ್ ಎ ಟ್ರಸ್ಟ್* ನಲ್ಲಿ, ಅದನ್ನು ಖರೀದಿಸಲು ಸಾಧ್ಯವಾಗದ ಮತ್ತು ಒಂದು ಇಲ್ಲದೆ ಸಾಮಾನ್ಯವಾಗಿ ಕಾರ್ಯನಿರ್ವಹಿಸಲು ಸಾಧ್ಯವಾಗದ ವ್ಯಕ್ತಿಗೆ ಒಂದು ಜೋಡಿ ಕನ್ನಡಕಗಳಿಗಾಗಿ ಉಲ್ಲೇಖಿಸಿದ್ದಾರೆ. ಮೊತ್ತವು ರೂ.125.

ಧನಸಹಾಯಕ್ಕಾಗಿ ಸರಿಯಾದ ಯೋಜನೆಗಳನ್ನು ಆಯ್ಕೆ ಮಾಡುವ ಪ್ರಕ್ರಿಯೆಯು ನಿಖರ ಮತ್ತು ಕಷ್ಟಕರವಾಗಿದೆ, ಏಕೆಂದರೆ ಸಹಾಯಕ್ಕಾಗಿ ಪ್ರತಿಯೊಬ್ಬ ವ್ಯಕ್ತಿಯ ಮನವಿಯನ್ನು ಎಚ್ಚರಿಕೆಯಿಂದ ಅರ್ಥಮಾಡಿಕೊಳ್ಳಬೇಕು ಮತ್ತು ಪ್ರಕ್ರಿಯೆಗೊಳಿಸಬೇಕು. ಹಣಕ್ಕಾಗಿ ಮೇಲ್ಮನವಿಗಳ ಹುಲ್ಲುಗಾವಲಿನಲ್ಲಿ ಸೂಜಿಯನ್ನು ಕಂಡುಹಿಡಿಯುವುದರಿಂದ, ಸಮುದಾಯದ ಜನರನ್ನು ಒಟ್ಟಿಗೆ ಥ್ರೆಡ್ ಮಾಡುವ ಸೂಜಿಯನ್ನು ಕಂಡುಹಿಡಿಯುವುದರಿಂದ, ಸಮುದಾಯವನ್ನು ರಾಷ್ಟ್ರಕ್ಕೆ ನೇಯ್ಗೆ ಮಾಡುವ ಮೂಲಕ ಮತ್ತು ಅಂತಿಮವಾಗಿ ಶಾಶ್ವತವಾದ ಬಟ್ಟೆಯನ್ನು ರಚಿಸುವುದರಿಂದ ತೃಪ್ತಿ ಬರುತ್ತದೆ.

ಅನುದಾನವನ್ನು ಮಂಜೂರು ಮಾಡಿದ ನಂತರ, SDTT ಹಿಂಭಾಗದ ಆಸನವನ್ನು ತೆಗೆದುಕೊಳ್ಳಲು ಆದ್ಯತೆ ನೀಡುತ್ತದೆ. ಫಲಾನುಭವಿ ಸಂಸ್ಥೆಗಳು ಅಥವಾ ವ್ಯಕ್ತಿಗಳು ಅನಗತ್ಯ ಹಸ್ತಕ್ಷೇಪವಿಲ್ಲದೆ ಕೆಲಸ ಮಾಡುತ್ತಾರೆ, ಅವರು ಕೇಳಿದಾಗಲೆಲ್ಲಾ ಟ್ರಸ್ಟ್ ಅವರ ನೆರವಿಗೆ ಬರುತ್ತದೆ ಎಂಬ ಜ್ಞಾನದಲ್ಲಿ ಸುರಕ್ಷಿತವಾಗಿರುತ್ತಾರೆ.

ವರ್ಷಗಳಲ್ಲಿ, ಬದಲಾಗುತ್ತಿರುವ ಸಮಯಕ್ಕೆ ಅನುಗುಣವಾಗಿ ಟ್ರಸ್ಟ್ ನ ಕಾರ್ಯಾಚರಣೆಯ ಶೈಲಿ ವಿಕಸನಗೊಂಡಿದೆ. ಕಾರ್ಯತಂತ್ರ, ಯೋಜನೆ ಮತ್ತು ಪ್ರಕ್ರಿಯೆಗಳು ಹೆಚ್ಚು ಹೆಚ್ಚು ಪ್ರಾಮುಖ್ಯತೆಯನ್ನು ಪಡೆಯುವುದರೊಂದಿಗೆ, ಆಧುನಿಕ ನಿರ್ವಹಣಾ ಅಭ್ಯಾಸಗಳು ಹಿಂದಿನ ಅರ್ಥಗರ್ಭಿತ ಕೆಲಸದ ಶೈಲಿಯನ್ನು ಬದಲಾಯಿಸುತ್ತಿವೆ.

ಎಸ್ ಡಿಟಿಟಿಗಾಗಿ ಕೆಲಸ ಮಾಡುವ ಎಲ್ಲರಿಗೂ ಭಾರತದ ಜನರ ಜೀವನಕ್ಕೆ ವ್ಯತ್ಯಾಸವನ್ನು ತರುವುದು ಪ್ರಮುಖ ಪ್ರೇರಣೆಯಾಗಿದೆ. ಈ ಸ್ಫೂರ್ತಿಯೇ ಮುಂಬೈನಲ್ಲಿರುವ ತನ್ನ ಕಚೇರಿಯನ್ನು ಇಮೇಲ್ ಗಳು ಮತ್ತು ಸಹಾಯಕ್ಕಾಗಿ ಪತ್ರಗಳಾಗಿ ಹರಡುತ್ತದೆ. ಇದು ಟ್ರಸ್ಟ್ ನ 75ನೇ ವಾರ್ಷಿಕೋತ್ಸವವಾಗಿದೆ ಆದರೆ ಗಮನವು ಪ್ರಚೋದನೆ ಮತ್ತು ಹೂಪ್ಲಾ ಮೇಲೆ ಅಲ್ಲ ಬದಲಿಗೆ ಇನ್ನೂ ಮಾಡಬೇಕಾದ ಕೆಲಸದ ಮೇಲೆ. ಕಠಿಣ ನಿರ್ಧಾರಗಳನ್ನು ತೆಗೆದುಕೊಳ್ಳಬೇಕಾಗುತ್ತದೆ, ಕೆಲವೊಮ್ಮೆ ಹೃದಯ ಮುರಿಯುವ ನಿರ್ಧಾರಗಳನ್ನು ಸಹ ತೆಗೆದುಕೊಳ್ಳಬೇಕಾಗುತ್ತದೆ. ಆದರೆ ಈ ಅನನ್ಯ ಬ್ರಾಂಡ್ ಲೋಕೋಪಕಾರವು ಹೌಸ್ ಆಫ್ ಟಾಟಾಸ್ನ ವಂಶಾವಳಿಯಲ್ಲಿ ಮುದ್ರಿಸಲ್ಪಟ್ಟಿರುವುದರಿಂದ ಕಾರ್ಯವು ಸ್ವಲ್ಪ ಸುಲಭವಾಗುತ್ತದೆ. ನಮ್ಮ ನಾಳೆಗಳನ್ನು ಪ್ರಕಾಶಮಾನವಾಗಿಸಲು SDTT ಹೇಗೆ ಸಹಾಯ ಮಾಡುತ್ತದೆ ಎಂಬುದಕ್ಕೆ ಅನುಸರಿಸುವ ಆರು ಕಥೆಗಳು ಸಾಕ್ಷಿಯಾಗಿವೆ.

*(ಸೌಜನ್ಯ: SDTT)*

❐

33

# ನ್ಯಾನೋ ಕುರಿತು ಇತ್ತೀಚಿನದು

ಟಾಟಾ ಮೂಲಗಳ ಪ್ರಕಾರ, ನ್ಯಾನೋ ಬಿಡುಗಡೆಯು ಈಗ ಜನವರಿ-ಮಾರ್ಚ್ 2009 ರೊಳಗೆ ಸಂಭವಿಸುವ ಸಾಧ್ಯತೆಯಿದೆ.

ರತನ್ ಟಾಟಾ ಅವರ ಜನ್ಮದಿನದಂದು ಟಾಟಾ ಮೋಟಾರ್ಸ್ ಮೃದುವಾದ ಉಡಾವಣೆಗೆ ಪ್ರಯತ್ನಿಸುತ್ತಿದೆ ಎಂಬ ವದಂತಿಗಳಿವೆ. ಆದರೆ ಅದು ಹಾಗಲ್ಲ. ಕಂಪನಿಯು ಈಗ ಒಂದು ನಿರ್ದಿಷ್ಟ ವಿಳಂಬವನ್ನು ನೋಡುತ್ತಿದೆ ಮತ್ತು ಈಗ ಮಾಸಿಕ ಆಧಾರದ ಮೇಲೆ ಸುಮಾರು 4000 ನ್ಯಾನೊಗಳಿಗೆ ಮಾತ್ರ ಘಟಕಗಳನ್ನು ಪೂರೈಸಲು ಸಿದ್ಧರಾಗಿರುವಂತೆ ತನ್ನ ಮಾರಾಟಗಾರರನ್ನು ಕೇಳಿಕೊಂಡಿದೆ ಎಂದು ನಂಬಲಾಗಿದೆ. ಇದು ಕಾರನ್ನು ವಾಸ್ತವವಾಗಿ ಪ್ರಾರಂಭಿಸಿದ ನಂತರ ನಿರಂತರ ಸರಬರಾಜು ನಡೆಯುವುದನ್ನು ಖಚಿತಪಡಿಸಿಕೊಳ್ಳಲು ತೆಗೆದುಕೊಳ್ಳಲಾದ ನಿರ್ಧಾರ ಎಂದು ಹೇಳಲಾಗುತ್ತದೆ.

ಜನರ ಕಾರಿನ ಗುಣಮಟ್ಟವನ್ನು ಖಚಿತಪಡಿಸಿಕೊಳ್ಳಲು ಸ್ವಲ್ಪ ನಿಧಾನವಾಗಿ ಹೋಗುವುದು ಉತ್ತಮ. ರಸ್ತೆಯಲ್ಲಿ ನ್ಯಾನೋವನ್ನು ಪಡೆಯಲು ಸಿಂಗೂರ್ ನಂತರ ಅನಗತ್ಯ ಆತುರವು ಸಮಸ್ಯೆಗಳಿಗೆ ಕಾರಣವಾಗಬಹುದು, ಆದ್ದರಿಂದ ಟಾಟಾ ಮೋಟಾರ್ಸ್ ಅದನ್ನು ನಿಧಾನಗೊಳಿಸಲು ಬಯಸುತ್ತದೆ.

ಏತನ್ಮಧ್ಯೆ, ಟಾಟಾ ಸಂಸ್ಥೆಯು ಮುಂದಿನ ಐದು ವರ್ಷಗಳಲ್ಲಿ ಟಾಟಾ ನ್ಯಾನೊದ ಸುಮಾರು 10 ಲಕ್ಷ ಘಟಕಗಳನ್ನು ಮಾರಾಟ ಮಾಡಲು ಯೋಜಿಸಿದೆ. ಟಾಟಾ ಮೋಟಾರ್ಸ್ ಈಗ ಕಾರನ್ನು ನಿರ್ಮಿಸಲು ಹೆಚ್ಚಿನ ಸ್ಥಳಗಳನ್ನು ಹುಡುಕುತ್ತಿದೆ. ಕಂಪನಿಯು ಉತ್ತರಾಖಂಡದಲ್ಲಿ ನ್ಯಾನೊಗಾಗಿ ಸಣ್ಣ ಸ್ಥಾವರವನ್ನು ಸ್ಥಾಪಿಸಲು ಉತ್ಸುಕವಾಗಿದೆ ಎಂದು ಹೇಳಲಾಗುತ್ತದೆ ಮತ್ತು ಈ ನಿಟ್ಟಿನಲ್ಲಿ ಉತ್ತರಾಖಂಡ ಸರ್ಕಾರಕ್ಕೆ ತನ್ನ ಉದ್ದೇಶ ಮತ್ತು ಉತ್ಸಾಹದ ಬಗ್ಗೆ ಮಾಹಿತಿ ನೀಡಿದೆ. ಟಾಟಾ ಏಸ್ ಮಿನಿ ಪಿಕ್-ಅಪ್ ಟ್ರಕ್ ಮತ್ತು ನ್ಯಾನೊ ಎರಡನ್ನೂ ನಿರ್ಮಿಸಲು ಕಂಪನಿಯು ಪಂತ್ ನಗರದಲ್ಲಿ ಸುಮಾರು 1,100 ಎಕರೆಗಳ ಸಂಯೋಜಿತ ಭೂಮಿಯನ್ನು ನೋಡುತ್ತಿದೆ ಎಂದು ಹಿಂದಿನ ವರದಿಗಳು ತಿಳಿಸಿವೆ. ಈ ಮಧ್ಯೆ, ಕಂಪನಿಯು ಈಗಾಗಲೇ ಉತ್ತರಾಖಂಡದ ತನ್ನ ಅಸ್ತಿತ್ವದಲ್ಲಿರುವ ಪಂತ್ ನಗರ ಘಟಕದಲ್ಲಿ ನ್ಯಾನೋ ಉತ್ಪಾದನೆಯನ್ನು ಪ್ರಾರಂಭಿಸಿದೆ ಎಂದು ಕೆಲವು ವರದಿಗಳು ತಿಳಿಸಿವೆ. ಈ ಸ್ಥಾವರವು ಪ್ರತಿವರ್ಷ ಸುಮಾರು 50,000 ಯುನಿಟ್ ಗಳನ್ನು ಉತ್ಪಾದಿಸುವ ನಿರೀಕ್ಷೆಯಿದೆ.

## ನ್ಯಾನೋ ಟೆಸ್ಟ್ ಡ್ರೈವ್

ಟಾಟಾ ನ್ಯಾನೋ ಅಪರೂಪವಾಗಿ ಚಮೋಲಿ ಜಿಲ್ಲೆಯ ಗುಡ್ಡಗಾಡು ಪಟ್ಟಣವಾದ ಗೋಪೇಶ್ವರದಲ್ಲಿ ವಾಸಿಸುವ ಜನರ ಗುಂಪಿಗೆ ತನ್ನನ್ನು ತಾನೇ ಗೋಚರಿಸಿತು. ಗೋಪೇಶ್ವರದ ನಿವಾಸಿಗಳು ರಸ್ತೆಯ ಬದಿಯಲ್ಲಿ ನಿಲ್ಲಿಸಿದ್ದ 1 ಲಕ್ಷ ಟಾಟಾ ನ್ಯಾನೋ ಕಾರಿನ ಅಪರೂಪದ ನೋಟವನ್ನು ಪಡೆದರು.

ಟಾಟಾ ನ್ಯಾನೋವನ್ನು ಕಠಿಣ ಭೂಪ್ರದೇಶದ ಪರೀಕ್ಷಾ ಡ್ರೈವ್ ನಲ್ಲಿ ಹೊರತೆಗೆಯಲಾಗಿದ್ದು, ಪಂತ್ ನಗರದಿಂದ ಹಿಂದಿರುಗುತ್ತಿದ್ದಂತೆ ತೋರುತ್ತಿದೆ. ಉತ್ತರಾಖಂಡದ ಒರಟಾದ ರಸ್ತೆಗಳನ್ನು ಬಿಟ್ಟು, ಗಡ್ವಾಲ್ ಹಿಮಾಲಯನ್ ಪ್ರದೇಶದ ಸುಂದರವಾದ ಗೋಪೇಶ್ವರವನ್ನು ತಲುಪಿದ ನಂತರ 1 ಲಕ್ಷ ಕಾರು ಹಿಂತಿರುಗಿತು.

ಕಠಿಣ ಪರಿಸ್ಥಿತಿಗಳಲ್ಲಿ ಪರೀಕ್ಷಾ ಚಾಲಿತವಾಗಿದ್ದ ಟಾಟಾ ನ್ಯಾನೋ, ಬೆಟ್ಟಗಳಲ್ಲಿ ಪ್ರತಿ ಲೀಟರ್ ಗೆ 17-20 ಕಿ .ಮೀ. ಮೈಲೇಜ್ ಅನ್ನು ನೀಡಿದೆ ಎಂದು ಹೇಳಲಾಗುತ್ತದೆ. ಉತ್ತರಾಖಂಡ ಮತ್ತು ಪುಣೆಯ ಬೆಟ್ಟಗಳಲ್ಲಿ ನ್ಯಾನೊದ ಟೆಸ್ಟ್ ಡ್ರೈವ್ ನಡೆಸಲಾಗಿದೆ ಎಂದು ಟಾಟಾ ಮೋಟಾರ್ಸ್ ಎಂಜಿನಿಯರ್ ಗಳು ತಿಳಿಸಿದ್ದಾರೆ.

ಟಾಟಾ ಮೋಟಾರ್ಸ್ ಆರಂಭದಲ್ಲಿ ಬಿ-ಕ್ಲಾಸ್ ನಗರಗಳಲ್ಲಿ ನ್ಯಾನೊವನ್ನು ಮಾರಾಟ ಮಾಡುವುದಾಗಿ ಮೊದಲೇ ಹೇಳಿತ್ತು. ಏಕೆಂದರೆ ನ್ಯಾನೊ ನಿಜವಾಗಿಯೂ ಅಲ್ಲಿನ ಗ್ರಾಹಕರಿಗೆ ಮೀಸಲಾಗಿದೆ. ಆದ್ದರಿಂದ, ಕೆಟ್ಟ ರಸ್ತೆಗಳು ಮತ್ತು ಗುಡ್ಡಗಾಡು ಪ್ರದೇಶಗಳಲ್ಲಿ ನ್ಯಾನೊದ ರಸ್ತೆ ಯೋಗ್ಯತೆಯನ್ನು ಪರೀಕ್ಷಿಸುವುದು ಆದ್ಯತೆಯಾಗಿದೆ.

ಟಾಟಾ ಮೋಟಾರ್ಸ್ ಮುಂದಿನ ಹಣಕಾಸು ವರ್ಷದ ಮೊದಲ ತ್ರೈಮಾಸಿಕದಲ್ಲಿ ಟಾಟಾ ನ್ಯಾನೊವನ್ನು ಬಿಡುಗಡೆ ಮಾಡುವ ನಿರೀಕ್ಷೆಯಿದೆ ಎಂದು ಅಧಿಕಾರಿಯೊಬ್ಬರು ತಿಳಿಸಿದ್ದಾರೆ. ಉಡಾವಣೆಯ ನಿಖರವಾದ ದಿನಾಂಕವನ್ನು ಇನ್ನೂ ನಿರ್ಧರಿಸಲಾಗಿಲ್ಲ. ಈ ಹಿಂದೆ, ಉಡಾವಣೆಯು ಮಾರ್ಚ್ 2009 ಕ್ಕಿಂತ ಮೊದಲು ಇರುತ್ತದೆ ಎಂದು ನಾವು ಕೇಳಿದ್ದೇವೆ; ಈಗ ಏಪ್ರಿಲ್ 2009 ರಲ್ಲಿ ಪ್ರಾರಂಭವಾಗುವ ಸಾಧ್ಯತೆಯಿದೆ ಎಂದು ತೋರುತ್ತಿದೆ.

ಕಂಪನಿಯು ಉತ್ತರಾಖಂಡ ಸರ್ಕಾರಕ್ಕೆ ಕಳುಹಿಸಿರುವ ಭಾವನೆಗಳ ಪ್ರಕಾರ, ಉತ್ತರಾಖಂಡದ ಉಡಾವಣೆ ಶೀಘ್ರದಲ್ಲೇ ನಡೆಯಲಿದೆ. ಟಾಟಾ ಮೋಟಾರ್ಸ್ ವಾಸ್ತವವಾಗಿ ರಾಜ್ಯದೊಂದಿಗೆ ಸಂಬಂಧವನ್ನು ಹೊಂದಿದೆ. ಇದು ಪ್ರಸ್ತುತ ತನ್ನ ಏಸ್ ಟ್ರಕ್ ಗಳನ್ನು ರಾಜ್ಯದ ಪಂತ್ ನಗರ ಘಟಕದಲ್ಲಿ ತಯಾರಿಸುತ್ತಿದೆ.

ಟಾಟಾ ಮೋಟಾರ್ಸ್ ಪಂತ್ ನಗರದಲ್ಲಿ ನ್ಯಾನೊಗೆ ಶಾಶ್ವತ ಉತ್ಪಾದನಾ ಸೌಲಭ್ಯವನ್ನು ಸ್ಥಾಪಿಸಲು ಯೋಜಿಸುತ್ತಿದೆ ಎಂದು ಹೇಳಲಾಗಿದೆ. ಹಣಕಾಸಿನ ದಿನಪತ್ರಿಕೆಯೊಂದು ರಾಜ್ಯವು ಪಂತ್ ನಗರದಲ್ಲಿ ನ್ಯಾನೊಗೆ

ಶಾಶ್ವತ ಸ್ಥಾವರವನ್ನು ಸ್ಥಾಪಿಸಲು ಸರ್ಕಾರವು ಟಾಟಾ ಮೋಟಾರ್ಸ್ ಗೆ ಆಮಿಷ ಒಡ್ಡಲು ಪ್ರಯತ್ನಿಸುತ್ತಿದೆ ಎಂದು ವರದಿಯಾಗಿದೆ.

ಏತನ್ಮಧ್ಯೆ, ಟಾಟಾ ಮೋಟಾರ್ಸ್ ಗುಜರಾತ್ ನ ಸಾನಂದ್ ನಲ್ಲಿರುವ ಮದರ್ ಪ್ಲಾಂಟ್ ನಲ್ಲಿ ನ್ಯಾನೋವನ್ನು ವೇಗವಾಗಿ ಸಿದ್ಧಪಡಿಸುತ್ತಿದೆ. ಮುಖ್ಯಮಂತ್ರಿ ನರೇಂದ್ರ ಮೋದಿ ಅವರು ರತನ್ ಟಾಟಾ ಅವರ ಕನಸುಗಳನ್ನು ಅಪ್ಪಿಕೊಂಡಿದ್ದಾರೆ ಮತ್ತು ಸಿಂಗೂರ್ ಸೋಲಿನ ನಂತರ ಟಾಟಾ ಸಮೂಹಕ್ಕೆ ಏನು ಮಾಡಬಹುದೆಂಬುದನ್ನು ಒದಗಿಸಿದ್ದಾರೆ.

ಇಲ್ಲಿಯವರೆಗೆ, ಟಾಟಾ ನ್ಯಾನೊದಲ್ಲಿ ಟೆಸ್ಟ್ ಡ್ರೈವ್ ಪಡೆಯುವಲ್ಲಿ ಕೆಲವೇ ಕೆಲವು ಜನರು ಯಶಸ್ವಿಯಾಗಿದ್ದಾರೆ. ಮುಂಬೈ-ಪುಣೆ ಎಕ್ಸ್ ಪ್ರೆಸ್ ವೇಯಲ್ಲಿ ಟೆಸ್ಟ್ ಡ್ರೈವ್ ಗಳಲ್ಲಿ ನ್ಯಾನೊವನ್ನು ಹಲವಾರು ಬಾರಿ ಸೆರೆಹಿಡಿದಿದ್ದೇವೆ ಎಂದು ಅತ್ಯಾಸಕ್ತಿಯ ಕಾರು ಉತ್ಸಾಹಿಗಳು ಹೇಳಿದ್ದಾರೆ.

ಯುಕೆಯ ಕಾರ್ ಮ್ಯಾಗಜೀನ್ ಒಂದು ತಿಂಗಳ ಹಿಂದೆ ನ್ಯಾನೊದಲ್ಲಿ ಸಂಕ್ಷಿಪ್ತ ಪರೀಕ್ಷಾ ಡ್ರೈವ್ ಅನ್ನು ನಡೆಸಿತು ಮತ್ತು ಅಂತಹ ಸಣ್ಣ, ವೆಚ್ಚ-ಪರಿಣಾಮಕಾರಿ ಪ್ಯಾಕೇಜ್ ನಲ್ಲಿ ಅಂತಹ ಸಣ್ಣ, ಅಲ್ಟ್ರಾ ಅಗ್ಗದ ಕಾರು ತುಲನಾತ್ಮಕವಾಗಿ ಉತ್ತಮ ಸೌಕರ್ಯ ಮತ್ತು ಚಾಲನಾ ಅಭ್ಯಾಸವನ್ನು ನೀಡುತ್ತದೆ ಎಂದು ಪ್ರಭಾವಿತವಾಯಿತು.

## ಟಾಟಾ ಬುಕಿಂಗ್

ಮಾರ್ಚ್ 3 ರಂದು ವಾಣಿಜ್ಯಿಕವಾಗಿ ಬಿಡುಗಡೆಯಾಗಲಿದೆ ಎಂದು ವರದಿಯಾಗಿರುವಂತೆ, ಕಾಯುವಿಕೆ ಅಂತಿಮವಾಗಿ ಓವರ್-ಟಾಟಾ ನ್ಯಾನೋ ಆಗಲಿದೆ. ಉತ್ತಮ ವಿವರಗಳು:

- ಬುಕಿಂಗ್ ಫೆಬ್ರವರಿ ಅಂತ್ಯದ ವೇಳೆಗೆ ಪ್ರಾರಂಭವಾಗುತ್ತದೆ.
- ನೀವು ನ್ಯಾನೋವನ್ನು ಬುಕ್ ಮಾಡಲು ರೂ. 70K ಪಾವತಿಸಬೇಕಾಗುತ್ತದೆ
- ಸ್ಟ್ಯಾಂಡರ್ಡ್ ಮಾದರಿಯು ರೂ. 1 ಲಕ್ಷಕ್ಕೆ ಲಭ್ಯವಿರುತ್ತದೆ ಮತ್ತು ರೂ. 1.24 ಲಕ್ಷ ಮತ್ತು ರೂ. 1.34 ಲಕ್ಷ ಬೆಲೆಯ ಇತರ ಎರಡು ಮಾದರಿಗಳಿವೆ.
- ಟಾಟಾ ಮೋಟಾರ್ಸ್ ನ ಎಲ್ಲಾ ವಿತರಕರು ಮತ್ತು ಸ್ಟೇಟ್ ಬ್ಯಾಂಕ್ ಆಫ್ ಇಂಡಿಯಾ (SBI) ಶಾಖೆಗಳು ಮುಂದಿನ ಮೂರು ವಾರಗಳಲ್ಲಿ ದೇಶಾದ್ಯಂತ ಏಕಕಾಲದಲ್ಲಿ ಬುಕಿಂಗ್ ಸ್ವೀಕರಿಸಲಿವೆ.
- ಎಸ್ ಬಿ ಐ ಆರಂಭದಲ್ಲಿ 100 ಶಾಖೆಗಳನ್ನು ತೊಡಗಿಸುತ್ತದೆ ಮತ್ತು ಅಂತಿಮವಾಗಿ ಸಂಖ್ಯೆಯನ್ನು 1,000 ಕ್ಕೆ ತೆಗೆದುಕೊಳ್ಳುತ್ತದೆ (ಎಸ್ ಬಿ ಐ ಖರೀದಿದಾರರಿಗೆ ಏಕೈಕ ಸಾಲದಾತರಾಗಿ ಕಾರ್ಯನಿರ್ವಹಿಸುವುದಲ್ಲದೆ, ಬುಕಿಂಗ್ ಗಾಗಿ ತನ್ನ ಶಾಖೆಗಳನ್ನು ಸಹ ನೀಡುತ್ತದೆ.)
- ಕೆಲವೇ ವಾರಗಳಲ್ಲಿ ಸುಮಾರು 700 ಕೋಟಿ ರೂ. ಗಳಿಸುವ ನಿರೀಕ್ಷೆಯನ್ನು ಟಾಟಾ ಹೊಂದಿದೆ.

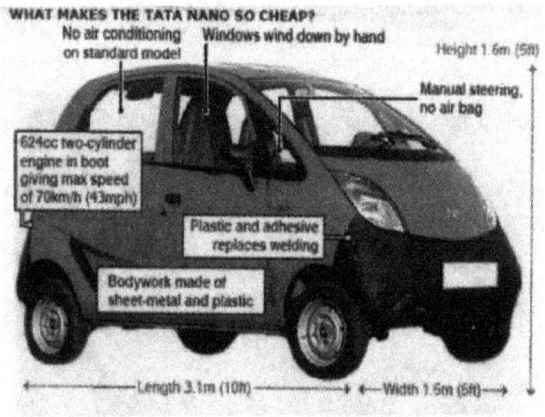

ರಾಷ್ಟ್ರಪತಿ ಪ್ರತಿಭಾ ಪಾಟೀಲ್, ಪ್ರಧಾನಿ ಮನಮೋಹನ್ ಸಿಂಗ್, ಕಾಂಗ್ರೆಸ್ ಅಧ್ಯಕ್ಷೆ ಸೋಮಾ ಗಾಂಧಿ ಮತ್ತು ವಿರೋಧ ಪಕ್ಷದ ನಾಯಕ ಎಲ್ .ಕೆ. ಅಡ್ವಾಣಿ, ಸಾನಿಯಾ ಮಿರ್ಜಾ, ಸಚಿನ್ ತೆಂಡೂಲ್ಕರ್ ಮತ್ತು ಮಹೇಂದ್ರ ಸಿಂಗ್ ಧೋನಿ ಸೇರಿದಂತೆ ಸೆಲೆಬ್ರಿಟಿಗಳಿಗೆ ನ್ಯಾನೋವನ್ನು ನೀಡಲು ಟಾಟಾ ಯೋಜಿಸುತ್ತಿದೆ.

❐

**34**

# ಟಾಟಾ ಫಾಸ್ಟ್ ಫ್ಯಾಕ್ಟ್ಸ

**ಪ್ರಧಾನ ಕಚೇರಿ**: ಬಾಂಬೆ ಹೌಸ್, 24 ಹೋಮಿ ಮೋದಿ ಸ್ಟ್ರೀಟ್, ಮುಂಬೈ, ಭಾರತ

1868 **ರಲ್ಲಿ ಸ್ಥಾಪನೆಯಾಯಿತು**: ಟಾಟಾ ಸನ್ಸ್ ಅನ್ನು ಜಮ್ಸೆಟ್ಜಿ ಟಾಟಾ ಸ್ಥಾಪಿಸಿದರು

**ಪ್ರವರ್ತಕ ಕಂಪನಿಗಳು**: ಟಾಟಾ ಸನ್ಸ್ ಮತ್ತು ಟಾಟಾ ಇಂಡಸ್ಟ್ರೀಸ್

**ವ್ಯವಹಾರದ ಕ್ಷೇತ್ರಗಳು** ಮಾಹಿತಿ ವ್ಯವಸ್ಥೆಗಳು ಮತ್ತು ಸಂವಹನ, ಎಂಜಿನಿಯರಿಂಗ್, ಸಾಮಗ್ರಿಗಳು, ಸೇವೆಗಳು, ಇಂಧನ, ರಾಸಾಯನಿಕಗಳು ಮತ್ತು ಗ್ರಾಹಕ ಉತ್ಪನ್ನಗಳು

**ಗುಂಪು ಆದಾಯ (2007-08)**: $ 62.5 ಶತಕೋಟಿ (ರೂ. 251,543 ಕೋಟಿ)

**ಸಮೂಹದ ಲಾಭ**: $ 5.4 ಶತಕೋಟಿ (ರೂ. 21,578 ಕೋಟಿ)

*ರಾಷ್ಟ್ರದ ಹೆಮ್ಮೆ : ರತನ್ ಟಾಟಾ* 165

**ಕಂಪನಿಗಳ ಸಂಖ್ಯೆ**: 96 ಆಪರೇಟಿಂಗ್ ಕಂಪನಿಗಳು, ಅವುಗಳಲ್ಲಿ 27 ಬಾಂಬೆ ಸ್ಟಾಕ್ ಎಕ್ಸ್ ಚೇಂಜ್ ನಲ್ಲಿ ಪಟ್ಟಿ ಮಾಡಲಾಗಿದೆ

**ಉದ್ಯೋಗಿಗಳ ಸಂಖ್ಯೆ**: 350,000

**ಅಂತರರಾಷ್ಟ್ರೀಯ ಉಪಸ್ಥಿತಿ**: 80 ದೇಶಗಳು

**ಅಂತರರಾಷ್ಟ್ರೀಯ ಆದಾಯ**: $ 38.3 ಶತಕೋಟಿ (ಗುಂಪಿನ ಆದಾಯದ 61%)

**NYSE ಟಾಟಾ ಮೋಟಾರ್ಸ್ ಮತ್ತು ಟಾಟಾ ಕಮ್ಯುನಿಕೇಷನ್ಸ್ ನಲ್ಲಿ ಪಟ್ಟಿ ಮಾಡಲಾದ ಕಂಪನಿಗಳು**

## ಆಡಳಿತ

ರತನ್ ಎನ್ ಟಾಟಾ, ಅಧ್ಯಕ್ಷರು, ಟಾಟಾ ಸನ್ಸ್

ಗ್ರೂಪ್ ಕಾರ್ಪೊರೇಟ್ ಸೆಂಟರ್ ಸದಸ್ಯರು ಎನ್ .ಎ.

- ಸೂನವಾಲಾ, ಉಪಾಧ್ಯಕ್ಷರು, ಟಾಟಾ ಸನ್ಸ್
- ಜೆ .ಜೆ. ಇರಾನಿ, ನಿರ್ದೇಶಕರು, ಟಾಟಾ ಸನ್ಸ್
- ಆರ್ .ಕೆ .ಕೃಷ್ಣ ಕುಮಾರ್, ನಿರ್ದೇಶಕರು, ಟಾಟಾ ಸನ್ಸ್
- ಆರ್ ಗೋಪಾಲಕೃಷ್ಣನ್, ಕಾರ್ಯನಿರ್ವಾಹಕ ನಿರ್ದೇಶಕರು, ಟಾಟಾ ಸನ್ಸ್
- ಇಶಾತ್ ಹುಸೇನ್, ಹಣಕಾಸು ಮತ್ತು ಕಾರ್ಯನಿರ್ವಾಹಕ ನಿರ್ದೇಶಕರು, ಟಾಟಾ ಸನ್ಸ್
- ಕಿಶೋರ್ ಚೌಕರ್, ವ್ಯವಸ್ಥಾಪಕ ನಿರ್ದೇಶಕರು, ಟಾಟಾ ಇಂಡಸ್ಟ್ರೀಸ್
- ಅರುಣ್ ಗಾಂಧಿ, ಕಾರ್ಯನಿರ್ವಾಹಕ ನಿರ್ದೇಶಕರು, ಟಾಟಾ ಸನ್ಸ್,
- ಅಲನ್ ರೋಸ್ಲಿಂಗ್, ಕಾರ್ಯನಿರ್ವಾಹಕ ನಿರ್ದೇಶಕರು, ಟಾಟಾ

## ನಾಯಕತ್ವ

**ಟಾಟಾ ಟೀ**: ವಿಶ್ವದ ಅತಿದೊಡ್ಡ ಇಂಟಿಗ್ರೇಟೆಡ್ ಟೀ ಕಂಪನಿ

**ಟಿಸಿಎಸ್**: ಏಷ್ಯಾದ ಅತಿದೊಡ್ಡ ಸಾಫ್ಟ್ ವೇರ್ ರಫ್ತುದಾರ

**ಟೈಟಾನ್**: ವಿಶ್ವದ ಐದನೇ ಅತಿದೊಡ್ಡ ವಾಚ್ ತಯಾರಕ

**ಟಾಟಾ ಸ್ಟೀಲ್**: ಭಾರತದ ಅತಿದೊಡ್ಡ ಖಾಸಗಿ ವಲಯದ ಉಕ್ಕು ಉತ್ಪಾದಕ ಮತ್ತು ವಿಶ್ವದ 6ನೇ ಅತಿದೊಡ್ಡ ಉಕ್ಕು ಉತ್ಪಾದಕ

**ತಾಜ್ ಗ್ರೂಪ್**: ಭಾರತದ ಐಷಾರಾಮಿ ಹೋಟೆಲ್ ಗಳ ಅತಿದೊಡ್ಡ 5-ಸ್ಟಾರ್ ಸರಣಿ

**ಟಾಟಾ ಕೆಮಿಕಲ್ಸ್**: ಭಾರತದ ಅತಿದೊಡ್ಡ ಮತ್ತು ವಿಶ್ವದ ಮೂರನೇ ಅತಿದೊಡ್ಡ ಸೋಡಾ ಬೂದಿ ಉತ್ಪಾದಕ

**ಟಾಟಾ ಪವರ್**: ಭಾರತದ ಅತಿದೊಡ್ಡ ಖಾಸಗಿ ವಲಯದ ವಿದ್ಯುತ್ ಉಪಯುಕ್ತತೆ

## ಪಯೋನಿಯರಿಂಗ್

- ಭಾರತದ ಉಕ್ಕು ಉದ್ಯಮದಲ್ಲಿ ಮುಂಚೂಣಿಯಲ್ಲಿದ್ದಾರೆ
- ಕಾರ್ಮಿಕ ಕಲ್ಯಾಣ ಪ್ರಯೋಜನಗಳನ್ನು ಕಾನೂನಿನಿಂದ ಜಾರಿಗೊಳಿಸುವ ಮೊದಲೇ ಪರಿಚಯಿಸಲಾಗಿದೆ (ಭವಿಷ್ಯ ನಿಧಿ, ಗ್ರ್ಯಾಚುಟಿ, ಮಾತೃತ್ವ ಪ್ರಯೋಜನಗಳು)
- ಭಾರತದಲ್ಲಿ ಮೊದಲ ವಿದ್ಯುತ್ ಸ್ಥಾವರವನ್ನು ಪ್ರಾರಂಭಿಸಲಾಗಿದೆ
- ಭಾರತದಲ್ಲಿ ಪ್ರವರ್ತಕ ನಾಗರಿಕ ವಿಮಾನಯಾನವು ಭಾರತಕ್ಕೆ ವಿಮೆಯನ್ನು ತಂದಿತು
- ಭಾರತದ ಮೊದಲ ಐಷಾರಾಮಿ ಹೋಟೆಲ್ ಗಳ ಸರಣಿಯನ್ನು ಪ್ರಾರಂಭಿಸಿದ ಎಲ್ ಇಡಿ ವಾಣಿಜ್ಯ ವಾಹನ ಉತ್ಪಾದನೆ
- ಭಾರತದ ಸಾಫ್ಟ್ ವೇರ್ ಅಭಿವೃದ್ಧಿ ಪ್ರಯತ್ನಗಳ ನೇತೃತ್ವ
- ತಯಾರಿಸಿದ ಭಾರತದ ಮೊದಲ ದೇಶೀಯ ಪ್ರಯಾಣಿಕ ಕಾರು ಇಂಡಿಕಾ

## ಸಮುದಾಯಕ್ಕೆ ಬದ್ಧತೆ

- ವ್ಯವಹಾರದ ವ್ಯವಹಾರವು 'ಸುಸ್ಥಿರ ಮೌಲ್ಯದ ಸೃಷ್ಟಿ' ಎಂದು ಟಾಟಾ ಗ್ರೂಪ್ ನಂಬುತ್ತದೆ. ಇದರರ್ಥ ಸಮಾಜದಿಂದ ಬಂದದ್ದನ್ನು ಸಮಾಜಕ್ಕೆ ಮರಳಿ ನೀಡುವುದು.
- ಈ ಗುಂಪು ಉಕ್ಕು, ಆಟೋಮೊಬೈಲ್ ಗಳು, ವಿದ್ಯುತ್, ರಾಸಾಯನಿಕಗಳಂತಹ ವ್ಯವಹಾರಗಳನ್ನು ಸ್ಥಾಪಿಸಿದೆ, ಇದು ರಾಷ್ಟ್ರ ನಿರ್ಮಾಣಕ್ಕೆ ಕೊಡುಗೆ ನೀಡಿದೆಮತ್ತು ಭಾರತೀಯ ವಿಜ್ಞಾನ ಸಂಸ್ಥೆ, ಟಿಐಎಫ್ಆರ್, ಟಿಐಎಸ್ಎಸ್ ಮತ್ತು ಇತರ ಕಲಿಕಾ ಸಂಸ್ಥೆಗಳು.
- ಟಾಟಾ ಕಂಪನಿಗಳು ಮತ್ತು ಟಾಟಾ ಟ್ರಸ್ಟ್ ಗಳು ಆರೋಗ್ಯ, ಶಿಕ್ಷಣ, ಮಹಿಳಾ ಮತ್ತು ಮಕ್ಕಳ ಅಭಿವೃದ್ಧಿ, ಯುವಕರ ತರಬೇತಿ ಮತ್ತು ಕಟ್ಟಡ, ಸುಸ್ಥಿರ ಜೀವನೋಪಾಯ ಮತ್ತು ಪರಿಸರ ಸಂರಕ್ಷಣೆ

- ಟಾಟಾ ಸ್ಟೀಲ್ 8-ಗಂಟೆಗಳ ಕೆಲಸದ ದಿನ, ಭವಿಷ್ಯ ನಿಧಿ, ಮಾತೃತ್ವ ರಜೆ ಇತ್ಯಾದಿಗಳನ್ನು ಕಾನೂನುಗಳಾಗುವ ಮೊದಲೇ ಪರಿಚಯಿಸಿತು.
- ಇತ್ತೀಚಿನ ವರ್ಷಗಳಲ್ಲಿ, ಟಾಟಾ ಕಂಪನಿಗಳು ಸಮುದಾಯದ ಸುಸ್ಥಿರ ಅಭಿವೃದ್ಧಿಗೆ ಸಹಾಯ ಮಾಡಲು ತಮ್ಮ ಪ್ರಮುಖ ಸಾಮರ್ಥ್ಯಗಳನ್ನು ಬಳಸಿಕೊಳ್ಳಲು ಪ್ರಾರಂಭಿಸಿವೆ- ಟಿಸಿಎಸ್ ಕ್ರಿಯಾತ್ಮಕ ಸಾಕ್ಷರತಾ ಕಾರ್ಯಕ್ರಮವನ್ನು ಅಭಿವೃದ್ಧಿಪಡಿಸಿದೆ. ಕಲಿಕೆಯಲ್ಲಿ ಅಸಾಮರ್ಥ್ಯ ಹೊಂದಿರುವ ಮಕ್ಕಳಿಗೆ ಸಹಾಯ ಮಾಡಲು ಟಾಟಾ ಇಂಟರ್ಯಾಕ್ಟಿವ್ ಇ-ಲರ್ನಿಂಗ್ ಮಾಡ್ಯೂಲ್ ಗಳನ್ನು ರಚಿಸಿದೆ. ಟಾಟಾ ಟೆಲಿಸರ್ವೀಸಸ್ ಸಂವಹನ ತಂತ್ರಜ್ಞಾನದೊಂದಿಗೆ ಮೀನುಗಾರರಿಗೆ ಸಹಾಯ ಮಾಡುತ್ತದೆ.
- ಟಾಟಾ ಕೌನ್ಸಿಲ್ ಫಾರ್ ಕಮ್ಯುನಿಟಿ ಇನಿಶಿಯೇಟಿವ್ಸ್ (TCCI) CS ಪ್ರೋಟೋಕಾಲ್ ಮತ್ತು ಟಾಟಾ ಇಂಡೆಕ್ಸ್ ಫಾರ್ ಸಸ್ಟೈನಬಲ್ ಹ್ಯೂಮನ್ ಡೆವಲಪ್ ಮೆಂಟ್ ನಂತಹ ಮಾರ್ಗಸೂಚಿಗಳನ್ನು ಪ್ರಕಟಿಸುತ್ತದೆ. ಇದು ಟಾಟಾ ಕಂಪನಿಗಳಿಗೆ ಮತ್ತು ಭಾರತ ಮತ್ತು ವಿದೇಶಗಳಲ್ಲಿನ ಇತರ ಕಂಪನಿಗಳಿಗೆ ಮಾರ್ಗದರ್ಶಿಯಾಗಿ ಕಾರ್ಯನಿರ್ವಹಿಸುತ್ತದೆ.

2006-07ರಲ್ಲಿ ಟಾಟಾ ಗ್ರೂಪ್ ತನ್ನ ಟ್ರಸ್ಟ್ ಗಳು ಮತ್ತು ಕಂಪನಿಗಳ ಮೂಲಕ ಅನುದಾನ ಮತ್ತು ಸಮಾಜ ಕಲ್ಯಾಣ ಯೋಜನೆಗಳ ಮೂಲಕ $ 100 ಮಿಲಿಯನ್ ಗಿಂತ ಹೆಚ್ಚಿನ ಕೊಡುಗೆ ನೀಡಿತು.

# 35

# ಟಾಟಾ ಸಮೂಹದ ಪ್ರಮುಖ ಸಾಗರೋತ್ತರ ಸ್ವಾಧೀನಗಳು

ಇತ್ತೀಚಿನ ವರ್ಷಗಳಲ್ಲಿ ಟಾಟಾ ಗ್ರೂಪ್ ಕಂಪನಿಗಳ ಕೆಲವು ಪ್ರಮುಖ ಸಾಗರೋತ್ತರ ಸ್ವಾಧೀನಗಳು ಈ ಕೆಳಗಿನಂತಿವೆ:

- **ಫೆಬ್ರವರಿ 2000** - ಟಾಟಾ ಟೀ ಲಿಮಿಟೆಡ್ ಯುಕೆಯ ಟೆಟ್ಲಿಯನ್ನು $ 432 ದಶಲಕ್ಷಕ್ಕೆ ಸ್ವಾಧೀನಪಡಿಸಿಕೊಂಡಿತು, ಇದು ವಿಶ್ವದ ನಂ. 2 ಪ್ಯಾಕೇಜ್ಡ್ ಚಹಾ ಕಂಪನಿಯಾಗಿದೆ
- **ಫೆಬ್ರವರಿ 2004** - ಟಾಟಾ ಮೋಟಾರ್ಸ್ ದಕ್ಷಿಣ ಕೊರಿಯಾದ ಡೇವೂ ಗ್ರೂಪ್ ನ ವಾಣಿಜ್ಯ ವಾಹನ ಘಟಕವನ್ನು $ 102 ಮಿಲಿಯನ್ ಗೆ ಖರೀದಿಸಲು ಒಪ್ಪಂದಕ್ಕೆ ಸಹಿ ಹಾಕಿತು
- **ಆಗಸ್ಟ್ 2004** - ಟಾಟಾ ಸ್ಟೀಲ್ ಲಿಮಿಟೆಡ್ ಸಿಂಗಾಪುರದ ಏಕೈಕ ಉಕ್ಕಿನ ಮಿಲ್ಲರ್ ನ್ಯಾಟ್ ಸ್ಟೀಲ್ ಲಿಮಿಟೆಡ್ ಅನ್ನು $ 286 ಮಿಲಿಯನ್ ಗೆ ಖರೀದಿಸಿತು
- **ಜೂನ್ 2005** - ಟಾಟಾ ಕಾಫಿ ಯುಎಸ್ ಮೂಲದ ಎಂಟು ಒ 'ಕ್ಲಾಕ್ ಕಾಫಿ ಕಂಪನಿಯನ್ನು ಖರೀದಿಸಿದೆ ಗ್ರಿಫಾನ್ ಹೂಡಿಕೆದಾರರಿಂದ $ 220 ಮಿಲಿಯನ್
- **ಜುಲೈ 2005** - ಟೆಲಿಕಾಂ ಸಂಸ್ಥೆ ವಿದೇಶ್ ಸಂಚಾರ್ ನಿಗಮ್ ಲಿಮಿಟೆಡ್ VSNL.BO ಯುಎಸ್ ಮೂಲದ ಟೆಲಿಗ್ಲೋಬ್ ಇಂಟರ್ ನ್ಯಾಷನಲ್ ಹೋಲ್ಡಿಂಗ್ಸ್ ಲಿಮಿಟೆಡ್ ಅನ್ನು $ 239 ಮಿಲಿಯನ್ ಗೆ ಖರೀದಿಸಿತು ಮತ್ತು ಟೈಕೋ ಇಂಟರ್ ನ್ಯಾಷನಲ್ ನ ಜಾಗತಿಕ ಸಾಗರ ಫೈಬರ್ ಆಪ್ಟಿಕ್ ಕೇಬಲ್ ನೆಟ್ ವರ್ಕ್ ಘಟಕದ $ 130 ಮಿಲಿಯನ್ ಖರೀದಿಯನ್ನು ಪೂರ್ಣಗೊಳಿಸಿತು.
- **ಆಗಸ್ಟ್ 2006** - ಟಾಟಾ ಟೀ ಯುಎಸ್ ವರ್ಧಿತ ನೀರಿನ ಸಂಸ್ಥೆಯಾದ ಎನರ್ಜಿ ಬ್ರಾಂಡ್ಸ್ ಇಂಕ್ ನ 30 ಪ್ರತಿಶತವನ್ನು $ 677 ಮಿಲಿಯನ್ ಗೆ ಖರೀದಿಸಿತು. ಇದು ಒಂದು ವರ್ಷದ ನಂತರ $ 1.2 ಶತಕೋಟಿಗೆ ಕೋಕಾ-ಕೋಲಾಕ್ಕೆ ಷೇರುಗಳನ್ನು ಮಾರಾಟ ಮಾಡುತ್ತದೆ
- **ಜನವರಿ 2007** - ಟಾಟಾ ಸ್ಟೀಲ್ ಆಂಗ್ಲೋ-ಡಚ್ ಉಕ್ಕು ತಯಾರಕ ಕೋರಸ್ ಗ್ರೂಪ್ ಅನ್ನು $ 13 ಶತಕೋಟಿಗೆ ಸ್ವಾಧೀನಪಡಿಸಿಕೊಂಡಿತು, ಇದು ಭಾರತದ ಅತಿದೊಡ್ಡ ಸಾಗರೋತ್ತರ ಸ್ವಾಧೀನವಾಗಿದೆ

- **ಮಾರ್ಚ್ 2007** - ಟಾಟಾ ಪವರ್ ಇಂಡೋನೇಷ್ಯಾದ ಪಿಟಿ ಬೂಮಿ ರಿಸೋರ್ಸಸ್ ಟಿಬಿಕೆ (PT Bumi Resources Tbk) ಯ ಎರಡು ಕಲ್ಲಿದ್ದಲು ಗಣಿಗಳಲ್ಲಿನ ಪಾಲನ್ನು $ 1.3 ಶತಕೋಟಿಗೆ ಖರೀದಿಸಿದೆ

- **ಜನವರಿ 2008** - ಟಾಟಾ ಕೆಮಿಕಲ್ಸ್ ಯುಎಸ್ ಸೋಡಾ-ಆಶ್ ನಿರ್ಮಾಪಕ ಜನರಲ್ ಕೆಮಿಕಲ್ ಇಂಡಸ್ಟ್ರಿಯಲ್ ಪ್ರಾಡಕ್ಟ್ಸ್ ಇಂಕ್ ಅನ್ನು $ 1.01 ಶತಕೋಟಿಗೆ ಖರೀದಿಸಿತು

# ನ್ಯಾನೋ- ಪೀಪಲ್ಸ್ ಕಾರ್

ವಿಶ್ವದ ಅತ್ಯಂತ ನಿರೀಕ್ಷಿತ ಅಗ್ಗದ ಕಾರು 'ನ್ಯಾನೋ' ಅನ್ನು ಅಂತಿಮವಾಗಿ ಮುಂಬೈನ ಜಿಮ್ಖಾನಾ ಕ್ಲಬ್ ನಲ್ಲಿ ಭಾರತದಲ್ಲಿ ಬಿಡುಗಡೆ ಮಾಡಲಾಗಿದೆ. ರತನ್ ಟಾಟಾ ಅವರ ಕನಸಿನ ಕಾರಿನ ಜನನಕ್ಕೆ ಸಾಕ್ಷಿಯಾಗಿದ್ದರಿಂದ ಉಡಾವಣಾ ಸಮಾರಂಭವು ಒಂದು ದೊಡ್ಡ ದಿನವಾಗಿತ್ತು.

ಟಾಟಾ ಮೋಟಾರ್ಸ್ ಅಧ್ಯಕ್ಷ ರತನ್ ಟಾಟಾ, "ನ್ಯಾನೋ ಸಾಂಪ್ರದಾಯಿಕ ಅಡೆತಡೆಗಳನ್ನು ಮುರಿಯುವ ಮನೋಭಾವವನ್ನು ಪ್ರತಿನಿಧಿಸುತ್ತದೆ. ಡ್ರಾಯಿಂಗ್ ಬೋರ್ಡ್ ನಿಂದ ಹಿಡಿದು ಅದರ ವಾಣಿಜ್ಯ ಉಡಾವಣೆಯವರೆಗೆ, ಕಾರಿನ ಪರಿಕಲ್ಪನೆ, ಅಭಿವೃದ್ಧಿ ಮತ್ತು ಉತ್ಪಾದನೆಯು ಹಲವಾರು ಸವಾಲುಗಳನ್ನು ನಿವಾರಿಸಿದೆ. ಒಂದು ಕಾಲದಲ್ಲಿ ಪ್ರಪಂಚವು ಅಸಾಧ್ಯವೆಂದು ಭಾವಿಸಿದ್ದ ಕಾರು ಈಗ ಸಾಕಾರಗೊಂಡಿದೆ ಎಂಬುದು ಟಾಟಾ ಮೋಟಾರ್ಸ್ ತಂಡದ ಹೆಗ್ಗಳಿಕೆಯಾಗಿದೆ. ಇದು ಇಲ್ಲಿಯವರೆಗೆ ಕಾರು ಹೊಂದಲು ಸಾಧ್ಯವಾಗದ ಕುಟುಂಬಗಳಿಗೆ ಸುರಕ್ಷಿತ, ಕೈಗೆಟುಕುವ, ನಾಲ್ಕು ಚಕ್ರಗಳ ಸಾರಿಗೆಯನ್ನು ಒದಗಿಸುತ್ತದೆ ಎಂದು ನಾನು ಭಾವಿಸುತ್ತೇನೆ. ಟಾಟಾ ನ್ಯಾನೋವನ್ನು ಭಾರತ ಮತ್ತು ಜಗತ್ತಿಗೆ ಪ್ರಸ್ತುತಪಡಿಸಲು ನಾವು ಸಂತೋಷಪಡುತ್ತೇವೆ" ವ್ಯಾಖ್ಯಾನಿಸಿದರು .

ಇದು 624 ಸಿಸಿ ಹಿಂಭಾಗದ ಸ್ಥಾನದಲ್ಲಿರುವ ಇನ್ ಲೈನ್ 2 ಪೆಟ್ರೋಲ್ ಎಂಜಿನ್ ಹೊಂದಿದ್ದು, ಇದು 33 ಬಿಎಚ್ ಪಿ ಶಕ್ತಿಯನ್ನು ಉತ್ಪಾದಿಸುತ್ತದೆ. ಎಂಜಿನ್ ಗೆ ಜೋಡಿಸಲಾದ ಇಂಟೆಲಿಜೆಂಟ್ ಬಾಷ್ ನ ಹೊಸ ವ್ಯಾಲ್ಯೂ ಮೋಟ್ರಾನಿಕ್ ಸಿಸ್ಟಮ್ ಆಗಿದೆ, ಇದು ಕನಿಷ್ಠ ವೆಚ್ಚದಲ್ಲಿ ಗರಿಷ್ಠ ಕ್ರಿಯಾತ್ಮಕತೆಯನ್ನು ಒದಗಿಸುವ ಗುರಿಯನ್ನು ಹೊಂದಿದೆ. ಶಕ್ತಿಯುತ ಎಂಜಿನ್ ಮತ್ತು ಸಂಬಂಧಿತ ತಂತ್ರಜ್ಞಾನವು ಕಾರನ್ನು ಗಂಟೆಗೆ 105 ಕಿ .ಮೀ ವೇಗವನ್ನು ಹೊಂದಲು ಅನುವು ಮಾಡಿಕೊಡುತ್ತದೆ ಮತ್ತು ಕಡ್ಡಾಯ ಪರೀಕ್ಷಾ ಪರಿಸ್ಥಿತಿಗಳಲ್ಲಿ

ಆಟೋಮೋಟಿವ್ ರಿಸರ್ಚ್ ಅಸೋಸಿಯೇಷನ್ ಆಫ್ ಇಂಡಿಯಾ (ARAI) ಪ್ರಮಾಣೀಕರಿಸಿದ 23.6 ಕಿ.ಮೀ/ಲೀಟರ್ ಇಂಧನ ದಕ್ಷತೆಯನ್ನು ತಲುಪುತ್ತದೆ.

ಕಾರನ್ನು ವಾಯುಬಲವಿಜ್ಞಾನದಿಂದ 3.1 ಮೀಟರ್ ಉದ್ದ, 1.5 ಮೀಟರ್ ಅಗಲ ಮತ್ತು 1.6 ಮೀಟರ್ ಎತ್ತರದೊಂದಿಗೆ ವಿನ್ಯಾಸಗೊಳಿಸಲಾಗಿದೆ. ಇದು ನಂಬಲಾಗದ ವಿಶಾಲವಾದ ಪ್ರಯಾಣಿಕರ ವಿಭಾಗವನ್ನು ಮತ್ತು ಸುಲಭವಾದ ಪ್ರವೇಶ ಮತ್ತು ಪ್ರಗತಿಯನ್ನು ಒದಗಿಸುವ ಹೆಚ್ಚಿನ ಆಸನ ಸ್ಥಾನವನ್ನು ಸಹ ನೀಡುತ್ತದೆ. ಸಣ್ಣ ಗಾತ್ರದ ಜೊತೆಗೆ 4 ಮೀಟರ್ ತಿರುಗುವ ತ್ರಿಜ್ಯವು ಕಿಕ್ಕಿರಿದ ನಗರ ರಸ್ತೆಗಳಲ್ಲಿ ಕಾರಿನ ಕುಶಲತೆಯನ್ನು ಸುಧಾರಿಸುತ್ತದೆ. ಹೆಚ್ಚಿನ ಇಂಧನ ದಕ್ಷತೆಯು ಕಿಮೀಗೆ 101 ಗ್ರಾಂ ಕಡಿಮೆ ಇಂಗಾಲದ ಡೈಆಕ್ಸೈಡ್ ಹೊರಸೂಸುವಿಕೆಯನ್ನು ಖಚಿತಪಡಿಸುತ್ತದೆ. ಇದು ಭಾರತದಲ್ಲಿನ ಕಾರುಗಳಲ್ಲಿ ಅತ್ಯಂತ ಕಡಿಮೆ.

ಇದು ಒಳನುಸುಳುವಿಕೆ-ನಿರೋಧಕ ಬಾಗಿಲುಗಳು, ಮುರಿದ ವಲಯಗಳು, ಸೀಟ್ ಬೆಲ್ಟ್ ಗಳು, ಬಲವಾದ ಆಸನಗಳು ಮತ್ತು ಆಂಕರೇಜ್ ಗಳು ಮತ್ತು ಎಲ್ಲಾ ಕಾರು ಮಾಲೀಕರಿಗೆ ಸುಧಾರಿತ ಸುರಕ್ಷತೆಯನ್ನು ನೀಡಲು ದೇಹಕ್ಕೆ ಬಂಧಿಸಲಾದ ಹಿಂಭಾಗದ ಟೈಲ್ ಗೇಟ್ ಗ್ಲಾಸ್ ನಂತಹ ಸುಧಾರಿತ ಸುರಕ್ಷತಾ ವೈಶಿಷ್ಟ್ಯಗಳಿಂದ ಕೂಡಿದೆ.

ವಿಶ್ವದ ಅಗ್ಗದ ಕಾರು ಮೂರು ರೂಪಾಂತರಗಳಲ್ಲಿ ಲಭ್ಯವಿದೆ - ನ್ಯಾನೋ ಸ್ಟ್ಯಾಂಡರ್ಡ್ (BSII ಮತ್ತು BSIII), ನ್ಯಾನೋ CX (BSIII ಮತ್ತು BSIII), ಮತ್ತು ನ್ಯಾನೋ LX (BSIII) ಕ್ರಮವಾಗಿ 1 ಲಕ್ಷ, 1.24 ಲಕ್ಷ ಮತ್ತು 1.34 ಲಕ್ಷ ರೂ.

ಬಂಪರ್-ಟು-ಬಂಪರ್, ನ್ಯಾನೋ ಮಾರುತಿ 800 ಗಿಂತ 7.05% ಚಿಕ್ಕದಾಗಿದೆ ಆದರೆ ಒಳಗೆ 21% ಹೆಚ್ಚಿನ ಸ್ಥಳಾವಕಾಶವನ್ನು ಒದಗಿಸುತ್ತದೆ. ದೇಹದ ಸಣ್ಣ ವಿನ್ಯಾಸ ಮತ್ತು ಅದರ ಘಟಕಗಳು ವಸ್ತುಗಳ ಕಡಿಮೆ ವೆಚ್ಚವನ್ನು ಅರ್ಥೈಸುತ್ತವೆ.

ಸಿಂಗಲ್ ಬ್ಯಾಲೆನ್ಸರ್ ಶಾಫ್ಟ್ ಹೊಂದಿರುವ ಎರಡು ಸಿಲಿಂಡರ್ ಪೆಟ್ರೋಲ್ ಎಂಜಿನ್ ಅನ್ನು ಬಳಸಿದ ಮೊದಲ ಕಾರು ನ್ಯಾನೋ. ಈ ನೇರ ವಿನ್ಯಾಸವು ತೂಕವನ್ನು ಕಡಿಮೆ ಮಾಡಲು ಮತ್ತು ಸೇವಿಸುವ ಶಕ್ತಿಯ ಪ್ರತಿ ಘಟಕದ ಕಾರ್ಯಕ್ಷಮತೆಯನ್ನು ಗರಿಷ್ಠಗೊಳಿಸಲು ಸಹಾಯ ಮಾಡಿದೆ.

## ನ್ಯಾನೋ ಹಿಂದೆ ಇರುವ ವ್ಯಕ್ತಿ

ನ್ಯಾನೋವನ್ನು ನಿರ್ಮಿಸಿದ ಟಾಟಾ ಮೋಟಾರ್ಸ್ ಎಂಜಿನಿಯರ್ ಗಳ ನಾಯಕ ಗಿರೀಶ್ ವಾಘ್ ಅವರು ರತನ್ ಟಾಟಾ ಅವರ ಕನಸನ್ನು ಸಾಕಾರಗೊಳಿಸಲು ಹೇಗೆ ಸಹಾಯ ಮಾಡಿದರು ಎಂಬುದನ್ನು ವಿವರಿಸಲು ಪದೇ ಪದೇ ಎರಡು ಪದಗಳನ್ನು ಬಳಸಿದರು.

"ಟೀಮ್ ವರ್ಕ್... ಟೀಮ್ ವರ್ಕ್... ಟೀಮ್ ವರ್ಕ್ ... ಟೀಮ್ ವರ್ಕ್..."

ಗಿರೀಶ್ ವಾಘ್ ಟಾಟಾ ಮೋಟಾರ್ಸ್ ಲಿಮಿಟೆಡ್ ನಲ್ಲಿ ಕೆಲಸ ಮಾಡುವ ಜನರಲ್ ಮ್ಯಾನೇಜರ್ ಆಗಿದ್ದಾರೆ. ಅವರು ಟಾಟಾ ನ್ಯಾನೋ ವಿನ್ಯಾಸದ ಹಿಂದಿನ ಮಿದುಳುಗಳಲ್ಲಿ ಒಬ್ಬರೆಂಬ ಹೆಗ್ಗಳಿಕೆಗೆ ಪಾತ್ರರಾಗಿದ್ದಾರೆ. ಅವರು

ಮಹಾರಾಷ್ಟ್ರ ಇನ್ಸ್ಟಿಟ್ಯೂಟ್ ಆಫ್ ಟೆಕ್ನಾಲಜಿಯಲ್ಲಿ ಮೆಕ್ಯಾನಿಕಲ್ ಎಂಜಿನಿಯರ್ ಪದವೀಧರರಾಗಿದ್ದರೆ. ಅವರು ಮುಂಬೈ ಬಿ-ಸ್ಕೂಲ್ ನಿಂದ ಉತ್ಪಾದನೆಯಲ್ಲಿ ಸ್ನಾತಕೋತ್ತರ ಕಾರ್ಯಕ್ರಮವನ್ನು ಪೂರ್ಣಗೊಳಿಸಿದ್ದಾರೆ.

ಎಸ್ ಪಿ ಜೈನ್ ಇನ್ ಸ್ಟಿಟ್ಯೂಟ್ ಆಫ್ ಮ್ಯಾನೇಜ್ ಮೆಂಟ್ ಅಂಡ್ ರ ಟಾಟಾ ಅವರು ಈ ಹಿಂದೆ ಟಾಟಾ ಏಸ್ ಮಿನಿ ಟ್ರಕ್ ಅನ್ನು ವಿನ್ಯಾಸಗೊಳಿಸಿದ್ದರು. ಅವರು ಪುಣೆಯ ಸ್ಥಳೀಯರು.

ಬಿಗಿಯಾದ ಗಡುವಿನೊಳಗೆ ತಲುಪಿಸುವ ಅವರ ಸಾಮರ್ಥ್ಯದಿಂದ ಪ್ರಭಾವಿತರಾದ ಅಧ್ಯಕ್ಷ ರತನ್ ಟಾಟಾ ಮತ್ತು ರವಿ ಕಾಂತ್ ಅವರು ವಾಫ್ ಅವರನ್ನು ಸಣ್ಣ ಕಾರು ಯೋಜನೆಗೆ ಸ್ಥಳಾಂತರಿಸಲು ನಿರ್ಧರಿಸಿದರು.

16 ವರ್ಷಗಳ ಹಿಂದೆ ಅವರು ಮೊದಲ ಬಾರಿಗೆ ಟಾಟಾ ಮೋಟಾರ್ಸ್ ಗೆ ಸೇರಿದಾಗ, ಗಿರೀಶ್ ವಾಫ್ ಅವರುಒಂದು ದಿನ ಕಂಪನಿಯ ಈಗಿನ ಪ್ರಸಿದ್ಧ ರೂ. 1 ಲಕ್ಷ ಕಾರ್ ಪ್ರಾಜೆಕ್ಟ್ ನ ಮುಖ್ಯಸ್ಥರಾಗಿರುತ್ತಾರೆ.

## ಕೊನೆಗೆ ನ್ಯಾನೋ ರಸ್ತೆಗೆ ಅಪ್ಪಳಿಸಿತು

ಟಾಟಾ ಮೋಟಾರ್ಸ್ ಅಂತಿಮವಾಗಿ ತನ್ನ ಪೀಪಲ್ಸ್ ಕಾರ್ ನ್ಯಾನೋವನ್ನು ವಾಣಿಜ್ಯಿಕವಾಗಿ ಬಿಡುಗಡೆ ಮಾಡಿತು. ಮೂಲ ಮಾದರಿಗಾಗಿ ರೂ. 100,000 ಬೆಲೆಗೆ ಅಂಟಿಕೊಳ್ಳುವುದಾಗಿ ಭರವಸೆ ನೀಡಿತು.

"ಈಗ ಉತ್ಪನ್ನವು ಶೋರೂಮ್ ಗಳಲ್ಲಿ ಲಭ್ಯವಿರುತ್ತದೆ. ಮೂರು ಆವೃತ್ತಿಗಳಿವೆ-ಬೇಸ್ ಆವೃತ್ತಿ, ಇದು ನಾವು ಭಾರತದ ಜನರಿಗೆ ಭರವಸೆ ನೀಡಿದ್ದೇವೆ ಮತ್ತು ಎರಡು ಉನ್ನತ ಶ್ರೇಣಿಯ ಆವೃತ್ತಿಗಳಿವೆ " ಎಂದು ಟಾಟಾ ಸಮೂಹದ ಅಧ್ಯಕ್ಷ ರತನ್ ಟಾಟಾ ಹೇಳಿದ ಮಾತುಗಳು.

ಉನ್ನತ-ಮಟ್ಟದ ಆವೃತ್ತಿಗಳು ಹವಾನಿಯಂತ್ರಣ, ಪವರ್ ಬ್ರೇಕ್ ಗಳು ಮತ್ತು ಪವರ್ ವಿಂಡೋಗಳನ್ನು ಒಳಗೊಂಡಿರುತ್ತವೆ.

"ಈ ದಿನ ನಾವು ಹೊಸ ರೀತಿಯ ಸಾರಿಗೆಯನ್ನು ಪ್ರಾರಂಭಿಸುತ್ತೇವೆ ಎಂದು ನಾವು ಭಾವಿಸುತ್ತೇವೆ" ಎಂದು ಟಾಟಾ ಹೇಳಿದರು, ಈ ಪ್ರಯತ್ನವು ಎಂದಿಗೂ ಅಗ್ಗದ ಕಾರನ್ನು ನಿರ್ಮಿಸಬಾರದು ಆದರೆ ಕೈಗೆಟುಕುವ ಸಾರಿಗೆಯನ್ನು ಒದಗಿಸುವುದು ಎಂದು ಹೇಳಿದರು. ಆದಾಗ್ಯೂ, "ನಾವು ವಾಗ್ದಾನ ಮಾಡಿದ್ದೇವೆ ಮತ್ತು ನಾವು ವಾಗ್ದಾನವನ್ನು ಪಾಲಿಸಿದ್ದೇವೆ" ಎಂದು ಸೇರಿಸಲು ಅವರು ಆತುರಪಟ್ಟರು.

ಬುಕಿಂಗ್ ಗಳು ಏಪ್ರಿಲ್ 9 ರಿಂದ ಪ್ರಾರಂಭವಾಗುತ್ತವೆ ಮತ್ತು ಏಪ್ರಿಲ್ 25, 2009 ರವರೆಗೆ ಅದರ ಆರಂಭಿಕ ಹಂತದಲ್ಲಿ ಮುಂದುವರಿಯುತ್ತದೆ.

ನ್ಯಾನೋ ಉಡಾವಣೆಗೆ ಸ್ವಲ್ಪ ಮುಂಚಿತವಾಗಿ, ರಸ್ತೆಯಲ್ಲಿ ಅತ್ಯಂತ ಚಿಕ್ಕ ಹೆಜ್ಜೆಗುರುತನ್ನು ಹೊಂದಿರುವ ಕಾರನ್ನು ಮೊದಲ 100,000 ಖರೀದಿದಾರರಿಗೆ ನಂತರ ಘೋಷಿಸಲಾಗುವುದು ಎಂದು ರತನ್ ಟಾಟಾ ಹೇಳಿದರು.

ಸರಕುಗಳ ಬೆಲೆಗಳು ಏರಿಕೆಯಾಗಿದ್ದರೂ, ಕಾರನ್ನು ಸುಮಾರು 1 ಲಕ್ಷ ರೂ ಗೆ ಮಾರಾಟ ಮಾಡುವ ಭರವಸೆಯನ್ನು ಉಳಿಸಿಕೊಳ್ಳಲಾಗುವುದು ಎಂದು ಟಾಟಾ ಹೇಳಿದರು, ಸರಕುಗಳ ಬೆಲೆಗಳ ಕುಸಿತವು ಈಗ ಕೆಲವು ಕುಶನ್ ಗಳನ್ನು ಒದಗಿಸಬಹುದು ಎಂದು ಹೇಳಿದರು.

ನ್ಯಾನೋ ಕಾರುಗಳ ಮೊದಲ ವಿತರಣೆಯು ಜುಲೈ ಆರಂಭದಲ್ಲಿ ಪ್ರಾರಂಭವಾಗಲಿದೆ ಎಂದು ಅವರು ಹೇಳಿದರು. ಭಾರತದಾದ್ಯಂತ 1,000 ನಗರಗಳಲ್ಲಿ 30,000 ಸ್ಥಳಗಳಲ್ಲಿ ಕಾರು ಬುಕಿಂಗ್ ಗೆ ಅರ್ಜಿಗಳು ಲಭ್ಯವಿವೆ.

ಸ್ಟೇಟ್ ಬ್ಯಾಂಕ್ ಆಫ್ ಇಂಡಿಯಾ 850 ನಗರಗಳಲ್ಲಿ ಬುಕಿಂಗ್ ಸಂಗ್ರಹಿಸಲು ಅರ್ಹ ಬ್ಯಾಂಕರ್ ಆಗಿರುತ್ತದೆ.

ಕೇವಲ ರೂ. 2,999 ಮುಂಗಡವಾಗಿ ಪಾವತಿಸುವ ಮೂಲಕ ಕಾರನ್ನು ಕಾಯ್ದಿರಿಸಬಹುದು ಮತ್ತು ಉಳಿದವುಗಳನ್ನು ಸಾಲದ ಮೂಲಕ ಪಡೆದುಕೊಳ್ಳಬಹುದು ಎಂದು ಅವರು ಹೇಳಿದರು.

ಬುಕಿಂಗ್ ಗೆ 15 ಆದ್ಯತೆಯ ಫೈನಾನ್ಷಿಯರ್ ಗಳಿದ್ದು, ಅವರ ಹೆಸರುಗಳನ್ನು ಮೂರು ದಿನಗಳಲ್ಲಿ ಬಹಿರಂಗಪಡಿಸಲಾಗುತ್ತದೆ.

ಆರಂಭಿಕ 50,000-60,000 ನ್ಯಾನೋ ಕಾರುಗಳನ್ನು ಏಸ್ ಟ್ರಕ್ ಗಳನ್ನು ತಯಾರಿಸಲು ಪ್ರಾಥಮಿಕವಾಗಿ ಸ್ಥಾಪಿಸಲಾದ ತನ್ನ ಪಂತ್ ನಗರ ಸ್ಥಾವರದಿಂದ ಸರಬರಾಜು ಮಾಡಲಾಗುವುದು ಎಂದು ಟಾಟಾ ಹೇಳಿದರು. ಸಾನಂದ್ (ಗುಜರಾತ್) ನಲ್ಲಿ ನ್ಯಾನೊವನ್ನು ತಯಾರಿಸುವ ಸ್ಥಾವರವು ಈ ವರ್ಷದ ಅಂತ್ಯದ ವೇಳೆಗೆ ಅಥವಾ ಮುಂದಿನ ವರ್ಷದ ಆರಂಭದಲ್ಲಿ ಪ್ರಾರಂಭವಾಗುವ ಸಾಧ್ಯತೆಯಿದೆ.

ಬುಕಿಂಗ್ ನಿಂದ ಲಾಟ್ ಗಳನ್ನು ಡ್ರಾ ಮಾಡುವ ಮೂಲಕ ಮೊದಲ 1 ಲಕ್ಷ ಗ್ರಾಹಕರನ್ನು ಆಯ್ಕೆ ಮಾಡಲಾಗುತ್ತದೆ ಎಂದು ಅವರು ಹೇಳಿದರು. ಹಂಚಿಕೆ ಮಾಡದವರು ತಮ್ಮ ಬುಕಿಂಗ್ ಗಳನ್ನು ಉಳಿಸಿಕೊಳ್ಳುವ ಆಯ್ಕೆಯನ್ನು ಹೊಂದಿರುತ್ತಾರೆ ಎಂದು ಅವರು ಹೇಳಿದರು.

ಒಂದು ವರ್ಷಕ್ಕಿಂತ ಹೆಚ್ಚು ಕಾಲ ಕಾಯುವ ಗ್ರಾಹಕರಿಗೆ ಶೇಕಡಾ 8.5 ರಷ್ಟು ಬಡ್ಡಿಯನ್ನು ಮತ್ತು ಎರಡು ವರ್ಷ ಮೀರಿದ ಗ್ರಾಹಕರಿಗೆ ಶೇಕಡಾ 8.75 ರಷ್ಟು ಬಡ್ಡಿಯನ್ನು ನೀಡಲಾಗುತ್ತದೆ.

ಮೊದಲ 1 ಲಕ್ಷ ಹಂಚಿಕೆಗಳಿಗೆ ಯಾವುದೇ ಬಡ್ಡಿಯನ್ನು ನೀಡಲಾಗುವುದಿಲ್ಲ ಮತ್ತು ಒಂದು ವರ್ಷದ ಅವಧಿಯಲ್ಲಿ ಮೊದಲ ಬಾರಿಗೆ ಕಾರುಗಳನ್ನು ಪೂರೈಸಲು ಕಂಪನಿಯು ನಿರೀಕ್ಷಿಸುತ್ತದೆ.

ಆದಾಗ್ಯೂ, ಪಂತ್ ನಗರದಲ್ಲಿ ನ್ಯಾನೋ ಉತ್ಪಾದನೆಯು ಮಧ್ಯಂತರ ಪರಿಹಾರವಾಗಿದೆ ಎಂದು ಟಾಟಾ ಸ್ಪಷ್ಟಪಡಿಸಿದೆ. ಕಂಪನಿಯು ತನ್ನ ಉತ್ಪಾದನೆಯನ್ನು ಪಶ್ಚಿಮ ಬಂಗಾಳದ ಸಿಂಗೂರ್ ನಿಂದ ಸಾನಂದ್ ಗೆ ಸ್ಥಳಾಂತರಿಸಬೇಕಾಯಿತು.

# ಬುಕಿಂಗ್ ಮತ್ತು ಹಂಚಿಕೆ

ಉಪಖಂಡದಲ್ಲಿ ಕಾರಿನ ಕಾಣದ ಬೇಡಿಕೆಯನ್ನು ಪೂರೈಸಲು ಟಾಟಾ ಸಜ್ಜಾಗಿದೆ ಎಂದು ತೋರುತ್ತದೆ. ನ್ಯಾನೋ ಬುಕ್ಕಿಂಗ್ ಗಳು ಏಪ್ರಿಲ್ ೯ ರಿಂದ ಪ್ರಾರಂಭವಾಗುತ್ತವೆ ಮತ್ತು ಡೆಲಿವರಿಗಳು ಜುಲೈ ವೇಳೆಗೆ ಪ್ರಾರಂಭವಾಗುವ ನಿರೀಕ್ಷೆಯಿದೆ. ಕಾರಿನ ಅರ್ಜಿ ನಮೂನೆಯು ಇತರ ಎಲ್ಲ ಪ್ರಕರಣಗಳಂತೆ ಉಚಿತವಾಗಿರಬಾರದು. ನ್ಯಾನೋವನ್ನು ಕಾಯ್ದಿರಿಸಲು ಅರ್ಜಿ ನಮೂನೆಯು ರೂ.300 ಆಗಿರುತ್ತದೆ.

ಸಾಲಗಳ ಅನುದಾನಕ್ಕಾಗಿ ಪ್ರಕ್ರಿಯೆಗೊಳಿಸಲು ಈ ಅರ್ಜಿ ನಮೂನೆಗಳನ್ನು ಸ್ಟೇಟ್ ಬ್ಯಾಂಕ್ ಆಫ್ ಇಂಡಿಯಾಕ್ಕೆ ವರ್ಗಾಯಿಸಲಾಗುತ್ತದೆ. ಅರ್ಜಿಯನ್ನು ತಿರಸ್ಕರಿಸಿದರೆ ಮೊತ್ತವನ್ನು ಮರುಪಾವತಿಸಲಾಗುತ್ತದೆ. ಈ ಎರಡು ಪ್ರಮುಖ ಬ್ಯಾಂಕುಗಳನ್ನು ಹೊರತುಪಡಿಸಿ, ದೇಶದ ಇತರ ಕೆಲವು ಪ್ರಮುಖ ಬ್ಯಾಂಕುಗಳು ಟಾಟಾ ಜೊತೆ ಒಪ್ಪಂದ ಮಾಡಿಕೊಳ್ಳುವ ನಿರೀಕ್ಷೆಯಿದೆ. ನ್ಯಾನೋಗೆ ಬಡ್ಡಿದರಗಳ ಕುಸಿತದ ಬಗ್ಗೆ ಯಾವುದೇ ಸುದ್ದಿ ಇಲ್ಲ. ನ್ಯಾನೋ ರಸ್ತೆಗಿಳಿಯುವ ಹೊತ್ತಿಗೆ ಟಾಟಾ ಮತ್ತು ಎಲ್ಲಾ ಬ್ಯಾಂಕುಗಳು ತಮ್ಮ ಕೈಗಳನ್ನು ತುಂಬಿಕೊಳ್ಳುವುದರಲ್ಲಿ ಸಂದೇಹವಿಲ್ಲ.

ಈ ಪ್ರಯತ್ನವು ಎಂದಿಗೂ ಅಗ್ಗದ ಕಾರನ್ನು ನಿರ್ಮಿಸುವುದಲ್ಲ, ಆದರೆ ಕೈಗೆಟುಕುವ ಸಾರಿಗೆಯನ್ನು ಒದಗಿಸುವುದು ಎಂದು ಟಾಟಾ ಹೇಳಿದರು.

ಟಾಟಾ ನ್ಯಾನೋ ಬೆಲೆ ರೂ. 134,000 ಮತ್ತು ರೂ. 185,000 ಒಳಗೊಂಡಿರುತ್ತದೆ (ಎಕ್ಸ್ ಶೋ ರೂಂ ಮುಂಬೈ). ಆದಾಗ್ಯೂ, ವಿಶ್ವಾದ್ಯಂತ ಉತ್ಸಾಹವನ್ನು ಉಂಟುಮಾಡಿದ ನ್ಯಾನೊಗೆ ಭಾರಿ ಬುಕ್ಕಿಂಗ್ ಗಳನ್ನು ಆಟೋ ತಜ್ಞರು ನಿರೀಕ್ಷಿಸುತ್ತಾರೆ. ಹಾಗಾದರೆ ನ್ಯಾನೋವನ್ನು ಕಾಯ್ದಿರಿಸುವ ಪ್ರಕ್ರಿಯೆ ಏನು? ಬುಕಿಂಗ್, ಪಾವತಿ, ಹಂಚಿಕೆ, ಮರುಪಾವತಿ, ಡೆಲಿವರಿ, ರದ್ದತಿ ಇತ್ಯಾದಿಗಳ ಬಗ್ಗೆ ನೀವು ತಿಳಿದುಕೊಳ್ಳಬೇಕಾದದ್ದು ಇಲ್ಲಿದೆ:

- ನ್ಯಾನೋವನ್ನು ಆನ್ ಲೈನ್ ಅಥವಾ ಆಫ್ ಲೈನ್ ನಲ್ಲಿ ಕಾದಿರಿಸಬಹುದು.
- ಬುಕಿಂಗ್ ನಮೂನೆ, ವಿತರಣೆ ಮತ್ತು ಬುಕಿಂಗ್ ಏಪ್ರಿಲ್ ೯ ರಂದು ಪ್ರಾರಂಭವಾಗುತ್ತದೆ ಮತ್ತು ಎರಡೂ ದಿನಗಳನ್ನು ಒಳಗೊಂಡಂತೆ ಏಪ್ರಿಲ್ 25 ರವರೆಗೆ ಮುಂದುವರಿಯುತ್ತದೆ.
- ಆನ್ ಲೈನ್ ಫಾರ್ಮ್ ನ ವೆಚ್ಚ ರೂ. 200
- ಆನ್ ಲೈನ್ ನಲ್ಲಿ ಅರ್ಜಿ ನಮೂನೆಯನ್ನು ಭರ್ತಿ ಮಾಡಿ ಮತ್ತು ಆನ್ ಲೈನ್ ಪಾವತಿ ಮಾಡಲು ಮುಂದುವರಿಯಿರಿ.
- ನಂತರ ನಿಮ್ಮ ಅರ್ಜಿಯನ್ನು ಮೂರನೇ ವ್ಯಕ್ತಿಯ ಪಾವತಿ ಗೇಟ್ ವೇ ಸೈಟ್ ಗೆ ನಿರ್ದೇಶಿಸಲಾಗುತ್ತದೆ.
- ನಂತರ ನೀವು ನೆಟ್ ಬ್ಯಾಂಕಿಂಗ್ ಮೂಲಕ ನಿಮ್ಮ ಪಾವತಿಯನ್ನು ಸಲ್ಲಿಸುತ್ತೀರಿ.
- ಪಾವತಿಸಬೇಕಾದ ಮೊತ್ತವು ಅರ್ಜಿ ನಮೂನೆಯ ವೆಚ್ಚ ಮತ್ತು ಬುಕಿಂಗ್ ಮೊತ್ತವಾಗಿದೆ.
- ವಹಿವಾಟು ID ಯನ್ನು ರಚಿಸುವ ಮೂಲಕ ಸೈಟ್ ನಿಮ್ಮ ಪಾವತಿಯನ್ನು ಖಚಿತಪಡಿಸುತ್ತದೆ. ನಂತರ ನಿಮಗೆ
- ಟಾಟಾ ನ್ಯಾನೋ ವೆಬ್ ಸೈಟ್ ಗೆ ಮಾರ್ಗದರ್ಶನ ನೀಡಲಾಗುತ್ತದೆ, ಅಲ್ಲಿ ವಿಶಿಷ್ಟ ಗುರುತಿನ ಸಂಖ್ಯೆ (UIN) ಅನ್ನು ರಚಿಸಲಾಗುತ್ತದೆ.

• ಬುಕಿಂಗ್ ಈಗ ಪೂರ್ಣಗೊಂಡಿದೆ, ನೀವು ರಸೀತಿಯ ಮುದ್ರಣವನ್ನು ತೆಗೆದುಕೊಳ್ಳಬಹುದು, ರಸೀತಿಯೊಂದಿಗೆ ನಿಮಗೆ ಇಮೇಲ್ ಕಳುಹಿಸಲಾಗುತ್ತದೆ.

ಟಾಟಾ ಸ್ಟೇಬಲ್ ನಿಂದ ರೂ .1,00,000- ಜನರ ಕಾರು ನ್ಯಾನೊ ಬುಕಿಂಗ್ ಏಪ್ರಿಲ್ 9 ರಂದು ಪ್ರಾರಂಭವಾಗುತ್ತದೆ ಮತ್ತು ಏಪ್ರಿಲ್ 23 ರವರೆಗೆ ತೆರೆದಿರುತ್ತದೆ.

"ವೈಯಕ್ತಿಕವಾಗಿ ಹೇಳುವುದಾದರೆ, ಡಿಸೆಂಬರ್ (ಈ ವರ್ಷ) ಅಥವಾ ಜನವರಿ (ಮುಂದಿನ ವರ್ಷ) ಬದಲಿಗೆ ಈ ವರ್ಷ ಮಾರ್ಚ್ ನಲ್ಲಿ ಪ್ಲಾನ್ ಬಿ ಕಾರ್ಯಗತಗೊಳಿಸಲು ಮತ್ತು ವಾಹನವನ್ನು ಪ್ರಾರಂಭಿಸಲು ನಾವು ಕೊನೆಯ ಮೈಲಿಗೆ ಹೋಗಲು ಸಾಧ್ಯವಾಯಿತು ಎಂದು ನಾನು ತುಂಬಾ ಉತ್ಸುಕನಾಗಿದ್ದೇನೆ" ಎಂದು ಟಾಟಾ ಹೇಳಿದರು.

ಸಾಲದ ಮೇಲಿನ ಬಡ್ಡಿದರವನ್ನು ಸಾಲವನ್ನು ಒದಗಿಸುವ ಬ್ಯಾಂಕುಗಳು ನಿರ್ಧರಿಸುತ್ತವೆ. ಸಾರ್ವಜನಿಕ ವಲಯದ ಬ್ಯಾಂಕುಗಳು ಸೇರಿದಂತೆ ಹಲವಾರು ಬ್ಯಾಂಕುಗಳು ಸಾಲಗಳನ್ನು ನೀಡುತ್ತಿವೆ.

ಸಾನಂದ್ ಸ್ಥಾವರವು ವಾರ್ಷಿಕ 2,50,000 ಯುನಿಟ್ ಗಳ ಸಾಮರ್ಥ್ಯವನ್ನು ಹೊಂದಿದ್ದು, ನಂತರ ಅದನ್ನು ಅರ್ಧ ಮಿಲಿಯನ್ ಗೆ ವಿಸ್ತರಿಸಬಹುದು.

ಈ ಮಾದರಿಯು ಯುರೋ II, III ಮತ್ತು IV ಸಮನಾದ B S II, III ಮತ್ತು IV ಮಾನದಂಡಗಳನ್ನು ಪೂರೈಸುತ್ತದೆ.

ಮಾನದಂಡಗಳಿಗೆ

ನಾಲ್ಕೂವರೆ ಮೀಟರ್ ಕಾರು ದ್ವಿಚಕ್ರ ವಾಹನಗಳಿಗಿಂತ ಕಡಿಮೆ ಇಂಗಾಲವನ್ನು ಹೊರಸೂಸುತ್ತದೆ ಮತ್ತು ಆದ್ದರಿಂದ, ಇದು ಮಾಲಿನ್ಯವನ್ನು ಉಲ್ಬಣಗೊಳಿಸುತ್ತದೆ ಎಂಬ ಅಭಿಪ್ರಾಯಕ್ಕೆ ಟಾಟಾ ಚಂದಾದಾರರಾಗಲಿಲ್ಲ.

624 ಸಿಸಿ ಕಾರು ಆರಂಭದಲ್ಲಿ ಮೂರು ರೂಪಾಂತರಗಳಲ್ಲಿ ಲಭ್ಯವಿರುತ್ತದೆ ಮತ್ತು ನಾಲ್ಕು ಜನರಿಗೆ ಆರಾಮವಾಗಿ ಕುಳಿತುಕೊಳ್ಳಬಹುದು ಮತ್ತು ಪ್ರತಿ ಲೀಟರ್ ಗೆ 26.6 ಕಿಲೋಮೀಟರ್ ಗರಿಷ್ಠ ಮೈಲೇಜ್ ನೀಡುತ್ತದೆ.

ಸ್ನೂಬ್-ಮೂಗಿನ ವಾಹನವು A/c ಮತ್ತು ಪವರ್ ವಿಂಡೋಗಳು ಸೇರಿದಂತೆ ಒಂದು ಸ್ಟ್ಯಾಂಡರ್ಡ್ ಮತ್ತು ಎರಡು ಡೀಲಕ್ಸ್ ಆವೃತ್ತಿಗಳಲ್ಲಿ ಲಭ್ಯವಿರುತ್ತದೆ.

ರತನ್ ಟಾಟಾ ಅವರು ನ್ಯಾನೊದ ನವೀಕರಿಸಿದ ಆವೃತ್ತಿಯನ್ನು ಪೂರ್ವ ಮತ್ತು ಪಶ್ಚಿಮ ಯುರೋಪ್, ಯುಕೆ ಮತ್ತು ಪ್ರಾಯಶಃ ಯುನೈಟೆಡ್ ಸ್ಟೇಟ್ಸ್ ಗೆ ರಫ್ತು ಮಾಡಲು ಯೋಜಿಸಿದ್ದಾರೆ ಎಂದು ಹೇಳಿದರು.

ಕಾರು ಕೆಲವು ಅವಶ್ಯಕತೆಗಳನ್ನು ಪೂರೈಸಬೇಕಾಗಿರುವುದರಿಂದ ಯುರೋಪ್ ಗೆ ರಫ್ತು 2011 ರಲ್ಲಿ ಪ್ರಾರಂಭವಾಗುತ್ತದೆ ಎಂದು ಅವರು ಹೇಳಿದರು.

ಕೆಲವು ಸುರಕ್ಷತಾ ಮಾನದಂಡಗಳನ್ನು ವಿಶೇಷವಾಗಿ ಹಿಂಭಾಗದಲ್ಲಿ ಪೂರೈಸಬೇಕಾಗಿರುವುದರಿಂದ 'ಮರು-ವಿನ್ಯಾಸಗೊಳಿಸುವುದಕ್ಕಿಂತ ಹೆಚ್ಚಾಗಿ ಇದು ಮೌಲ್ಯೀಕರಣವಾಗಿದೆ' ಎಂದು ಅವರು ಹೇಳಿದರು.

ಬುಕಿಂಗ್ ಸಂಖ್ಯೆಗೆ ಯಾವುದೇ ಗರಿಷ್ಠ ಮಿತಿಯಿಲ್ಲ ಎಂದು ಅವರು ಸ್ಪಷ್ಟಪಡಿಸಿದರು. ಕೈಗೆಟುಕುವ ಬೆಲೆಯಲ್ಲಿ ಕಾರು ಲಭ್ಯವಾಗುವಂತೆ ಮಾಡಲು ಗುಣಮಟ್ಟದ ನಿಯಂತ್ರಣಗಳೊಂದಿಗೆ ವಿವಿಧ ಸ್ಥಳಗಳಲ್ಲಿ ಅಸೆಂಬ್ಲಿ ಘಟಕಗಳನ್ನು ಸ್ಥಾಪಿಸಲು ಕಂಪನಿಯು ಮೂಲತಃ ಯೋಜಿಸಿತ್ತು.

## ನ್ಯಾನೋ ಅಂತಾರಾಷ್ಟ್ರೀಯ ಮಟ್ಟದಲ್ಲಿ

ಜಿನೀವಾ ಆಟೋ ಶೋದಲ್ಲಿ ಟಾಟಾ ತನ್ನ ನ್ಯಾನೋ ಯುರೋಪಾ ಪರಿಕಲ್ಪನೆಯನ್ನು ಇತರ ಕಾರುಗಳಲ್ಲಿ ಅನಾವರಣಗೊಳಿಸಿತು. ಈ ಕಾರು ಸ್ಪಷ್ಟವಾಗಿ ಮಾರುಕಟ್ಟೆಯಲ್ಲಿ ಮೆಚ್ಚುಗೆಯನ್ನು ಪಡೆದಿದೆ ಮತ್ತು ಮುಂದಿನ ಎರಡು ವರ್ಷಗಳಲ್ಲಿ ಅದೇ ಶೀರ್ಷಿಕೆಯಡಿಯಲ್ಲಿ ನಿರೀಕ್ಷಿಸಲಾಗುವುದು. ಯುರೋಪಾ 3-ಸಿಲಿಂಡರ್ ಮಲ್ಟಿ-ಪಾಯಿಂಟ್ ಫ್ಯೂಯೆಲ್ ಇಂಜೆಕ್ಷನ್ ಎಂಜಿನ್ ಮತ್ತು 5 ಸ್ಪೀಡ್ ಆಟೋಮ್ಯಾಟಿಕ್ ಗೇರ್ ಬಾಕ್ಸ್ ನೊಂದಿಗೆ ಅಂತರರಾಷ್ಟ್ರೀಯ ಪ್ರೇಕ್ಷಕರಿಗೆ ಸರಿಹೊಂದುವಂತೆ ಸುಸಜ್ಜಿತವಾಗಿದೆ. ಎಲೆಕ್ಟ್ರಿಕ್ ಪವರ್ ಸ್ಟೀರಿಂಗ್ ಅನ್ನು ಸಹ ಉಲ್ಲೇಖಿಸಲಾಗಿದೆ.

ಕಾರು ಸ್ವಲ್ಪ ಉದ್ದವಾಗಿರುತ್ತದೆ ಮತ್ತು ಎಬಿಎಸ್ ಮತ್ತು ಏರ್ ಬ್ಯಾಗ್ ಗಳಂತಹ ಸುರಕ್ಷತಾ ವೈಶಿಷ್ಟ್ಯಗಳನ್ನು ಸಹ ಸೇರಿಸಲಾಗಿದೆ. ಈ ಆವೃತ್ತಿಯು ಭಾರತೀಯ ಆವೃತ್ತಿಗಿಂತ ಸ್ವಲ್ಪ ದುಬಾರಿಯಾಗಲಿದೆ ಎಂದು ಟಾಟಾ ಸಮರ್ಥಿಸಿಕೊಂಡಿದೆ. ಕಡಿಮೆ ವೆಚ್ಚದ ಕಾರು ಮಾರುಕಟ್ಟೆಯಲ್ಲಿ ನ್ಯಾನೋ ಯುರೋಪಾ ಪ್ರಬಲ ಪ್ರತಿಸ್ಪರ್ಧಿಯಾಗಿದೆ ಮತ್ತು ಇದು ಕಾರ್ಯಕ್ಷಮತೆಯಲ್ಲಿ ಇತರ ಕಾರುಗಳಿಗೆ ಹೊಂದಿಕೆಯಾಗುತ್ತದೆ ಮತ್ತು ಹೊರಸೂಸುವಿಕೆ ಮಾನದಂಡಗಳನ್ನು ಪೂರೈಸುತ್ತದೆ ಎಂದು ಟಾಟಾ ಆಶಾವಾದ ಹೊಂದಿದೆ.

ನ್ಯಾನೋಗೆ ಭಾರತವು ಪ್ರಾಥಮಿಕ ಗುರಿ ಮಾರುಕಟ್ಟೆಯಾಗಿರಬಹುದು, ಆದರೆ ಟಾಟಾ ಮೋಟಾರ್ಸ್ ತನ್ನ ಒಂದು ಲಕ್ಷ ರೂಪಾಯಿಯ ಚಮತ್ಕಾರವನ್ನು ಯುರೋಪ್ ಹೊರತುಪಡಿಸಿ, ಮೂರು ವರ್ಷಗಳಲ್ಲಿ ಯುನೈಟೆಡ್ ಸ್ಟೇಟ್ಸ್ ಗೆ ವಿಸ್ತರಿಸಲಿದೆ.

"ಯುಎಸ್ ನಲ್ಲಿ ಖರೀದಿ ಆದ್ಯತೆಗಳ ಪ್ರಸ್ತುತ ಸೂಚನೆಗಳನ್ನು ಗಮನಿಸಿದರೆ, ಯುಎಸ್ ನ ಅವಶ್ಯಕತೆಗಳನ್ನು ಪೂರೈಸಲು ನಾವು ಯುರೋಪಿಯನ್ ನ್ಯಾನೋವನ್ನು ಮತ್ತಷ್ಟು ಅಭಿವೃದ್ಧಿಪಡಿಸಬಹುದು ಎಂದು ನಾವು ಭಾವಿಸಿದ್ದೇವೆ" ಎಂದು ಟಾಟಾ ಸಮೂಹದ ಅಧ್ಯಕ್ಷ ರತನ್ ಟಾಟಾ ಹೇಳಿದರು.

ಕಂಪನಿಯು ಈಗಾಗಲೇ ಯುರೋಪಿಯನ್ ಆವೃತ್ತಿಯನ್ನು ಅನಾವರಣಗೊಳಿಸಿದೆ-

ಜಿನೀವಾ ಮೋಟಾರು ಪ್ರದರ್ಶನದಲ್ಲಿ ನ್ಯಾನೋ ಯುರೋಪಾ - ಇದು ಯುರೋ-ವಿ ಹೊರಸೂಸುವಿಕೆ ಮಾನದಂಡಗಳನ್ನು ಅನುಸರಿಸುವ ಭಾರತೀಯ ಆವೃತ್ತಿಗಿಂತ ಹೆಚ್ಚು ಶಕ್ತಿಶಾಲಿ ಎಂಜಿನ್ ನೊಂದಿಗೆ ಅಳವಡಿಸುವ ಸಾಧ್ಯತೆಯಿದೆ.

ಭಾರತೀಯ ನ್ಯಾನೋ 623 ಸಿಸಿ, ಹಿಂಭಾಗದ ಎಂಜಿನ್ BS II ಮತ್ತು III ಹೊರಸೂಸುವಿಕೆ ಮಾನದಂಡಗಳನ್ನು ಅನುಸರಿಸುತ್ತದೆ.

"ವಿಶೇಷವಾಗಿ ಹಿಂಭಾಗದ ಅಪಘಾತದ ವಿಷಯದಲ್ಲಿ ಯುಎಸ್ ಕೆಲವು ಹೆಚ್ಚುವರಿ ಅವಶ್ಯಕತೆಗಳನ್ನು ಹೊಂದಿದೆ. ಪ್ರಸ್ತುತ ಬೇರೆ ಯಾವುದೇ ದೇಶವು ಹೊಂದಿಲ್ಲ, ಆದ್ದರಿಂದ ಕೆಲವು ಮರುವಿನ್ಯಾಸಗಳು ಅಗತ್ಯವಾಗಿರುತ್ತದೆ, ಆದರೆ ಮುಂದಿನ ಮೂರು ಅಥವಾ ಅದಕ್ಕಿಂತ ಹೆಚ್ಚಿನ ವರ್ಷಗಳಲ್ಲಿ, ಯುಎಸ್ ಮಾರುಕಟ್ಟೆಯು ಹೊಂದಲು ಬಯಸಬಹುದಾದ ಆಯ್ಕೆಗಳೊಂದಿಗೆ ನಾವು ನ್ಯಾನೋ ಆವೃತ್ತಿಯನ್ನು ಅಭಿವೃದ್ಧಿಪಡಿಸಬಹುದು ಎಂದು ನಾವು ನಂಬುತ್ತೇವೆ "ಎಂದು ಟಾಟಾ ಹೇಳಿದರು.

2011ರ ವೇಳೆಗೆ ನ್ಯಾನೋ ಯುರೋಪಿಯನ್ ಮಾರುಕಟ್ಟೆಯಲ್ಲಿ ಲಭ್ಯವಾಗಲಿದೆ ಮತ್ತು ಯುರೋಪಿನ ಎಲ್ಲಾ ಹೊರಸೂಸುವಿಕೆ ಮತ್ತು ಸುರಕ್ಷತಾ ಅವಶ್ಯಕತೆಗಳಿಗೆ ಅನುಗುಣವಾಗಿರುತ್ತದೆ ಎಂದು ಕಂಪನಿಯು ಆಶಿಸಿದೆ ಎಂದು ಅವರು ಹೇಳಿದರು.

ಯುರೋಪಿಯನ್ ಆವೃತ್ತಿಯಲ್ಲಿ ಭಾರತೀಯ ಆವೃತ್ತಿಗಿಂತ ಹೆಚ್ಚು ಶಕ್ತಿಶಾಲಿ ಎಂಜಿನ್ ಅಳವಡಿಸುವ ಸಾಧ್ಯತೆಯಿದೆ.

ಕಾರಿನ ಬೆಲೆಯ ಬಗ್ಗೆ ಮಾತನಾಡಿದ ಟಾಟಾ, "... ಸ್ಪಷ್ಟವಾಗಿ (ನ್ಯಾನೋ) ರೂ. 1 ಲಕ್ಷ ಅಥವಾ $ 2,500 ಕಾರು (ಯುರೋಪ್ ನಲ್ಲಿ) ಆಗಿರುವುದಿಲ್ಲ, ಇದು ಎಲ್ಲಾ ಏರ್ ಬ್ಯಾಗ್ ಗಳು ಮತ್ತು ಯುರೋಪಿಯನ್ ಗ್ರಾಹಕರು

ಬೇಡಿಕೆಯಿರುವ ಎಲ್ಲಾ ಸುರಕ್ಷತಾ ವೈಶಿಷ್ಟ್ಯಗಳನ್ನು ಹೊಂದಿರುತ್ತದೆ" ಎಂದು ಹೇಳಿದರು.

ಆದಾಗ್ಯೂ, ವಿಶ್ವದ ಅತಿದೊಡ್ಡ ಉದಯೋನ್ಮುಖ ವಾಹನ ಮಾರುಕಟ್ಟೆಗಳಲ್ಲಿ ಒಂದಾದ ಚೀನಾವನ್ನು ಪ್ರವೇಶಿಸುವ ಸಾಧ್ಯತೆಯನ್ನು ಟಾಟಾ ತಳ್ಳಿಹಾಕಿದೆ. "ನಾವು ಚೀನಾವನ್ನು ಪರಿಗಣಿಸಿಲ್ಲ ಏಕೆಂದರೆ ಭಾರತೀಯ ಮಾರುಕಟ್ಟೆಯ ಅಗತ್ಯಗಳನ್ನು ಪೂರೈಸುವಲ್ಲಿ ನಮ್ಮ ಕೈಗಳು ಸಂಪೂರ್ಣವಾಗಿವೆ ಎಂದು ನಾವು ಭಾವಿಸಿದ್ದೇವೆ ಮತ್ತು ಅದು ನಮ್ಮ ಪ್ರಾಥಮಿಕ ಕಾಳಜಿಯಾಗಿದೆ" ಎಂದು ಅವರು ಹೇಳಿದರು.

ನ್ಯಾನೊದ ನವೀಕರಿಸಿದ ಆವೃತ್ತಿಯನ್ನು ಪೂರ್ವ ಮತ್ತು ಪಶ್ಚಿಮ ಯುರೋಪ್, ಯುನೈಟೆಡ್ ಕಿಂಗ್ ಡಮ್ ಮತ್ತು ಪ್ರಾಯಶಃ ಯುನೈಟೆಡ್ ಸ್ಟೇಟ್ಸ್ ಗೆ ರಫ್ತು ಮಾಡಲು ಯೋಜಿಸುತ್ತಿರುವುದಾಗಿ ಟಾಟಾ ಹೇಳಿದರು

ಕಾರು ಕೆಲವು ಅವಶ್ಯಕತೆಗಳನ್ನು ಪೂರೈಸಬೇಕಾಗಿರುವುದರಿಂದ ಯುರೋಪ್ ಗೆ ರಫ್ತು 2011 ರಲ್ಲಿ ಪ್ರಾರಂಭವಾಗುತ್ತದೆ ಎಂದು ಅವರು ಹೇಳಿದರು.

# ನ್ಯಾನೊ-ಫಾಸ್ಟ್ ಫ್ಯಾಕ್ಟ್ಸ

ಅಂತಿಮವಾಗಿ, ಮಾರ್ಚ್ 23, 2009 ರಂದು ನ್ಯಾನೋವನ್ನು ಅನಾವರಣಗೊಳಿಸಲಾಯಿತು. ಈ ಕಾರು ಸ್ಟ್ಯಾಂಡರ್ಡ್ ಮತ್ತು ಡೀಲಕ್ಸ್ ಆವೃತ್ತಿಗಳಲ್ಲಿ ಲಭ್ಯವಿರುತ್ತದೆ. ಎರಡೂ ಆವೃತ್ತಿಗಳು ವ್ಯಾಪಕ ಶ್ರೇಣಿಯ ದೇಹದ ಬಣ್ಣಗಳು ಮತ್ತು ಇತರ ಪರಿಕರಗಳನ್ನು ನೀಡುತ್ತವೆ. ಇದರಿಂದ ಕಾರನ್ನು ವ್ಯಕ್ತಿಯ ಆದ್ಯತೆಗಳಿಗೆ ಅನುಗುಣವಾಗಿ ಕಸ್ಟಮೈಸ್ ಮಾಡಬಹುದು.

## ಆರಾಮದಾಯಕ ಮತ್ತು ಸ್ಟೈಲಿಶ್

- ಕುಟುಂಬವನ್ನು ಗಮನದಲ್ಲಿಟ್ಟುಕೊಂಡು ವಿನ್ಯಾಸಗೊಳಿಸಲಾದ ನ್ಯಾನೋ, ಉದಾರವಾದ ಲೆಗ್ ಸ್ಪೇಸ್ ಮತ್ತು ಹೆಡ್ ರೂಂ ಹೊಂದಿರುವ ರೂಮಿ ಪ್ಯಾಸೆಂಜರ್ ಕಂಪಾರ್ಟ್ ಮೆಂಟ್ ಅನ್ನು ಹೊಂದಿದೆ.
- ನಾಲ್ಕು ಜನರು ಆರಾಮವಾಗಿ ಕುಳಿತುಕೊಳ್ಳಬಹುದು. ಹೆಚ್ಚಿನ ಆಸನ ಸ್ಥಾನವನ್ನು ಹೊಂದಿರುವ ನಾಲ್ಕು ಬಾಗಿಲುಗಳು ಪ್ರವೇಶ ಮತ್ತು ಪ್ರಗತಿಯನ್ನು ಸುಲಭಗೊಳಿಸುತ್ತವೆ.
- 3.1 ಮೀಟರ್ ಉದ್ದ, 1.5 ಮೀಟರ್ ಅಗಲ ಮತ್ತು 1.6 ಮೀಟರ್ ಎತ್ತರ, ಸಾಕಷ್ಟು ಗ್ರೌಂಡ್ ಕ್ಲಿಯರೆನ್ಸ್ ನೊಂದಿಗೆ, ಇದು ನಗರಗಳಲ್ಲಿ ಮತ್ತು ಗ್ರಾಮೀಣ ಪ್ರದೇಶಗಳಲ್ಲಿನ ಕಾರ್ಯನಿರತ ರಸ್ತೆಗಳಲ್ಲಿ ಸಲೀಸಾಗಿ ಚಲಿಸಬಹುದು.
- ಇದರ ಮೊನೊ-ವಾಲ್ಯೂಮ್ ವಿನ್ಯಾಸವು ಮೂಲೆಗಳಲ್ಲಿ ಚಕ್ರಗಳು ಮತ್ತು ಹಿಂಭಾಗದಲ್ಲಿ ಪವರ್ ಟ್ರೈನ್ ಅನ್ನು ಹೊಂದಿದೆ. ಇದು ಸ್ಪೇಸ್ ಮತ್ತು ಕುಶಲತೆ ಎರಡನ್ನೂ ಅನನ್ಯವಾಗಿ ಸಂಯೋಜಿಸಲು ಅನುವು ಮಾಡಿಕೊಡುತ್ತದೆ. ಇದು ಸಣ್ಣ ಕಾರುಗಳಲ್ಲಿ ಹೊಸ ಮಾನದಂಡವನ್ನು ಸ್ಥಾಪಿಸುತ್ತದೆ.

## ಇಂಧನ-ಸಮರ್ಥ ಎಂಜಿನ್

- ನ್ಯಾನೋ ಹಿಂಭಾಗದ ಚಕ್ರ ಡ್ರೈವ್, ಆಲ್-ಅಲ್ಯೂಮಿನಿಯಂ, ಎರಡು ಸಿಲಿಂಡರ್, 623 ಸಿಸಿ, 33 ಪಿಎಸ್, ಮಲ್ಟಿ ಪಾಯಿಂಟ್ ಫ್ಯೂಯೆಲ್ ಇಂಜೆಕ್ಷನ್ ಪೆಟ್ರೋಲ್ ಎಂಜಿನ್ ಅನ್ನು ಹೊಂದಿದೆ. ಸಿಂಗಲ್ ಬ್ಯಾಲೆನ್ಸರ್ ಶಾಫ್ಟ್ ಹೊಂದಿರುವ ಕಾರಿನಲ್ಲಿ ಎರಡು ಸಿಲಿಂಡರ್ ಪೆಟ್ರೋಲ್ ಎಂಜಿನ್ ಅನ್ನು ಬಳಸುತ್ತಿರುವುದು ಇದೇ ಮೊದಲು.
- ನೇರ ವಿನ್ಯಾಸ ತಂತ್ರವು ತೂಕವನ್ನು ಕಡಿಮೆ ಮಾಡಲು ಸಹಾಯ ಮಾಡಿದೆ, ಇದು ಪ್ರತಿ ಯೂನಿಟ್ ಶಕ್ತಿಯ ಕಾರ್ಯಕ್ಷಮತೆಯನ್ನು ಗರಿಷ್ಠಗೊಳಿಸಲು ಸಹಾಯ ಮಾಡುತ್ತದೆ ಮತ್ತು ಹೆಚ್ಚಿನ ಇಂಧನ ದಕ್ಷತೆಯನ್ನು ನೀಡುತ್ತದೆ.
- ಕಾರ್ಯಕ್ಷಮತೆಯನ್ನು ವಿಶೇಷವಾಗಿ ವಿನ್ಯಾಸಗೊಳಿಸಲಾದ ಎಲೆಕ್ಟ್ರಾನಿಕ್ ಎಂಜಿನ್ ನಿರ್ವಹಣಾ ವ್ಯವಸ್ಥೆಯಿಂದ ನಿಯಂತ್ರಿಸಲಾಗುತ್ತದೆ.

## ಎಲ್ಲಾ ಸುರಕ್ಷತಾ ಅವಶ್ಯಕತೆಗಳನ್ನು ಪೂರೈಸುತ್ತದೆ

- ನ್ಯಾನೊದ ಸುರಕ್ಷತಾ ಕಾರ್ಯಕ್ಷಮತೆಯು ಪ್ರಸ್ತುತ ನಿಯಂತ್ರಕ ಅವಶ್ಯಕತೆಗಳನ್ನು ಮೀರಿದೆ. ಎಲ್ಲಾ ಶೀಟ್-ಮೆಟಲ್ ಬಾಡಿ ಜೊತೆಗೆ, ಇದು ಬಲವಾದ ಪ್ರಯಾಣಿಕರ ವಿಭಾಗವನ್ನು ಹೊಂದಿದೆ, ಮುಳುಗುವ ವಲಯಗಳು, ಒಳನುಗ್ಗುವ-ನಿರೋಧಕ ಬಾಗಿಲುಗಳು, ಸೀಟ್ ಬೆಲ್ಟ್ ಗಳು, ಬಲವಾದ ಆಸನಗಳು ಮತ್ತು ಲಂಗರುಗಳು ಮತ್ತು ಹಿಂಭಾಗದ ಟೈಲ್ ಗೇಟ್ ಗಾಜಿನಂತಹ ಸುರಕ್ಷತಾ ವೈಶಿಷ್ಟ್ಯಗಳನ್ನು ದೇಹಕ್ಕೆ ಬಂಧಿಸಲಾಗಿದೆ.
- ಟ್ಯೂಬ್ ಲೆಸ್ ಟೈರ್ ಗಳು ಸುರಕ್ಷತೆಯನ್ನು ಮತ್ತಷ್ಟು ಹೆಚ್ಚಿಸುತ್ತವೆ.

## ಪರಿಸರ ಸ್ನೇಹಿ

- ನ್ಯಾನೊದ ಟೈಲ್ ಪೈಪ್ ಹೊರಸೂಸುವಿಕೆಯ ಕಾರ್ಯಕ್ಷಮತೆಯು ನಿಯಂತ್ರಕ ಅವಶ್ಯಕತೆಗಳನ್ನು ಮೀರಿದೆ. ಒಟ್ಟಾರೆ ಮಾಲಿನ್ಯಕಾರಕಗಳ ವಿಷಯದಲ್ಲಿ, ಇದು ಇಂದು ಭಾರತದಲ್ಲಿ ತಯಾರಾಗುತ್ತಿರುವ ದ್ವಿಚಕ್ರ ವಾಹನಗಳಿಗಿಂತ ಕಡಿಮೆ ಮಾಲಿನ್ಯ ಮಟ್ಟವನ್ನು ಹೊಂದಿದೆ.

- ಹೆಚ್ಚಿನ ಇಂಧನ ದಕ್ಷತೆಯು ಕಾರಿನಲ್ಲಿ ಕಡಿಮೆ ಇಂಗಾಲದ ಡೈಆಕ್ಸೈಡ್ ಹೊರಸೂಸುವಿಕೆಯನ್ನು ಖಚಿತಪಡಿಸುತ್ತದೆ, ಇದರಿಂದಾಗಿ ಕೈಗೆಟುಕುವ ಸಾರಿಗೆ ಪರಿಹಾರದ ಅವಳಿ ಪ್ರಯೋಜನಗಳನ್ನು ಕಡಿಮೆ ಇಂಗಾಲದ ಹೆಜ್ಜೆಗುರುತನ್ನು ಒದಗಿಸುತ್ತದೆ.

ಸ್ಟ್ಯಾಂಡರ್ಡ್ ಮತ್ತು ಡೀಲಕ್ಸ್ ಆವೃತ್ತಿಗಳಲ್ಲಿ ಲಭ್ಯವಿರುವ 4-ಬಾಗಿಲಿನ ಕಾರಿನ ಕೆಲವು ವಿವರಗಳು ಈ ಕೆಳಗಿನಂತಿವೆ:

- ಉದ್ದ: 3.1 ಮೀಟರ್
- ಎತ್ತರ: 1.6 ಮೀಟರ್
- ಅಗಲ: 1.5 ಮೀಟರ್

**ಸುರಕ್ಷತೆ**: ತುಂಡು ವಲಯಗಳು, ಒಳನುಸುಳುವಿಕೆ-ನಿರೋಧಕ ಬಾಗಿಲುಗಳು, ಸೀಟ್ ಬೆಲ್ಟ್ ಗಳು ಮತ್ತು ಹಿಂಭಾಗದ ಟೈಲ್ ಗೇಟ್ ಗಾಜನ್ನು ದೇಹಕ್ಕೆ ಬಂಧಿಸಿರುವ ಎಲ್ಲ ಶೀಟ್-ಮೆಟಲ್ ಬಾಡಿ ಹೊಂದಿದೆ. ಟೈರ್ ಗಳು ಟ್ಯೂಬ್ ರಹಿತವಾಗಿವೆ.

**ಪರಿಸರ**: ಟೈಲ್ ಪೈಪ್ ಹೊರಸೂಸುವಿಕೆಯ ಕಾರ್ಯಕ್ಷಮತೆಯು ಪ್ರಸ್ತುತ ನಿಯಂತ್ರಕ ಅವಶ್ಯಕತೆಗಳನ್ನು ಮೀರಿಸುತ್ತದೆ ಮತ್ತು ನ್ಯಾನೋ ಭಾರತದಲ್ಲಿ ತಯಾರಿಸಿದ ದ್ವಿಚಕ್ರ ವಾಹನಗಳಿಗಿಂತ ಕಡಿಮೆ ಒಟ್ಟಾರೆ ಮಾಲಿನ್ಯ ಮಟ್ಟವನ್ನು ಹೊಂದಿದೆ. ಹೆಚ್ಚಿನ ಇಂಧನ ದಕ್ಷತೆ (ಲೀಟರ್ ಗೆ 20 ಕ.ಮೀ.) ಕಡಿಮೆ ಇಂಗಾಲದ ಡೈಆಕ್ಸೈಡ್ ಹೊರಸೂಸುವಿಕೆಯನ್ನು ಖಚಿತಪಡಿಸುತ್ತದೆ.

**ತಂಡ**: 2003ರಲ್ಲಿ, ಪುಣೆ ನಗರದ ಟಾಟಾ ಎಂಜಿನಿಯರಿಂಗ್ ಸಂಶೋಧನಾ ಕೇಂದ್ರದಲ್ಲಿ ನಾಲ್ಕು ಸದಸ್ಯರ ತಂಡವು "ನಾಲ್ಕು ಚಕ್ರಗಳೊಂದಿಗೆ ಅತ್ಯಂತ ಕಡಿಮೆ ವೆಚ್ಚದ ಸಾರಿಗೆ" ಮತ್ತು 100,000 ರೂಪಾಯಿಗಳ ಬೆಲೆಯ ಕೆಲಸವನ್ನು ಪ್ರಾರಂಭಿಸಿತು. ಇಟಲಿಯ ಇನ್ಸ್ಟಿಟ್ಯೂಟ್ ಆಫ್ ಡೆವಲಪ್ ಮೆಂಟ್ ಇನ್ ಆಟೋಮೋಟಿವ್ ಇಂಜಿನಿಯರಿಂಗ್ ಸಹಾಯದಿಂದ ತಂಡವು ಗಿರೀಶ್ ವಾಘ್ ನೇತೃತ್ವದಲ್ಲಿ 500 ಕ್ಕೆ ಏರಿತು.

**ನ್ಯಾನೋ ಯುರೋಪಾ**: 2011ರ ವೇಳೆಗೆ ಕೆಲವು ಯುರೋಪಿಯನ್ ಮಾರುಕಟ್ಟೆಗಳಲ್ಲಿ ಬಿಡುಗಡೆಯಾಗಲಿದೆ:

**ಉದ್ದ**: 3.29 ಮೀಟರ್; **ಅಗಲ:** 1.58 ಮೀಟರ್; **ವೀಲ್ ಬೇಸ್:** 2.28 ಮೀಟರ್. **ಎಂಜಿನ್:** 5-ಸ್ಪೀಡ್ ಆಟೋಮ್ಯಾಟಿಕ್ ಟ್ರಾನ್ಸ್ ಮಿಷನ್ ಮತ್ತು ಎಲೆಕ್ಟ್ರಿಕ್ ಪವರ್ ಸ್ಟೀರಿಂಗ್ ನೊಂದಿಗೆ 3-ಸಿಲಿಂಡರ್, ಆಲ್-ಅಲ್ಯೂಮಿನಿಯಂ MPFI ಎಂಜಿನ್. ಜೊತೆಗೆ, ಸುಧಾರಿತ ಸಂಯಮ ವ್ಯವಸ್ಥೆಗಳು, ಎಬಿಎಸ್, ಇಎಸ್ ಪಿ ಮತ್ತು ಏರ್ ಬ್ಯಾಗ್ ಗಳು.

# ನ್ಯಾನೋ ವಿವರಗಳು

ಮುಂಬೈನಲ್ಲಿ ರೂ 1,00,000 ಕಾರನ್ನು ಸಾಕಾರಗೊಳಿಸಲು ಕಂಪನಿಯು ಅಭಿವೃದ್ಧಿಪಡಿಸಿದ "ನ್ಯಾನೋ" ದ ವಿವರವಾದ ವಿಶೇಷಣಗಳು ಮತ್ತು ಬೆಲೆಯನ್ನು ಟಾಟಾ ಮೋಟಾರ್ಸ್ ಪ್ರಕಟಿಸಿದೆ.

ಕಂಪನಿಯು ಏಪ್ರಿಲ್ 1, 2009 ರಿಂದ ರಿಟೇಲ್ ಮಳಿಗೆಗಳು ಮತ್ತು ಟಾಟಾ ಗ್ರೂಪ್ ನ ಶಾಪಿಂಗ್ ಮಾಲ್ಗಳಲ್ಲಿ ವಾಹನವನ್ನು ಪ್ರದರ್ಶಿಸಲು ಯೋಜಿಸಿದೆ ಮತ್ತು ಇದು ಜುಲೈ 2009 ರಿಂದ ಮಾರಾಟವಾಗಲಿದೆ.

ಟಾಟಾ ಮೋಟಾರ್ಸ್ ನ್ಯಾನೊದ ಮೂರು ಮಾದರಿಗಳನ್ನು ಸಿದ್ಧಪಡಿಸಿದೆ. ಸ್ಟ್ಯಾಂಡರ್ಡ್ ಮಾಡೆಲ್ ನಲ್ಲಿ ಬ್ರೇಕ್ ಬೂಸ್ಟರ್ ಅಥವಾ ಏರ್ ಕಂಡಿಷನರ್ ಸಹ ಅಳವಡಿಸಲಾಗಿಲ್ಲ. ರತನ್ ಟಾಟಾ,

ಕಂಪನಿಯ ಅಧ್ಯಕ್ಷರು ಹೇಳಿದಂತೆ, "ನಾವು ನಮ್ಮ

ಭರವಸೆಯನ್ನು ಈಡೇರಿಸಿದ್ದೇವೆ". ಉತ್ಪಾದನಾ ಘಟಕಗಳಿಂದ ಸಾಗಿಸಿದಾಗ ವಾಹನದ ಬೆಲೆ 100,000 ರೂ. ಶಿಪ್ಪಿಂಗ್ ವೆಚ್ಚಗಳು ಅಥವಾ ಹೆಚ್ಚುವರಿ-ಮೌಲ್ಯದ ತೆರಿಗೆಯನ್ನು ಒಳಗೊಂಡಿರುವುದಿಲ್ಲ, ಆದ್ದರಿಂದ ವಾಹನವನ್ನು ವಿತರಕರಿಗೆ ಹೆಚ್ಚಿನ ಬೆಲೆಗೆ ಮಾರಾಟ ಮಾಡಲಾಗುತ್ತದೆ.

ಪೂರೈಸುವ ಪ್ರಮಾಣಿತ ಮಾದರಿ

ಎಕ್ಸಾಸ್ಟ್ ಫ್ಯೂಮ್ ಸ್ಟ್ಯಾಂಡರ್ಡ್ "ಬಿಎಸ್ 2" (ಯುರೋ 2 ಗೆ ಸಮನಾಗಿರುತ್ತದೆ) ಅನ್ನು ಪಂತ್ನಗರ ಘಟಕದ ಸಮೀಪವಿರುವ ಪ್ರದೇಶಗಳಲ್ಲಿ 112,735 ರೂ ಗೆ ಮಾರಾಟ ಮಾಡಲಾಗುತ್ತದೆ, ಇದು ಈಗ ನ್ಯಾನೋವನ್ನು ಸೀಮಿತ ಪ್ರಮಾಣದಲ್ಲಿ ತಯಾರಿಸುತ್ತಿದೆ. ಮತ್ತೊಂದೆಡೆ, ವಾಹನಗಳು ಉನ್ನತ ಗುಣಮಟ್ಟವನ್ನು ಪೂರೈಸಬೇಕಾದ ದೆಹಲಿ ಮತ್ತು ಮುಂಬೈನಲ್ಲಿ, "ಬಿಎಸ್ 3" (ಯುರೋ 3 ಗೆ ಸಮನಾಗಿರುತ್ತದೆ), ಸ್ಟ್ಯಾಂಡರ್ಡ್ ಮಾದರಿಯ ಬೆಲೆ ಅನುಕ್ರಮವಾಗಿ 123,360 ರೂ ಮತ್ತು 134,250 ರೂ.

ಸ್ಟ್ಯಾಂಡರ್ಡ್ ಮಾಡೆಲ್ ಡ್ರೈವರ್ ಸೀಟಿಗೆ ಮಾತ್ರ ಸ್ಲೈಡ್ ಯಾಂತ್ರಿಕ ವ್ಯವಸ್ಥೆಯನ್ನು ಬಳಸುತ್ತದೆ ಮತ್ತು ಯಾವುದೇ ಸೀಟುಗಳಿಗೆ ರೆಕ್ಲೈನರ್ ಯಾಂತ್ರಿಕತೆಯನ್ನು ಬಳಸುವುದಿಲ್ಲ.

ನ್ಯಾನೊದ ಎರಡು ಉನ್ನತ-ಮಟ್ಟದ ಮಾದರಿಗಳು ಹವಾನಿಯಂತ್ರಣವನ್ನು ಪ್ರಮಾಣಿತ ವೈಶಿಷ್ಟ್ಯವಾಗಿ ಅಳವಡಿಸಿಕೊಂಡಿವೆ. CX ಡ್ರೈವರ್ ಮತ್ತು ಮುಂಭಾಗದ ಪ್ರಯಾಣಿಕರ ಸೀಟುಗಳಲ್ಲಿ ರೆಕ್ಲೈನರ್ ಯಾಂತ್ರಿಕ ವ್ಯವಸ್ಥೆಯನ್ನು ಹೊಂದಿದೆ, ಹೆಡ್ ಹಿಂಭಾಗದ ಸೀಟುಗಳಿಗೆ ವಿಶ್ರಾಂತಿ ನೀಡುತ್ತದೆ ಮತ್ತು A- ಮತ್ತು B-ಪಿಲ್ಲರ್ ಗಳ ಮೇಲೆ ಟ್ರಿಮ್ ಮಾಡುತ್ತದೆ, ಆದರೆ LX ಪವರ್ ವಿಂಡೋಗಳು ಮತ್ತು ಅವುಗಳ ಜೊತೆಗೆ ಕಪ್ ಹೋಲ್ಡರ್ ಅನ್ನು ಹೊಂದಿದೆ.

CX (BS2 ಅನ್ನು ಬೆಂಬಲಿಸುವ) ಮತ್ತು LX (BS3) ನ ಕನಿಷ್ಠ ಬೆಲೆಗಳು ರೂ. ಪಂತ್ ನಗರ ಘಟಕದ ಸಮೀಪದ ಪ್ರದೇಶಗಳಲ್ಲಿ ಕ್ರಮವಾಗಿ 139,780 ಮತ್ತು 170,335 ರೂ. ಮುಂಬೈನಲ್ಲಿ, CX (BS3) ಮತ್ತು LX (BS3) ಬೆಲೆ ಅನುಕ್ರಮವಾಗಿ ರೂ. 160,320 ಮತ್ತು ರೂ. 185,375.

ನ್ಯಾನೋ ಆರ್ ಆರ್ (ಹಿಂಭಾಗದ ಎಂಜಿನ್, ಹಿಂಭಾಗದ ವೀಲ್ ಡ್ರೈವ್) ವಾಹನವಾಗಿದ್ದು, ಹಿಂಭಾಗದಲ್ಲಿ 624 ಸಿಸಿ ಡಿಸ್ಪ್ಲೇಸ್ಮೆಂಟ್ ನ ವಾಟರ್-ಕೂಲ್ಡ್ ಟು-ಸಿಲಿಂಡರ್ ಎಂಜಿನ್ ಅನ್ನು ಹೊಂದಿದೆ.

ಇದರ ಆಯಾಮಗಳು 3,099 (L) x 1,495 (W) x 1,652mm (H). ವ್ಹೀಲ್ ಬೇಸ್ 2,230 ಮಿ .ಮೀ.

ಎಂಜಿನ್ನ ಗರಿಷ್ಠ ಔಟ್ ಪುಟ್ 35PS/5, 250rpm, ಮತ್ತು ಗರಿಷ್ಠ ಟಾರ್ಕ್ 48Nm/2,500-3,500rpm ಆಗಿದೆ. ಬೇಸ್ ಮಾದರಿಯ ದ್ರವ್ಯರಾಶಿಗಳು, CX ಮತ್ತು LX ಕ್ರಮವಾಗಿ 600 ಕೆಜಿ, 615 ಕೆಜಿ ಮತ್ತು 635 ಕೆಜಿ. ಮೈಲೇಜ್ 23.6 ಕಿಮೀ/ಲೀ (ಅಂದಾಜು 55.5 ಮೈಲಿ/ ಗ್ಯಾಲ್ (ಯುಎಸ್)) ಆಗಿದೆ. ಕನಿಷ್ಠ ತಿರುವು ತ್ರಿಜ್ಯವು 4 ಮೀ.

ಉತ್ಪಾದನೆಯನ್ನು ಆರಂಭದಲ್ಲಿ ಪಶ್ಚಿಮ ಬಂಗಾಳ ರಾಜ್ಯದ ಸಿಂಗೂರ್ ಸ್ಥಾವರದಲ್ಲಿ ನಡೆಸಲು ಯೋಜಿಸಲಾಗಿತ್ತು. ಆದರೆ ಟಾಟಾ ಮೋಟಾರ್ಸ್ ರಾಜ್ಯ ಸರ್ಕಾರವು ಭೂಮಿಯನ್ನು ಖರೀದಿಸಿದ ರೈತರೊಂದಿಗಿನ ಸಂಘರ್ಷದಿಂದಾಗಿ ಯೋಜನೆಯನ್ನು ಬದಲಾಯಿಸಿತು. ಮತ್ತು ಅದು ಸಸ್ಯವನ್ನು ಗುಜರಾತ್ ಗೆ ಸ್ಥಳಾಂತರಿಸಿತು. ಹೊಸ ಸ್ಥಾವರವು ಒಂಬತ್ತು ತಿಂಗಳ ನಂತರ ಕಾರ್ಯಾಚರಣೆಯನ್ನು ಪ್ರಾರಂಭಿಸಿತು.

ಆದ್ದರಿಂದ, ಸದ್ಯಕ್ಕೆ, ಉತ್ತರಾಖಂಡದ ಪಂತ್ ನಗರ ಸ್ಥಾವರದಲ್ಲಿ ನ್ಯಾನೋವನ್ನು ಉತ್ಪಾದಿಸಲಾಗುತ್ತಿದೆ. ಇದು ಕೆಲವು ಸಮಯದಿಂದ ವಾಣಿಜ್ಯ ವಾಹನಗಳನ್ನು ತಯಾರಿಸುತ್ತಿದೆ. ಇದರ ಪರಿಣಾಮವಾಗಿ, ಮೊದಲ ವರ್ಷದಲ್ಲಿ ಉತ್ಪಾದನೆಯನ್ನು 50,000 ಯೂನಿಟ್ ಗಳಿಗೆ ಸೀಮಿತಗೊಳಿಸಲಾಗುತ್ತದೆ. ಗುಜರಾತ್ ರಾಜ್ಯದಲ್ಲಿ ಹೊಸ ಸ್ಥಾವರವು ಪೂರ್ಣಗೊಂಡ ನಂತರ ಮತ್ತು 2010 ರಲ್ಲಿ ಪೂರ್ಣ ಕಾರ್ಯಾಚರಣೆಯನ್ನು ಪ್ರಾರಂಭಿಸಿದ ನಂತರ, ಒಟ್ಟು ಉತ್ಪಾದನೆಯು ವರ್ಷಕ್ಕೆ 350,000 ಯುನಿಟ್ ಗಳಾಗಿರುತ್ತದೆ.

❒

ಅನುಬಂಧ

# ರತನ್ ಟಾಟಾ ಅವರ ಜೀವನಚರಿತ್ರೆ

| | |
|---|---|
| ಹುಟ್ಟು | 28 ಡಿಸೆಂಬರ್ 1937 |
| ವಯಸ್ಸು | 84 ವರ್ಷಗಳು |
| ಶಿಕ್ಷಣ | ಕಾರ್ನೆಲ್ ವಿಶ್ವವಿದ್ಯಾಲಯ <br> ಹಾರ್ವರ್ಡ್ ಬಿಸಿನೆಸ್ ಸ್ಕೂಲ್ |
| ಕುಟುಂಬ | ನವಲ್ ಟಾಟಾ (ತಂದೆ) <br> ಸೂನಿ ಕಮಿಷರಿಯಟ್ (ತಾಯಿ) |
| ಉದ್ಯೋಗ | ಟಾಟಾ ಸನ್ಸ್ ನ ಮಾಜಿ ಅಧ್ಯಕ್ಷರು ಮತ್ತು ಟಾಟಾ ಗ್ರೂಪ್ ಲೋಕೋಪಕಾರಿ ಹೂಡಿಕೆದಾರರು |
| ಶೀರ್ಷಿಕೆ | ಅಧ್ಯಕ್ಷ ಎಮೆರಿಟಸ್, ಟಾಟಾ ಸನ್ಸ್ ಮತ್ತು ಟಾಟಾ ಗ್ರೂಪ್ |
| ಪೂರ್ವವರ್ತಿ | JRD ಟಾಟಾ |
| ಉತ್ತರಾಧಿಕಾರಿ | ಸೈರಸ್ ಮಿಸ್ತ್ರಿ (2012) <br> ನಟರಾಜನ್ ಚಂದ್ರಶೇಖರನ್ (2017-ಇಂದಿನವರೆಗೆ) |
| ಪ್ರಶಸ್ತಿಗಳು | ಪದ್ಮ ವಿಭೂಷಣ (2008) <br> ಪದ್ಮಭೂಷಣ (2000) |
| ನಿವ್ವಳ ಮೌಲ್ಯ | ಪ್ರತಿ ಕಂತಿಗೆ ರೂ. 6000 ಕೋಟಿ ರೂ. |
| ಉಲ್ಲೇಖಗಳು | "ಸರಿಯಾದ ನಿರ್ಧಾರಗಳನ್ನು ತೆಗೆದುಕೊಳ್ಳುವಲ್ಲಿ ನನಗೆ ನಂಬಿಕೆಯಿಲ್ಲ. ನಾನು ನಿರ್ಧಾರಗಳನ್ನು ತೆಗೆದುಕೊಳ್ಳುತ್ತೇನೆ ಮತ್ತು ನಂತರ ಅವುಗಳನ್ನು ಸರಿಪಡಿಸುತ್ತೇನೆ." <br> "ಶಕ್ತಿ ಮತ್ತು ಸಂಪತ್ತು ನನ್ನ ಎರಡು ಪಾಲುಗಳು ಮುಖ್ಯವಲ್ಲ." |

ಅವರ ಕೆಲವು ಪ್ರೋತ್ಸಾಹದಾಯಕ ಮಾತುಗಳು ಈ ಕೆಳಗಿನಂತಿವೆ:

"ಸರಿಯಾದ ನಿರ್ಧಾರಗಳನ್ನು ತೆಗೆದುಕೊಳ್ಳುವಲ್ಲಿ ನನಗೆ ನಂಬಿಕೆಯಿಲ್ಲ. ನಾನು ನಿರ್ಧಾರಗಳನ್ನು ತೆಗೆದುಕೊಳ್ಳುತ್ತೇನೆ ಮತ್ತು ನಂತರ ಅವುಗಳನ್ನು ಸರಿಪಡಿಸುತ್ತೇನೆ."

"ಕಬ್ಬಿಣವನ್ನು ಯಾರೂ ನಾಶಮಾಡಲು ಸಾಧ್ಯವಿಲ್ಲ, ಆದರೆ ಅದರ ತುಕ್ಕು ತನ್ನದೇ ಆದ

ಸಾಮರ್ಥ್ಯವನ್ನು ಹೊಂದಿದೆ! ಅಂತೆಯೇ, ಯಾರೊಬ್ಬರೂ ವ್ಯಕ್ತಿಯನ್ನು ನಾಶಮಾಡಲು ಸಾಧ್ಯವಿಲ್ಲ, ಆದರೆ ಅದರ ಸ್ವಂತ ಮನೋಭಾವವು ಅದನ್ನು ನಾಶಪಡಿಸಬಹುದು!"

"ನೀವು ವೇಗವಾಗಿ ನಡೆಯಲು ಬಯಸಿದರೆ, ಏಕಾಂಗಿಯಾಗಿ ನಡೆಯಿರಿ. ಆದರೆ ನೀವು ದೂರ ನಡೆಯಲು ಬಯಸಿದರೆ, ಒಟ್ಟಿಗೆ ನಡೆಯಿರಿ."

"ನಮ್ಮನ್ನು ಮುಂದುವರಿಸಲು ಜೀವನದಲ್ಲಿ ಏರಿಳಿತಗಳು ಬಹಳ ಮುಖ್ಯ, ಏಕೆಂದರೆ ಇಸಿಜಿಯಲ್ಲಿಯೂ ಸಹ ನೇರ ರೇಖೆಯು ನಾವು ಜೀವಂತವಾಗಿಲ್ಲ ಎಂದರ್ಥ."

"ನಾನು ಹಾರಲು ಸಾಧ್ಯವಾಗದ ದಿನ ನನಗೆ ದುಃಖದ ದಿನವಾಗಿರುತ್ತದೆ."

"ಅತ್ಯಂತ ಯಶಸ್ವಿಯಾದ ಜನರನ್ನು ನಾನು ಮೆಚ್ಚುತ್ತೇನೆ. ಆದರೆ ಆ ಯಶಸ್ಸನ್ನು ಅತಿಯಾದ ನಿರ್ದಯತೆಯಿಂದ ಸಾಧಿಸಿದ್ದರೆ, ನಾನು ಆ ವ್ಯಕ್ತಿಯನ್ನು ಮೆಚ್ಚಬಹುದು, ಆದರೆ ನಾನು ಅವರನ್ನು ಗೌರವಿಸಲು ಸಾಧ್ಯವಿಲ್ಲ."

"ನಾನು ನಾಲ್ಕು ಬಾರಿ ಮದುವೆಯಾಗಲು ಗಂಭೀರವಾಗಿ ಹತ್ತಿರವಾಗಿದ್ದೇನೆ ಮತ್ತು ಪ್ರತಿ ಬಾರಿ ನಾನು ಭಯದಿಂದ ಅಥವಾ ಒಂದು ಕಾರಣಕ್ಕಾಗಿ ಅಥವಾ ಇನ್ನೊಂದು ಕಾರಣಕ್ಕಾಗಿ ಹಿಂದೆ ಸರಿದೆ. ಪ್ರತಿಯೊಂದು ಸಂದರ್ಭವು ವಿಭಿನ್ನವಾಗಿತ್ತು, ಆದರೆ ಪಶ್ಚಾತ್ತಾಪದಿಂದ ನಾನು ಭಾಗಿಯಾಗಿರುವ ಜನರನ್ನು ನೋಡಿದಾಗ, ನಾನು ಮಾಡಿದ ಕೆಟ್ಟ ಕೆಲಸವಲ್ಲ. ಮದುವೆ ನಡೆದಿದ್ದರೆ ಅದು ಹೆಚ್ಚು ಜಟಿಲವಾಗಿರಬಹುದು ಎಂದು ನಾನು ಭಾವಿಸುತ್ತೇನೆ."

"ಜನರು ನಿಮ್ಮ ಮೇಲೆ ಎಸೆಯುವ ಕಲ್ಲುಗಳನ್ನು ತೆಗೆದುಕೊಂಡು ಸ್ಮಾರಕವನ್ನು ನಿರ್ಮಿಸಲು ಅವುಗಳನ್ನು ಬಳಸಿ."

"ನಾನು ಪುನಶ್ಚೇತನಗೊಳ್ಳಬೇಕಾದರೆ, ಬಹುಶಃ ನಾನು ಅದನ್ನು ಇನ್ನೊಂದು ರೀತಿಯಲ್ಲಿ ಮಾಡುತ್ತೇನೆ. ಆದರೆ ನಾನು ಹಿಂತಿರುಗಿ ನೋಡಲು ಮತ್ತು ನನಗೆ ಸಾಧ್ಯವಾಗದದನ್ನು ಯೋಚಿಸಲು ಬಯಸುವುದಿಲ್ಲ."

"ನಾನು ಬದುಕಲು ಪ್ರಯತ್ನಿಸಿದ ಮೌಲ್ಯಗಳು ಮತ್ತು ನೈತಿಕತೆಗಳ ಹೊರತಾಗಿ, ನಾನು ಬಿಟ್ಟುಹೋಗಲು ಬಯಸುವ ಪರಂಪರೆಯು ತುಂಬಾ ಸರಳವಾಗಿದೆ - ನಾನು ಯಾವಾಗಲೂ ಸರಿಯಾದ ವಿಷಯವೆಂದು ಪರಿಗಣಿಸಿದ್ದಕ್ಕಾಗಿ ನಾನು ನಿಂತಿದ್ದೇನೆ ಮತ್ತು ನಾನು ಸಾಧ್ಯವಾದಷ್ಟು ನ್ಯಾಯಯುತವಾಗಿ ಮತ್ತು ನ್ಯಾಯಸಮ್ಮತವಾಗಿರಲು ಪ್ರಯತ್ನಿಸಿದ್ದೇನೆ."

"ಭಾರತೀಯ ಉದ್ಯಮದ ಒಂದು ದೌರ್ಬಲ್ಯವೆಂದರೆ, ಅನೇಕ ಕ್ಷೇತ್ರಗಳಲ್ಲಿ.. ಗ್ರಾಹಕ ಸರಕುಗಳಂತೆ.. ಇದು ತುಂಬಾ ವಿಭಜನೆಯಾಗಿದೆ. ಪ್ರತ್ಯೇಕವಾಗಿ, ಕಂಪನಿಗಳಿಗೆ ಬದುಕುಳಿಯಲು ಸಾಧ್ಯವಾಗದಿರಬಹುದು.

ಒಂದು ಉದ್ಯಮದಲ್ಲಿನ ಕಂಪನಿಗಳಂತಹ ಒಕ್ಕೂಟವು ಬಹುರಾಷ್ಟ್ರೀಯ ಕಂಪನಿಗಳಿಗೆ ಬಲವಾದ ಮುಂಭಾಗವನ್ನು ಪ್ರಸ್ತುತಪಡಿಸುವುದು ಅಗತ್ಯವಾಗಿದೆ. ಸ್ವಿಸ್ ವಾಚ್ ಉದ್ಯಮವು ಇದನ್ನು ಮಾಡಿದೆ."

"ಆರಂಭಿಕ ರಾಕ್ ಫೆಲ್ಲರ್ ಗಳು ತಮ್ಮ ಸಂಪತ್ತನ್ನು ಕೆಲವು ವ್ಯವಹಾರಗಳಲ್ಲಿ ತೊಡಗಿಸಿಕೊಳ್ಳುವುದರಿಂದ ಗಳಿಸಿದರು ಮತ್ತು ವೈಯಕ್ತಿಕವಾಗಿ ಬಹಳ ಶ್ರೀಮಂತರಾಗಿದ್ದರು. ಟಾಟಾ ಅವರ ಭವಿಷ್ಯದ ಪೀಳಿಗೆಗಳು ಅಷ್ಟು ಶ್ರೀಮಂತವಾಗಿರಲಿಲ್ಲ ಎಂಬ ಅರ್ಥದಲ್ಲಿ ಭಿನ್ನವಾಗಿದ್ದವು. ಅವರು ವ್ಯವಹಾರದಲ್ಲಿ ಭಾಗಿಯಾಗಿದ್ದರು, ಆದರೆ ಹೆಚ್ಚಿನ ಕುಟುಂಬದ ಸಂಪತ್ತನ್ನು ವಿಶ್ವಾಸಕ್ಕೆ ತೆಗೆದುಕೊಳ್ಳಲಾಯಿತು ಮತ್ತು ಹೆಚ್ಚಿನ ಕುಟುಂಬವು ವಾಸ್ತವವಾಗಿ ಅಪಾರ ಸಂಪತ್ತನ್ನು ಅನುಭವಿಸಲಿಲ್ಲ."

"ನಾನು ಬಹಳ ದೊಡ್ಡ ಬೂಟುಗಳನ್ನು ಹೊಂದಿದ್ದ ವ್ಯಕ್ತಿಯನ್ನು ಹಿಂಬಾಲಿಸಿದೆ. ಅವರು ತುಂಬಾ ದೊಡ್ಡ ಬೂಟುಗಳನ್ನು ಹೊಂದಿದ್ದರು. Mr. J. R. D. ಟಾಟಾ. ಅವರು ಭಾರತೀಯ ವ್ಯಾಪಾರ ಸಮುದಾಯದಲ್ಲಿ ದಂತಕಥೆಯಾಗಿದ್ದರು. ಅವರು ಟಾಟಾ ಸಂಸ್ಥೆಯ ಚುಕ್ಕಾಣಿಯಲ್ಲಿ 50 ವರ್ಷಗಳ ಕಾಲ ಇದ್ದರು. ಅವನು ಶಾಶ್ವತವಾಗಿ ಅಲ್ಲಿಯೇ ಇರುತ್ತಾನೆ ಎಂದು ನೀವು ಯೋಚಿಸಲು ಪ್ರಾರಂಭಿಸುತ್ತಿದ್ದೀರಿ."

"ನಾನು ಯಾವಾಗಲೂ ಭಾರತದ ಭವಿಷ್ಯದ ಸಾಮರ್ಥ್ಯದ ಬಗ್ಗೆ ತುಂಬಾ ವಿಶ್ವಾಸ ಹೊಂದಿದ್ದೇನೆ ಮತ್ತು ಬಹಳ ಉತ್ಸುಕನಾಗಿದ್ದೇನೆ. ಇದು ಹೆಚ್ಚಿನ ಸಾಮರ್ಥ್ಯವನ್ನು ಹೊಂದಿರುವ ಉತ್ತಮ ದೇಶ ಎಂದು ನಾನು ಭಾವಿಸುತ್ತೇನೆ."

"ಯುವ ಉದ್ಯಮಿಗಳು ಭಾರತೀಯ ಪರಿಸರ ವ್ಯವಸ್ಥೆಯಲ್ಲಿ ವ್ಯತ್ಯಾಸವನ್ನು ಮಾಡುತ್ತಾರೆ."

"ನಾನು ವಿಭಿನ್ನವಾಗಿ ಮಾಡಬಹುದೆಂದು ನಾನು ಬಯಸುವ ಒಂದು ವಿಷಯವೆಂದರೆ ಹೆಚ್ಚು ಹೊರಹೋಗುವುದು ಎಂದು ನಾನು ಹೇಳುತ್ತೇನೆ."

"ಆಫ್ರಿಕಾ ಮತ್ತು ಏಷ್ಯಾದ ಕೆಲವು ಭಾಗಗಳಲ್ಲಿ ಬಡತನ, ಹಸಿವಿನಿಂದ ಬಳಲುತ್ತಿರುವ ಮಕ್ಕಳು ಮತ್ತು ಅಪೌಷ್ಟಿಕತೆಯನ್ನು ನೀವು ನೋಡಿದಾಗ, ಮತ್ತು ನೀವು ನಿಮ್ಮನ್ನು ಯೋಗಕ್ಷೇಮ ಮತ್ತು ಸೌಕರ್ಯಗಳನ್ನು ಹೊಂದಿರುವ ಜನರಂತೆ ನೋಡಿದಾಗ, ಅವರು ಏನನ್ನಾದರೂ ಮಾಡಬೇಕೆಂದು ಭಾವಿಸದಿರಲು ಬಹಳ ಸಂವೇದನಾಶೀಲ, ಕಠಿಣ ವ್ಯಕ್ತಿಯನ್ನು ತೆಗೆದುಕೊಳ್ಳುತ್ತಾರೆ ಎಂದು ನಾನು ಭಾವಿಸುತ್ತೇನೆ."

"ಅಧಿಕಾರ ಮತ್ತು ಸಂಪತ್ತು ನನ್ನ ಎರಡು ಮುಖ್ಯ ಹಕ್ಕಲ್ಲ."

ಬಲಿಷ್ಠರು ಬದುಕುತ್ತಾರೆ ಮತ್ತು ದುರ್ಬಲರು ಸಾಯುತ್ತಾರೆ. ಸ್ವಲ್ಪ ರಕ್ತಪಾತವಿದೆ, ಮತ್ತು ಅದರಿಂದ ಹೆಚ್ಚು ತೆಳುವಾದ ಉದ್ಯಮವು ಹೊರಹೊಮ್ಮುತ್ತದೆ, ಅದು ಬದುಕುಳಿಯುವ ಪ್ರವೃತ್ತಿಯನ್ನು ಹೊಂದಿದೆ."

"ನಮ್ಮ ಸಂಪನ್ಮೂಲಗಳನ್ನು ಸಮುದಾಯ ಅಭಿವೃದ್ಧಿಗೆ ಬಳಸುವ ಮೂಲಕ ಷೇರುದಾರರಿಗೆ ಅನ್ಯಾಯವಾಗಿದೆ ಎಂದು ಕೆಲವು ವಿದೇಶಿ ಹೂಡಿಕೆದಾರರು ಆರೋಪಿಸಿದ್ದಾರೆ. ಹೌದು, ಇದು ಲಾಭಾಂಶ ಪಾವತಿಗಳಿಗಾಗಿ ಮಾಡಬಹುದಾದ ಹಣವಾಗಿದೆ, ಆದರೆ ನಾವು ಕಾರ್ಯನಿರ್ವಹಿಸುವ ಮತ್ತು ಕೆಲಸ ಮಾಡುವ ಗ್ರಾಮೀಣ ಪ್ರದೇಶಗಳಲ್ಲಿನ ಜನರ ಜೀವನ ಮಟ್ಟವನ್ನು ಉನ್ನತಿಗೇರಿಸುವ ಮತ್ತು ಸುಧಾರಿಸುವ ಹಣವೂ ಆಗಿದೆ. ನಾವು ಅವರಿಗೆ ಬದ್ಧರಾಗಿದ್ದೇವೆ."

"ಟಾಟಾದಲ್ಲಿ, ನಾವು ಉದ್ಯಮದಲ್ಲಿ ಅಗ್ರ ಮೂರು ಸ್ಥಾನಗಳಲ್ಲಿಲ್ಲದಿದ್ದರೆ, ಅಗ್ರ ಮೂರು ಆಟಗಾರರಲ್ಲಿ ಒಬ್ಬರಾಗಲು ಏನು ತೆಗೆದುಕೊಳ್ಳುತ್ತದೆ ಎಂಬುದನ್ನು ನಾವು ಗಂಭೀರವಾಗಿ ಪರಿಗಣಿಸಬೇಕು ಎಂದು ನಾವು ನಂಬುತ್ತೇವೆ.. ಅಥವಾ ಉದ್ಯಮದಿಂದ ನಿರ್ಗಮಿಸುವ ಬಗ್ಗೆ ಯೋಚಿಸಬೇಕು."

"ನಾನು ಖಂಡಿತವಾಗಿಯೂ ರಾಜಕೀಯಕ್ಕೆ ಸೇರುವುದಿಲ್ಲ. ಯಾವುದೇ ತಿರುವುಗಳಲ್ಲಿ ಭಾಗವಹಿಸದ ಮತ್ತು ಮೇಲ್ಮೈ ಕೆಳಗೆ ತಿರುಗದ ಮತ್ತು ಸಮಂಜಸವಾಗಿ ಯಶಸ್ವಿಯಾದ ಒಬ್ಬ ಸ್ವಚ್ಛ ಉದ್ಯಮಿ ಎಂದು ನಾನು ನೆನಪಿಸಿಕೊಳ್ಳಲು ಬಯಸುತ್ತೇನೆ."

"ಇದು ಸಾರ್ವಜನಿಕ ಪರಿಶೀಲನೆಯ ಪರೀಕ್ಷೆಯಾದರೆ, ಅದನ್ನು ಮಾಡಿ... ಅದು ಸಾರ್ವಜನಿಕ ಪರಿಶೀಲನೆಯ ಪರೀಕ್ಷೆಯಲ್ಲಿ ನಿಲ್ಲದಿದ್ದರೆ ಅದನ್ನು ಮಾಡಬೇಡಿ."

"ನಾನು ದಾರಿಯುದ್ದಕ್ಕೂ ಕೆಲವು ಜನರನ್ನು ನೋಯಿಸಿರಬಹುದು, ಆದರೆ ಯಾವುದೇ ಪರಿಸ್ಥಿತಿಗೆ ಸರಿಯಾದ ಕೆಲಸವನ್ನು ಮಾಡಲು ಮತ್ತು ರಾಜಿ ಮಾಡಿಕೊಳ್ಳದ ವ್ಯಕ್ತಿಯಾಗಿ ನಾನು ಕಾಣಲು ಬಯಸುತ್ತೇನೆ."

"ನೈತಿಕತೆ, ಮೌಲ್ಯಗಳ ದೃಷ್ಟಿಯಿಂದ ಅನುಕರಣೀಯ ರೀತಿಯಲ್ಲಿ ಕಾರ್ಯನಿರ್ವಹಿಸುವ ಮತ್ತು ನಮ್ಮ ಪೂರ್ವಜರು ಬಿಟ್ಟುಹೋದದ್ದನ್ನು ಮುಂದುವರಿಸುವ ಕಂಪನಿಗಳ ಗುಂಪಿನ ಸುಸ್ಥಿರ ಅಸ್ತಿತ್ವವನ್ನು ನಾನು ಬಿಡಲು ಬಯಸುತ್ತೇನೆ."

"ನಾನು ಇಷ್ಟಪಡುವ ಎರಡು ಅಥವಾ ಮೂರು ಕಾರುಗಳನ್ನು ಹೊಂದಿದ್ದೇನೆ, ಆದರೆ ಇಂದು, ಫೆರಾರಿ ಪ್ರಭಾವಶಾಲಿ ಕಾರು ಎಂಬ ದೃಷ್ಟಿಯಿಂದ ನಾನು ಚಾಲನೆ ಮಾಡಿದ ಅತ್ಯುತ್ತಮ ಕಾರು."

"ಜನರನ್ನು ಪ್ರೋತ್ಸಾಹಿಸಲು, ಪ್ರಶ್ನಾತೀತರನ್ನು ಪ್ರಶ್ನಿಸಲು ಮತ್ತು ಕೆಲಸಗಳನ್ನು ಮಾಡಲು ಹೊಸ ಆಲೋಚನೆಗಳು, ಹೊಸ ಪ್ರಕ್ರಿಯೆಗಳನ್ನು ತರಲು ನಾಚಿಕೆಪಡದಂತೆ ನಾನು ನಿರಂತರವಾಗಿ ಜನರಿಗೆ ಹೇಳುತ್ತಿದ್ದೇನೆ."

"ಕಂಪನಿಯ ಅದೃಷ್ಟಕ್ಕೆ ನಾವು ಜವಾಬ್ದಾರರಾಗಿರುತ್ತೇವೆ, ಆದರೆ ಸಾಲದ ಪ್ರವೇಶದ ವಿಷಯದಲ್ಲಿ ಇದು ಮೂಳೆ ಒಣಗಿದ ಪರಿಸ್ಥಿತಿಯಾಗಿದೆ. ನೀವು ದೊಡ್ಡ ನಗದು ಬ್ಯಾಲೆನ್ಸ್ ಗಳನ್ನು ಹೊಂದಿರದ ಹೊರತು ಯಾರೂ ಆ ಆಧಾರದ ಮೇಲೆ ಕಾರ್ಯನಿರ್ವಹಿಸಲು ಸಾಧ್ಯವಿಲ್ಲ. ಉತ್ಪಾದನೆಯ ಬಗ್ಗೆ ಸರ್ಕಾರವು ಕಾಳಜಿ ತೋರುತ್ತಿಲ್ಲ ಎಂಬುದು ನನ್ನ ಕಳವಳವಾಗಿದೆ."

- ರಟ್ಟನ್ ಟಾಟಾ ಎಂಬುದು ಟಾಟಾ ಗ್ರೂಪ್ ನ ವ್ಯವಹಾರದ ವಾರ್ಷಿಕೋತ್ಸವಗಳಲ್ಲಿ ಪರಿಗಣಿಸಬೇಕಾದ ಹೆಸರು. ಅವರು ಭಾರತದ ಅತ್ಯಂತ ಪ್ರಭಾವಶಾಲಿ ಉದ್ಯಮಿಗಳಲ್ಲಿ

ಒಬ್ಬರಾಗಿದ್ದರೂ, ಅವರ ಸರಳತೆ ಮತ್ತು ಒಂಟಿತನಕ್ಕೆ ಅವರು ಅತ್ಯುತ್ತಮರು, ಮತ್ತು ರತನ್ ಟಾಟಾ ಅವರನ್ನು ವಿವರಿಸಲು ಹೆಚ್ಚಾಗಿ ಬಳಸುವ ಪದಗಳು 'ನಾಚಿಕೆ' ಮತ್ತು 'ಏಕಾಂಗಿ'.

- ಟಾಟಾ ಸಮೂಹದ ಅಧ್ಯಕ್ಷರಾಗಿ (1991- 2012) ಅವರ 21 ವರ್ಷಗಳ ಅಧಿಕಾರಾವಧಿಯಲ್ಲಿ, ಆದಾಯವು 40 ಪಟ್ಟು ಹೆಚ್ಚಾಗಿದೆ ಮತ್ತು ಲಾಭವು 50 ಪಟ್ಟು ಹೆಚ್ಚಾಗಿದೆ.
- ರತನ್ ಟಾಟಾ ಅನೇಕ ವಿಧಗಳಲ್ಲಿ ಆಕಸ್ಮಿಕ ಮಿಲಿಯನೇರ್ ಆಗಿದ್ದಾರೆ. ವಾಸ್ತವವಾಗಿ, ಅವರು ಪ್ರತಿಭಾನ್ವಿತ ಇಂಟರ್ ಲೋಪರ್ ಆಗಿದ್ದಾರೆ, ಅವರು ಭಾರತದ ಅತಿದೊಡ್ಡ ವ್ಯಾಪಾರ ಸಂಸ್ಥೆಗಳಲ್ಲಿ ಒಂದನ್ನು ಮುನ್ನಡೆಸಿದ ನಂತರವೂ ಸಾಮಾನ್ಯ ಜೀವನವನ್ನು ನಡೆಸುತ್ತಾರೆ ಮತ್ತು ಮಾಧ್ಯಮಗಳ ಗಮನವನ್ನು ದೂರವಿಡುತ್ತಾರೆ. ಈ ಶಾಂತ ಮತ್ತು ವಿನಮ್ರ ಭಾರತೀಯ ವ್ಯಾಪಾರ ಉದ್ಯಮಿ ಟಾಟಾ ಸೆಡಾನ್ ನಲ್ಲಿ ಕೆಲಸ ಮಾಡಲು ಮುಂದಾಗುತ್ತಾನೆ.
- ರತನ್ ಟಾಟಾ ಅವರು ಮಕ್ಕಳನ್ನು ಹೊರತುಪಡಿಸಿ ಎಲ್ಲವನ್ನೂ ಹೊಂದಿದ್ದ ಕುಟುಂಬಕ್ಕೆ ಸೇರಿದವರು. ಸಾಂಪ್ರದಾಯಿಕವಾಗಿ, ಪಾರ್ಸಿ ಅರ್ಚಕರು, 1868ರಲ್ಲಿ ಜಮ್ಸೆಟ್ಜಿ ಟಾಟಾ ಜವಳಿ ಗಿರಣಿಯನ್ನು ತೆರೆದಾಗ ಟಾಟಾ ಕುಟುಂಬವು ತನ್ನ ಮನ್ನಣೆಯನ್ನು ಪಡೆಯಿತು. ಆಶ್ಚರ್ಯಕರವಾಗಿ, ಇದು ಕಾರ್ಮಿಕರಿಗೆ ಪಿಂಚಣಿ ನೀಡಿತು ಮತ್ತು ಅಪಘಾತ ಪರಿಹಾರವನ್ನು ಪಾವತಿಸಿತು, ಭಾರತೀಯ ವ್ಯಾಪಾರ ವಲಯದಲ್ಲಿ ಎಲ್ಲಿಯೂ ಇಲ್ಲದ ಸೌಲಭ್ಯಗಳು.
- ಟಾಟಾಗಳು ಅಸಾಧಾರಣ ವ್ಯವಹಾರವನ್ನು ನಿರ್ಮಿಸಿದ್ದರೂ1971ರಲ್ಲಿ, ಕುಟುಂಬವು ಉತ್ತರಾಧಿಕಾರಿಗಳಿಂದ ಹೊರಗುಳಿದಿತ್ತು.
- ರತನ್ ಅವರ ತಂದೆ ನೇವಲ್ ಹೆಚ್ ಟಾಟಾ ಅವರು ಸೂರತ್ ನಲ್ಲಿ ಸಾಮಾನ್ಯ ಕುಟುಂಬದಲ್ಲಿ ಜನಿಸಿದರು. ನೌಕಾಪಡೆಯ ಹೆತ್ತವರು ತೀರಾ ಚಿಕ್ಕವರಾಗಿದ್ದಾಗ ನಿಧನರಾದರು; ಅವರನ್ನು ಅನಾಥಾಶ್ರಮದಲ್ಲಿ ಬೆಳೆಸಲು ಬಿಟ್ಟರು, ಆದರೆ ನೌಕಾಪಡೆಯು 13 ನೇ ವಯಸ್ಸಿನಲ್ಲಿ ಲಾಟರಿ ಗೆಲ್ಲಲು ಉದ್ದೇಶಿಸಲಾಗಿತ್ತು. ನೌಕಾಪಡೆಗೆ ಲೇಡಿ ನವಜ್ ಬಾಯಿ ಟಾಟಾ (ಟಾಟಾ ಅವರ

- ಅಸಾಧಾರಣ ಮಾತೃವರ್ಗ; ಅವರು ಮಕ್ಕಳಿಲ್ಲದೆ 40 ನೇ ವಯಸ್ಸಿನಲ್ಲಿ ವಿಧವೆಯಾಗಿದ್ದರು. ಅದರ ನಂತರ, ನೌಕಾಪಡೆಯು ಟಾಟಾ ಸಮೂಹದ ಉಪಾಧ್ಯಕ್ಷರಾದರು.
- ರತನ್ ವಾಸ್ತವವಾಗಿ, ಹುಟ್ಟಿನಿಂದ ಟಾಟಾ; ಅವರ ಜೈವಿಕ ತಾಯಿಯ ಅಜ್ಜಿ ಹೀರಾಬಾಯಿ ಟಾಟಾ ಅವರ ಸಹೋದರಿ, ಗುಂಪು ಸಂಸ್ಥಾಪಕ ಜಮ್ಸೆಟ್ಜಿ ಟಾಟಾ ಅವರ ಪತ್ನಿ. ಇದಲ್ಲದೆ, ಅವರ ಜೈವಿಕ ಅಜ್ಜ ಹಾರ್ಮುಸ್ಜಿ ಟಾಟಾ ಕೂಡ ವಿಶಾಲ ಟಾಟಾ ಕುಟುಂಬಕ್ಕೆ ಸೇರಿದವರಾಗಿದ್ದರು.

*ರಾಷ್ಟ್ರದ ಹೆಮ್ಮೆ : ರತನ್ ಟಾಟಾ*

- ರತನ್ ಟಾಟಾ ಅವರ ಇಂದಿನ ಸಾಮಾನ್ಯ ಜೀವನಶೈಲಿಯಂತಲ್ಲದೆ, ಅವರು ತಮ್ಮ ಬಾಲ್ಯವನ್ನು ಐಷಾರಾಮಿಯಾಗಿ ಕಳೆದರು; ಅವರು ಬಿಳಿ ಬರೊಕ್ ಪುನರುಜ್ಜೀವನ ಶೈಲಿಯ ಟಾಟಾ ಪ್ಯಾಲೇಸ್ನಲ್ಲಿ ಬೆಳೆದರು.ಮುಂಬೈನ ಮಧ್ಯಭಾಗದಲ್ಲಿ ಕಟ್ಟಡ; 50 ಸೇವಕರ ಸಿಬ್ಬಂದಿ ಭಾಗವಹಿಸಿದ್ದರು. ರತನ್ ಅವರನ್ನು ರೋಲ್ಸ್ ರಾಯ್ಸ್ ನಲ್ಲಿ ಶಾಲೆಗೆ ಕರೆದೊಯ್ಯಲಾಯಿತು ಎಂದು ವರದಿಯಾಗಿದೆ.
- ಬೆಳೆಯುತ್ತಿರುವಾಗ, ರತನ್ ತನ್ನ ಅಜ್ಜಿ ಲೇಡಿ ನವಜ್ ಬಾಯಿ ಟಾಟಾ ಅವರೊಂದಿಗೆ ತುಂಬಾ ಆಪ್ತರಾದರು. ಸಂದರ್ಶನವೊಂದರಲ್ಲಿ ತನ್ನ ಅಜ್ಜಿಯ ಬಗ್ಗೆ ಮಾತನಾಡುವಾಗ ಅವರು ಹೇಳಿದರು,

  *"ನನ್ನ ಸಹೋದರ ಮತ್ತು ನನ್ನನ್ನು ಬೆಳೆಸಿದ ನನ್ನ ಅಜ್ಜಿಗೆ ನಾನು ತುಂಬಾ ಋಣಿಯಾಗಿದ್ದೇನೆ. ಅವಳು ಸೂಕ್ತವೆಂದು ಪರಿಗಣಿಸಿದ್ದನ್ನು ಅವಳು ನಮ್ಮೊಳಗೆ ತುಂಬಿದಳು ಮತ್ತು ಅದು ನನ್ನ ಮತ್ತು ನನ್ನ ಮೌಲ್ಯ ವ್ಯವಸ್ಥೆಗಳ ಮೇಲೆ ಬಹಳ ಆಳವಾದ ಪ್ರಭಾವ ಬೀರಿದೆ ಎಂದು ನಾನು ಭಾವಿಸುತ್ತೇನೆ."*
- ಅಮೆರಿಕದ ಬಗ್ಗೆ ರತನ್ ಟಾಟಾ ಅವರ ಆಕರ್ಷಣೆಯು ಕಾರ್ನೆಲ್ ವಿಶ್ವವಿದ್ಯಾಲಯದಲ್ಲಿ ವಾಸ್ತುಶಿಲ್ಪವನ್ನು ಅಧ್ಯಯನ ಮಾಡಲು ಅವರನ್ನು ಅಲ್ಲಿಗೆ ಕರೆದೊಯ್ಯಿತು. ಯುನೈಟೆಡ್ ಸ್ಟೇಟ್ಸ್ ನಲ್ಲಿದ್ದಾಗ, ರತನ್ ದೇಶಾದ್ಯಂತ ಪ್ರಯಾಣಿಸಿದರು, ತುದಿಗಳನ್ನು ಪೂರೈಸಲು ಭಕ್ಷ್ಯಗಳನ್ನು ತೊಳೆಯುತ್ತಿದ್ದರು.
- ಸಂದರ್ಶನವೊಂದರಲ್ಲಿ, ರತನ್ ಅಮೆರಿಕಾದ ಯುವತಿಯೊಬ್ಬಳೊಂದಿಗೆ ಪ್ರೀತಿಯಲ್ಲಿ ಬಿದ್ದಿರುವುದನ್ನು ಒಪ್ಪಿಕೊಂಡಿದ್ದಾರೆ. ತಾನು ನಾಲ್ಕು ಬಾರಿ ಪ್ರೀತಿಯಲ್ಲಿ ಬಿದ್ದಿದ್ದೇನೆ ಎಂದು ಹೇಳಿದ್ದರೂ, ಹತ್ತಿರದವನು ಆ ಅಮೆರಿಕನ್ ಮಹಿಳೆಯೊಂದಿಗೆ ಇದ್ದನು. ಅವರು ಹೇಳಿದರು.

  *"ಸರಿ, ಬಹುಶಃ ಅತ್ಯಂತ ಗಂಭೀರವಾದದ್ದು ನಿಮಗೆ ತಿಳಿದಿದೆ*

*ನಾನು ಅಮೆರಿಕದಲ್ಲಿ ಕೆಲಸ ಮಾಡುತ್ತಿದ್ದಾಗ ಮತ್ತು ನಾವು ಮದುವೆಯಾಗದಿರಲು ಏಕೈಕ*
*ಕಾರಣವೆಂದರೆ ನಾನು ಮತ್ತೆ ಭಾರತಕ್ಕೆ ಬಂದೆ ಮತ್ತು ಅವಳು ನನ್ನನ್ನು ಹಿಂಬಾಲಿಸಬೇಕಾಗಿತ್ತು*
*ಮತ್ತು ಅದು ಯುದ್ಧದ ವರ್ಷವಾಗಿತ್ತು, ನೀವು ಬಯಸಿದರೆ, ಇಂಡೋ-ಚೀನಾ ಸಂಘರ್ಷ ಮತ್ತು*
*ನಿಜವಾದ ಅಮೇರಿಕನ್ ಶೈಲಿಯಲ್ಲಿ ಹಿಮಾಲಯದಲ್ಲಿ ಈ ಸಂಘರ್ಷ, ಹಿಮಪಾತದಲ್ಲಿ,*
*ಹಿಮಾಲಯದ ಜನವಸತಿಯಿಲ್ಲದ ಭಾಗವನ್ನು ಯುನೈಟೆಡ್ ಸ್ಟೇಟ್ಸ್ ನಲ್ಲಿ ಭಾರತ ಮತ್ತು ಚೀನಾ*
*ನಡುವಿನ ಪ್ರಮುಖ ಯುದ್ಧವಾಗಿ ನೋಡಲಾಯಿತು, ಆದ್ದರಿಂದ ಅವರು ಬರಲಿಲ್ಲ, ಅಂತಿಮವಾಗಿ*
*ಯುಎಸ್ ನಲ್ಲಿ ವಿವಾಹವಾದರು."*

- ರತನ್ ಟಾಟಾ ಅವರು 1961 ರಲ್ಲಿ ಟಾಟಾ ಸ್ಟೀಲ್ ನಲ್ಲಿ ಟಾಟಾ ಗ್ರೂಪ್ ಗೆ ಸೇರಿಕೊಂಡರು. ಅಲ್ಲಿ ಅವರಿಗೆ ಸುಣ್ಣದ ಕಲ್ಲುಗಳನ್ನು ನೇಯುವ ಮತ್ತು ಬ್ಲಾಸ್ಟ್ ಫರ್ನೇಸ್ ಅನ್ನು ನಿರ್ವಹಿಸುವ

ಜವಾಬ್ದಾರಿಯನ್ನು ವಹಿಸಲಾಯಿತು.

- ಅವರ ಪ್ರಾಯೋಗಿಕ ವ್ಯವಹಾರ ಕೌಶಲ್ಯಗಳು ಅವರನ್ನುಮಾರ್ಚ್ 1991 ರಲ್ಲಿ ಟಾಟಾ ಸಮೂಹದ ಅಧ್ಯಕ್ಷರು; ಜೆಆರ್ ಡಿ ಮಾಡಿದಾಗ ಟಾಟಾ ಸನ್ಸ್ ನ ಅಧ್ಯಕ್ಷ ಸ್ಥಾನದಿಂದ ಕೆಳಗಿಳಿದ ಟಾಟಾ, ರತನ್ ಅವರ ಉತ್ತರಾಧಿಕಾರಿಯನ್ನು ಹೆಸರಿಸಿದರು.

- ರತನ್ ಟಾಟಾ ಸಮೂಹದ ಉಸ್ತುವಾರಿ ವಹಿಸಿಕೊಳ್ಳುವ ಮೊದಲು, ಟಾಟಾದಲ್ಲಿ ನಿವೃತ್ತಿ ವಯಸ್ಸು ಇರಲಿಲ್ಲ. ಅವರು ಕಂಪನಿಯಲ್ಲಿ ನಿವೃತ್ತಿ ನೀತಿಯನ್ನು ರಚಿಸಿದರು ಮತ್ತು ಕಾರ್ಯನಿರ್ವಾಹಕರು ಮತ್ತು ಅನುಕ್ರಮ ನಿರ್ದೇಶಕರಿಗೆ ನಿವೃತ್ತಿ ವಯಸ್ಸನ್ನು ನಿಗದಿಪಡಿಸಿದರು. ಈ ನಿವೃತ್ತಿ ನೀತಿಯ ಬಗ್ಗೆ ಸಂದರ್ಶನವೊಂದರಲ್ಲಿ ಮಾತನಾಡಿದ ಅವರು, "65 ತುಂಬಾ ಚಿಕ್ಕದಾಗಿದೆ ಅಥವಾ 70 ತುಂಬಾ ಚಿಕ್ಕದಾಗಿದೆ ಅಥವಾ 75 ತುಂಬಾ ಚಿಕ್ಕದಾಗಿದೆ ಎಂದು ಒಬ್ಬರು ಭಾವಿಸಬಹುದು. ಅದು ಏನೇ ಇರಲಿ, ನಿಮಗೆ ಹೇಳಲು ವ್ಯಕ್ತಿಯ ಅಗತ್ಯವಿಲ್ಲ; ನೋಡಿ, ನೀವು ಹೊರಹೋಗಬೇಕು ಎಂದು ನಾನು ಭಾವಿಸುತ್ತೇನೆ. ಆದ್ದರಿಂದ, ನಿವೃತ್ತಿ ವಯಸ್ಸನ್ನು ನಿಗದಿಪಡಿಸುವ ಆಲೋಚನೆಯ ಹಿಂದೆ ಅದು ಬಹಳ ಹಿಂದಿದೆ. ಟಾಟಾದಲ್ಲಿ ನಿವೃತ್ತಿ ವಯಸ್ಸು ಇರಲಿಲ್ಲ. ನಾನು ಹಾಗೆಯೇ ಉಳಿದುಕೊಂಡು ಇರಬಹುದಿತ್ತು."

- ಅವರು ವೃತ್ತಿಪರ ವಾಸ್ತುಶಿಲ್ಪಿಯಾಗಿದ್ದರೂ, ಅವರು ಕೇವಲ ಎರಡು ಮನೆಗಳನ್ನು ವಿನ್ಯಾಸಗೊಳಿಸಿದ್ದಾರೆ - ಅರೇಬಿಯನ್ ಸಮುದ್ರದ ಹೊರಗೆ ಅವರ ತಾಯಿ ಮತ್ತು ಅವರ ಸ್ವಂತ ಬೀಚ್-ಹೌಸ್.

- ತನ್ನ ಆಪ್ತ ಸ್ನೇಹಿತರ ವಿಷಯಕ್ಕೆ ಬಂದರೆ, ಅವರು ಎರಡು ಹೆಸರುಗಳನ್ನು ನೀಡುತ್ತಾರೆ- ಆಟೋ ಉಪಕರಣಗಳಿಂದ ಶತಕೋಟಿ ಗಳಿಸಿದ ಅಮರ್ ಬೋಸ್ ಮತ್ತು ಯುನೈಟೆಡ್ ಸ್ಟೇಟ್ಸ್ ನಲ್ಲಿ ವಾಸಿಸುವ ಕಂಡಕ್ಟರ್ ಜುಬಿನ್ ಮೆಹ್ತಾ (ಮುಂಬೈ ಪಾರ್ಸಿಯ ಸಹವರ್ತಿ).

2021 - ಕೃತಜ್ಞರಾಗಿರುವ ವರ್ಷ: ಮಹಾರಾಜರ ಮರಳುವಿಕೆಯನ್ನು ರತನ್ ಟಾಟಾ ಪಾಲಿಸುತ್ತಾರೆ.

ಕೀಲಿಗಳನ್ನು ನುಡಿಸುವ ಉತ್ಸಾಹದಿಂದ ಹಿಡಿದು ಮಹಾರಾಜರ ಮನೆಗೆ ಸ್ವಾಗತಿಸುವವರೆಗೆ, 2021 ಒಳ್ಳೆಯ ಸುದ್ದಿಯನ್ನು ತಂದಿತು ಮತ್ತು ಶತಕೋಟ್ಯಾಧಿಪತಿಯನ್ನು ಕಾರ್ಯನಿರತರಾಗಿರಿಸಿತು.

$ 291 ಶತಕೋಟಿ ನಿವ್ವಳ ಮೌಲ್ಯದೊಂದಿಗೆ, ಟಾಟಾ ಅವರ ಪ್ರೊಫೈಲ್ ಫೋರ್ಬ್ಸ್ 61 ನೇ ಸ್ಥಾನದಲ್ಲಿದೆ - ನವೆಂಬರ್ 2010 ರಂತೆ. ಅವರು 2010 ರಲ್ಲಿ ಫೋರ್ಬ್ಸ್ ನ 'ಶಕ್ತಿಯುತ ಜನರ ಗಳಿಕೆ' ಪಟ್ಟಿಯಲ್ಲಿ ಸ್ಥಾನ ಪಡೆದರು.

# ಮೌಲ್ಯಗಳು ಮತ್ತು ನೈತಿಕತೆಯ ಮೌಲ್ಯೀಕರಣ

ಟಾಟಾ-ಮಿಸ್ತ್ರಿ ಪ್ರಕರಣದಲ್ಲಿ ಟಾಟಾ ಸಮೂಹದ ಪರವಾಗಿ ಸುಪ್ರೀಂ ಕೋರ್ಟ್ ತೀರ್ಪು ನೀಡಿದಾಗ ವರ್ಷವು ಸಂತೋಷದ ಟಿಪ್ಪಣಿಯಿಂದ ಪ್ರಾರಂಭವಾಯಿತು. ವರ್ಷಗಳ ಸುದೀರ್ಘ ಕಾನೂನು ಕಾರ್ಯವಿಧಾನಗಳು, ಕಹಿಯಾದ ಆರೋಪಗಳು ಮತ್ತು ಪ್ರತಿ-ಆರೋಪಗಳು ಮತ್ತು ತಡೆಹಿಡಿಯಲಾಗದ ಮಣ್ಣುಕುಸಿತದ ನಂತರ ಈ ತೀರ್ಪು ಬಂದಿದೆ.

ಸೈರಸ್ ಪಲ್ಲೊಂಜಿ ಮಿಸ್ತ್ರಿ ಅವರು 2012ರಲ್ಲಿ ಟಾಟಾ ಸನ್ಸ್ ನ ಅಧ್ಯಕ್ಷರಾಗಿ ಟಾಟಾ ಅವರ ಉತ್ತರಾಧಿಕಾರಿಯಾಗಿದ್ದರು. ಆದರೆ ನಾಲ್ಕು ವರ್ಷಗಳ ನಂತರ 2016ರ ಅಕ್ಟೋಬರ್ ನಲ್ಲಿ ನಡೆದ ಮಂಡಳಿಯ ಸಭೆಯಲ್ಲಿ ಅವರನ್ನು ಹುದ್ದೆಯಿಂದ ತೆಗೆದುಹಾಕಲಾಯಿತು.

ಶಾಪೂರ್ಜಿ ಪಲ್ಲೊಂಜಿ (ಎಸ್ ಪಿ) ಸಮೂಹವು ಇದನ್ನು 'ರಕ್ತ ಕ್ರೀಡೆ' ಮತ್ತು 'ಹೊಂಚುದಾಳಿಯುಳ್ಳದ್ದು' ಎಂದು ಕರೆದಿದೆ. ಆದರೆ, ಟಾಟಾ ಸಮೂಹವು ಯಾವುದೇ ತಪ್ಪನ್ನು ನಿರಾಕರಿಸಿದೆ.

ಈ ಸುದ್ದಿ ಟಾಟಾ ಸನ್ಸ್ ಚೇರ್ಮನ್ ಎಮೆರಿಟಸ್ ಗೆ ಸ್ವಲ್ಪ ಹರ್ಷವನ್ನು ತಂದಿತು. ಸುಪ್ರೀಂಕೋರ್ಟ್ ನ ತೀರ್ಪಿಗೆ ತಾನು ಕೃತಜ್ಞನಾಗಿದ್ದೇನೆ ಎಂದು ಅವರು ಹೇಳಿದರು. ಅವರ ಸಮಗ್ರತೆ ಮತ್ತು ಸಂಸ್ಥೆಯ ನೈತಿಕ ನಡವಳಿಕೆಯ ಮೇಲೆ ನಿರಂತರ ದಾಳಿಗಳ ನಂತರ, ತೀರ್ಪು ಗುಂಪಿನ ಮೌಲ್ಯಗಳು ಮತ್ತು ನೈತಿಕತೆಯನ್ನು ಮೌಲ್ಯೀಕರಿಸಿತು.

"ಇದು (ತೀರ್ಪು) ನಮ್ಮ ನ್ಯಾಯಾಂಗವು ಪ್ರದರ್ಶಿಸುವ ನ್ಯಾಯಸಮ್ಮತತೆ ಮತ್ತು ನ್ಯಾಯವನ್ನು ಬಲಪಡಿಸುತ್ತದೆ" ಎಂದು ಅವರು ಬರೆದಿದ್ದಾರೆ.

*ಗೌರವಾನ್ವಿತ ಸುಪ್ರೀಂ ಕೋರ್ಟ್ ಇಂದು ನೀಡಿದ ತೀರ್ಪನ್ನು ನಾನು ಪ್ರಶಂಸಿಸುತ್ತೇನೆ ಮತ್ತು ಕೃತಜ್ಞನಾಗಿದ್ದೇನೆ.*

*ಇದು ಗೆಲ್ಲುವ ಅಥವಾ ಕಳೆದುಕೊಳ್ಳುವ ವಿಷಯವಲ್ಲ. ನನ್ನ ಸಮಗ್ರತೆ ಮತ್ತು ಗುಂಪಿನ ನೈತಿಕ ನಡವಳಿಕೆಯ ಮೇಲೆ ಪಟ್ಟುಬಿಡದ ದಾಳಿಗಳ ನಂತರ, ಟಾಟಾ ಸನ್ಸ್ ನ ಎಲ್ಲಾ ಮೇಲ್ಮನವಿಗಳನ್ನು ಎತ್ತಿಹಿಡಿಯುವ ತೀರ್ಪು ಯಾವಾಗಲೂ ಗುಂಪಿನ ಮಾರ್ಗದರ್ಶಿ ತತ್ವಗಳಾಗಿರುವ ಎಲ್ಲಾ ಮೌಲ್ಯಗಳು ಮತ್ತು ನೈತಿಕತೆಗಳ ಮೌಲ್ಯೀಕರಣವಾಗಿದೆ.*

*ಇದು ನಮ್ಮ ಸಂಸ್ಥೆಯು ಪ್ರದರ್ಶಿಸುವ ನ್ಯಾಯ ಮತ್ತು ನ್ಯಾಯವನ್ನು ಬಲಪಡಿಸುತ್ತದೆ ನ್ಯಾಯಾಂಗ."*

## ಅವರ ಆನ್ ಲೈನ್ ಸಮುದಾಯಕ್ಕೆ ಕೃತಜ್ಞರಾಗಿರಿ

ಒಮ್ಮೆ ಟ್ವಿಟರ್ ಬಳಕೆದಾರರಾಗಿರುವ ಟಾಟಾ, ಇನ್ಸ್ಟಾಗ್ರಾಮ್ ಪ್ರೊ ಆಗಿ ಮಾರ್ಪಟ್ಟಿದ್ದಾರೆ. # ThrowbackThursdays ಬಗ್ಗೆ ಕಲಿಯುವುದರಿಂದ ಹಿಡಿದು ಹಂಚಿಕೊಳ್ಳುವವರೆಗೆ

ಸಾಕುಪ್ರಾಣಿ ಸ್ನೇಹಿ ಪೋಸ್ಟ್ ಗಳು, ಉದ್ಯಮಿ ಕೊನೆಯದಾಗಿ ಅಂತರ್ಜಾಲವನ್ನು ಮುರಿಯುವ ತಂತ್ರವನ್ನು ಕಲಿತರು.

ಅಕ್ಟೋಬರ್-ಎಂಡ್ 2019 ರಲ್ಲಿ ಇನ್ಸ್ಟಾ ಚೊಚ್ಚಲ ಪ್ರವೇಶಿಸಿದಾಗಿನಿಂದ, ಲೋಕೋಪಕಾರಿ ಫೋಟೋ ಹಂಚಿಕೆ ಆ್ಯಪ್ ನಲ್ಲಿ 5 ದಶಲಕ್ಷಕ್ಕೂ ಹೆಚ್ಚು ಅನುಯಾಯಿಗಳನ್ನು ಗಳಿಸುವಲ್ಲಿ ಯಶಸ್ವಿಯಾಗಿದ್ದಾರೆ.

ಟಾಟಾ ಅವರು ತಮ್ಮ ಡಿಜಿಟಲ್ ಸಮುದಾಯದ ಮೂಲಕ ಗುಣಮಟ್ಟದ ಸಂಪರ್ಕಗಳನ್ನು ಮಾಡುವಲ್ಲಿ ಯಶಸ್ವಿಯಾಗಿದ್ದಾರೆ ಎಂದು ಮಾಹಿತಿ ನೀಡಿದರು.

*"ಈ ಪುಟದಲ್ಲಿ ಜನರ ಸಂಖ್ಯೆ ಒಂದು ಮೈಲಿಗಲ್ಲನ್ನು ತಲುಪಿದೆ ಎಂದು ನಾನು ನೋಡಿದ್ದೇನೆ. ಈ ಅದ್ಭುತ ಆನ್ ಲೈನ್ ಕುಟುಂಬವು ನಾನು ಇನ್ ಸ್ಟಾಗ್ರಾಮ್ ಗೆ ಸೇರಿದಾಗ ನಾನು ನಿರೀಕ್ಷಿಸಿದ್ದಲ್ಲ ಮತ್ತು ಅದಕ್ಕಾಗಿ ನಾನು ನಿಮಗೆ ಧನ್ಯವಾದಗಳನ್ನು ಅರ್ಪಿಸುತ್ತೇನೆ. ಅಂತರ್ಜಾಲದ ಈ ಯುಗದಲ್ಲಿ ನೀವು ಮಾಡುವ ಸಂಪರ್ಕಗಳ ಗುಣಮಟ್ಟವು ಯಾವುದೇ ಸಂಖ್ಯೆಗೆ ಹೋಲಿಸಿದರೆ ತುಂಬಾ ಹೆಚ್ಚಾಗಿದೆ ಎಂದು ನಾನು ನಂಬುತ್ತೇನೆ. ನಿಮ್ಮ ಸಮುದಾಯದ ಭಾಗವಾಗಿರುವುದು ಮತ್ತು ನಿಮ್ಮಿಂದ ಕಲಿಯುವುದು ನಿಜವಾಗಿಯೂ ರೋಮಾಂಚನಕಾರಿಯಾಗಿದೆ ಮತ್ತು ನನಗೆ ತುಂಬಾ ಸಂತೋಷವನ್ನು ನೀಡುತ್ತದೆ ಮತ್ತು ನಮ್ಮ ಪ್ರಯಾಣವು ಮುಂದುವರಿಯುತ್ತದೆ ಎಂದು ನಾನು ಭಾವಿಸುತ್ತೇನೆ."* ಅವರು ತಮ್ಮ 2020 ಪೋಸ್ಟ್ ನಲ್ಲಿ ಬರೆದಿದ್ದಾರೆ.

## ಹೃದಯವನ್ನು ಅನುಸರಿಸುವುದು

ವಿಮಾನಗಳ ಬಗ್ಗೆ ಟಾಟಾ ಅವರ ಪ್ರೀತಿ ನಮಗೆಲ್ಲರಿಗೂ ತಿಳಿದಿದೆ. ಅವರು ತರಬೇತಿ ಪಡೆದ ಪೈಲಟ್ ಆಗಿ ತರಬೇತಿ ಪಡೆದರು ಮತ್ತು ಪರವಾನಗಿಯನ್ನು ಸಹ ಹೊಂದಿದ್ದಾರೆ. ಆದಾಗ್ಯೂ, ಈ ವರ್ಷ, ಅವರು ತಮ್ಮ ಇನ್ಸ್ಟಾ ಕುಟುಂಬದೊಂದಿಗೆ ತಮ್ಮ ಸಂಗೀತದ ಉತ್ಸಾಹವನ್ನು ಹಂಚಿಕೊಂಡರು.

ಟಾಟಾ ಅವರು ಪಿಯಾನೋ ಪಾಠಗಳನ್ನು ತೆಗೆದುಕೊಳ್ಳಲು ಉತ್ಸುಕರಾಗಿದ್ದಾರೆ ಎಂದು ಹೇಳಿದರು. ಅವರು ಚಿಕ್ಕ ಹುಡುಗನಾಗಿ ಸ್ವಲ್ಪಮಟ್ಟಿಗೆ ಆಡಲು ಕಲಿತರು, ಆದರೆ ಅದನ್ನು ಮುಂದುವರಿಸಲು ಸಮಯವಿರಲಿಲ್ಲ. ಆದ್ದರಿಂದ, 2012ರ ಡಿಸೆಂಬರ್ ನಲ್ಲಿ ನಿವೃತ್ತಿಯ ನಂತರ ಉತ್ತಮ ಪಿಯಾನೋ ಶಿಕ್ಷಕನನ್ನು ಹುಡುಕಲು ಅವರು ನಿರ್ಧರಿಸಿದರು. ಏಕೆಂದರೆ, ಉತ್ತಮವಾಗಿ ಆಡಲು ಕಲಿಯುವ ಆಲೋಚನೆಯಿಂದ ಅವರು ಇನ್ನೂ ಆಕರ್ಷಿತರಾಗಿದ್ದರು.

ಕೆಲಸದ ಬದ್ಧತೆಗಳು ಮತ್ತು ನಿಶ್ಚಿತಾರ್ಥಗಳು ಬಿಲಿಯನೇರ್ ಗೆ ಎರಡೂ ಕೈಗಳಿಂದ ಆಡಲು ಅಗತ್ಯವಾದ ಗಮನವನ್ನು ನೀಡುವುದು ಕಷ್ಟಕರವಾಯಿತು.

ಅವರು ಪಿಯಾನೋ ನುಡಿಸುವ ಚಿತ್ರದ ಜೊತೆಗೆ, "ಮುಂದಿನ ದಿನಗಳಲ್ಲಿ ಮತ್ತೊಮ್ಮೆ ಪ್ರಯತ್ನಿಸಲು ನಾನು ಆಶಿಸುತ್ತೇನೆ" ಎಂದು ಬರೆದಿದ್ದಾರೆ.

## ಮಹಾರಾಜನು ಮನೆಗೆ ಹಿಂದಿರುಗುತ್ತಾನೆ

68 ವರ್ಷಗಳ ನಂತರ, ಟಾಟಾ ಗ್ರೂಪ್ ಅಂತಿಮವಾಗಿ ಅಕ್ಟೋಬರ್ ನಲ್ಲಿ ಏರ್ ಇಂಡಿಯಾವನ್ನು (AI) ಸ್ವಾಗತಿಸಿತು. ಏರ್ ಇಂಡಿಯಾ ಮತ್ತು ಏರ್ ಇಂಡಿಯಾ ಎಕ್ಸ್ ಪ್ರೆಸ್ ನ 100 ಪ್ರತಿಶತ ಈಕ್ವಿಟಿ ಷೇರುಗಳಿಗಾಗಿ ಟಾಟಾ ಸನ್ಸ್ ಮಾಡಿದ 18,000 ಕೋಟಿ ರೂ .ಗಳ ಹೆಚ್ಚಿನ ಬಿಡ್ ಮತ್ತು ಗ್ರೌಂಡ್ ಹ್ಯಾಂಡ್ಲಿಂಗ್ ಕಂಪನಿ AISATS ನಲ್ಲಿ 50% ಪಾಲನ್ನು ಸರ್ಕಾರ ಸ್ವೀಕರಿಸಿದೆ.

ಈ ಬೆಳವಣಿಗೆಯಿಂದ ರೋಮಾಂಚಿತರಾದ ಟಾಟಾ ಕಂಪನಿಯು ಸಂತೋಷವಾಯಿತು. ಅವರು ಆರಂಭಿಕ AI ವಿಮಾನಗಳ ಸಾಂಪ್ರದಾಯಿಕ ಚಿತ್ರವನ್ನು ಹಂಚಿಕೊಂಡರು ಮತ್ತು "ಏರ್ ಇಂಡಿಯಾ, ಮರಳಿ ಸ್ವಾಗತ" ಎಂದು ಬರೆದರು. ಜೆಆರ್ ಡಿ ಟಾಟಾ ಅವರ ನಾಯಕತ್ವದಲ್ಲಿದ್ದಂತೆ ಎಐ ಅನ್ನು ವಿಶ್ವದ ಅತ್ಯಂತ ಪ್ರತಿಷ್ಠಿತ ವಿಮಾನಯಾನ ಸಂಸ್ಥೆಯಾಗಿ ಮಾಡಲು ಉತ್ಸುಕನಾಗಿದ್ದೇನೆ ಎಂದು ಅವರು ಹೇಳಿದರು.

ಇದಲ್ಲದೆ, ಟ್ವಿಟ್ಟರ್ ನಲ್ಲಿ ಟಾಟಾ ಅವರ ಪೋಸ್ಟ್ ವ್ಯವಹಾರ ಜಗತ್ತಿನಲ್ಲಿ 'ಮೋಸ್ಟ್-

ರಿಟ್ವೀಟ್ಡ್' ಮತ್ತು 'ಮೋಸ್ಟ್-ಲೈಕ್ಡ್' ಟ್ವೀಟ್ ಆಗಿದೆ. ಅಂದಿನಿಂದ ಇದನ್ನು 82,900 ಬಾರಿ ಮರುಟ್ವೀಟ್ ಮಾಡಲಾಗಿದೆ ಮತ್ತು 406,500 ಜನರು ಇದನ್ನು ಲೈಕ್ ಮಾಡಿದ್ದಾರೆ.

2003-04ರ ನಂತರ ಸುಮಾರು ಎರಡು ದಶಕಗಳಲ್ಲಿ ರಾಷ್ಟ್ರೀಯ ಕಂಪನಿಯೊಂದರ ಮೊದಲ ಖಾಸಗೀಕರಣ ಇದಾಗಿದೆ. ಏರ್ ಇಂಡಿಯಾ ಟಾಟಾದ ಸ್ಥಿರತೆಯಲ್ಲಿ ಮೂರನೇ ಏರ್ ಲೈನ್ ವಾಹಕವಾಗಲಿದೆ. ಪ್ರಸ್ತುತ, ಈ ಸಮೂಹವು ಏರ್ ಏಷ್ಯಾ ಇಂಡಿಯಾ ಮತ್ತು ಸಿಂಗಾಪುರ್ ಏರ್ ಲೈನ್ಸ್ ನ ಜಂಟಿ ಉದ್ಯಮವಾದ ವಿಸ್ತಾರಾದಲ್ಲಿ ಹೆಚ್ಚಿನ ಆಸಕ್ತಿಯನ್ನು ಹೊಂದಿದೆ.

ಟಾಟಾ ಗ್ರೂಪ್ ಆಫ್ ಕಂಪನಿಗಳ ಅಧ್ಯಕ್ಷರಾದ ಶ್ರೀ ರತನ್ ಎನ್. ಟಾಟಾ ಅವರು ವಿವಿಧ ವಿಷಯಗಳ ಕುರಿತು ಮಣಿಪಾಲ್ ನ TAPMI ವಿದ್ಯಾರ್ಥಿಗಳೊಂದಿಗೆ ಸಂವಾದ ನಡೆಸಿದರು. ದೇಶದ ಭವಿಷ್ಯದ ವ್ಯಾಪಾರ ಸನ್ನಿವೇಶದಲ್ಲಿ ಅವರು ಸಾಕಷ್ಟು ಆಶಾವಾದವನ್ನು ತೋರಿಸಿದರು ಮತ್ತು ವ್ಯವಹಾರದಲ್ಲಿ ಮತ್ತು ರಾಜಕೀಯ ವರ್ಣಪಟಲದಲ್ಲಿ ಬಲವಾದ ನಾಯಕತ್ವದ ಅಗತ್ಯವನ್ನು ಒತ್ತಿ ಹೇಳಿದರು.

ಭಾರತದಿಂದ ಮೆದುಳಿನ ಹರಿವಿನ ಬಗ್ಗೆ ಕೇಳಿದಾಗ, ನಮ್ಮ ದೇಶದಲ್ಲಿ ಸಾಕಷ್ಟು ಸೌಲಭ್ಯಗಳು ಮತ್ತು ಅವಕಾಶಗಳು ಲಭ್ಯವಾಗಿದ್ದರೆ, ಸಮಸ್ಯೆಯನ್ನು ನಿಭಾಯಿಸುವಲ್ಲಿ ನಾವು ಬಹಳ ದೂರ ಹೋಗಬಹುದು ಎಂದು ಶ್ರೀ ಟಾಟಾ ಪ್ರತಿಬಿಂಬಿಸಿದರು.

ಬ್ಯಾಂಕಿಂಗ್ ವಲಯದಿಂದ ಹಿಂದೆ ಸರಿಯುವ ನಿರ್ಧಾರದ ಬಗ್ಗೆ ಪ್ರಶ್ನಿಸಿದಾಗ, ಷರತ್ತುಗಳನ್ನು ವಿಧಿಸಲಾಗಿದೆ ಎಂದು ಶ್ರೀ ಟಾಟಾ ವಿದ್ಯಾರ್ಥಿಗಳಿಗೆ ವಿವರಿಸಿದರು. ಬ್ಯಾಂಕಿಂಗ್ ವಲಯದಲ್ಲಿ ಕಾರ್ಯನಿರ್ವಹಿಸಲು ನಿಯಂತ್ರಕರಿಂದ ರಚಿಸಲಾದ ವಿಧಾನದೊಂದಿಗೆ ಅಸ್ತಿತ್ವದಲ್ಲಿರುವ ಟಾಟಾ ಸಮೂಹದ ಕಾರ್ಯ ವಿಧಾನ ಸಂಘರ್ಷಕ್ಕೊಳಗಾಯಿತು.

ಟಾಟಾ ಸಮೂಹವು ಪ್ರಸಿದ್ಧವಾಗಿರುವ ಬಲವಾದ ಸಾಂಸ್ಕೃತಿಕ ಮೌಲ್ಯಗಳನ್ನು ಶ್ರೀ ಟಾಟಾ ಹೆಮ್ಮೆಯಿಂದ ವಿವರಿಸಿದರು, ಜವಾಬ್ದಾರಿಯುತವಾಗಿ ಸಮಾಜಕ್ಕೆ ಸೇವೆ ಸಲ್ಲಿಸುವ ಮಹತ್ವವನ್ನು ಒತ್ತಿ ಹೇಳಿದರು. ಹೀಗಾಗಿ, ಸಿಎಸ್ ಆರ್ ಚಟುವಟಿಕೆಗಳನ್ನು ಕೈಗೊಳ್ಳಲು ಕಂಪನಿಗಳನ್ನು ಕಡ್ಡಾಯಗೊಳಿಸುವ ಕಾನೂನಿನ ಬಗ್ಗೆ ಅವರು ಸಂದೇಹ ಹೊಂದಿದ್ದರು ಮತ್ತು ಸಿಎಸ್ ಆರ್ ರಾಜ್ಯದ ಆದೇಶದ ಬದಲು ಎಲ್ಲಾ ಕಾರ್ಪೋರೇಟ್ ಗಳಿಗೆ ಸ್ವಾಭಾವಿಕವಾಗಿ ಬರಬೇಕು ಎಂದು ನಂಬಿದ್ದರು.

ಶ್ರೀ ಜೆ .ಆರ್ .ಡಿ. ಟಾಟಾ ಅವರ ಮೇಲೆ ಪ್ರಭಾವ ಬೀರಿದ್ದನ್ನು ಸಹ ಶ್ರೀ ಟಾಟಾ ಹಂಚಿಕೊಂಡರು. ಜೆಆರ್ ಡಿ ಟಾಟಾ ಅವರಿಗೆ ಕಲಿಸಿದ ಮೂರು ಪ್ರಮುಖ ಅಂಶಗಳು ಕೆಳಮಟ್ಟದ ಕೀಲಿಯಾಗಿರಬೇಕು, ಮೌಲ್ಯಗಳಿಂದ ಪ್ರೇರೇಪಿಸಲ್ಪಡಬೇಕು ಮತ್ತು ವೈಯಕ್ತಿಕ ದುರಾಶೆಯಿಂದ ಪ್ರೇರೇಪಿಸಬಾರದು.

ಪಾಶ್ಚಿಮಾತ್ಯ ದೇಶಗಳಿಗೆ ಹೋಲಿಸಿದರೆ ಭಾರತದಲ್ಲಿ ಮಹಿಳಾ ಉದ್ಯಮಿಗಳಿಗೆ ಸಮರ್ಪಕ

ಪ್ರೋತ್ಸಾಹದ ಕೊರತೆಯ ಬಗ್ಗೆ ವಿದ್ಯಾರ್ಥಿ ಚರ್ಚಿಸಿದಾಗ, ಭಾರತದಲ್ಲಿ ಮಹಿಳಾ ಸ್ಥಾನವು ಬೇರೆಡೆಗಳಂತೆಯೇ ಉತ್ತಮವಾಗಿದೆ ಎಂದು ಅವರು ಒಪ್ಪಲಿಲ್ಲ ಮತ್ತು ದೇಶವು ಮಹಿಳಾ ಪ್ರಧಾನಿಯನ್ನು ಹೊಂದಿದ್ದ ಉದಾಹರಣೆಯನ್ನು ನಿರ್ದಿಷ್ಟವಾಗಿ ಉಲ್ಲೇಖಿಸಿದರು.

ಭಾರತದಲ್ಲಿ ಅಧಿಕಾರಶಾಹಿಯು ನಿರುತ್ಸಾಹಗೊಳಿಸಬೇಕಾದ ವಿಷಯವಲ್ಲ, ಆದರೆ ಪರಿಣಾಮಕಾರಿಯಾಗಿ ನಿಭಾಯಿಸಲು ಕಲಿಯಬೇಕು ಎಂದು ಅವರು ಆಶಾವಾದವನ್ನು ವ್ಯಕ್ತಪಡಿಸಿದರು.

ಉದಯೋನ್ಮುಖ ವ್ಯವಸ್ಥಾಪಕರಿಗೆ ಅವರ ನಿರ್ದಿಷ್ಟ ಸಲಹೆಯೆಂದರೆ, ಕೇವಲ ವೈಯಕ್ತಿಕ ಪ್ರಗತಿ ಮತ್ತು ವೈಭವೀಕರಣಕ್ಕಾಗಿ ಶ್ರಮಿಸುವ ಬದಲು ಜಗತ್ತಿನಲ್ಲಿ ಒಂದು ವ್ಯತ್ಯಾಸವನ್ನು ಮಾಡಲು ಆಶಿಸುವುದು. ಇದು ಅವರ ಅಭಿಪ್ರಾಯದಲ್ಲಿ, ಯಶಸ್ವಿ ವ್ಯವಸ್ಥಾಪಕರಾಗಲು ಪ್ರಮುಖವಾಗಿದೆ.

ಇದು ರತನ್ ಟಾಟಾ ಅವರ ಪ್ರಸಿದ್ಧ ಆತ್ಮಸಾಕ್ಷಿಯಲ್ಲಿ ಅತ್ಯುತ್ತಮವಾಗಿದೆ. ಅವರು ಹಣಕ್ಕಿಂತ ನ್ಯಾಯಸಮ್ಮತತೆಗೆ ಆದ್ಯತೆ ನೀಡುತ್ತಾರೆ ಮತ್ತು ಅವರು ಟಾಟಾ ಗ್ರೂಪ್ ನ 1% ಕ್ಕಿಂತ ಕಡಿಮೆ ಹೊಂದಿದ್ದಾರೆ.

ಅವರ ಉದ್ಯೋಗಿಗಳು ವಿವರಗಳಿಗೆ ಬಹುತೇಕ ಗೀಳಿನ ಗಮನ ಮತ್ತು ಅವರು ಅನುಮೋದನೆ ಅಥವಾ ನಿಂದೆಯನ್ನು ನೀಡುವ ಮೊದಲು ಅವರು ತೆಗೆದುಕೊಳ್ಳುವ ಪರಿಗಣಿತ ವಿರಾಮಗಳ ಬಗ್ಗೆ ಮಾತನಾಡುತ್ತಾರೆ. ಅವನ ವಿಮರ್ಶಕರು ಅವನನ್ನು ಅವಕಾಶದ ಉತ್ತರಾಧಿಕಾರಿ ಎಂದು ಬಿಂಬಿಸುತ್ತಾರೆ, ಬದಲಿಗೆ ರಾಜವಂಶದ ಉತ್ತರಾಧಿಕಾರದ ಮೂಲಕ ಒಂದು ದಂತಕಥೆ

ಉದ್ಯಮಶೀಲತೆಯ ವ್ಯತ್ಯಾಸ. ಗ್ರಾಮೀಣ ಬಡವರು ಪೆನ್ನಿನ ಹೊಡೆತದಲ್ಲಿ ಅಥವಾ ಬುದ್ಧಿವಂತ ಬೂದು ಹುಬ್ಬಿನ ಒಳಹರಿವಿನಲ್ಲಿ ಜೀವನವನ್ನು ಬದಲಾಯಿಸಲು ಸಮರ್ಥರಾಗಿರುವ ಬಹುತೇಕ ಇತರ-ಪ್ರಪಂಚದ ವ್ಯಕ್ತಿ ಎಂದು ಅವರ ಬಗ್ಗೆ ಮಾತನಾಡುತ್ತಾರೆ.

ಒಟ್ಟಾರೆಯಾಗಿ, ರತನ್ ಟಾಟಾ ಎಲ್ಲಾ ಮೂರು ಗ್ರಹಿಕೆಗಳನ್ನು ತಿಳಿಸುತ್ತಾರೆ. ಅವನು ಅಂಕಿಅಂಶಗಳನ್ನು ಅವನ ಮುಂದೆ ಇಟ್ಟಂತೆ, ನಿಧಾನವಾಗಿ ಮತ್ತು ಉದ್ದೇಶಪೂರ್ವಕವಾಗಿ ಮಾತನಾಡುತ್ತಾನೆ ಮತ್ತು ಮೌಖಿಕ ತಪ್ಪು ಹೆಜ್ಜೆಗಳ ಅತ್ಯಂತ ನಿರುಪದ್ರವವನ್ನು ಸಹ ಸ್ಪಷ್ಟಪಡಿಸುತ್ತಾನೆ. ಟಾಟಾ ಕುಟುಂಬದ ಎರಡು ಶೇಕಡಾಕ್ಕಿಂತ ಕಡಿಮೆ ಒಡೆತನ ಹೊಂದಿರುವ ಕಂಪನಿಯ "ಉಸ್ತುವಾರಿ" ಎಂದು ತನ್ನ ಹಿಂದಿನದನ್ನು ಉಲ್ಲೇಖಿಸುವಾಗ ಅವನು ಸಾಮ್ರಾಜ್ಯ-ನಿರ್ಮಾಣಗಾರನೆಂದು ಯಾವುದೇ ಹಕ್ಕು ಸಾಧಿಸುವುದಿಲ್ಲ. ಅವರು ಭಾರತದ ವಿವಿಧ ಸಮಸ್ಯೆಗಳ ಬಗ್ಗೆ ಮಾತನಾಡುವಾಗ, ಅವರು ಧ್ವನಿಯಿಲ್ಲದೆ ಲಕ್ಷಾಂತರ ಭಾರತೀಯರ ಹೃದಯಗಳನ್ನು ಎತ್ತಿ ಹಿಡಿಯುವ ಉಗ್ರ ಅಧಿಕಾರದಿಂದ ಹಾಗೆ ಮಾಡುತ್ತಾರೆ.

"ಸ್ಲಮ್ ಡಾಗ್ ಮಿಲಿಯನೇರ್ ಯಶಸ್ವಿ ಚಲನಚಿತ್ರವಾಗಿತ್ತು ಮತ್ತು ಇದು ಭಾರತವನ್ನು ಕೆಟ್ಟ ಬೆಳಕಿನಲ್ಲಿ ತೋರಿಸಿದೆ ಎಂದು ಭಾವಿಸುವ ಹಲವಾರು ಜನರಿದ್ದಾರೆ" ಎಂದು ಅವರು ಹೇಳುತ್ತಾರೆ. "ಇದು

ಭಾರತವನ್ನು ವಾಸ್ತವಿಕ ಬೆಳಕಿನಲ್ಲಿ ತೋರಿಸಿದೆ. [ಅಸಮಾನತೆ] ಏನಿದೆ ಎಂಬುದರ ಬಗ್ಗೆ ನಾವೆಲ್ಲರೂ ನಾಚಿಕೆಪಡಬೇಕು ಮತ್ತು ಅದನ್ನು ಪರಿಹರಿಸಲು ಪ್ರಯತ್ನಿಸಬೇಕು. ನಾವು ಅದನ್ನು ಮಾಡುತ್ತಿದ್ದೇವೆಯೇ? ಸಂ. ಮತ್ತು ಅದು ನಿಜವಾಗಿಯೂ ಬದಲಾಗಬೇಕಾದ ಸಂಗತಿಯಾಗಿದೆ."

ಮುಂಬೈನಲ್ಲಿರುವ ತಮ್ಮ ನಾನ್ ಡೆಸ್ಕ್ರಿಪ್ಟ್ ಕಚೇರಿಗಳಿಂದ, ಟಾಟಾ ಬಿಸಿನೆಸ್ ಎಂಪೈರ್ ನ 76 ವರ್ಷದ ಮಾಜಿ ಅಧ್ಯಕ್ಷರು ಆ ಬದಲಾವಣೆಯನ್ನು ಮುನ್ನಡೆಸಲು ಪ್ರಯತ್ನಿಸುತ್ತಿದ್ದಾರೆ. ಈಗ ಕಾರ್ಪೊರೇಟ್ ಕ್ಷೇತ್ರದಿಂದ ನಿವೃತ್ತರಾಗಿರುವ ಅವರು, ದೇಶದ ಅತ್ಯಂತ ಹಳೆಯ ಮತ್ತು ನಿಸ್ಸಂಶಯವಾಗಿ ಅತ್ಯಂತ ಉನ್ನತ ಮಟ್ಟದ ಲೋಕೋಪಕಾರಿ ಸಂಸ್ಥೆಗಳ ಗುಂಪಾದ ಟಾಟಾ ಟ್ರಸ್ಟ್ ಗಳ ಅಧ್ಯಕ್ಷತೆಯನ್ನು ಉಳಿಸಿಕೊಂಡಿದ್ದಾರೆ. ಈ ಟ್ರಸ್ಟ್ ಗಳು ಟಾಟಾ ಸಮೂಹದ ಹಿಡುವಳಿ ಕಂಪನಿಯಾದ ಟಾಟಾ ಸನ್ಸ್ ಲಿಮಿಟೆಡ್ ನ ಈಕ್ವಿಟಿ ಕ್ಯಾಪಿಟಲ್ ನ ಶೇಕಡಾ 66 ರಷ್ಟು ಪಾಲನ್ನು ಹೊಂದಿವೆ. 1868 ರಲ್ಲಿ ಸ್ಥಾಪನೆಯಾದ ಟಾಟಾ ಸಮೂಹವು ಐಟಿ, ಎಂಜಿನಿಯರಿಂಗ್, ಇಂಧನ, ಉಕ್ಕು, ರಾಸಾಯನಿಕಗಳು ಮತ್ತು ಆಟೋಮೊಬೈಲ್ ಗಳಂತಹ ವೈವಿಧ್ಯಮಯ ಕ್ಷೇತ್ರಗಳಲ್ಲಿ 100 ಕ್ಕೂ ಹೆಚ್ಚು ಕಂಪನಿಗಳನ್ನು ಒಳಗೊಂಡಿದೆ.

ಒಂದು ಶತಮಾನಕ್ಕೂ ಹೆಚ್ಚು ಕಾಲ, ಸಂಘಟನೆಯ ಲಾಭದ ಗಮನಾರ್ಹ ಪ್ರಮಾಣವನ್ನು ಮತ್ತೆ ಉಳುಮೆ ಮಾಡಿ ಬಡ ಭಾರತೀಯರ ಜೀವನವನ್ನು ಬದಲಾಯಿಸಲು ಸಹಾಯ ಮಾಡಲಾಗಿದೆ. ಟಾಟಾ ಸಮೂಹವು ತನ್ನ ನಿವ್ವಳ ಲಾಭದ 4% ಅನ್ನು ಕಾರ್ಪೊರೇಟ್ ಸಾಮಾಜಿಕ ಜವಾಬ್ದಾರಿ (CSR) ಗೆ ಸಂಬಂಧಿಸಿದ ಚಟುವಟಿಕೆಗಳಿಗಾಗಿ ವಾಡಿಕೆಯಂತೆ ಖರ್ಚು ಮಾಡುತ್ತಿದ್ದರೆ, ಎರಡು ದೊಡ್ಡ ಟಾಟಾ ಟ್ರಸ್ಟ್ ಗಳು ಎರಡೂ ಸಂಸ್ಥೆಗಳ ಅಧ್ಯಕ್ಷರಾಗಿ ಟಾಟಾ ಅವರ ಎರಡು ದಶಕಗಳ ಅಧಿಕಾರಾವಧಿಯಲ್ಲಿ ಅವರ ನಡುವೆ ಹೆಚ್ಚುವರಿ $ 800 ಮಿಲಿಯನ್ ವಿತರಿಸಲಾಯಿತು. ಮತ್ತು, ಯಶಸ್ವಿ ವ್ಯಾಪಾರ ನಾಯಕರು ಲೋಕೋಪಕಾರಿ ಕ್ಷೇತ್ರದಲ್ಲಿ ತಮ್ಮ ಪ್ರಯತ್ನಗಳನ್ನು ತೀವ್ರಗೊಳಿಸುವುದರಿಂದ, ಟಾಟಾ ಅವರು ಈಗ ದಿನನಿತ್ಯದ ಆಧಾರದ ಮೇಲೆ ಮೇಲ್ವಿಚಾರಣೆ ನಡೆಸುತ್ತಿರುವ ಚಾರಿಟಬಲ್ ಟ್ರಸ್ಟ್ ಗಳಲ್ಲಿ ಸಾಂಸ್ಥಿಕ ಸಂಸ್ಕೃತಿಯನ್ನು ಹುಟ್ಟುಹಾಕಲು ಪ್ರಯತ್ನಿಸುತ್ತಿದ್ದಾರೆ.

"ಟ್ರಸ್ಟ್ ಗಳ ಲೋಕೋಪಕಾರಿ ಚಟುವಟಿಕೆಗಳನ್ನು ಕಾರ್ಪೊರೇಟ್ ಘಟಕವಾಗಿ ಪರಿಗಣಿಸಬಹುದು ಎಂದು ಒಬ್ಬರು ಆಶಿಸುತ್ತಾರೆ: ಗುರಿಗಳನ್ನು ನಿಗದಿಪಡಿಸುವುದು, ದಕ್ಷತೆಯನ್ನು ನೋಡುವುದು, ನಾವು ಮಾಡುತ್ತಿರುವ ಕಾರ್ಯಗಳ ಫಲಿತಾಂಶ ಮತ್ತು ಪ್ರಯೋಜನಗಳನ್ನು ಮೇಲ್ವಿಚಾರಣೆ ಮಾಡುವುದು" ಎಂದು ಅವರು ಹೇಳುತ್ತಾರೆ. "ಮೊದಲನೆಯದಾಗಿ, ಈಗಾಗಲೇ ಏನು ನಡೆಯುತ್ತಿದೆ ಎಂದು ಬಹಳಷ್ಟು ಪ್ರಶ್ನೆಗಳನ್ನು ಕೇಳುವುದು ಮತ್ತು ನಾನು ಪ್ರಾರಂಭಿಸಿದಾಗ ಟಾಟಾ ಗ್ರೂಪ್ ನೊಂದಿಗೆ ನಾನು ಎದುರಿಸಿದ ವಿಷಯ ಇದು. ನನಗೆ ಹೇಳಲಾಯಿತು; 'ನಾವು 25 ವರ್ಷಗಳಿಂದ ಈ ರೀತಿ ಕೆಲಸಗಳನ್ನು ಮಾಡುತ್ತಿದ್ದೇವೆ ಮತ್ತು ನೀವು ಯಾರು ಎಂದು ಕೇಳಬೇಕು?' ಆದರೆ ನೀವು ಅಧ್ಯಕ್ಷರಾಗಿರುವಾಗ ಅವರು ಉತ್ತರಿಸಬೇಕು ಮತ್ತು ಸಮಯಕ್ಕೆ

ತಕ್ಕಂತೆ ವಿಷಯಗಳು ಬದಲಾಗಿವೆ."

ಟಾಟಾ ಅವರ ವಿಧಾನಗಳು, ಮೊದಲಿಗೆ ಅಸಮಾಧಾನಗೊಂಡವು, ಟಾಟಾ ಸಮೂಹದ ವಹಿವಾಟು ಅವರ ಅಧ್ಯಕ್ಷತೆಯಲ್ಲಿ ಹತ್ತುಪಟ್ಟು $ 100 ಬಿಲಿಯನ್ ಗೆ ಬೆಳೆಯಲು ಸಹಾಯ ಮಾಡಿತು. ಟಾಟಾ ಟ್ರಸ್ಟ್ ಗಳ ಕಡೆಗೆ ಮಾತ್ರ ತನ್ನ ಗಮನವನ್ನು ಕೇಂದ್ರೀಕರಿಸಿರುವ ಅವರು ಈಗ ಆ ಪ್ರಭಾವದ ಒಂದು ಸಣ್ಣ ಶೇಕಡಾವಾರು ಪ್ರಮಾಣವನ್ನು ಸಹ ಸಾಧಿಸಬಹುದಾದರೆ, ನೇಯ್ಸೇಯರ್ ಗಳು ಮತ್ತೆ ತಪ್ಪೆಂದು ಸಾಬೀತಾಗುವ ಸಾಧ್ಯತೆಯಿದೆ.

"ಸಾಂಪ್ರದಾಯಿಕವಾಗಿ ಕಾರ್ಯನಿರ್ವಹಿಸುವುದು ಬಹುಶಃ ಟ್ರಸ್ಟ್ ಗಳ ದೊಡ್ಡ ದೌರ್ಬಲ್ಯವಾಗಿದೆ; ಬದಲಾವಣೆಗೆ ಭಾರಿ ಪ್ರತಿರೋಧವಿದೆ, ಮತ್ತು ನಾನು ಇನ್ನೂ ಆ ಮನೋಭಾವವನ್ನು ಅಲುಗಾಡಿಸಿಲ್ಲ" ಎಂದು ಅವರು ಒಪ್ಪಿಕೊಳ್ಳುತ್ತಾರೆ. "ಹೊರಗೆ ಹೋಗಿ ಇತರ ಅಡಿಪಾಯಗಳು ಏನು ಮಾಡುತ್ತಿವೆ ಎಂಬುದನ್ನು ನೋಡುವುದು, ನಮ್ಮ ಚಿಂತನೆಯನ್ನು ವಿಸ್ತರಿಸುವುದು ಮತ್ತು ಇತರರ ವಿರುದ್ಧ ನಮ್ಮನ್ನು ಬೆಂಚ್ ಮಾರ್ಕ್ ಮಾಡುವುದು ಆದ್ಯತೆಯಾಗಿದೆ."

ಇಂದು, ಟಾಟಾ ಅವರ ಪ್ರಾಥಮಿಕ ಗಮನವು ಭಾರತದ ಅದೃಶ್ಯ ಸಾಂಕ್ರಾಮಿಕ ರೋಗದ ಮೇಲೆ ಇದೆ. 2011ರ ಅಧ್ಯಯನವು ಭಾರತದಲ್ಲಿ ಮಕ್ಕಳ ಪೋಷಣೆಯ ವಿಶ್ವಾಸಾರ್ಹ ಮತ್ತು ದುಃಖಕರ ಅಂದಾಜುಗಳನ್ನು ಒದಗಿಸಿದೆ. ಹಸಿವು ಮತ್ತು ಅಪೌಷ್ಟಿಕತೆ ಸಮೀಕ್ಷೆಯು ಐದು ವರ್ಷದೊಳಗಿನ ಸುಮಾರು 42 ಪ್ರತಿಶತದಷ್ಟು ಮಕ್ಕಳು ಕಡಿಮೆ ತೂಕ ಮತ್ತು 59 ಪ್ರತಿಶತದಷ್ಟು ಮಕ್ಕಳು 'ಕುಂಠಿತ' ಅಥವಾ ತೀವ್ರವಾಗಿ ಅಪೌಷ್ಟಿಕತೆಯಿಂದ ಬಳಲುತ್ತಿದ್ದಾರೆ ಎಂದು ಕಂಡುಹಿಡಿದಿದೆ. ಕುಂಠಿತಗೊಂಡ ಮಕ್ಕಳಲ್ಲಿ, ಅರ್ಧದಷ್ಟು ಮಕ್ಕಳನ್ನು 'ತೀವ್ರವಾಗಿ ಕುಂಠಿತಗೊಂಡವರು' ಎಂದು ವರ್ಗೀಕರಿಸಲಾಗಿದೆ. ಭಾರತದಲ್ಲಿ ಕಡಿಮೆ ತೂಕದ ಮಕ್ಕಳ ಪ್ರಮಾಣವು ಉಪ-ಸಹಾರಾ ಆಫ್ರಿಕಾಕ್ಕಿಂತ ಎರಡು ಪಟ್ಟು ಹೆಚ್ಚಾಗಿದೆ. 2012ರಲ್ಲಿ, ಬ್ರಿಟಿಷ್ ಚಾರಿಟಿ ಸೇವ್ ದಿ ಚಿಲ್ಡ್ರನ್ (Save the Children) ನ ಮತ್ತೊಂದು ವರದಿಯು, ಐದು ವರ್ಷಕ್ಕಿಂತ ಮುಂಚಿತವಾಗಿ ಪ್ರತಿವರ್ಷ 1.83 ಮಿಲಿಯನ್ ಭಾರತೀಯ ಮಕ್ಕಳು ಸಾವನ್ನಪ್ಪುತ್ತಾರೆ ಎಂದು ಅಂದಾಜಿಸಿದೆ. ತಡೆಗಟ್ಟಬಹುದಾದ ಕಾಯಿಲೆಗಳಿಂದ ಬಹುಪಾಲು ಅಪೌಷ್ಟಿಕ ಮಗುವಿನ ಹೋರಾಟದ ಅಸಮರ್ಥತೆಯಿಂದ ಮಾರಣಾಂತಿಕವಾಗಿದೆ.

"ನಾವು ದೊಡ್ಡ ಜನಸಂಖ್ಯೆ: ನಾವು ವರ್ಷಕ್ಕೆ ಸುಮಾರು 17 ಮಿಲಿಯನ್ ಜನಸಂಖ್ಯೆಯಲ್ಲಿ ಬೆಳೆಯುತ್ತೇವೆ; ಒಂದು ಆಸ್ಟ್ರೇಲಿಯಾ ಅಥವಾ ಮಲೇಷ್ಯಾಕ್ಕೆ ಸಮನಾಗಿರುತ್ತದೆ" ಎಂದು ಟಾಟಾ ಹೇಳುತ್ತಾರೆ. "ಆ ಹೊಸ ಪೀಳಿಗೆಯು ದುರ್ಬಲವಾಗಿದ್ದರೆ ಅಥವಾ ಅಪೌಷ್ಟಿಕತೆಯಿಂದಾಗಿ ದೈಹಿಕ ಮತ್ತು ಮಾನಸಿಕ ದೋಷಗಳನ್ನು ಅನುಭವಿಸುತ್ತಿದ್ದರೆ ಅಥವಾ ಹೆಚ್ಚಿನ ಮರಣ ಪ್ರಮಾಣವನ್ನು ಹೊಂದಿದ್ದರೆ, ಅದು ಒಂದು ಪ್ರಮುಖ ಸಮಸ್ಯೆಯಾಗಿದೆ. ಪ್ರತಿ ವರ್ಷ, 17 ಮಿಲಿಯನ್ ಜನರು ಈ ದುರ್ಬಲತೆಗೆ ಗುರಿಯಾಗಿದ್ದರೆ, ನೀವು

ಸಮೃದ್ಧ ನಾಳೆ ಹೊಂದಲು ಸಾಧ್ಯವಿಲ್ಲ. ನೀವು ಬದುಕುಳಿದವರನ್ನು ನೋಡಿದರೆ ಆದರೆ ದೌರ್ಬಲ್ಯ ಮತ್ತು ವಿವಿಧ ಕಾಯಿಲೆಗಳಿಗೆ ಕಡಿಮೆ ಪ್ರತಿರೋಧದಿಂದ ಬದುಕುಳಿದರೆ, ನಿಮಗೆ ಹೆಚ್ಚಿನ ಆರೋಗ್ಯ ವೆಚ್ಚದ ಮತ್ತೊಂದು ಸಮಸ್ಯೆ ಇದೆ." ಅಪೌಷ್ಟಿಕತೆಯು "ಸರ್ಕಾರದಿಂದ ಗಮನಕ್ಕೆ ಬಾರದ" ಸಮಸ್ಯೆಯಲ್ಲ ಎಂದು ಅವರು ವಾದಿಸುತ್ತಾರೆ. ಆದಾಗ್ಯೂ, "ಬೃಹತ್ ಬಜೆಟ್ ಹಂಚಿಕೆಗಳ" ವಿತರಣೆಯು ಅಸಮರ್ಥತೆ ಮತ್ತು ಭ್ರಷ್ಟಾಚಾರಕ್ಕೆ ನಿಷ್ಪರಿಣಾಮಕಾರಿಯಾಗಿದೆ ಎಂದು ಅವರು ನಂಬುತ್ತಾರೆ. ವಿತರಣಾ ಜಾಲವನ್ನು ತಗ್ಗಿಸುವುದು ಕಷ್ಟ, ಅಲ್ಲಿ ಸರ್ಕಾರವು ಸರಬರಾಜು ಮಾಡುವ ಪೌಷ್ಟಿಕಾಂಶದ ಪ್ಯಾಕೇಜ್ ಗಳನ್ನು ಸ್ಥಳೀಯ ಮಾರುಕಟ್ಟೆಯಲ್ಲಿ ಮಾರಾಟ ಮಾಡುವ ಸಾಧ್ಯತೆಯಿದೆ, ದುರ್ಬಲ ಯುವ ಕೈಗಳಿಗೆ ಹೆಚ್ಚು ಅಗತ್ಯವಿರುವ ಮಾರ್ಗವನ್ನು ಕಂಡುಕೊಳ್ಳುವುದಕ್ಕಿಂತ ಹೆಚ್ಚಾಗಿ.

ಟಾಟಾ ಟ್ರಸ್ಟ್ ಗಳು ಸರ್ಕಾರಿ ಸಂಸ್ಥೆಗಳೊಂದಿಗೆ ಕೈಜೋಡಿಸುವ ಸಂಸ್ಥೆಗಳನ್ನು ಅನುದಾನ ನೀಡುತ್ತಿದ್ದರೂ, ಭಾರತದ ಎಲ್ಲ ಸ್ಪಷ್ಟ ಅಸಮಾನತೆಗಳನ್ನು ಪರಿಹರಿಸಲು ಇತರ ಸರ್ಕಾರದ ಪ್ರಯತ್ನಗಳಿಗೆ ಬಂದಾಗ ಟಾಟಾ ಕ್ಷಮಿಸುವುದಿಲ್ಲ. ದೇಶದ ಹೊಸ ಕಂಪನಿಗಳ ಕಾಯ್ದೆಯಲ್ಲಿ ನಿರ್ದಿಷ್ಟ ಷರತ್ತನ್ನು ಅವರು ವಿಶೇಷವಾಗಿ ಟೀಕಿಸಿದ್ದಾರೆ, ಇದು ದೊಡ್ಡ ಸಂಸ್ಥೆಗಳು ತಮ್ಮ ಲಾಭದ ಕನಿಷ್ಠ 2 ಶೇಕಡಾವನ್ನು ಸಿಎಸ್ ಆರ್ ಗೆ ಖರ್ಚು ಮಾಡಬೇಕು ಎಂದು ಆದೇಶಿಸುತ್ತದೆ.

"ನಮ್ಮಲ್ಲಿ ಒಂದು ವಿದ್ಯಮಾನವಿದೆ, ಅದು ಒಳ್ಳೆಯದು ಆದರೆ ಸ್ವಲ್ಪ ಅಸ್ತವ್ಯಸ್ತವಾಗಿದೆ" ಎಂದು ಅವರು ಹೇಳುತ್ತಾರೆ, ಭಾರತವನ್ನು ಎಚ್ಚರಿಸಿದಂತೆ ಅಂತಹ ಯೋಜನೆಯನ್ನು ಯಶಸ್ವಿಯಾಗಿ ಪರಿಚಯಿಸುವ ಮೂಲಸೌಕರ್ಯ ಅಥವಾ ಮೇಲ್ವಿಚಾರಣಾ ಸಾಮರ್ಥ್ಯವನ್ನು ಇನ್ನೂ ಹೊಂದಿಲ್ಲ. "ಎನ್ ಜಿಒಗಳಲ್ಲಿ ಅಗಾಧವಾದ ಬೆಳವಣಿಗೆಯನ್ನು ನೀವು ನೋಡುತ್ತೀರಿ, ಪ್ರತಿಯೊಬ್ಬರೂ ಈ ಹಣವನ್ನು ಆಕರ್ಷಿಸಲು ನೋಂದಾಯಿಸಲು ತಮ್ಮನ್ನು ತಾವು ತೊಡಗಿಸಿಕೊಳ್ಳುತ್ತಾರೆ. ಆದಾಗ್ಯೂ, ಈ ಹಣವನ್ನು ಹೇಗೆ ಬಳಸಲಾಗುತ್ತದೆ ಎಂಬುದರ ದೃಷ್ಟಿಯಿಂದ ಯಾವ ರೀತಿಯ ಮೇಲ್ವಿಚಾರಣೆ ಇರುತ್ತದೆ ಎಂಬುದು ನಮಗೆ ಇನ್ನೂ ತಿಳಿದಿಲ್ಲ.

"ನೀವು ನೋಂದಾಯಿತ ಎನ್ ಜಿಒವನ್ನು ಹೊಂದಿರುತ್ತೀರಿ, ನೀವು ಹಣವನ್ನು ಹೊಂದಿರುತ್ತೀರಿ, ಹಣವು ಎನ್ ಜಿಒಗೆ ಹೋಗುತ್ತದೆ ಮತ್ತು ಮೋಸದ ಕಾರ್ಯಾಚರಣೆಗಳ ಸರಣಿಯಲ್ಲಿ ಇಡೀ ವಿಷಯ ಸ್ಫೋಟಗೊಳ್ಳುವ ಮೂರು ಅಥವಾ ನಾಲ್ಕು ವರ್ಷಗಳ ಮೊದಲು ಇರಬಹುದು; ಅಸ್ತಿತ್ವದಲ್ಲಿಲ್ಲದ ಜನರಿಗೆ ಹಣವನ್ನು ನೀಡಲಾಗುತ್ತದೆ ಅಥವಾ ಬೇರೆ ಯಾವುದಕ್ಕೂ ಕುತಂತ್ರಕ್ಕೆ ಕಾರಣವಾಗಬಹುದು."

ಇದರ ಜೊತೆಗೆ, ಕೆಲವು ಕಂಪನಿಗಳು ಕಡ್ಡಾಯ ದೇಣಿಗೆಗಳನ್ನು, ತೆರಿಗೆ ವಿಧಿಸುವ ಒಂದು ರೂಪವನ್ನು ಪರಿಗಣಿಸುತ್ತವೆ ಮತ್ತು ಆದ್ದರಿಂದ ಹಣವನ್ನು ಕಾರ್ಪೊರೇಟ್ ಬೊಕ್ಕಸಕ್ಕೆ ಮರಳಿ ತುಂಬಲು ತಮ್ಮ ಕೈಲಾದ ಎಲ್ಲ ವಿಧಾನಗಳನ್ನು ಬಳಸಿಕೊಳ್ಳುತ್ತವೆ ಎಂದು ಟಾಟಾ ಶಂಕಿಸಿದ್ದಾರೆ. "ಎನ್ ಜಿಒಗಳನ್ನು ಸರ್ಕಾರವು

ಪ್ರಮಾಣೀಕರಿಸಬೇಕಾಗಿದೆ, ಆದರೆ ಅವುಗಳ ಕಾರಣಗಳನ್ನು ವ್ಯಾಖ್ಯಾನಿಸಲಾಗಿಲ್ಲ, ಅವುಗಳ ಆದೇಶಗಳು ಅವರದೇ ಆಗಿರುತ್ತವೆ ಮತ್ತು ಆ ಹಣವನ್ನು ಮತ್ತೆ ಎನ್ ಜಿಒಗಳಿಗೆ ಶಾರ್ಟ್ ಸರ್ಕ್ಯೂಟ್ ಮಾಡುವ ವೆನಲ್ ಕಾರ್ಪೊರೇಟ್ ಗಳು ಮೇಲ್ಮೈ ಅಡಿಯಲ್ಲಿ ಸಂಪರ್ಕ ಹೊಂದಿವೆ" ಎಂದು ಅವರು ಎಚ್ಚರಿಸಿದ್ದಾರೆ.

ಟಾಟಾ ಅವರ ಸಲಹೆಯೆಂದರೆ, ಸರ್ಕಾರವು ಐದು ಒತ್ತಡ ಪ್ರದೇಶಗಳಿಗಿಂತ ಹೆಚ್ಚಿನದನ್ನು ವ್ಯಾಖ್ಯಾನಿಸುವುದಿಲ್ಲ, "ಜನರ ಶ್ರೇಣಿ ಮತ್ತು ಫೈಲ್ ಗೆ ಅಗತ್ಯವೆಂದು ಪರಿಗಣಿಸುವ ವಿಷಯಗಳು." ನಿರ್ದಿಷ್ಟ ಯೋಜನೆಗಳನ್ನು ಗುರುತಿಸಬೇಕು ಮತ್ತು ಮಾರ್ಗಸೂಚಿಗಳನ್ನು ಸ್ಥಾಪಿಸಬೇಕು, ಇದರಿಂದಾಗಿ ನಿಧಿಯನ್ನು ಮೇಲ್ವಿಚಾರಣೆ ಮಾಡಲಾಗುತ್ತದೆ ಮತ್ತು ಲೆಕ್ಕಹಾಕಲಾಗುತ್ತದೆ ಮತ್ತು ಗುರಿಗಳನ್ನು ಜಿಲ್ಲೆಯಿಂದ ಜಿಲ್ಲೆ ಅಥವಾ ರಾಜ್ಯದಿಂದ ರಾಜ್ಯಕ್ಕೆ ಹೊಂದಿಸಬೇಕು. "ಇಡೀ ಯೋಜನೆಯು ಶೋಷಣೆಗೆ ಬಹಳ ದುರ್ಬಲವಾಗಿದೆ" ಎಂದು ಅವರು ಎಚ್ಚರಿಸುತ್ತಾರೆ. "ಪ್ರಸ್ತುತ ಇರುವುದಕ್ಕಿಂತ ಹೆಚ್ಚಿನ ಸ್ಪಷ್ಟೀಕರಣದ ಅಗತ್ಯವಿದೆ" ಎಂದು ಅವರು ಎಚ್ಚರಿಸುತ್ತಾರೆ.

ಭಾರತವು ಹೆಣಗಾಡುತ್ತಿರುವ ಬೃಹತ್ ಆರ್ಥಿಕ ಅಸಮತೋಲನ ಮತ್ತು ಭಾರತದಲ್ಲಿ ಲೋಕೋಪಕಾರದ ಕುತೂಹಲಕಾರಿ ಸ್ಥಿತಿಯ ಪ್ರತಿಬಿಂಬವಾಗಿದೆ. ಇಷ್ಟು ಸಂಪತ್ತು, ತಾಂತ್ರಿಕ ಪರಿಣತಿ ಮತ್ತು ನಿರ್ವಹಣಾ ಪ್ರತಿಭೆಯನ್ನು ಹೊಂದಿರುವ ದೇಶಕ್ಕೆ, ಭಾರತದ ಶ್ರೇಷ್ಠ ಲೋಕೋಪಕಾರಿಗಳು ಎಲ್ಲಿದ್ದಾರೆ?

"ಭಾರತದ ಅತಿದೊಡ್ಡ ಲೋಕೋಪಕಾರಿ ಕುಟುಂಬಗಳು ತುಂಬಾ ಕಡಿಮೆಯಾಗಿವೆ" ಎಂದು ಟಾಟಾ ಹೇಳುತ್ತಾರೆ. "ನೀವು ಕೆಲವು ಗ್ರಾಮೀಣ ಪ್ರದೇಶಗಳಿಗೆ ಹೋದಾಗ, ಕೆಲವು ಕುಟುಂಬಗಳು ಆ ಸಮುದಾಯಗಳಿಗೆ ಉತ್ತಮ ಕೆಲಸಗಳನ್ನು ಮಾಡಿರುವುದನ್ನು ನೀವು ಕಾಣುತ್ತೀರಿ. ಆದರೂ ವಿತರಿಸಲಾಗುತ್ತಿರುವ ಮೊತ್ತವು ಚಿಕ್ಕದಾಗಿದೆ: ನಮ್ಮದು ದೇಶದಲ್ಲಿಯೇ ಅತಿ ದೊಡ್ಡದಾಗಿದೆ ಮತ್ತು ನಾವು ವರ್ಷಕ್ಕೆ ಸುಮಾರು $ 92 ಮಿಲಿಯನ್ ಮಾತ್ರ ವಿತರಿಸುತ್ತೇವೆ.

"ನಾವು ಇನ್ನೂ ಊಳಿಗಮಾನ್ಯ ದೇಶವೆಂದು ನಾನು ಭಾವಿಸುತ್ತೇನೆ, ಆದ್ದರಿಂದ ನಮ್ಮ ಸುತ್ತಲಿನ ಬಡವರ ಯೋಗಕ್ಷೇಮದ ಬಗ್ಗೆ ಅನೇಕರಲ್ಲಿ ಹೆಚ್ಚಿನ ಅಸಮಾನತೆ ಮತ್ತು ಕಾಳಜಿಯ ಕೊರತೆಯಿದೆ" ಎಂದು ಅವರು ಮುಂದುವರಿಸುತ್ತಾರೆ. "ಜಾತಿ ವ್ಯವಸ್ಥೆಯು ಅದರೊಂದಿಗೆ ಬಹಳಷ್ಟು ಸಂಬಂಧ ಹೊಂದಿದೆ, ಮತ್ತು ಭಾರತದ ಕೆಲವು ಭಾಗಗಳಲ್ಲಿ ನೀವು ಕೆಳಜಾತಿ ನಾಗರಿಕರ ವಿರುದ್ಧ ಬಹುತೇಕ ನಂಬಲಾಗದ, ಅಮಾನವೀಯ ಕ್ರಮಗಳನ್ನು ಪಡೆಯುತ್ತೀರಿ, ಬಹುತೇಕ ಅವನನ್ನು ಪ್ರಾಣಿಯಂತೆ ಪರಿಗಣಿಸುತ್ತೀರಿ. ಇದು ಕಾನೂನುಬಾಹಿರವಾಗಿದೆ, ಇದು ಸಂಭವಿಸಬೇಕಾಗಿಲ್ಲ, ಆದರೆ ಅದು ಮಾಡುತ್ತದೆ."

ಅಂತಹ ವರ್ತನೆಗಳು ಬದಲಾಗಬೇಕಾದರೆ, ಮುಂದಿನ ಪೀಳಿಗೆ ಮತ್ತು ಭಾರತೀಯ ಸಮಾಜದ ಅಂಚಿನಲ್ಲಿರುವ ಮತ್ತು ಕಡಿಮೆ ಅದೃಷ್ಟಶಾಲಿ ಅಂಶಗಳಿಗೆ ಅವರ ವಿಧಾನವನ್ನು ಅವಲಂಬಿಸಿರುತ್ತದೆ. ಬೂದು

ಕೂದಲು ಮತ್ತು ಅನುಭವವು ಯುವಕರನ್ನು ಹೆಚ್ಚಾಗಿ ಸೆಳೆಯುವ ಸಂಸ್ಕೃತಿಯಲ್ಲಿ, ನಾವೀನ್ಯತೆಯನ್ನು ಹೆಚ್ಚಿಸಲು ಮತ್ತು ಶತಮಾನಗಳಷ್ಟು ಹಳೆಯದಾದ ಪೂರ್ವಾಗ್ರಹಗಳನ್ನು ನಿವಾರಿಸಲು ಹೊಸ ರಕ್ತವನ್ನು ಲೋಕೋಪಕಾರಿ ವಲಯಕ್ಕೆ ಪ್ರೋತ್ಸಾಹಿಸಬೇಕು ಎಂದು ಟಾಟಾ ವಾದಿಸುತ್ತಾರೆ.

"ಕಿರಿಯ ತಳಿಯು ತನ್ನದೇ ಆದ ಸಮೃದ್ಧಿಯ ಬಗ್ಗೆ ಆಸಕ್ತಿ ಹೊಂದಿದೆ ಮತ್ತು ಇದು ಲೋಕೋಪಕಾರಿ ಸಂಸ್ಥೆಗಳು ಮಾಡಬೇಕಾದ ಮತ್ತೊಂದು ಬದಲಾವಣೆಯಾಗಿದೆ" ಎಂದು ಅವರು ಹೇಳುತ್ತಾರೆ. "ಅವರು ಕಾರ್ಪೊರೇಟ್ ಜಗತ್ತಿನಲ್ಲಿ ಪ್ರಸ್ತಾಪದ ಮೇಲೆ ರೀತಿಯ ಸಂಬಳವನ್ನು ಪಾವತಿಸುವುದಿಲ್ಲ, ಆದ್ದರಿಂದ ಅವರು ಕಡಿಮೆ ಬೆಲೆಗೆ ಬರಲು ಸಿದ್ಧರಿರುವ ಜನರನ್ನು ಹೊರತುಪಡಿಸಿ ಇತರರನ್ನು ಆಕರ್ಷಿಸುವುದಿಲ್ಲ. "ಕಾರ್ಪೊರೇಟ್ ವೇತನವನ್ನು ಪಾವತಿಸುವ ಮೂಲಕ ನಮ್ಮ ಸಂಸ್ಥೆಯೊಳಗೆ ಅದನ್ನು ಬದಲಾಯಿಸಲು ನಾವು ಪ್ರಯತ್ನಿಸುತ್ತಿದ್ದೇವೆ" ಎಂದು ಅವರು ಮುಂದುವರಿಸುತ್ತಾರೆ.

"[ಭಾರತದ ಲೋಕೋಪಕಾರಿ ವಲಯ] ಯುವಕರಿಗೆ ಗೌರವಾನ್ವಿತ ಮಟ್ಟದ ಸಂಭಾವನೆಯನ್ನು ನೀಡಿದರೆ, ಮಾನವೀಯತೆಗೆ ವ್ಯತ್ಯಾಸವನ್ನುಂಟುಮಾಡುವಲ್ಲಿ ಒಂದೇ ರೀತಿಯ ಆಸಕ್ತಿಯನ್ನು ಹೊಂದಿರುವವರು ಇರುತ್ತಾರೆ ಮತ್ತು ಆ ಕಾರಣಕ್ಕಾಗಿ ಅವರ ಚತುರತೆ ಮತ್ತು ಸೃಜನಶೀಲತೆಯನ್ನು ಅನ್ವಯಿಸಲು ಬಯಸುತ್ತಾರೆ.

ಪ್ರಸ್ತುತ ಕ್ಷಣದಲ್ಲಿ, ಆ ಉತ್ಸಾಹವನ್ನು ಹೊಂದಿರುವ ಮತ್ತು ಅಪಾರ ತ್ಯಾಗ ಮಾಡಲು ಸಿದ್ಧರಿರುವ ವ್ಯಕ್ತಿ ಮಾತ್ರ. ಆದರೆ ಇದು ಬದಲಾಗುತ್ತದೆ ಎಂದು ನಾನು ಭಾವಿಸುತ್ತೇನೆ."

ಲೋಕೋಪಕಾರದ ಜಗತ್ತಿಗೆ ಟಾಟಾ ಅವರ ಪರಿಚಯವು ಸಂಬಳಕ್ಕಿಂತ ಹೆಚ್ಚಾಗಿ ಸಂದರ್ಭದಿಂದ ನಿರ್ದೇಶಿಸಲ್ಪಟ್ಟಿದೆ. ಆದರೂ ಅವರ ವಿಮರ್ಶಕರು ಸಹ ಅವರ ಮಹಾನ್ ಆನುವಂಶಿಕತೆಯು ಸಾಂಸ್ಥಿಕವಲ್ಲ ಆದರೆ ನೈತಿಕ ಎಂದು ಒಪ್ಪಿಕೊಳ್ಳಬಹುದು. ಬೆಳೆಯುತ್ತಿರುವ ಅವರು, ಎರಡು ಪ್ರಮುಖ ಕುಟುಂಬ ಟ್ರಸ್ಟ್ ಗಳಲ್ಲಿ ಒಂದಾದ ಸರ್ ರತನ್ ಟಾಟಾ ಅವರ ವಿಧವೆಯಾದ ಅವರ ಅಜ್ಜಿ ನವಜ್ ಬಾಯಿ ಅವರಿಂದ ವಿಶೇಷವಾಗಿ ಸ್ಫೂರ್ತಿ ಪಡೆದರು.

"ಅವಳು ದುರದೃಷ್ಟವನ್ನು ಹೇಗೆ ನೋಡಿದಳು ಮತ್ತು ಜನರು ತನ್ನ ಬಳಿಗೆ ಬಂದಾಗ ಅವಳು ಅದನ್ನು ಹೇಗೆ ತಗ್ಗಿಸಿದಳು ಎಂಬುದರ ದೃಷ್ಟಿಯಿಂದ ನಾನು ಅವಳಿಂದ ಬಹಳಷ್ಟು ಕಲಿತಿದ್ದೇನೆ" ಎಂದು ಅವರು ನೆನಪಿಸಿಕೊಳ್ಳುತ್ತಾರೆ. "ಅವರು ದೇಶಾದ್ಯಂತ ಬಡವರಿಗೆ ಮನೆಗಳನ್ನು ಹೊಂದಿದ್ದರು ಅಥವಾ ಆ ದಿನಗಳಲ್ಲಿ ಅವರನ್ನು ಸ್ಯಾನಿಟೋರಿಯಂಗಳು ಎಂದು ಕರೆಯಲಾಗುತ್ತಿತ್ತು. ಅವಳು ಆ ರೀತಿಯಲ್ಲಿ ಕಾರ್ಯನಿರ್ವಹಿಸಿದ್ದು ತನಗೆ ತಾನೇ ಗೋಚರತೆಯನ್ನು ಪಡೆಯಲು ಅಲ್ಲ, ಆದರೆ ದುಃಖವನ್ನು ತೊಡೆದುಹಾಕುವ ವಿಷಯದಲ್ಲಿ ಅವಳು ತುಂಬಾ ಸಹಾನುಭೂತಿ ಮತ್ತು ಭಾವೋದ್ರಿಕ್ತಳಾಗಿದ್ದಳು."

ಟಾಟಾ ತನ್ನ ಸ್ವಂತ ಕೊಡುಗೆಯ ಬಗ್ಗೆ ಮಾತನಾಡುವಾಗ, ತನ್ನ ಸ್ವಂತ ವೈಯಕ್ತಿಕ ಸಂಪತ್ತನ್ನು "ಕನಿಷ್ಠ" ಎಂದು ವಿವರಿಸುವಾಗ ಮತ್ತು ದಶಕಗಳ ಹಿಂದೆ ಅವರ ಸಂಸ್ಥಾಪಕರು ಕುಟುಂಬ ಕಂಪನಿಗಳಲ್ಲಿ ಪ್ರತಿಪಾದಿಸಿರುವ ಸಾಂಸ್ಥಿಕ ಕೊಡುಗೆಯನ್ನು ಒತ್ತಿಹೇಳಲು ಆದ್ಯತೆ ನೀಡುತ್ತಾರೆ. ಅದೇನೇ ಇದ್ದರೂ, ಟ್ರಸ್ಟ್ ಗಳ ಪ್ರಯತ್ನಗಳಿಂದ ಪ್ರಯೋಜನ ಪಡೆದವರನ್ನು ಭೇಟಿಯಾದಾಗ ಅವರು ಹೆಮ್ಮೆಯ ಪ್ರಜ್ಞೆಯನ್ನು ಒಪ್ಪಿಕೊಳ್ಳುತ್ತಾರೆ.

"ನನಗೆ ಭಾರತ ಸರ್ಕಾರವು ಪದಕವನ್ನು ನೀಡಿತು, ಮತ್ತು ಅದನ್ನು ದೆಹಲಿಯ ರಾಷ್ಟ್ರಪತಿಗಳ ಅಧಿಕೃತ ನಿವಾಸದಲ್ಲಿ ನೀಡಲಾಯಿತು, ಇದು ಕೊಂಬುಗಳು ಮತ್ತು ಮೆರವಣಿಗೆಯೊಂದಿಗೆ ದೊಡ್ಡ ಕಾರ್ಯಕ್ರಮವಾಗಿದೆ" ಎಂದು ಅವರು ನಗುತ್ತಾರೆ. "ನನಗೆ ಪದಕವನ್ನು ಹಸ್ತಾಂತರಿಸಿದಾಗ ನಾನು ಅಧ್ಯಕ್ಷ ನಾರಾಯಣನ್ ಅವರಿಗೆ, 'ಸರ್, ಇದನ್ನು ನಿಮ್ಮ ಕೈಯಿಂದ ಸ್ವೀಕರಿಸಲು ನನಗೆ ಬಹಳ ಗೌರವವಿದೆ' ಎಂದು ಹೇಳಿದೆ. ಅವರು ಉತ್ತರಿಸಿದರು: 'ನಾನು ಟಾಟಾ ವಿದ್ವಾಂಸನಾಗಿದ್ದೆ. ಆ ರೀತಿಯಲ್ಲಿ ನಾನು ಜೀವನದಲ್ಲಿ ನನ್ನ ಆರಂಭವನ್ನು ಪಡೆದುಕೊಂಡೆ ', ಮತ್ತು ನಂತರ ನಗೆ ಬೀರಿದೆ. ಅದು ಒಂದು ಉತ್ತಮ ಕ್ಷಣವಾಗಿತ್ತು; ನಾನು ಬಹುತೇಕ ಕಣ್ಣೀರಲ್ಲಿ ಮುಳುಗಿದ್ದೆ."

# ರತನ್ ಟಾಟಾ ಪ್ರಶಸ್ತಿಗಳು

ರತನ್ ಟಾಟಾ ಅವರಿಗೆ ಅನೇಕ ಗಮನಾರ್ಹ ಪ್ರಶಸ್ತಿಗಳು ಮತ್ತು ಗೌರವಗಳನ್ನು ನೀಡಲಾಯಿತು.ಇವುಗಳನ್ನು ಕೆಳಗೆ ಉಲ್ಲೇಖಿಸಲಾಗಿದೆ:

| ವರ್ಷ | ಹೆಸರು | ಪ್ರಶಸ್ತಿ ನೀಡುವ ಸಂಸ್ಥೆ |
|---|---|---|
| 2000 | ಪದ್ಮಭೂಷಣ | ಭಾರತ ಸರ್ಕಾರ |
| 2008 | ಪದ್ಮ ವಿಭೂಷಣ | ಭಾರತ ಸರ್ಕಾರ |
| 2001 | ಗೌರವ ಡಾಕ್ಟರ್ ಆಫ್ ಬ್ಯುಸಿನೆಸ್ ಅಡ್ಮಿನಿಸ್ಟ್ರೇಷನ್ | ಓಹಿಯೋ ಸ್ಟೇಟ್ ವಿಶ್ವವಿದ್ಯಾಲಯ. |
| 2004 | ಓರಿಯಂಟಲ್ ರಿಪಬ್ಲಿಕ್ ಆಫ್ ಉರುಗ್ವೆ ಪದಕ | ಉರುಗ್ವೆ ಸರ್ಕಾರ |
| 2004 | ಗೌರವ ಡಾಕ್ಟರ್ ಆಫ್ ಟೆಕ್ನಾಲಜಿ | ಏಷ್ಯನ್ ಇನ್ ಸ್ಟಿಟ್ಯೂಟ್ ಆಫ್ ಟೆಕ್ನಾಲ |
| 2005 | ಅಂತಾರಾಷ್ಟ್ರೀಯ ಡಿಸ್ಟಿಂಗ್ವಿಶ್ಡ್ ಅಚೀವ್ ಮೆಂಟ್ ಪ್ರಶಸ್ತಿ | B'nai B'rith ಇಂಟರ್ನ್ಯಾಷನಲ್ |
| 2005 | ಗೌರವ ಡಾಕ್ಟರ್ ಆಫ್ ಸೈನ್ಸ್ | ವಾರ್ವಿಕ್ ವಿಶ್ವವಿದ್ಯಾಲಯ. |
| 2006 | ಗೌರವ ಡಾಕ್ಟರ್ ಆಫ್ ಸೈನ್ಸ್ | ಇಂಡಿಯನ್ ಇನ್ಸ್ಟಿಟ್ಯೂಟ್ ಆಫ್ ಟೆಕ್ನಾಲಜಿ ಮದ್ರಾಸ್ |
| 2006 | ಜವಾಬ್ದಾರಿಯುತ ಬಂಡವಾಳಶಾಹಿ ಪ್ರಶಸ್ತಿ | ವಿಜ್ಞಾನ ಮತ್ತು ತಂತ್ರಜ್ಞಾನದ ಸ್ಫೂರ್ತಿ ಮತ್ತು ಮಾನ್ಯತೆಗಾಗಿ (ಮೊದಲನೆಯದು) |
| 2007 | ಗೌರವ ಫೆಲೋಶಿಪ್ | ಲಂಡನ್ ಸ್ಕೂಲ್ ಆಫ್ ಎಕನಾಮಿಕ್ಸ್ ಅಂಡ್ ಪೊಲಿಟಿಕಲ್ ಸೈನ್ಸ್ |
| 2007 | ಕಾರ್ನೆಗೀ ಮೆಡಲ್ ಆಫ್ ಲೋಕೋಪಕಾರ | ಅಂತರರಾಷ್ಟ್ರೀಯ ಶಾಂತಿಗಾಗಿ ಕಾರ್ನೆಗೀ ದತ್ತಿ |

| | | |
|---|---|---|
| 2008 | ಗೌರವ ಡಾಕ್ಟರ್ ಆಫ್ ಲಾ | ಕೇಂಬ್ರಿಡ್ಜ್ ವಿಶ್ವವಿದ್ಯಾಲಯ |
| 2008 | ಗೌರವ ಡಾಕ್ಟರ್ ಆಫ್ ಸೈನ್ಸ್ | ಇಂಡಿಯನ್ ಇನ್ ಸ್ಟಿಟ್ಯೂಟ್ ಆಫ್ ಟೆಕ್ನಾಲಜಿ ಬಾಂಬ |
| 2008 | ಗೌರವ ಡಾಕ್ಟರ್ ಆಫ್ ಸೈನ್ಸ್ | ಇಂಡಿಯನ್ ಇನ್ ಸ್ಟಿಟ್ಯೂಟ್ ಆಫ್ ಟೆಕ್ನಾಲಜಿ ಖರಗ್ ಪುರ |
| 2008 | ಗೌರವಾನ್ವಿತ ನಾಗರಿಕ ಪ್ರಶಸ್ತಿ | ಸಿಂಗಾಪುರ ಸರ್ಕಾರ |
| 2008 | ಗೌರವ ಫೆಲೋಶಿಪ್ | ಎಂಜಿನಿಯರಿಂಗ್ ಮತ್ತು ತಂತ್ರಜ್ಞಾನದ ಸಂಸ್ಥೆ |
| 2008 | ಪ್ರೇರಿತ ನಾಯಕತ್ವ ಪ್ರಶಸ್ತಿ | ಪರ್ಫಾರ್ಮೆನ್ಸ್ ಥಿಯೇಟರ್ |
| 2009 | ಗೌರವಾನ್ವಿತ ನೈಟ್ ಕಮಾಂಡರ್ ಆಫ್ ದಿ ಆರ್ಡರ್ ಆಫ್ ದಿ ಬ್ರಿಟಿಷ್ ಎಂಪೈರ್ (KBE) | ರಾಣಿ ಎಲಿಜಬೆತ್ II |
| 2009 | ಎಂಜಿನಿಯರಿಂಗ್ ನಲ್ಲಿ 2008ರ ಜೀವಮಾನದ ಕೊಡುಗೆ ಪ್ರಶಸ್ತಿ | ಇಂಡಿಯನ್ ನ್ಯಾಷನಲ್ ಅಕಾಡೆಮಿ ಆಫ್ ಎಂಜಿನಿಯರಿಂಗ್ |
| 2009 | ಇಟಾಲಿಯನ್ ರಿಪಬ್ಲಿಕ್ ನ ಆರ್ಡರ್ ಆಫ್ ಮೆರಿಟ್ ನ ಗ್ರ್ಯಾಂಡ್ ಆಫೀಸರ್ | ಇಟಲಿ ಸರ್ಕಾರ |
| 2010 | ಗೌರವ ಡಾಕ್ಟರ್ ಆಫ್ ಲಾ | ಕೇಂಬ್ರಿಡ್ಜ್ ವಿಶ್ವವಿದ್ಯಾಲಯ |
| 2010 | ಹ್ಯಾಡ್ರಿಯನ್ ಪ್ರಶಸ್ತಿ | ವಿಶ್ವ ಸ್ಮಾರಕಗಳ ನಿಧಿ |
| 2010 | ಓಸ್ಲೋ ಬ್ಯುಸಿನೆಸ್ ಫಾರ್ ಪೀಸ್ ಪ್ರಶಸ್ತಿ | ಬ್ಯುಸಿನೆಸ್ ಫಾರ್ ಪೀಸ್ ಫೌಂಡೇಶನ್ |
| 2010 | ಲೆಜೆಂಡ್ ಇನ್ ಲೀಡರ್ಶಿಪ್ ಪ್ರಶಸ್ತಿ | ಯೇಲ್ ವಿಶ್ವವಿದ್ಯಾಲಯ |
| 2010 | ಗೌರವ ಡಾಕ್ಟರ್ ಆಫ್ ಲಾಸ್ | ಪೆಪ್ಪರ್ಡೈನ್ ವಿಶ್ವವಿದ್ಯಾಲಯ |

| | | |
|---|---|---|
| 2010 | ವರ್ಷದ ಬ್ಯುಸಿನೆಸ್ ಲೀಡರ್ | ಏಷ್ಯನ್ ಪ್ರಶಸ್ತಿಗಳು. |
| 2012 | ಗೌರವ ಫೆಲೋ | ರಾಯಲ್ ಅಕಾಡೆಮಿ ಆಫ್ ಎಂಜಿನಿಯರಿಂಗ್ |
| 2012 | ಡಾಕ್ಟರ್ ಆಫ್ ಬ್ಯುಸಿನೆಸ್ ಹಾನರಿಸ್ ಕಾಸಾ | ನ್ಯೂ ಸೌತ್ ವೇಲ್ಸ್ ವಿಶ್ವವಿದ್ಯಾಲಯ |
| 2012 | ಗ್ರ್ಯಾಂಡ್ ಕಾರ್ಡನ್ ಆಫ್ ದಿ ಆರ್ಡರ್ ಆಫ್ ದಿ ರೈಸಿಂಗ್ ಸನ್ | ಜಪಾನ್ ಸರ್ಕಾರ |
| 2013 | ವಿದೇಶಿ ಸಹವರ್ತಿ | ನ್ಯಾಷನಲ್ ಅಕಾಡೆಮಿ ಆಫ್ ಎಂಜಿನಿಯರಿಂಗ್ |
| 2013 | ದಶಕದ ರೂಪಾಂತರ ನಾಯಕ | ಇಂಡಿಯನ್ ಅಫೇರ್ಸ್ ಇಂಡಿಯಾ ಲೀಡರ್ಶಿಪ್ ಕಾನ್ಕ್ಲೇವ್ 2013 |
| 2013 | ಅರ್ನ್ಸ್ಟ್ ಮತ್ತು ವರ್ಷದ ಯುವ ಉದ್ಯಮಿ - ಜೀವಮಾನದ ಸಾಧನೆ | ಅರ್ನ್ಸ್ಟ್ & ಯಂಗ್ |
| 2013 | ಗೌರವ ಡಾಕ್ಟರ್ ಆಫ್ ಬ್ಯುಸಿನೆಸ್ ಪ್ರಾಕ್ಟೀಸ್ | ಕಾರ್ನೆಗೀ ಮೆಲಾನ್ ವಿಶ್ವವಿದ್ಯಾಲಯ |
| 2014 | ಗೌರವ ಡಾಕ್ಟರ್ ಆಫ್ ಬ್ಯುಸಿನೆಸ್ | ಸಿಂಗಾಪುರ್ ಮ್ಯಾನೇಜ್ ಮೆ |
| 2014 | ಸಯಾಜಿ ರತ್ನ ಪ್ರಶಸ್ತಿ | ಬರೋಡಾ ಮ್ಯಾನೇಜ್ ಮೆಂಟ್ ಅಸೋಸಿಯ |
| 2014 | ಗೌರವಾನ್ವಿತ ನೈಟ್ ಗ್ರ್ಯಾಂಡ್ ಕ್ರಾಸ್ ಆಫ್ ದಿ ಆರ್ಡರ್ ಆಫ್ ದಿ ಬ್ರಿಟಿಷ್ ಎಂಪೈರ್ (GBE) | ರಾಣಿ ಎಲಿಜಬೆತ್ II |
| 2014 | ಗೌರವ ಡಾಕ್ಟರ್ ಆಫ್ ಲಾಸ್ | ಯಾರ್ಕ್ ವಿಶ್ವವಿದ್ಯಾಲಯ, ಕೆನಡಾ |
| 2015 | ಗೌರವ ಡಾಕ್ಟರ್ ಆಫ್ ಆಟೋಮೋಟಿವ್ ಇಂಜಿನಿಯರಿಂಗ್ | ಕ್ಲೆಮ್ಸನ್ ವಿಶ್ವವಿದ್ಯಾಲಯ |

| 2015 | ಸಯಾಜಿ ರತ್ನ ಪ್ರಶಸ್ತಿ | ಬರೋಡಾ ಮ್ಯಾನೇಜ್ ಮೆಂಟ್ ಅಸೋಸಿಯೇಷನ್, ಹೊನೊರಿಸ್ ಕೌಸಾ, HEC ಪ್ಯಾರಿಸ್ |
|------|---------------------|---------------------------------------------------------------------------------|
| 2016 | ಲೆಜಿಯನ್ ಆಫ್ ಆನರ್ ನ ಕಮಾಂಡರ್ | ಫ್ರಾನ್ಸ್ ಸರ್ಕಾರ |
| 2018 | ಗೌರವ ಡಾಕ್ಟರೇಟ್ | ಸ್ವಾನ್ಸೀ ವಿಶ್ವವಿದ್ಯಾಲಯ |
| 2021 | ಅಸ್ಸಾಂ ಬೈಭವ್ | ಅಸ್ಸಾಂ ಸರ್ಕಾರ |
| 2015 | ಸಯಾಜಿ ರತ್ನ ಪ್ರಶಸ್ತಿ | ಬರೋಡಾ ಮ್ಯಾನೇಜ್ ಮೆಂಟ್ ಅಸೋಸಿಯೇಷನ್, ಹೊನೊರಿಸ್ ಕೌಸಾ, HEC ಪ್ಯಾರಿಸ್ |
| 2016 | ಲೆಜಿಯನ್ ಆಫ್ ಆನರ್ ನ ಕಮಾಂಡರ್ | ಫ್ರಾನ್ಸ್ ಸರ್ಕಾರ |
| 2018 | ಗೌರವ ಡಾಕ್ಟರೇಟ್ | ಸ್ವಾನ್ಸೀ ವಿಶ್ವವಿದ್ಯಾಲಯ |

# ವಿವಿಧ ಕ್ಷೇತ್ರಗಳಲ್ಲಿ ಟಾಟಾ ಗ್ರೂಪ್ ಗಳ ಕೊಡುಗೆ

❖ ಮಾಹಿತಿ ತಂತ್ರಜ್ಞಾನ ಮತ್ತು ಎಂಜಿನಿಯರಿಂಗ್:

- ಟಾಟಾ ಕನ್ಸಲ್ಟೆನ್ಸಿ ಸರ್ವೀಸಸ್
- ಟಾಟಾ ರಿಸರ್ಚ್ ಡೆವಲಪ್ ಮೆಂಟ್ ಮತ್ತು ಡಿಸೈನ್ ಸೆ
- TCS ಚೀನಾ
- TATA ELXSI (ಟಾಟಾ ಇಎಲ್ಎಕ್ಸ್ಎಸ್ಐ)
- ಟಾಟಾ ಟೆಕ್ನಾಲಜೀಸ್

❖ ಏರ್ ಲೈನ್ಸ್

- ಏರ್ ಇಂಡಿಯಾ ಲಿಮಿಟೆಡ್
- ಏರ್ ಇಂಡಿಯಾ
- ಏರ್ ಇಂಡಿಯಾ ಎಕ್ಸ್ ಪ್ರೆಸ್
- ಏರ್ ಏಷ್ಯಾ ಇಂಡಿಯಾ (84%)
- ವಿಸ್ತಾರಾ (51%)

❖ ಉಕ್ಕು

- ಜಮ್ಶೆಡ್ ಪುರ ಎಫ್ ಸಿ
- ನ್ಯಾಟ್ ಸ್ಟೀಲ್
- ಟಾಟಾ ಸ್ಟೀಲ್
- ಟಾಟಾ ಸ್ಟೀಲ್ ಬಿಎಸ್ ಎಲ್
- ಟಾಟಾ ಸ್ಟೀಲ್ ಯುರೋಪ್
- ಟಾಟಾ ಸ್ಟೀಲ್ ಲಾಂಗ್ ಪ್ರಾಡಕ್ಟ್ಸ್
- ಟಾಟಾ ಸ್ಟೀಲ್ ಥೈಲ್ಯಾಂಡ್
- ಟಾಯೊ ರೋಲ್ಸ್

❖ ಆಟೋಮೋಟಿವ್

- ಟಾಟಾ ಮೋಟಾರ್ಸ್
- ಟಾಟಾ ಮೋಟಾರ್ಸ್ ಕಾರ್ಸ್
- ಜಾಗ್ವಾರ್ ಲ್ಯಾಂಡ್ ರೋವರ್
- ಡೈಮ್ಲರ್ ಕಂಪನಿ
- ಚೆರಿ ಜಾಗ್ವಾರ್ ಲ್ಯಾಂಡ್ ರೋವರ್
- ಟಾಟಾ ಡೇವೂ
- 2ಟಾಟಾ ಹಿಸ್ಪಾನೊ
- ಟಾಟಾ ಹಿಟಾಚಿ ಕನ್ಸ್ಟ್ರಕ್ಷನ್ ಮೆಷಿನರಿ

❖ ಗ್ರಾಹಕ ಮತ್ತು ರಿಟೇಲ್

❖ ಟಾಟಾ ಕನ್ಸ್ಯೂಮರ್ ಪ್ರಾಡಕ್ಟ್‌ಗಳು

- ಎಂಟು ಗಂಟೆಯ ಕಾಫಿ
- ಟಾಟಾ ಕಾಫಿ
- ಗುಡ್ ಅರ್ಥ್ ಟೀ
- ಟೆಟ್ಲಿ
- ಟಾಟಾ ಟೀ
- ಟಾಟಾ ಸಾಲ್ಟ್
- ಟಾಟಾ ಚಾ
- ಹಿಮಾಲಯನ್ ವಾಟರ್
- ಟಾಟಾ ಸಂಪನ್
- ಐ-ಶಕ್ತಿ
- NourishCo
- ಟಾಟಾ ಕನ್ಸ್ಯೂಮರ್ ಸೌಲ್ ಫುಲ್

- ❖ ಟಾಟಾ ಕೆಮಿಕಲ್ಸ್
  - ಬ್ರಿಟಿಷ್ ಉಪ್ಪು
  - ಟಾಟಾ ಕೆಮಿಕಲ್ಸ್ ಯುರೋಪ್
  - ಟಾಟಾ ಕೆಮಿಕಲ್ಸ್ ಮಾಗಡಿ
  - ಟಾಟಾ ಸ್ವಚ್

- ❖ ಟ್ರೆಂಟ್
  - ಹೆಗ್ಗುರುತು (ಲ್ಯಾಂಡ್ ಮಾರ್ಕ್)
  - ಸ್ಟಾರ್ ಬಜಾರ್
  - ವೆಸ್ಟ್ ಸೈಡ್

- ❖ ಟೈಟಾನ್ ಕಂಪನಿ
  - ತನಿಶ್ಕ
  - ಫಾಸ್ಟ್ ಟ್ರ್ಯಾಕ್
  - ತನೇರಾ
  - ಫೇವರ್-ಲ್ಯೂಬಾ

- ❖ ಇತರೆ
  - ವೋಲ್ಟಾಸ್
  - ಕ್ರೋಮಾ

- ❖ ಮೂಲಸೌಕರ್ಯ
  - ● ಟಾಟಾ ಪವರ್
    - o ಪೀಳಿಗೆ : ಮುಂಡ್ರಾ ಯುಎಂಪಿಪಿ; ಮೈಥಾನ್ ಪವರ್
    - o ವಿತರಣೆ: ಟಾಟಾ ಪವರ್ ದೆಹಲಿ ಡಿಸ್ಟ್ರಿಬ್ಯೂಷನ್ ಲಿಮಿಟೆಡ್ ; ಟಿಪಿ ಸೆಂಟ್ರಲ್ ಒಡಿಶಾ ಡಿಸ್ಟ್ರಿಬ್ಯೂಷನ್ ಲಿಮಿಟೆಡ್ ; ಟಿಪಿ ವೆಸ್ಟರ್ನ್ ಒಡಿಶಾ

*ರಾಷ್ಟ್ರದ ಹೆಮ್ಮೆ : ರತನ್ ಟಾಟಾ* ━━━━━━━━━━━━

- ಡಿಸ್ಟ್ರಿಬ್ಯೂಷನ್ ಲಿಮಿಟೆಡ್ ; ಟಿಪಿ ಸದರ್ನ್ ಒಡಿಶಾ ಡಿಸ್ಟ್ರಿಬ್ಯೂಷನ್ ಲಿಮಿಟೆಡ್ ; ಒಡಿಶಾದ ಈಶಾನ್ಯ ವಿದ್ಯುತ್ ಸರಬರಾಜು ಕಂಪನಿ (51%) ; ಟಿಪಿ ಅಜ್ಮೀರ್ ಡಿಸ್ಟ್ರಿಬ್ಯೂಷನ್ ಲಿಮಿಟೆಡ್
- ಇತರೆ: ಟಾಟಾ ಪವರ್ ಸೋಲಾರ್ ; ಟಿಪಿ ನವೀಕರಿಸಬಹುದಾದ ಮೈಕ್ರೊಗ್ರಿಡ್ ; ಟಾಟಾ ಪವರ್ ಎಸ್ಇಡಿ ; ಪವರ್ಲಿಂಕ್ಸ್ ಟ್ರಾನ್ಸ್ಮಿಷನ್ (51%)

- **ಹಣಕಾಸು ಸೇವೆಗಳು**
  - ಟಾಟಾ ಕ್ಯಾಪಿಟಲ್
  - ಟಾಟಾ ಎಐಜಿ
  - ಟಾಟಾ ಎಐಎ
  - ಟಾಟಾ ಎಎಂಸಿ
  - ಟಾಟಾ ಕಾರ್ಡ್ ಗಳು
  - ಟಾಟಾ ಮೋಟಾರ್ಸ್ ಫೈನಾನ್ಸ್
  - ಇಂಡಿಕಾಶ್ ಎಟಿಎಂ
  - ಫರ್ಬೈನ್

- **ಏರೋಸ್ಪೇಸ್ ಮತ್ತು ರಕ್ಷಣಾ**
  - ಟಾಟಾ ಅಡ್ವಾನ್ಸ್ಡ್ ಸಿಸ್ಟಮ್ಸ್
  - ಟಾಟಾ ಬೋಯಿಂಗ್ ಏರೋಸ್ಪೇಸ್ ಲಿಮಿಟೆಡ್
  - ಟಾಟಾ ಸಿಕೋರ್ಸ್ಕಿ ಏರೋಸ್ಪೇಸ್ ಲಿಮಿಟೆಡ್
  - ಟಾಟಾ ಪವರ್ SED

❖ **ಪ್ರವಾಸೋದ್ಯಮ ಮತ್ತು ಪ್ರಯಾಣ**

- ಇಂಡಿಯನ್ ಹೊಟೇಲ್ ಕಂಪನಿ ಲಿಮಿಟೆಡ್
- ಶುಂಠಿ ಹೋಟೆಲ್ ಗಳು
- ತಾಜ್ ಹೋಟೆಲ್ ಗಳು

- ತಾಜ್ ಏರ್
- TajSATS
- ವಿವಂತ
- ಪಿಯರೆ
- ದಿ ನ್ಯೂಬರಿ ಬಾಸ್ಟನ್

❖ **ಟೆಲಿಕಾಂ ಮತ್ತು ಮಾಧ್ಯಮ**

- ಟಾಟಾ ಕಮ್ಯುನಿಕೇಷನ್ಸ್
- VSNL ಇಂಟರ್ ನ್ಯಾಷನಲ್ ಕೆನಡಾ
- ಟಾಟಾ ಬಿಸಿನೆಸ್ ಸಪೋರ್ಟ್ ಸರ್ವೀ
- ಟಾಟಾ ಟೆಲಿಸರ್ವಿಸಸ್

❖ **ವ್ಯಾಪಾರ ಮತ್ತು ಹೂಡಿಕೆಗಳು**

- ಟಾಟಾ ಇನ್ವೆಸ್ಟ್ ಮೆಂಟ್ ಕಾರ್ಪ್
- ಟಾಟಾ ಇಂಡಸ್ಟ್ರೀಸ್

❖ **ಜಂಟಿ ಉದ್ಯಮಗಳು**

- ಏರ್ ಏಷ್ಯಾ ಇಂಡಿಯಾ (84%)
- ಟಾಟಾ ಎಐಎ (74%)
- ಟಾಟಾ ಎಐಜಿ (74%)
- ಟಾಟಾ ಕ್ಲಿಕ್
- ಟಾಟಾ ಹಿಟಾಚಿ ಕನ್ಸ್ಟ್ರಕ್ಷನ್ ಮೆಷಿನರಿ (40%)
- ಟಾಟಾ ಪ್ಲೇ (80%)
- ಟಾಟಾ ಸ್ಟಾರ್ ಬಕ್ಸ್ (50%)
- ವಿಸ್ತಾರಾ (51%)

❖ ಕ್ರೀಡೆ

- ಜೆಆರ್ ಡಿ ಟಾಟಾ ಸ್ಪೋರ್ಟ್ಸ್ ಕಾಂಪ್ಲೆಕ್ಸ್
- ಟಾಟಾ ಫುಟ್ಬಾಲ್ ಅಕಾಡೆಮಿ
- ಟೆಲ್ಕೊ ಕ್ಲಬ್ ಗ್ರೌಂಡ್

- ಜಮ್ಶೆಡ್ ಪುರ ಎಫ್ ಸಿ
- ಟಾಟಾ ಸ್ಟೀಲ್ ಚೆಸ್ ಟೂರ್ನಮೆಂಟ್

❖ ಸಂಸ್ಥೆಗಳು

- ಭಾಭಾ ಪರಮಾಣು ಸಂಶೋಧನಾ ಕೇಂದ್ರ
- ಹೋಮಿ ಭಾಭಾ ನ್ಯಾಷನಲ್ ಇನ್ಸ್ಟಿಟ್ಯೂಟ್
- ಇಂಡಿಯನ್ ಇನ್ ಸ್ಟಿಟ್ಯೂಟ್ ಆಫ್ ಸೈನ್ಸ್
- ಎನರ್ಜಿ ಅಂಡ್ ರಿಸೋರ್ಸಸ್ ಇನ್ಸ್ಟಿಟ್ಯೂಟ್
- ಟೆರಿ ಸ್ಕೂಲ್ ಆಫ್ ಅಡ್ವಾನ್ಸ್ಡ್ ಸ್ಟಡೀಸ್
- ಟಾಟಾ ಇನ್ಸ್ಟಿಟ್ಯೂಟ್ ಆಫ್ ಸೋಶಿಯಲ್ ಸೈನ್ಸಸ್
- ಟಾಟಾ ಮ್ಯಾನೇಜ್ ಮೆಂಟ್ ಟ್ರೈ
- ಟಾಟಾ ಥಿಯೇಟರ್
- ಟಾಟಾ-ಧನ್ ಅಕಾಡೆಮಿ
- ಟಿಐಎಫ್ಆರ್, ಮುಂಬೈ
- NCRA - TIFR, ಪುಣೆ
- ಟಿಐಎಫ್ಆರ್, ಹೈದರಾಬಾದ್
- ಕ್ಯಾಮ್ ಬೆಂಗಳೂರು
- HBCSE ಬೆಂಗಳೂರು
- ಐಸಿಟಿಎಸ್ ಬೆಂಗಳೂರು
- NCBS ಬೆಂಗಳೂರು

❖ ಆಸ್ಪತ್ರೆಗಳು

- ಹೋಮಿ ಭಾಭಾ ಕ್ಯಾನ್ಸರ್ ಆಸ್ಪತ್ರೆ ಮತ್ತು ಸಂಶೋಧನಾ ಕೇಂದ್ರ
- ಟಾಟಾ ಮೆಮೋರಿಯಲ್ ಸೆಂಟರ್

❖ ಟ್ರಸ್ಟ್ ಗಳು

- ಸರ್ ದೊರಬ್ಜಿ ಟಾಟಾ ಮತ್ತು ಅಲೈಡ್ ಟ್ರಸ್ಟ್ ಗಳು
- ಸರ್ ರತನ್ ಟಾಟಾ ಟ್ರಸ್ಟ್

ಶ್ರೀ ರತನ್ ನೇವಲ್ ಟಾಟಾ ಅವರು ಭಾರತದ ಶ್ರೇಷ್ಠ ಕೈಗಾರಿಕೋದ್ಯಮಿಗಳಲ್ಲಿ ಒಬ್ಬರು. ಕೋಟ್ಯಂತರ ಭಾರತೀಯರು ರತನ್ ಟಾಟಾ ಅವರನ್ನು ಮೆಚ್ಚುತ್ತಾರೆ ಮತ್ತು ಅವರು ನಮ್ಮೆಲ್ಲರಿಗೂ ಸ್ಫೂರ್ತಿ ಮತ್ತು ಪ್ರೇರಣೆಯ ಮೂಲವಾಗಿದ್ದಾರೆ.

*"ಇದನ್ನು ಮಾಡಲು ಸಾಧ್ಯವಿಲ್ಲ ಎಂದು ಜನರು ಹೇಳುವುದನ್ನು ಕೇಳಿದ್ದೇವೆ. ಆ ಪುರಾಣಗಳನ್ನು ತೆಗೆದುಹಾಕುವುದು ಮತ್ತು ಕೆಲಸಗಳನ್ನು ಮಾಡುವುದು ನಿಮ್ಮ ಕೆಲಸ. ಅನೇಕ ವಿಧಗಳಲ್ಲಿ, ನಮ್ಮ ದೇಶದಲ್ಲಿ ಏನಾಗಿದೆ ಮತ್ತು ಏನಾಗಿಲ್ಲ ಎಂಬುದರ ಬಗ್ಗೆ ನಾವು ಟೀಕೆಗೆ ಒಳಗಾಗಿದ್ದೇವೆ ಮತ್ತು ದುಃಖಿತರಾಗಿದ್ದೇವೆ.*

*ಹೆಚ್ಚಿನ ಮಟ್ಟಿಗೆ, ಇದು ನಾವು ಇದನ್ನು ಮಾಡಲು ಸಾಧ್ಯವಿಲ್ಲ ಅಥವಾ ಅದನ್ನು ಮಾಡಲು ಸಾಧ್ಯವಿಲ್ಲ ಎಂಬ ಕಾರ್ಯವಾಗಿದೆ. ಏನನ್ನಾದರೂ ಮಾಡಲು ಸಾಧ್ಯವಿಲ್ಲ ಮತ್ತು ಹಾಗೆ ಮಾಡಬಾರದು ಎಂಬ ದೃಷ್ಟಿಕೋನದಿಂದ ಬೆಳೆಯಬೇಡಿ. ಮುಂದಿನ ವರ್ಷಗಳಲ್ಲಿ ನೀವು ಈ ದೇಶದ ನಾಯಕರಾಗಲಿದ್ದೀರಿ ಮತ್ತು ಈ ದೇಶದ ಭವಿಷ್ಯವನ್ನು ರೂಪಿಸಲಿದ್ದೀರಿ. ನಿಮ್ಮ ಸುತ್ತಲಿನ ಜಗತ್ತನ್ನು ನೀವು ನೋಡುತ್ತೀರಿ, ಅಲ್ಲಿ ಕಲ್ಪನೆಗಳು ಹುಟ್ಟಿಕೊಂಡವು, ಅಲ್ಲಿ ವ್ಯಕ್ತಿಗಳು ಗ್ಯಾರೇಜ್ ಗಳಲ್ಲಿ ಪ್ರಾರಂಭಿಸಿದರು.*

*ಮೈಕ್ರೋಸಾಫ್ಟ್ ಎಲ್ಲಿ ಹೋಯಿತು, ಆಪಲ್ ಎಲ್ಲಿ ಹೋಯಿತು, ಅಮೆಜಾನ್ ಎಲ್ಲಿ ಹೋಯಿತು, ಗೂಗಲ್ ಎಲ್ಲಿ ಹೋಯಿತು, ಫೇಸ್ಬುಕ್ ಎಲ್ಲಿಂದ ಬಂತು? ಏನಾದರೂ ಮಾಡಬಹುದೆಂದು ಜನರು ಭಾವಿಸಿದ ಆಲೋಚನೆಗಳಿಂದ ಅವು ಬಂದವು.*

*ಸ್ಥಾಪಿಸಲು ಶತಕೋಟಿ ಅಥವಾ ಡಾಲರ್ ಗಳ ಅಗತ್ಯವಿಲ್ಲದ ತಂತ್ರಜ್ಞಾನಗಳು, ಅವುಗಳನ್ನು ನಿರ್ಮಿಸಲು 100 ಎಕರೆಗಳ ಅಗತ್ಯವಿಲ್ಲ.*

*ನಿಮ್ಮ ಮನಸ್ಸಿನಲ್ಲಿರುವ, ಸಾಂಪ್ರದಾಯಿಕವಲ್ಲದ, ಪ್ರಯತ್ನಿಸದ ಮತ್ತು ಕೆಲವೊಮ್ಮೆ ಅಪಾಯಕಾರಿ ನಾವೀನ್ಯತೆಯ ಮೇಲೆ ನಿರ್ಮಿಸಲಾದ ಉದ್ಯಮಗಳು ನಾಳೆಯ ಜಗತ್ತಿನಲ್ಲಿ ದೊಡ್ಡ ವ್ಯತ್ಯಾಸವನ್ನು ಉಂಟುಮಾಡುತ್ತವೆ.*

*ನೀವು ನೊಬೆಲ್ ಪ್ರಶಸ್ತಿ ವಿಜೇತರ ಪಕ್ಕದಲ್ಲಿ ಮಾತನಾಡಿದರೆ ಅಥವಾ ಕುಳಿತರೆ, ಅವರು ನೊಬೆಲ್ ಪ್ರಶಸ್ತಿಯನ್ನು ಗೆದ್ದಿದ್ದಾರೆ ಎಂದು ಅವರು ನಿಮಗೆ ಎಂದಿಗೂ ಹೇಳುವುದಿಲ್ಲ, ಇತರರು ನಿಮಗೆ ಹೇಳುತ್ತಾರೆ. ಆದ್ದರಿಂದ, ನಮ್ರತೆಯು ನಿಮ್ಮ ಅತ್ಯುತ್ತಮ ರಕ್ಷಣೆಯಾಗಿರಲಿ.*

*ಏನಾದರೂ ಮಾಡಬಹುದೆಂದು ಜನರು ಭಾವಿಸಿದರು ಮತ್ತು ಅವರು ವ್ಯತ್ಯಾಸವನ್ನು ಮಾಡಬಹುದು ಎಂಬ ಆಲೋಚನೆಗಳಿಂದ ಅವರು ಬಂದರು. ನೀವು ವ್ಯತ್ಯಾಸವನ್ನು ಮಾಡಲು ಸಾಧ್ಯವಿಲ್ಲ ಎಂದು ನೀವು ಭಾವಿಸಿದರೆ, ನೀವು ವ್ಯತ್ಯಾಸವನ್ನು ಮಾಡಬಹುದು ಎಂದು ನಾನು ಹೇಳುತ್ತೇನೆ. ನೀವು ಬಯಸಿದಲ್ಲಿ ಮತ್ತು ನಿಮಗಾಗಿ ನೀವು ಗಳಿಸುವ ಸಮೃದ್ಧಿಯ ಆಧಾರದ ಮೇಲೆ ನೀವು ನಿಮ್ಮನ್ನು ಯಶಸ್ವಿಯಾಗಿ ಪರಿಗಣಿಸಬಾರದು,*

ಆದರೆ ನೀವು ವ್ಯತ್ಯಾಸವನ್ನು ಮಾಡಿದರೆ ನೀವು ರಾತ್ರಿಯಲ್ಲಿ ಮನೆಗೆ ಹೋಗಬೇಕು. ಆ ವ್ಯತ್ಯಾಸವು ನಮ್ಮಲ್ಲಿ ಪ್ರತಿಯೊಬ್ಬರೂ ಮಾಡಬಹುದಾದ ಸಂಗತಿಯಾಗಿದೆ.

ನಾವು ವೈಫಲ್ಯಗಳನ್ನು ಹೊಂದಿರುತ್ತೇವೆ, ನಾವು ಹತಾಶೆಗಳನ್ನು ಹೊಂದಿರುತ್ತೇವೆ ಆದರೆ ಇದು ನಮ್ಮ ಸುತ್ತಲಿನ ಪ್ರಪಂಚದ ಕಡೆಗೆ ನಾವು ಹೊಂದಿರುವ ನಿರಂತರ ಬದ್ಧತೆಯಾಗಿದೆ. ನಾಳೆ ನವ ಭಾರತದಲ್ಲಿ ನನ್ನ ಉತ್ಸಾಹವು ಮುಂದುವರಿಯುತ್ತದೆ, ಉದ್ಯಮಶೀಲ ಯುವ ಭಾರತೀಯ ಎಂಜಿನಿಯರ್ ಗಳು ಮತ್ತು ವಿಜ್ಞಾನಿಗಳನ್ನು ಬೆಂಬಲಿಸುವ ಅಗತ್ಯವನ್ನು ನಾನು ಅನುಭವಿಸುತ್ತಿದ್ದೇನೆ.

ಮತ್ತು ನಾವೆಲ್ಲರೂ ಈ ಪಾತ್ರವನ್ನು ನಿರ್ವಹಿಸಲು ತುಂಬಾ ಸಂತೋಷಪಡಬೇಕು ಮತ್ತು ಇದನ್ನು ಬೆಂಬಲಿಸಬೇಕಾಗಿದೆ, ಏಕೆಂದರೆ ನಾವೆಲ್ಲರೂ ಭಾರತೀಯ ಹುಲಿ ಸಡಿಲಿಸಲು ಉತ್ಸುಕರಾಗಿರಬೇಕು, ನಾವು ಇನ್ನೂ ಅದನ್ನು ಮಾಡಿಲ್ಲ. ಆದ್ದರಿಂದ, ಇದು ನಾಳೆಯ ನವ ಭಾರತವಾಗಲಿದೆ ಎಂಬ ಅಂಶದೊಂದಿಗೆ ನಾವೆಲ್ಲರೂ ನಮ್ಮ ಹೃದಯ ಮತ್ತು ಆತ್ಮಗಳನ್ನು ಹಿಂದೆ ಇಡೋಣ.

ರತನ್ ಟಾಟಾ ಅವರು ಹಾಜರಿದ್ದ ಎಲ್ಲ ಜನರಿಗೆ, ನಿಮಗೆ ಸಮತೋಲಿತ ಯಶಸ್ವಿ ಜೀವನವನ್ನು ನೀಡಲು, ಗುರಿಗಳನ್ನು ನಿಗದಿಪಡಿಸಲು ಕೇವಲ ವೃತ್ತಿ ಅಥವಾ ಶೈಕ್ಷಣಿಕ ಗುರಿಗಳನ್ನು ಹೊಂದಿಲ್ಲ ಎಂದು ಹೇಳಿದರು. ಸಮತೋಲಿತ ಎಂದರೆ ನಿಮ್ಮ ಆರೋಗ್ಯ, ಸಂಬಂಧಗಳು, ಮಾನಸಿಕ ಶಾಂತಿ ಎಲ್ಲವೂ ಉತ್ತಮ ಸ್ಥಿತಿಯಲ್ಲಿದೆ ಎಂದು ಖಚಿತಪಡಿಸಿಕೊಳ್ಳುವುದು.

"ನಿಮ್ಮ ವಿಘಟನೆಯ ದಿನದಂದು ಪ್ರಮೋಷನ್ ಪಡೆಯುವುದರಲ್ಲಿ ಯಾವುದೇ ಅರ್ಥವಿಲ್ಲ.

ನಿಮ್ಮ ಬೆನ್ನಿಗೆ ನೋವುಂಟಾದರೆ ಕಾರನ್ನು ಚಾಲನೆ ಮಾಡುವುದರಲ್ಲಿ ಯಾವುದೇ ತಮಾಷೆಯಿಲ್ಲ. ನಿಮ್ಮ ಮನಸ್ಸು ಒತ್ತಡದಿಂದ ತುಂಬಿದ್ದರೆ ಶಾಪಿಂಗ್ ಆಹ್ಲಾದಕರವಾಗಿರುವುದಿಲ್ಲ. ಜೀವನವನ್ನು ಗಂಭೀರವಾಗಿ ತೆಗೆದುಕೊಳ್ಳಬೇಡಿ.

ನಾವು ಇಲ್ಲಿ ತಾತ್ಕಾಲಿಕವಾಗಿರುವುದರಿಂದ ಜೀವನವನ್ನು ಗಂಭೀರವಾಗಿ ಪರಿಗಣಿಸಬೇಕಾಗಿಲ್ಲ.

ನಾವು ಸೀಮಿತ ಮಾನ್ಯತೆಯನ್ನು ಹೊಂದಿರುವ ಪ್ರಿಪೇಯ್ಡ್ ಕಾರ್ಡ್ ನಂತೆ ಇದ್ದೇವೆ.

ನಾವು ಅದೃಷ್ಟವಂತರಾಗಿದ್ದರೆ, ನಾವು ಇನ್ನೂ 50 ವರ್ಷಗಳ ಕಾಲ ಬದುಕಬಹುದು ಮತ್ತು 50 ವರ್ಷಗಳು ಇನ್ನೂ 2500 ವಾರಾಂತ್ಯಗಳು.

ನಾವು ನಿಜವಾಗಿಯೂ ಕೆಲಸ ಮಾಡಬೇಕೇ?

ಸರಿ, ಕೆಲವು ತರಗತಿಗಳನ್ನು ಬಂಕ್ ಮಾಡಿ, ಒಂದೆರಡು ಪೇಪರ್ ಗಳಲ್ಲಿ ಕಡಿಮೆ ಸ್ಕೋರ್ ಮಾಡಿ, ನಿಮ್ಮ ಕೆಲಸದಿಂದ ರಜೆ ತೆಗೆದುಕೊಳ್ಳಿ, ಪ್ರೀತಿಯಲ್ಲಿ ಬೀಳಿರಿ, ನಿಮ್ಮ ಸಂಗಾತಿಯೊಂದಿಗೆ ಸ್ವಲ್ಪ ಜಗಳವಾಡಿ.

ಪರವಾಗಿಲ್ಲ

ನಾವು ಜನರು, ಪ್ರೋಗ್ರಾಮ್ ಮಾಡಲಾದ ಸಾಧನಗಳಲ್ಲ... !"